நீயும் ஏன் சாதிக்கக் கூடாது?

வெற்றியடைய ஆக்கபூர்வமான நடைமுறைத் திட்டம்

ஜான் டி. மர்பி

தமிழாக்கம்:
டாக்டர் என். ரமணி

நியூ செஞ்சுரி புக் ஹவுஸ் (பி) லிட்.,
41- பி, சிட்கோ இண்டஸ்டிரியல் எஸ்டேட்,
அம்பத்தூர், சென்னை- 600 050.
☎: 044 - 26251968, 26258410, 48601884

Language : Tamil

Neeyum Yane Sathikak Kudathu?

(Why Not You)

Author : **John D. Murphy**

Translater : **Dr. N. Ramani**

First Edition : August, 2004

Tenth Edition : November, 2017

Eleventh Edition: November, 2019

Copyright : Publisher

No. of Pages : xiv + 318 = 332

Publisher :

New Century Book House Pvt. Ltd.,

41-B, SIDCO Industrial Estate,

Ambattur, Chennai - 600 050.

Tamilnadu State, India.

email : info@ncbh.in

Online:www.ncbhpublisher.in

ISBN: 978 - 81 - 2340 - 855 - 0

Code No. A 1268

₹ 450/-

Branches

Ambattur (H.O.) 044 - 26359906 **Spenzer Plaza (Chennai)** 044-28490027 **Trichy** 0431-2700885 **Pudukkottai** 04322- 227773 **Tanjore** 04362-231371 **Tirunelveli** 0462-4210990, 2323990 **Madurai** 0452-2344106, 4374106 **Dindigul** 0451-2432172 **Coimbatore** 0422-2380554 **Erode** 0424-2256667 **Salem** 0427-2450817 **Hosur** 04344-245726 **Krishnagiri** 0434-3234387 **Ooty** 0423-2441743 **Vellore** 0416-2234495 **Villupuram** 04146-227800 **Pondicherry** 0413-2280101 **Thiruvannamalai** 04175-223449.

நீயும் ஏன் சாதிக்கக் கூடாது?

வெற்றியடைய ஆக்கபூர்வமான நடைமுறைத் திட்டம்

ஆசிரியர்: ஜான் டி. மர்பி

தமிழாக்கம்: டாக்டர் என். ரமணி

முதல் பதிப்பு: ஆகஸ்ட், 2004

பத்தாம் பதிப்பு: நவம்பர், 2017

பதினொன்றாம் பதிப்பு: நவம்பர், 2019

அச்சிட்டோர்: ***பாவை பிரிண்டர்ஸ் (பி) லிமிடெட்.,***

16 (142), ஜானி ஜான் கான் சாலை, இராயப்பேட்டை, சென்னை - 14

☎: 044 - 28482441

All rights reserved. No part of this book may be reprinted or reproduced or utilised in any form or by any electronic, mechanical, or other means, now known or hereafter invented, including photocopying and recording, or in any information storage or retrieval system, without permission in writing from the publishers.

பதிப்புரை

கடந்த நூற்றாண்டில் 1929 முதல் 1931-32 வரை மூன்றாண்டுகள் உலக முதலாளித்துவம் கடும் நெருக்கடிக்கு உள்ளாயிற்று. பொருளாதார மந்தம், சந்தையில் தேக்கம், தொழிற்சாலைகள் மூடப்படல் எல்லாம் சிதைவை ஏற்படுத்தின, இந்தப் பின்புலத்தில், சோவியத் யூனியன் பாதிக்கப்படாத நிலையில், அமெரிக்காவிலும் ஐரோப்பாவிலும் முதலாளித்துவத்தைப் பாதிப்பிலிருந்து மீட்டு உயிர்ப்பிக்க வேண்டிய நிர்ப்பந்தம் ஏற்பட்டது. முயற்சிகள் மேற்கொள்ளப்பட்டன. முதலாவது தனிமனித முயற்சியின் கட்டாயத் தேவை உணரப்பட்டது. இரண்டாவது தக்க சிந்தனை, கொள்கை வகுக்கப்பட வேண்டும் என அறியப்பட்டது. முதல் முயற்சி அமெரிக்காவிலும் இரண்டாவது முயற்சி இங்கிலாந்திலும் தொடங்கின.

1933ஆம் ஆண்டு அமெரிக்காவில் டேல்கார்னிஜி (Dale Carnige) என்பவர் "How to win friends and influence people" என்னும் நூலெழுதினார். பல்லாயிரக்கணக்கான பிரதிகள் விற்பனையாயின. கோடீஸ்வரரானார். பல மொழிகளில் மொழியாக்கம் செய்யப்பட்டது. நடுத்தர மக்களும் தொழில் முனைவோரும் ஆர்வலர்களும் அதனை வேதமாகக் கொண்டனர். குறிப்பாக நுகர்வோர் சமூக விரிவாக்கம் உத்வேகமடைந்தது. இதனைத் தொடர்ந்து எண்ணற்ற நூல்கள் - தனிமனித வளர்ச்சி, முன்னேற்றம் குறித்து வெளிவந்தன. இந்தத் தொடரில் வருவது ஜான் மர்பியின் நூல் **நீயும் ஏன் சாதிக்கக் கூடாது? - என்பது.**

செந்நெறிப் பொருளாதாரத்தின் பிறப்பிடமான இங்கிலாந்தில் ஜான் மேனார்டு கீன்ஸ் என்பார் புதிய பொருளாதார அடித்தளம் அமைக்க "The general theory of employment, interest and money" என்னும் நூலெழுதினார். இது பொருளாதார வல்லுநர்களிடையே பெரும் சிந்தனைப் புரட்சியை

ஏற்படுத்தியது. இதனைக் கெனீசியப் புரட்சி என்பர். இது முதலாளிகளின் வேதமாயிற்று.

இரண்டாவது உலகப் பெரும் போரில் கேடும் சிதைவும் இன்றித் தப்பியது அமெரிக்கா. போரில் நேரடியாக ஈடுபட்ட நாடுகளுக்கும் பிற நாடுகளுக்கும் போர்க் கருவிகளையும் உணவுப் பொருட்களையும் தொழில் உற்பத்தியான பண்டங்களையும் விற்பனை செய்து மிதமிஞ்சிய லாபம் ஈட்டி உலகின் பொருளாதார வல்லரசாக எழுச்சி பெற்று அரசியல் மேலாண்மையும் பெற்றது. உலக முதலாளித்துவத்தின் மையம் இங்கிலாந்திலிருந்து அமெரிக்காவிற்கு மாறிற்று. ஐ.நா. அவை, உலகவங்கி, சர்வதேச செலாவணி அமைப்பு அமெரிக்கா விலிருந்துதான் இயங்குகின்றன.

கார்ல்மார்க்சும் எங்கெல்சும் "வரலாறு எதையும் செய்வதில்லை. செல்வம் அதற்கு ஏதும் இல்லை. தானாக அது போராடுவதுமில்லை. ஆனால், வாழும் மனிதன்தான் எல்லாவற்றையும் செய்பவன். அவனே போராடுபவன். வரலாறு என்பது மனிதன் தன் நோக்கங்களை நிறைவேற்றிக் கொள்ள உழைப்பதுவே." (தொகை நூல். பகுதி 4 பக். 9-ல்) என்றனர். Individual என்னும் ஆங்கிலச் சொல் "in", "divide" என்னும் இரு இலத்தீன் சொற்களடியாகப் பிறந்தது. "in" என்பதற்கு இல்லை என்பதும் "divide" என்பது பிரி என்பதும் பொருள். அதாவது individual . பிரிதலில்லாத ஒரே சீராக அமைபவன் என்பது பொருள். மனிதன் ஒரு சமூகப்பிராணி அவன் உயிரியல், சமூகத்தன்மைகளைப் பிரதிபலிப்பவன். எனவே "individual" "individuality" என்னும் இருவேறு கருத்தமைவுகள் தோன்றின. Individual தன் individuality -ஐ வளர்த்துக்கொள்ள வேண்டும். இது எல்லாச் சமூகங்களுக்கும் பொருந்தும். ஆனால் நோக்கங்களிலும் இலக்குகளிலும் வேறுபாடுண்டு. முதலாளித்துவ சமுதாயத்தில் தனிமனித வளர்ச்சி என்பது முதலாளித்துவம் அளித்துள்ள எல்லா வழி

முறைகளையும் கையாண்டு பிறருடன் போட்டியிட்டுத் திறமையாகச் செயலாற்றுவது, தன்னைத்தானே வளர்த்துக்கொள்ளுவது, முன்னேறுவது, உயர்வது, எனப் பொருள்படும். ஆனால் சுரண்டலில்லாத சமுதாயத்தில் தனிமனிதன் தன் திறமையை எவ்வாறு சமுதாய நலனுக்காக, மேம்பாட்டுக்காக உழைப்பது எனப் பொருள்படும். எனவே நாட்டங்கள், நோக்கங்கள் வேறுபடுகின்றன. ஆனால் உழைப்பு அடிப்படை.

கடந்த அறுபது ஆண்டுகளுக்கு மேலாக அமெரிக்க முதலாளித்துவம் அமெரிக்க நாகரிகம், மக்கள் முதலாளித்துவம், அமெரிக்க வாழ்க்கை நெறி என விலை கூறி வருகிறது. இது ஒருபுறம் இருக்க முதலாளித்துவம் அண்மைக் காலத்தில் பன்னாட்டு மூலதன நிறுவனங்கள் மூலம் உலகம் முழுவதும் கிளை பரப்பி வருகின்றது. தொழில்நுட்பப்புரட்சியும் அறிவியல் வளர்ச்சியும் அவற்றுக்குச் சாதகமாகப் பயன்படுத்தப்பட்டு வருகின்றன. இவை திறமையாக இயங்க - இவற்றின் உற்பத்திப் பொருள்களை விலைகூறி விற்க விற்பனையாளர்களும் (Sales men) அதிகாரிகளும் (Bureaucrats) தேவை. இவர்கள் பயிற்சிபெற்று வலுவாக அமைய வேண்டும். இதன் பின்னணியில் நுகர்வோர் கலாசாரம் (consumer culture) உருவாகி வளர்ந்து வருகிறது. இந்தக் கலாசாரத்தில் விற்பனையாளர்களும் நிர்வாகிகளும் தேவையானவர்கள், வேண்டப்படுபவர்கள் என்ற நிலையும் அவர்களே மிகத் திறமையானவர்கள், சிந்தனையாளர்கள் என்ற கருத்தும் உருவாகின்றன. இக் கருத்துக்களை மையமாகக் கொண்டுதான் அமெரிக்காவிலிருந்து புற்றீசல்போல் நூல்கள் வெளிவந்தவண்ணம் உள்ளன.

முதலாளித்துவம் உருவாக்கி வடிவமைத்துத் தந்த சாதனங்கள், அமைப்புகள் எல்லாமே தள்ளத்தக்கவை என்று கருதுவது அறிவின்பாற்பட்டதாகாது. முதலாளித்துவம் உருவாக்கித் தந்த முறை நிர்வாகம் என்பது (administration)

v

எல்லாச் சமூக அமைப்புகளிலும் அரசுகளிலும் நிர்வாக அமைப்புகள் உண்டு. சமூகங்கள் வேறுபடலாம். ஆனால் நிர்வாகம் தேவை, அது மக்களுக்காக இருக்க வேண்டும், ஜனநாயகப்படுத்தப் பட்டதாக இருக்க வேண்டும். இதுவே மிக முக்கியமானதாகும்.

நிருவாகம் என்பது தனியார் துறை, பொதுத்துறை, கலப்புத்துறை, கூட்டுறவுத்துறை, உள்ளாட்சித்துறை என வழங்கப்படும் எல்லாத்துறைக்கும் ஆட்சிமுறைக்கும் பொதுவானது, பொருந்துவது. இலக்குகளும் நோக்கங்களும் வெவ்வேறாக இருக்கலாம். ஆனால் பணிபுரிகின்ற எல்லாருக்கும் பொறுப்பும் திறமையும் சேவையுணர்ச்சியும் பொதுநல நோக்கமும் தேவை. முதலாளித்துவத்தில் தனி மனிதன் பிறரைப் புறந்தள்ளி மேலெழுந்து சாதனைகளையும் பெருமைகளையும் நிலைநாட்ட விரும்புகிறான். லாபத்தைப் பெருக்கிக் காட்ட முயல்கின்றான். இவனுக்குச் சமூக உணர்ச்சி இல்லாததாகிவிடுகிறது. பிற துறைகள் தகுதி திறமையைப் பெருக்கிக்கொண்டு சமுதாய நலன்களை மேம்படுத்த வேண்டும் என முயல்வது முக்கிய இடம்பெறுகிறது.

'சந்தை' 'சந்தைப்பொருளாதாரம்' எனப் பேசப்படுகிறது. அவை தனியார்துறை பொதுத்துறை ஆகிய எல்லாத் துறைகளுக்கும் பொதுவான தேவை. உற்பத்தியான பொருள் சந்தைக்குக் கொண்டுசென்று விற்கப்பட வேண்டும். அதுபோலவே உற்பத்திக்கு வேண்டிய கச்சாப்பொருள் சந்தையிலிருந்து வாங்கப்பட வேண்டும். சந்தைப் பொருளாதாரம் மிகச் சக்தி வாய்ந்ததாக ஆகிவிடுகிறது. தனியார்மயமாதல், தாராளமயமாதல், உலகமயமாதல் என்னும் முழக்கங்கள் ஒலிக்கின்றன. மாற்றுவழி, மாற்றுத் திட்டம் எனவும் பேசப்பட்டு வருகிறது. இந்தப் பின்னணியில் தனிமனித முயற்சி நாட்டு முன்னேற்றத்திற்கு அடிப்படையாகி வருகிறது.

மனிதன் இயந்திரமல்லன், இயந்திரங்களை இயக்குவதற்கு மனிதனுக்குப் பயிற்சி தேவைப்படுகிறது என்றால் மனிதனை மனிதன் இயக்குவதற்கும் பயிற்சி கட்டாயம் வேண்டும். இந்த நோக்கத்துடன் எழுதப்பட்டதே "நீயும் ஏன் சாதிக்கக் கூடாது" என்னும் மார்பியின் நூல். பிற நூல்களை விடச் சற்று வேறானது இது. மார்பி அமெரிக்கர். இருந்தாலும் அணுகுமுறை வேறானது. சூழ்ச்சி, தந்திரம், அடுத்துக்கெடுத்தல், குறுக்குவழி என்பன முதலாளித்துவத்துக்குக் கைவந்த கலை. நேர்மை, உழைப்பு என்பன இரண்டாம் பட்சமே. மார்பியின் நூல் தனி மனிதன் மேம்பட, முன்னேற, எதை, ஏன், எப்படிக் கற்க வேண்டும், ஒழுக வேண்டும் என்பனவற்றை எடுத்துச் சொல்வதோடு அறிஞர்கள், புதியன கண்ட அறிவியலாளர் வாழ்க்கை, சாதனைகள், கூற்றுகள் பலவற்றை ஆதாரமாகக்கொள்கிறது. நடைமுறையில் எத்தகைய ஒழுகலாறுகளை மேற்கொள்ள வேண்டும் எனக் கோடிட்டுக் காட்டுகிறது. மார்பி தெளிந்த இனிய ஆங்கிலத்தில் எழுதிய நூலை நியூ செஞ்சுரி புத்தக நிறுவனம் வெளியிட்டது. அதன் தமிழாக்கத்தைத் தமிழ் வாசகர்களுக்கு இப்பொழுது அளிக்கிறோம். தமிழாக்கம் மிகச் சிறந்த முறையில் அமைந்துள்ளது. எளியோர் முதல் மேல் தட்டினர் வரை படித்து ஏற்கத்தக்க கையேடாக அமைகிறது. வழக்கம்போலத் தமிழ் மக்கள் இந்த நூலாக்கத்துக்கும் உவந்து வரவேற்பளிப்பார்கள் என நம்புகிறோம்.

பதிப்புரையை முடிக்கும் முன் கார்ல்மார்க்ஸ் "பொருளாதார மெய்ஞ்ஞானக் குறிப்புகள்" என்னும் நூலில் கூறியிருப்பதை நினைவு கூர்வது நல்லது. அவர் கூறுகிறார்: "மனிதனை மனிதனாக, சமுதாயத்துடன் அவன் கொண்டுள்ள உறவு மனிதத்தன்மையுடையதாக நினையுங்கள். அப்பொழுது அவன் அன்புக்கு ஈடாக அன்பையும், நம்பிக்கைக்கு ஈடாக நம்பிக்கையையும் பெறலாம். கலையைக் கண்டு களிக்க வேண்டுமானால் நீ கலை பயின்று தேர்ந்து பண்பட்டவனாக

இருக்க வேண்டும். பிறர்மேல் செல்வாக்குச் செலுத்துபவனாக இருக்க வேண்டுமானால், அவர்களை ஊக்குவித்து, ஆர்வமூட்டுபவனாக இருக்க வேண்டும். சமுதாயத்தோடும் இயற்கையோடும் நீ கொள்ளும் உறவு உன் விருப்பத்திற்கு ஏற்றபடி, தனி மனிதனாக நீ வாழ்வதைக் குறிப்பிட்டு எடுத்துக்காட்டும் வெளிப்பாடாக இருக்க வேண்டும்." (மார்க்ஸ் ஏங்கெல்ஸ் தொகை நூல். புத். 3. (1975) பக். 326)

இதனை மனத்திருத்தி நூலைப் படித்துப் பயன்பெறுமாறு வாசகப் பெருமக்களை வேண்டுகிறோம்.

வணக்கம்.

—ஆர். பார்த்தசாரதி

வளமான வாழ்வுக்கு
வழிகாட்டும் நூல்

"நீயும் ஏன் சாதிக்கக் கூடாது" என்னும் இந்நூல் "Why Not You" என்ற ஆங்கிலநூலின் தமிழாக்கம் ஆகும். ஆஸ்திரேலிய அறிஞர் ஜான் டி. மர்பி அவர்கள் எழுதிய ஆங்கில மூலத்தைத் தமிழறிஞர் டாக்டர் என். ரமணி அவர்கள் அழகுற மொழியாக்கம் செய்துள்ளார். "வாழ்க்கை எங்கள் கையில்தான் உள்ளது" என்று உணர்த்துவதுபோல் குழந்தைகள் கைவிரல்களை இறுகப் பொத்திக்கொண்டு நன்றாகத் தூங்குகின்றனர். ஆனால் மக்கள்தொகை பெருகும் அளவில் வேலைவாய்ப்புகள் இல்லை. வேலைவாய்ப்பு அலுவலகத்தில் பெயர் பதிவு செய்வதற்குக்கூடப் பல நாட்கள் அலைந்து, பல மணிநேரம் காத்துக்கிடக்கும் நிலை உள்ளது. அரசு மருத்துவமனைகளில் உடல்வலியோடு வரிசையில் காத்துநிற்கும் நிலை உள்ளது. எந்த இடம் சென்றாலும் வரிசைகளும் அத்துமீறல்களும் லஞ்சமும் ஊழலும் சுயநலமும் தலைவிரித்தாடுவதால் மக்கள் மனச் சலிப்புக்கு ஆளாகிறார்கள். விரக்தியின் விளிம்பில் நின்றுகொண்டு வாழ்நாளை வீணாகத் தள்ளிக் கழிக்கிறார்கள். சலிப்புகளையும் விரக்திகளையும் சென்று சாதனை படைத்திட தன்னம்பிக்கையை ஆயுதமாகக் கொள்ளவேண்டும்.

படிக்கின்றவர்கள் தன்னம்பிக்கைபெறும் வகையில் சாதனையாளர்கள் பலரின் வரலாறுகளுடன் அறிஞர்கள் பலரின் அனுபவக் கருத்துகளும் இந்நூலில் பதிக்கப்படுகின்றன. நூலில் இடம்பெறும் முத்திரை வரிகளின் பொருள் நயங்களைத் தெரிந்துகொள்ளும் வகையில் கீழே தரப்பட்டுள்ளன.

எதைச் செய்தாலும் சிறப்பாகச் செய்வதே வெற்றியின் இலக்கணம். நம் செயல்களுக்கு நாமே பொறுப்பு என்பதை உணர்ந்திட வேண்டும். படித்ததைச் செயல்படுத்துவதே நோக்கமாக இருக்க வேண்டும்.

இலக்குகளை ஏனோ தானோவென்று நாடுகிறவன் வெகு உயரத்துக்குப் போக முடியாது. எதையும் முழு ஈடுபாட்டோடு செய்தால் வெற்றி உறுதி. காலத்தை வீணாக்காமல் தயக்கமின்றித் தீர்மானமாகச் செயலாற்ற வேண்டும். எதிர்காலத்தைத் தன்னம்பிக்கையோடு எதிர் நோக்கிக்கொண்டிருக்க வேண்டும். நம்மை நாமே குறைவாக மதிப்பிடக்கூடாது. சாதிக்க வேண்டும் என்ற சிந்தனை முழு வளர்ச்சியாக மாறும்போது வெற்றி உறுதியாகிறது. நம்மைப் பிறரோடு ஒப்பிட்டுப் பார்க்கின்ற பொறிக்குள் சிக்கிக்கொள்ளக்கூடாது. கடந்த காலம் கற்பித்த பாடங்களைச் சாதனைகளுக்காகப் பயன்படுத்திக்கொள்ள வேண்டுமே தவிர வேதனைக்காகச் சேர்த்து வைத்துக்கொள்ளக் கூடாது.

பிறருக்கு உதவிசெய்ய முன்வரும்போது நமக்குப் பல உதவிகள் தேடி வரும். எந்தச் சந்தர்ப்பத்தையும் புதிதாக ஒன்றைக் கற்றுக்கொள்ள ஏற்ற சந்தர்ப்பமாக எடுத்துக்கொள்ள வேண்டும். பிறர் நமக்காகச் செய்த காரியங்களைப் பாராட்டத் தயங்கக்கூடாது. பிறருக்கு நம்பிக்கைக்குரியவனாக இருக்க வேண்டும்.

மது மற்றும் போதை மருந்துகளைப் பயன்படுத்துவதால் பலருடைய வாழ்வு தறிகெட்டுப் போய்விடுகிறது. சூதாட்டம் மனித வாழ்வைச் சூன்யமாக்குகிறது. விபசாரத்தால் விளையும் தீமைகள் ஏராளம். இவற்றைப் புரிந்து கடினமானதைச் செய்ய நம்மை நாமே கட்டாயப்படுத்திக்கொள்ளும்போது நாம் பலசாலிகளாகிப் போகிறோம்.

சில்லறைச் சிந்தனையைக்கொண்டு எவரும் மகிழ்ச்சியாக இருந்ததில்லை. பெரிய அளவில் சிந்திக்கக் கற்றவர்களே செயல்வீரர்களாகி வெற்றி பெற்றிருக்கிறார்கள். பெரிய குறிக்கோள் பெரிய வெற்றிக்கு இட்டுச் செல்கிறது. எந்தச் செயலை எப்போது செய்யவேண்டும் என்று திட்டமிட்டுச் செய்கின்றவர்கள் வெற்றி பெறுகிறார்கள்.

நம்மோடு இருப்பவர்கள் நமக்குத் தவறான திசையைக் காட்டி வைத்திருந்தால் நாம் போய்ச் சேரும் இடம் மோசமானதாக இருக்கும். எல்லாரிடமிருந்தும் கற்றுக்கொள்ள என்ன இருக்கிறது என்று துடிப்பாகப் பார்க்கிறவனே புத்திசாலி. நாம் எங்கே போக விரும்புகிறோமோ அங்கே ஏற்கெனவே போய்ச் சேர்ந்தவர்களோடு தொடர்பு வைத்துக்கொள்ள வேண்டும். செயல்திறன்மிக்கவர்களோடு பேசும்போது அவர்களுடைய வாழ்வின் கூறுகள் எல்லாவற்றையும் புரிந்துகொள்ளலாம்.

கடுகளவு நம்பிக்கை இருந்தால் மலையைக் கூடப் புரட்டிவிடலாம். பயமும் சந்தேகமும் நம்பிக்கையைப் பாதிக்கின்ற விஷயங்கள். தன்னம்பிக்கையும் கவர்ச்சியும் உள்ளவரைச் சுற்றி அந்த நம்பிக்கையைத் தமதாக்கிக்கொள்ளத் துடிக்கும் ஒரு கூட்டம் எப்போதும் இருந்துகொண்டேயிருக்கும். அருமையான தலைவர்கள் தம்மைச் சுற்றி ஆமாம் சாமிகளை வைத்துக்கொண்டிருப்பதில்லை.

நாம் கொடுப்பவராக இருக்க வேண்டுமே தவிர, பெற்றுக் கொள்பவராய் இருக்கக்கூடாது. பற்றாக்குறை மனப்பான்மை உள்ளவர்களுக்குச் செல்வம் சேர்ப்பதற்குக் குறைவான சந்தர்ப்பங்களே உருவாகும். எப்போதும் சந்தர்ப்பங்களை எதிர்பார்த்திருக்க வேண்டும். படைப்பாளிகள் எப்போதும் எதையும் இன்னும் சிறப்பாகச் செய்வதெப்படி என்று பார்த்துக்கொண்டேயிருக்கிறார்கள். நல்ல சிந்தனையைச் செயல்படுத்தும்போது தோல்வி வெற்றியாகிறது. திறமை மிக்கவனின் செயல்திட்டங்களை யாராலும் தடைசெய்ய முடியாது.

அறிவுக்காகச் செய்யும் முதலீடு தகுந்த லாபம் தந்தே தீரும். நரம்புகளை வருடிவிடும் எழுத்தாளர்களின் புத்தகங்கள் நன்மைகளை அள்ளிக் கொட்டிக்கொண்டேயிருக்கும். படிப்பதை ஒரு முதலீடு என்றே கருதவேண்டும்.

ஒவ்வொருவருக்கும் ஏதோ ஒருவகையில் பிறர் உதவி தேவைப்படுகிறது. சாதனையாளர்களுக்குப் பலர் பலவிதங்களில் உதவியிருக்கிறார்கள். ஒருவருக்கொருவர் ஒத்தாசையாக இருக்கும் சூழலில் பணிபுரிவது அருமையான உறவை ஏற்படுத்தும். பிறருடைய தேவையை முதலில் கவனிக்கக் கற்றுக்கொண்டால் நம்முடைய தேவை தானாக நிறைவேறிவிடும். தனியாக உழைப்பதைவிட இருவர் இணைந்து உழைத்தால் பெரும்பயன் பெறமுடியும்.

தம்மைச் சுற்றிச் சோம்பேறிகளும் ஒழுங்கற்றவர்களும் இருப்பதை யாரும் விரும்புவதில்லை. உடற்பயிற்சி, சத்துணவு, ஓய்வு ஆகியவற்றின் அடிப்படைகளைத் தெரிந்துகொள்ள வேண்டும்.

தோல்வியிலிருந்து பாடம் கற்றுக்கொண்டு அந்தப் பாடத்தை நமக்குச் சாதகமாகப் பயன்படுத்திக்கொள்வது நம்முடைய சாமர்த்தியம். வெற்றிக்கான சந்தர்ப்பங்களை மேலும் மேலும் நாம் தேடிக்கொள்ள வேண்டும். புத்திசாலித்தனம், திறமை ஆகியவற்றைவிட, விடாமுயற்சி அதிக முக்கியமானது. தற்காலிகச் சறுக்கல்களைத் தோல்வி என்று எடுத்துக்கொள்ளக்கூடாது. ஒவ்வொரு சந்தர்ப்பத்தையும் சரியாகப் பயன்படுத்திக்கொள்ள வேண்டும். நம் வாழ்க்கைக்கான பொறுப்பை நாமே ஏற்றுக்கொள்ளும் போதுதான் நாம் வளர ஆரம்பிக்கிறோம்.

நூலில் விரவிக்கிடக்கும் மேற்கண்ட கருத்துகளின் விரிவாக்கம் நரம்புத்தளர்ச்சியுடையவர்களுக்கும் ஊக்கம் ஊட்டி நம்பிக்கை பெறத் தூண்டிவிடும். பயனுள்ள இந்நூலைப் படித்துப் பயன்பெறுங்கள்

சாதனை படையுங்கள்
சரித்திரத்தில் இடம் பெறுங்கள்.

-ஆசி

பொருளடக்கம்

		பக்கம்
1.	பெரியதொரு காரியத்தின் ஆரம்பம்	1
2.	முழுத்துளையிடு இல்லையேல் விட்டுவிடு	15
3.	சிந்தனையைச் செம்மையாக்குவோம் வா!	35
4.	சராசரியானது போதும் என்று நினைக்காதே ஏனென்றால் சராசரியானது அவ்வளவு நன்மையானதல்ல	61
5.	வெற்றியைச் சம்பாதிப்பது	85
6.	உள்ளுவது உயர்வுள்ளல்	105
7.	வெற்றிக்கான விலையைத் தந்துவிடு	123
8.	தாக்கங்கள்	147
9.	இறை நம்பிக்கை - சாதிப்பேன் என்று நம்பு	167
10.	தருவதன் மாயம்	187
11.	சிந்தனைகளே இந்த உலகை செயல்பட வைக்கின்றன	207
12.	உனது மிகச் சிறந்த முதலீடு	231
13.	தானே உருவானவர் எவரையும் நான் சந்தித்ததே இல்லை	251
14.	நோயற்ற வாழ்வே குறைவற்ற செல்வம்	269
15.	பின் வாங்க இதுவல்ல நேரம்	289
16.	நிகழச் செய்	305

1
பெரியதொரு காரியத்தின் ஆரம்பம்

> "யாரும் திரும்பப் போய் புத்தம் புதியதாய் எதையும்
> ஆரம்பிக்க முடியாதுதான், என்றாலும்
> யாரும் இப்போது இங்கே ஆரம்பித்துப்
> புத்தம் புதியதோர் முடிவை அடையலாம்."
>
> – கார்ல் பார்ட்

இதுவரை சாதித்திருப்பதை விடப் பல மடங்கில் சாதிக்கும் சக்தியை நாம் ஒவ்வொருவரும் பெற்றிருக்கிறோம். ஆனால் பல காரணங்களால் நம் முழு ஆற்றலையும் உணராமலேயே இருக்கிறோம். நம்மிடமிருக்கும் திறன்களுக்கும் ஆற்றலுக்கும் பொருத்த முடையதாக நம்முடைய ஸ்கோர் கார்டு இருப்பதில்லை. அன்றாடக் கவலைகளில் ஆழ்ந்து போய் எதிர் காலத்துக்கு நம்மை ஆயத்தப்படுத்திக்கொள்ளத் தவறிவிட்டோம். எந்தப் பொந்திலிருந்து விடுபட நினைக்கிறோமோ அதற்குள் மேலும் மேலும் அமிழ்ந்துகொண்டே இருக்கிறோம். எப்படி அதிலிருந்து விடுபடுவது? அங்குதான் "நீயும் ஏன் சாதிக்கக் கூடாது?" என்ற இந்த நூல் உங்கள் வாழ்வை மாற்றியமைப்பதில் முக்கியமான பங்கு வகிக்க முடியும்.

இது தனிச்சிறப்புடைய நூல். சாதிப்பதற்கு முழுமையானதும் காரிய சாத்தியமானதுமான ஒரு வழியைச் சொல்லும் நூல்.

சாத்தியமற்ற கொள்கைகளையோ கற்பனையான தத்துவங்களையோ வீண் கனவுகளையோ இந்தப் புத்தகத்தில் பார்க்க முடியாது. அதற்கு மாறாக, அன்றாட வாழ்வுக்குத் தோதான வழிகளைச் சொல்லி அவற்றை உங்களுடைய தனிப்பட்ட வாழ்வின் நிகழ்வுகளுக்கு ஏற்ப அவற்றை எப்படிப் பயன்படுத்திக்கொள்வது என்பது பற்றிச் சொல்கிறது. சாதிப்பது எப்படி, எதன் வழியாக, ஏன் என்பவற்றை எடுத்துக்காட்டுகிறது உங்களுடைய திறமைகளின் உச்சத்தை எட்டுவதற்கான வழிகளைச் சுட்டிக்காட்டி வாழ்விலிருந்து மேலும் மேலும் எதை எப்படிப் பெற்றுக்கொள்ளலாம் என்பதைச் சொல்லிப் போகிறது. உங்களையும் உங்களைச் சுற்றி இருப்போரையும் மேன்மேலும் மகிழ்ச்சியடைய வைக்கவும் திருப்திகொள்ள வைக்கவும் ஏற்ப இந்த நூலில் சொல்லப்பட்டிருக்கும் சேதியை உங்களுடைய அன்றாட வாழ்வின் பல கூறுகளிலும் செயல்படுத்திப் பார்க்க முடியும்.

மேலும் மேலும் சிறந்ததையே விரும்புவோர்

தம்மிடமிருந்தும் வாழ்விலிருந்தும் மேலும் மேலும் சிறந்ததையே விரும்புவோருக்காக இந்தப் புத்தகம் எழுதப்பட்டிருக்கிறது. சுய சம்பாத்தியக்காரராக இருந்தாலும் சரி, பணியில் இருப்போரானாலும் சரி, வேலை கிடைக்காதவராக இருந்தாலும் சரியே. இன்னும் சிறந்த வாழ்வு வாழவேண்டும் என்றிருப்போர், ஆணாக இருந்தாலும் சரி, பெண்ணாக இருந்தாலும் சரி, இளைஞராக இருந்தாலும் சரி, சற்றே மூத்தவராக இருந்தாலும் சரியே. அவர்களுக்காகவே இங்கே வழிவகைகள் சொல்லப்பட்டிருக்கின்றன. மேலும் சிறக்க வேண்டும் என்ற ஆசை மட்டும் இருந்தால்போதும். இந்த நூலில் சொல்லப்பட்டிருக்கும் வழிவகைகளைக் காரிய சாத்தியமாக்குவதற்கான அடிப்படைத் தேவையை நீங்கள் பூர்த்தி செய்கிறவராகப் போகிறீர்கள்.

வெற்றியைச் சாதிப்பதற்கு இந்த ஆசையே முதலும் முக்கியமானதுமான படியாகும். அது எனக்குத் தேவை என்ற ஆசை இருக்க வேண்டும். தேவை என்ற ஆசை இல்லையென்றால் யாரும் நிரந்தரமான மாற்றங்களை ஏற்படுத்திக்கொள்ள முடியாது. இலக்கைச் சாதிக்க வேண்டும் என்ற ஆசையில் விரக்தி இல்லையென்றால், நிச்சயமான மாற்றங்கள் தேவை என்ற ஆசை

பலமானதாக இருக்கிறது என்றால் இந்தப் புத்தகம் உங்களுக்கானதுதான். இதில் சொல்லியிருப்பதை நிசமாக்க நீ ஒரு சூப்பர்ஹீரோவாக இருக்க வேண்டும் என்பதில்லை. உன்னைப்போலும் என்னைப்போலும் பாமரனுக்கானதே இந்த நூல்.

எனக்கு எப்போதுமே சுய முன்னேற்றத்திலும் வாழ்விலிருந்து சாத்தியமானது அனைத்தையும் பெற வேண்டும் என்பதிலும் மிக ஆர்வம். பல துறைகளில் இருப்பவரோடு பேசும்போதும் அவர்கள் சொல்வதைக் கேட்கும்போதும் எத்தனை பேர் தத்தமது நிலையை மாற்றியமைத்துக்கொள்ள வேண்டும் என்பதில் ஆர்வம் கொண்டிருக்கிறார்கள் என்பது எனக்குப் புரிந்தது. வெற்றியைச் சாதிக்க மிக எளிமையானதும் நேரானதுமான ஒரு வழி வகையின் தேவை எனக்குப் புரிந்தது. அதனால்தான் அப்படிப்பட்டவர்களுக்கு உதவியாக ஒரு செயல் திட்டத்தை வகுத்துத் தரவேண்டும் என்று தோன்றியது. அதன் விளைவாகவே இந்த வழிவகையை வகுத்திருக்கிறேன்.

மிகப் பலரும் தத்தமது சூழல்களும் விதியும் அவரவரது வாழ்வை நிர்ணயிக்க விட்டுவிடுகின்றனர். சிலர் வெற்றி என்பது அதிர்ஷ்டத்தின் பாற்பட்டது என்று நினைக்கிறார்கள். நேரமும் காலமும் ஒத்து வந்தால் வெற்றி நிச்சயம் என்று நினைக்கிறார்கள். ஓரளவுக்கு இது உண்மைதான். சில சமயம் அதிர்ஷ்டம் வாழ்வில் முக்கியமான பங்கு வகிக்கிறது. சரியான எண்ணம் ஒன்றே போதும் சில சமயம் வெற்றிக்கு இட்டுச் செல்ல. ஆனாலும் பலரும் ஒரு முக்கியமான விஷயத்தை மறந்துவிடுகிறார்கள். வெற்றியைச் சுவைத்த பலரும் மற்றவர்கள் செய்யத் தயாராக இல்லாத காரியங்களைச் செய்யத் தயாராக இருப்பதே அவர்களுடைய வெற்றிக்குக் காரணமாக அமைகிறது என்பதுதான் அது.

எப்போதும் அதிர்ஷ்ட தேவதையின் கடைக்கண் பார்வைக்காகக் காத்திருக்க வேண்டுமா என்ன? அதுவும் நீ செய்துகொண்டிருப்பதைவிட அதிகமாக உன்னால் செய்ய முடியும் என்றிருக்கும்போது அப்படிப்பட்ட காத்திருப்பு எதற்காக என்கிறேன். எந்தத் துறையிலும் வெற்றிக்கு இதுவே காரணம் என்பது சத்தியம். எதிர்காலத்துக்குத் தம்மை

ஆயத்தப்படுத்திக்கொள்கிறவர்களுடைய வாழ்வே வெற்றியின் கதையாகிறது. மிகப் பலரும் தம் வாழ்க்கை நிலை மாறவேண்டும் என்ற ஆசையோடு அதிர்ஷ்டத்துக்காகக் காத்துக் கொண்டிருக்கிறார்கள். ஆனால் அப்படியான மாற்றத்துக்காக அவர்கள் தாமாக எதையும் செய்வதில்லை. உன்னுடைய வாழ்வை உன் கட்டுப்பாட்டுக்குள் கொண்டுவரவும் உன் எதிர்காலத்தை நீயாக நிர்ணயித்துக்கொள்ளவும் இப்போது உனக்கு ஒரு சந்தர்ப்பம் வாய்த்திருக்கிறது.

உன் வாழ்வின் எல்லாப் பகுதிகளிலும் இந்த நூல் உனக்கு உதவியாக இருக்கும். சிறந்த உறவுகள், ஆரோக்கியமான வாழ்க்கை, தலைமைப் பொறுப்பு, வியாபாரத்தில் வெற்றி ஆகிய பல நிலைகளிலும் சாதனை படைக்க இந்த நூல் உனக்கு உதவும். பார்க்கப் போனால் எதைச் சாதிக்க நினைத்திருந்தாலும் சரியே. எதைச் சிறப்பாக்க வேண்டும் என்று நினைத்திருந்தாலும் சரியே. அதை நோக்கிய முதல் அடியை இந்த நூலைப் படிப்பதன் மூலம் எடுத்து வைத்துவிடுவாய்.

இங்கே சொல்லியிருப்பதை நடைமுறைப்படுத்திப் பார்க்கும்போது நீ பெறும் வெற்றிகள் உன்னையும் உன்னைச் சுற்றியிருப்போரையும் வியப்பில் ஆழ்த்திவிடும். படிக்கவும் குறிப்பெடுக்கவும் இங்கே தரப்பட்டுள்ள ஆலோசனைகளை செயல்முறைக்குக் கொண்டுவரவும் நீ தயாராக இருக்க வேண்டும். எந்த மாற்றத்தையும் நீதான் கொண்டுவர வேண்டும். உன் வாழ்வின் திசை திரும்ப வேண்டும் என்றால் அதை நீதான் சாதிக்க வேண்டும். அப்படிச் செய்யும்போது என்னவொரு ஆச்சரியமான பயன்மிக்க பயணமாக உன் வாழ்க்கை மாறிப் போகிறது என்பதைக் காண்பாய்.

உன்னளவில் வெற்றி என்பது என்ன?

வெற்றி என்பது என்ன? உன்னளவில் வெற்றி என்பது என்ன? இந்த நூலை எழுதுவதற்கான ஆராய்ச்சியில் ஈடுபட்டிருந்தபோதும் இதை எழுதும்போதும் சாதனை, சிறப்பு, உயர்ந்த பணித்திறன், வெற்றி ஆகியன பற்றிப் பலரும் எழுதியதைப் படிக்கவும் சொன்னதைக் கேட்கவும் நேர்ந்தது. வெற்றி என்ற ஒரு வார்த்தை இத்தனை பேருக்கு இத்தனை

விதமான பொருளைத் தரமுடியும் என்பது மிகப் பெரிய ஆச்சரியமாக இருந்தது. எனவே வெற்றி என்பது பிறருக்கு எப்படித் தோன்றியிருக்கிறது என்பதைப் பார்க்கலாம்.

வெற்றி என்பது பலருக்கும் என்னவாக இருந்திருக்கிறது என்பதற்கான சில உதாரணங்களைப் பார்க்கலாம். இதில் ஏதாவது ஒன்றாகவோ அல்லது சிலவற்றின் கூட்டாகவோ வெற்றி இருக்கலாம். ஓரளவுக்கு வெற்றி என்பது அவரவர் அதை எப்படிப் பார்க்கிறார்கள் என்பதைப் பொறுத்ததுதான். நம் ஒவ்வொருவருக்கும் வாழ்வில் வித்தியாசமான முன்னுரிமைகள் இருக்கின்றன. இந்த உலகில் நாம் வாழும் காலத்தில் நாம் சாதிக்க வேண்டியது என்ன என்பதைப்பற்றி நம் ஒவ்வொருவருக்கும் ஒரு சிந்தனை இருக்கத்தான் செய்கிறது.

வெற்றி என்பது பிறருக்கு என்னென்னவாக இருந்திருக்கிறது?

- மகிழ்ச்சியான திருமணம், குடும்பம்
- மிகச் சிறந்தவனாக இருப்பதும் நம்பர் ஒன்னாக இருப்பதும்
- நல்ல பல நண்பர்களைப் பெற்றிருப்பது.
- உன் வழியை நீயாகவே தேர்ந்தெடுத்துக்கொள்ளச் சுதந்திரம் பெற்றிருப்பது
- எதைச் செய்யப் பிரியமோ அதைச் செய்வது
- நிம்மதி
- சொத்து
- சரியான லட்சியங்களைச் சாதிப்பது
- பிறருடைய அங்கீகாரத்தைச் சம்பாதிப்பது
- மேலும் சிறந்த வாழ்வு வாழப் பிறருக்கு உதவுவது
- அவரவர் பற்றிய திருப்தியான உணர்வு கொண்டிருப்பது
- வேண்டியதைப் பெற்றிருப்பது
- பொருளாதாரப் பாதுகாப்புணர்வு
- அதிகாரமும் செல்வாக்கும்
- ஸ்திரத்தன்மை

உன்னளவில் வெற்றி என்பது என்ன என்று நிர்ணயிப்பது இந்தச் செயல்திட்டத்தின் சவாலில் ஒரு பகுதியாகும். என்னைப் பொறுத்த அளவில் உனக்கு வேண்டியது என்ன என்பது ஒரு பொருட்டு இல்லை. அது உனக்கு முக்கியமானதாக இருக்க வேண்டும். பிறருடைய சுதந்திரத்தையோ உரிமையையோ பாதிப்பதாக இருக்கக் கூடாது. அவ்வளவுதான். அந்த இலக்கை அடையத்தான் நான் உனக்கு உதவப் போகிறேன். எதைச் செய்துகொண்டிருக்கிறாயோ அதை மேலும் சிறப்பாகச் செய்யவும் உன் முயற்சிகளில் இருந்து அதிகப் பயன் பெறவும் ஏதுவான ஒரு செயல்திட்டத்தை வகுத்துத் தரப் போகிறேன்.

வெற்றிக்கு என் இலக்கணம் என்ன என்கிறாயா?

> நம் திறமைகள் மற்றும் ஆற்றல்களில் இருந்து மிக அதிகமாக எதைப் பெற்றுக்கொள்ள முடியுமோ அதைப் பெற்றுக்கொள்வது. நாம் என்ன செய்துகொண்டிருந்தாலும் அதை மிகச் சிறப்பாகச் செய்வது.

எதையும் மிகச் சிறப்பாகச் செய்ய முடியும் என்றால் நம்மிடமிருந்து நாம் மேலும் கேட்டுப் பெற்றுக்கொள்ள ஏதுமில்லை என்பேன். நம்மால் எவ்வளவு சிறப்பாக எதைச் செய்ய முடியுமோ அதிலிருந்து குறைவாக என்ன செய்தாலும் அது வெற்றி அல்ல என்பேன். வெற்றி என்பது ஏதோ ஒன்றில் ஏதோ ஒரு முறை ஜெயிப்பதல்ல. ஒவ்வொரு நாளும் மிகச் சிறப்பாக செயல்படுவதே வெற்றி. எதைச் செய்தாலும் அதில் மனமார, ஆத்மார்த்தமாக ஈடுபடுதல். ஒருவருக்குப் பிறரோடு பழகுவதும் அருமையான உறவுகளை ஏற்படுத்திக்கொள்வதும் வெற்றியாகிறது. பிறரைப் பார்த்துப் பயப்படுவதைத் தவிர்க்கும் போது இன்னொருவனுக்கு அது வெற்றியாகிறது. இன்னும் சிலருக்கோ வையத்துக்கே தலைமை கொள்ளாதவரையிலும் வெற்றிபெறுவதல்ல என்றிருக்கிறது. அப்படி வையத்துக்கே தலைமை கொள்ளாதவரைக்கும் தம் ஆற்றலை இழந்திருப்பதாகவே அவர்களுக்குத் தோன்றுகிறது.

உனக்குள் இருக்கும் செல்வத்தை உணர்ந்திடு

பலரும் தத்தமக்குள் என்னென்ன ஆற்றல்கள் திறமைகள் இருக்கின்றன என்பதே தெரியாமல் இருக்கிறார்கள். அவர்கள் தத்தமது எதிர்காலத்தைத் தாங்களாகவே மறுதலித்திருப்பவர்கள். பட்டை தீட்டப்படாத வைரங்கள்தான் நம்மில் பலரும். மண்ணும் தூசும் தும்பும் படிந்திருக்க சாதாரண கல்லாக இருக்கிறோம். நம் ஒளியை நாமே தெரியாதவர்களாக இருக்கிறோம். இந்தச் சாதாரண கற்களுக்குப் பட்டை தீட்டும்போது அவற்றின் பிரகாசம் தெரியவருகிறது. ஒளிபொருந்திய பொக்கிஷங்களாகிப் போகின்றன.

வளர்வதற்கும் மாறுவதற்குமான ஓர் அழைப்புத்தான் இந்தச் செயல் திட்டம். சென்று சேர வேண்டிய இடம் தெரிந்து வைத்திருப்பவர்களுக்குப் பாதையின் வரைபடம்தான் இது. ஆனால் திசை காட்ட ஒரு வழிகாட்டி தேவை. திரும்பிப் பார்த்து "அடடா இப்படிச் செய்திருந்தால்..." என்று வருத்தம் கொள்ளக்கூடாது என்று நினைப்பவர்களுக்கு இந்தப் பக்கங்களில் இருக்கும் தகவல்கள் மிக முக்கியமானவை. ஒட்டு மொத்தமாகச் சரியான பயன்களைத் தரக்கூடிய காரணிகள் எவை என்பதைத் தேடிப் போகும் ஒரு பிரயாணத்தை ஆரம்பிக்கப் போகிறோம்.

உன்னைச் சுற்றியிருப்போர் மகிழ்ச்சியையும் செல்வத்தையும் அடைந்து சாதித்திருப்பதைப் பார்த்து உனக்குள் கேட்டுக் கொண்டிருப்பாயே!

- என் செயற்பாட்டில் என்ன குறை?
- அவர்கள் செய்யும் எதை நான் செய்யாமல் விட்டுவிட்டேன்?
- அவர்களைப் போன்ற வெற்றியை நான் எப்படிச் சாதிப்பது?

வெற்றியைச் சாதிக்காமல் போய்விடுவதற்குப் பல காரணங்கள் இருக்கின்றன. சாக்கு போக்குகள், கழிவிரக்கம், விவரம் தெரியாமல் இருப்பது என்பவை அவற்றில் சில. இவையும் இவை போன்ற தடைகளையும் வெட்டி எறிவது எப்படி என்று இந்தச் செயல்திட்டத்தின் மூலம் தெரிந்து கொள்ளப்போகிறோம்.

நீ யாராக இருக்க முடியுமோ அவராக இருக்க முடியாமல் செய்து வைத்திருக்கும் தடைகளை உடைத்தெறியப் போகிறோம்.

வெற்றிக்கும் மகிழ்ச்சிக்கும் உத்தரவாதம் தரக்கூடிய ஒரு முறை, விதிவகைகள், ஒரு ரகசியம் என்றவொன்றை நான் தேடிக்கொண்டே இருந்திருக்கிறேன். சொல்லக்கூடிய அளவில் வெற்றியடைந்தவர்களைப் பார்க்கும்போதெல்லாம் அவர்களுக்குப் பொதுவான சில குணாதிசயங்களை, கட்டுப்பாடுகளை, பழக்க வழக்கங்களை, நோக்குகளைக் கண்டிருக்கிறேன். அவைதான் அவர்களுடைய வெற்றியை நிர்ணயித்திருக்கின்றன. பிறரிடம் இல்லாமல் அவர்களிடம் மட்டும் இருப்பவை. அவர்கள் தவிர்க்கும் சிலவற்றைச் சாதாரணமானவர் செய்துகொண்டிருப்பது. அவர்களுடைய செயல்பாடுகளைப் பார்த்துப் புரிந்துகொள்வது எனக்கு மிகப் பெரிய விழிப்புணர்வைத் தந்திருக்கிறது. பல விஷயங்களைப் புரிந்துவைத்திருக்கிறேன். அப்படிப் புரிந்து வைத்திருப்பதே என் மிகப் பெரிய வெகுமதி என்பேன். அப்படி நான் தெரிந்துகொண்டது அனைத்தையும் இந்தச் செயல் திட்டத்தின் மூலம் உனக்குத் தந்திருக்கிறேன் என்பது எனக்கு மிகவும் ஆறுதல் அளிக்கக்கூடிய விஷயமாகும். அதுவும் உனக்கு நன்கு புரியக்கூடிய விதத்தில் மிகப் பொருத்தமாகச் சொல்லியிருக்கிறேன்.

யாரெல்லாம் வாழ்வில் வெற்றியடைந்திருக்கிறார்களோ அவரெல்லாம் இந்த நூலில் சொல்லியிருக்கும் வழிவகைகளில் பலவற்றை, எல்லாவற்றையும் இல்லையென்றாலும், தத்தம் வாழ்வில் கடைப்பிடித்தவர்கள்தான் என்பேன். அவற்றில் சில மிக வெளிப்படையானவையும் உனக்கு ஏற்கனவே தெரிந்தவையாகவும் இருக்கக்கூடும். இன்னும் சில மிகவும் புதுமையானவையாகத் தோன்றும். இந்தப் புத்தகத்தைப் படிப்பதற்கு முன்பே இவற்றில் சிலவற்றை உன் வாழ்வில் நடைமுறைப்படுத்தி வைத்திருக்கலாம். அப்படித்தான் என்றால் மிகச் சரியாகத்தான் காரியமாற்றிக் கொண்டிருக்கிறாய்.

பெரியதொரு காரியத்தின் ஆரம்பம்

நல்லதோர் ஆரம்பத்தை நீயாகவே படைத்து வைத்திருக்கிறாய். ஏற்கனவே சரியான வழியில்தான் போய்க்கொண்டிருக்கிறாய்.

இந்தச் செயல்திட்டத்தில் தரப்பட்டுள்ள தகவல்கள் புதியவையல்ல. பல காலமாகப் பலருடைய வாழ்விலும் வகுக்கப் பட்டவைதான் இவை. பல துறைகளிலும் இருக்கும் மிகச் சிறந்தவர்கள், ஆண்களும் பெண்களும், அவரவருடைய வலுவான ஆழ்ந்த நோக்குகள் பாற்பட்ட அனுபவங்களை நம்மோடு பகிர்ந்துகொண்டிருக்கிறார்கள். குடும்பப் பெண்களிலிருந்து மிகவும் பிரபலமான விளையாட்டு வீரர்கள், வீராங்கனைகள், நடிகர்கள் மற்றும் பிற கலைஞர்களிலிருந்து அரசியல்வாதிகள், தொழிலதிபர்கள் என்று பலரும் அவர்களில் அடங்குவர். இந்தப் புத்தகத்தை எழுதுவதில் அவர்களுடைய பங்களிப்பு மிகவும் முக்கியமானது. அவர்கள் கடந்து வந்த சோதனைகள் மிக்க பாதையிலிருந்து கற்றுக்கொள்ள நமக்கு அநேகம் இருக்கின்றன. அவர்களுடைய சாதனைகளிலிருந்தும் வெற்றிகளிலிருந்தும்தான். மகிழ்ச்சிக்கும் வெற்றிக்கும் ஏதுவான விதிகள் மற்றும் நடவடிக்கைகள் பற்றி நாம் தெரிந்து கொள்ளலாமே!

நடைமுறை சாத்தியமாக்குதல்

இந்தப் புத்தகத்தில் சொல்லியிருப்பதைச் சரியாக பயன்படுத்திக்கொள்ளவும் இதில் சொல்லியிருக்கும் காரணிகள் பயன்தரச் செய்வதற்கும் நீ சில காரியங்களைச் செய்ய வேண்டியிருக்கும். இந்தப் புத்தகத்தை வாங்கியிருக்கிறாய் என்பதே ஏதாவது முயற்சி செய்ய வேண்டும் என்றும் உன் வாழ்வில் முன்னேற்றம் காண வேண்டும் என்பதற்காக எதையாவது கற்றுக்கொள்ள வேண்டும் என்றும் முடிவு செய்துவிட்டாய் என்று பொருள். நமது நாட்டில் பத்து சதவிகிதத்தினரே வருடத்துக்கு ஒரு புத்தகமாவது படிக்கிறார்கள். சரியான காரியம்தான். சராசரி மனிதரை விட நீ மேம்பட்டவன். சுய முன்னேற்றப் புத்தகம் ஒன்றை ஏற்கனவே படிக்க ஆரம்பித்துவிட்டாய் என்பதே நீ எப்படிப்பட்டவன் என்பதைச் சொல்லாமல் சொல்லிவிடுகிறது. தேடினால்தானே பதில்கள் கிடைக்கும்! உன்னுடைய

கேள்விகள் சிலவற்றுக்குப் பதில்களைக் கண்டுபிடிக்க நான் இப்போது உனக்கு உதவியாக இருக்கப் போகிறேன். என்னுடைய சிறிய உதவியைக் கொண்டும் சில குறிப்புகளைக் கொண்டும் இந்தப் புத்தகத்திலிருந்து எந்த அளவுக்குப் பயன் பெற முடியுமோ அந்த அளவுக்குப் பெற்றுக்கொள்ளப் போகிறாய்.

மிக எளிமையாகவும் தெளிவாகவும் சுருக்கமாகவுமே இந்தப் புத்தகத்தை எழுதியிருக்கிறேன். நிறைய தகவல்கள் இருக்கின்றன என்பதால் எந்த அளவுக்குச் சுருக்கமாகவும் அதே சமயம் எதையும் தவிர்த்துவிடாமலும் இருக்க முடியுமோ அந்த அளவுக்கு இந்தப் புத்தகத்தை அமைத்திருக்கிறேன். முக்கியமான தகவல்களை முன்னிலைப்படுத்தப் பல வழிகளைக் கையாண்டிருக்கிறேன். சரியான உதாரணங்கள் தந்திருக்கிறேன். சில ஒப்பீடுகளையும் தந்திருக்கிறேன். இவை சுவையாகவும் பயனுள்ளதாகவும் இருக்கக் காண்பாய்.

1. இதை உன்னுடையதாக்கிக்கொள்

உன்னுடைய செயல்களுக்கு நீயே பொறுப்பு என்பதை உணர்ந்திரு. இந்தப் புத்தகத்தை எனக்குப் பயனுள்ளதாக்கிக் கொள்ளப் போகிறேன் என்று உனக்கே சொல்லிக்கொள். தனிப்பட்டதாகவும் உன்னுடைய புத்தகமாகவும் இதைக் கொள். இதுவே உன் முன்னேற்றத்துக்கான செயல்திட்டம் என்றுகொள். உன் வாழ்வில் முக்கியமானதும் சிறந்ததுமான ஓர் ஆரம்பமாக்கிக்கொள். சொல்லியிருக்கும் பல விஷயங்களையும் உதாரணங்களையும் உன் வாழ்வோடு பொருத்திப் பார்த்துக் கொள். அவை உனக்கு எப்படிப் பொருந்தி வருகின்றன எனப் பார்.

ஒரு வெளியாளாக வெறும் பார்வையாளராக இருந்துகொண்டு இந்தப் புத்தகத்தைப் படிப்பதில் எந்தப் பயனும் இல்லை. நீ இந்தப் புத்தகத்தில் பங்கெடுத்துக் கொள்கிறவனாகவும் ஒரு பகுதியாகப் போகிறவனாகவும் இருந்தால் இதில் சொல்லப்பட்டிருப்பவை நிதரிசனமாகும். உன்னுடைய இலக்கை அடையப் பயன்படுத்திக்கொள்ளாத

வரையிலும் இதில் சொல்லியிருக்கும் எந்த விஷயமும் நல்லதாகப் போவதில்லை. செயல் வேகத்தோடு படித்து இதில் சொல்லியிருப்பதன் பயனை முழுக்கப் பெற்றுக்கொள்.

2. அடிக்கோடிட்டுக் குறிப்பெடுத்துக்கொள்

நீ படித்த பின் இந்தப் புத்தகத்தை நான் பார்த்தேன் என்றால் ஒவ்வொரு பக்கத்திலும் ஆங்காங்கே அடிக்கோடிட்டு வைத்திருப்பதை விட என்னை எதுவும் மகிழ்ச்சியடைய வைக்காது. அதுவும் பல வர்ண அடிக்கோடுகள்! பல குறிகளை, நட்சத்திரம், கிராஸ் மார்க்குகள், விளக்கக் குறிகள், மேலும் கீழுமாகக் கோடுகள் என்று பல குறிகளை நீ இட்டு வைத்திருந்தால் மிகவும் மகிழ்ச்சியடைவேன். மீண்டும் மீண்டும் படித்திருக்கிறாய் என்பதைக் காட்டுவதாக இருக்க வேண்டும். ஏன் இப்படிக் கேட்கிறேன் என்கிறாயா? அப்படி நீ செய்திருந்தால் இந்தப் புத்தகத்திலிருந்து அதிக பட்சம் என்னென்னவெல்லாம் உனக்குக் கிடைக்க வேண்டும் என்று நினைத்திருக்கிறேனோ அதுவெல்லாம் உன் கண்களுக்குப் புலப்பட்டிருக்கிறது என்று பொருள் என்பதால்தான். தன்னுடைய புத்தகம் தொட்டுப்பார்க்காமல் தூய்மையான நிலையில் புத்தக அலமாரியில் இருப்பதுதான் எழுத்தாளனுக்குப் மிகப் பயங்கரச் சொப்பனமாக இருக்கும். இந்தப் புத்தகம் ஏராளமான பயன்களை நல்கவேண்டும் என்பதே எனது ஆர்வம்.

இதைப் படிக்கும்போது அடிக்கோடிடுவதற்காக ஒரு பென்சிலையோ ஹைலைட்டரையோ எப்போதும் வைத்துக்கொள். இதற்கு இரண்டு காரணங்கள். அடிக்கோடிட்டு வைப்பது சில பதங்களை அல்லது வாக்கியங்களை நினைவில் வைத்திருக்க உதவியாக இருக்கும். தேவைப்படும்போது புரட்டிப் பார்த்து நினைவுக்குக் கொண்டுவரலாம். இரண்டாவதாக அவ்வப்போது புத்தகத்தை வேகமாகப் புரட்டிப் பார்த்து உனக்கு முக்கியமானதாகவோ பொருத்தமானதாகவோ இருந்ததாக எதை நினைத்தாயோ அதைப் பார்த்துக்கொள்ள முடியும்.

3. ஒரு முறையல்ல, பல முறை படித்துப் பார்

எதையும் நினைவில் வைத்திருக்க வேண்டும் என்றால் பல முறை படிக்க வேண்டும் என்றுதான் ஆராய்ச்சி முடிவுகள் காட்டுகின்றன. இந்தப் புத்தகத்திலிருந்து அதிக பட்சம் பயன் பெறச் சில வழிகளைச் சொல்ல வேண்டியிருக்கிறது. முதலாவதாகப் புத்தகத்தை வேகமாகப் புரட்டிப் பார். முக்கியமான கோட்பாடுகள் என்ன, தலைப்புகள் என்ன என்று பார். எப்படி இந்தத் தகவல்கள் தொகுக்கப்பட்டிருக்கின்றன என்று தெரிந்துகொள். இரண்டாவதாக ஆரம்பத்திலிருந்து முடிவு வரையிலும் படித்துப் பார். படிக்கும்போதே இதில் சொல்லப்பட்டுள்ள செயல்திட்ட வரைவுகளை நிறைவு செய்து கொண்டே வா. மூன்றாவதாக முழுவதும் படித்தபின் கைக்கெட்டும் தூரத்தில் இதை வைத்துக்கொள். அவ்வப்போது ஏதாவது ஓர் அத்தியாயத்தையோ அல்லது குறிப்பிட்ட தகவலையோ புரட்டிப் பார்க்கச் சௌகரியமாக இருக்கும்.

4. சொல்லித் தா

இந்தப் பக்கங்களில் இருக்கும் தகவல்கள் இவர்களுக்கு உதவியாக இருக்கும் என்று நீ நினைக்கும் இருவரைத் தேர்ந்தெடுக்க வேண்டும் என்பது என் விருப்பம். உன் மனைவி, அல்லது கணவன், நண்பன் அல்லது உடன் பணியாற்றுகிறவர் என்று யாராக இருந்தாலும் சரியே. இந்தப் புத்தகத்தைப் படித்துக்கொண்டிருக்கும்போது இதில் நீ படித்த முக்கியமானதை அவர்களோடு பகிர்ந்துகொள். படித்ததைப் புரிந்துகொள்ளவும் தக்க வைத்துக்கொள்ளவும் முக்கியமான வழிகளில் ஒன்று படித்ததைப் பிறருக்குச் சொல்லித் தருவதுதான். உனக்குத் தொடர்பே இல்லாத விஷயத்தை இன்னொருவருக்குச் சொல்லித் தர முடியும் என்றா நினைக்கிறாய்? முடியாதுதான்! யாருக்காவது எதையாவது விளங்கச் சொல்ல வேண்டும் என்றால் முதலில் நாம் அதை விளங்கப் புரிந்துகொண்டிருக்க வேண்டும். பிறகு அந்த அறிவை மற்றவருக்குத் தரலாம். இந்தப் புத்தகத்தில் இருக்கும் விவரங்களைப் பிறருக்குச் சொல்லித் தருவதுதான் இதைப் படித்துப் புரிந்துகொள்ள மிகச் சிறந்த வழி.

5. படித்ததைச் செயல்படுத்து

இந்தச் செயல்திட்டம் பயனுள்ளதாக வேண்டும் என்றால் இதில் சொல்லியிருப்பதைச் செயல்படுத்த வேண்டும். ஒவ்வோர் அத்தியாயத்தின் முடிவிலும் செயற்படிகள் தரப்பட்டுள்ளன. அவை இந்தக் கோட்பாட்டை அவரவர் வாழ்வோடு பொருத்திப் பார்க்க உதவியாக இருக்கும். இந்தப் புத்தகத்தின் பயனை முழுக்கப் பெற வேண்டும் என்றால் சற்றே சிந்தனை செய்து செயற்படிகள் படிவத்தைப் பூர்த்தி செய்ய முயற்சிசெய்ய வேண்டும். அவற்றைப் பெருமளவுக்குத் தராமல் அடிப்படையான தேவைகளுக்கே பயன்படுத்தியிருக்கிறேன் என்பதால் உன்னுடைய எதிர்கால வெற்றிக்கு எவை முக்கியமானதும் ஆதாரமானதும் என்பதை நீயே முடிவு செய்து கொள்ளலாம்.

படித்ததைச் செயற்படுத்த வேண்டும் என்பது என் பள்ளி நாட்களிலிருந்து என்னுடைய நோக்கமாக இருந்திருக்கிறது. இன்றளவும் அதுவே மிகச் சிறந்த நோக்கம் என்றுதான் கொண்டிருக்கிறேன். படிப்பதற்கு மிகச் சிறந்த வழி எப்படிச் செயல்படுவது என்று தெரிந்து வைத்திருப்பதுதான்.

"எதைச் கற்றிருக்கிறாயோ அதைச் செயல்படுத்து"
என்பது இலத்தீனிய வாக்கு.

2

முழுத்துளையிடு
இல்லையேல் விட்டுவிடு

வாழ்க்கை எனும் விளையாட்டுக்குத் தன்னிடம் இருப்பதையெல்லாம் தரத் தயாராக இருக்காதவன் வெற்றியடைவான் என்பதை என்னால் கற்பனை செய்தும் பார்க்க முடியாது.

— வால்டர் கிராங்கைட்

செய்யத் தகுந்தது என்று ஏதாவது இருந்தால் அதை நன்கு செய்வது தகுந்தது. செஸ்டர்பீல்டு பிரபு வெகுகாலத்துக்கு முன்பு சொல்லிப் போயிருக்கும் இந்த வார்த்தைகள் அன்றிருந்தாற்போலவே இன்றும் வெகு பொருத்தமானவைதான். இலக்குகளை ஏனோதானோவென்று நாடுகிறவன் வெகு உயரத்துக்குப் போக முடியாது. முழுக்கத் தன்னை அர்ப்பணிக்கத் தயாராக இருக்க வேண்டும். பாதி முயற்சி, பாதி சரி என்பதெல்லாம் கிடையாது. அப்படியல்ல எதையும் சாதிப்பது.

தம் முயற்சிகளுக்குத் தம்மை முழுக்கத் தரத் தயாராக இருப்பவர்களுக்கே வெகுமதி கிடைக்கின்றன. மன மற்றும் உடல் ஆற்றல் அனைத்தையும் பயன்படுத்திக்கொள்ள வேண்டும். அப்படிப்பட்ட முயற்சியை இலக்கு நோக்கிச் செலுத்த வேண்டும். அப்படிச் செய்தால் குறியைத் தாக்காமல் போகவே முடியாது.

இந்தத் தத்துவத்தை இப்படிச் சொல்லிப் போகிறேனே!

நீயும் ஏன் சாதிக்கக் கூடாது?

தன்னிடமிருக்கும் அனைத்து ஆற்றல்களையும் சக்தியையும் இலக்கை அடைவதை நோக்கிக் குவித்து வைத்திருக்கும் செறிவான முயற்சி இருக்கும்போது வெற்றியை அடைவதற்கு மிகப் பெரிய சாத்தியம் நம்மை வந்தடைகிறது.

நம்மிடம் உள்ளதை வைத்துக்கொண்டு சிறப்பாகச் செயல்படும்போதுதான் உண்மையான வெற்றியைச் சாதிக்க முடியும். இதைத் தவிர நம்மிடம் நாம் எதிர்பார்க்க என்ன இருக்கிறதென்கிறாய்? நூறு சதம் நம் திறமைகளையும் எழுச்சியையும் தரும்போது வெற்றி தவிர்க்கமுடியாததாகிப் போகிறது.

நெஞ்சத்தையும் மனதையும் ஆன்மாவையும் சின்னஞ்சிறு காரியங்களிலும் முழுக்கச் செலுத்தி வை. இதுதான் வெற்றியின் ரகசியம்

-- சுவாமி சிவானந்தா

சிலர் பாதி சரியாகச் செயல்படுகிறார்கள். இலக்குகளை வகுத்துக்கொள்கிறார்கள். திட்டமிடுகிறார்கள். அவற்றைச் சாதிக்கப் பாடுபடுகிறார்கள். என்னதான் உழைத்தாலும் அவர்களுடைய முன்னேற்றம் வெகு நிதானமாக இருக்கிறது. எனவே அவர்கள் எதையும் சாதிக்கும் உணர்வைப் பெறுவதே இல்லை. முக்கியமான இலக்கு அவர்களுடைய பார்வையில் இருந்து தப்பிப் போகும்படியாக வேறு சில முன்னுரிமைகள் இடைச்செருகல்களாக வந்து சேர்ந்துவிடுகின்றன. அவர்களுக்கே தெரியாமல் இது நடந்து போய்விடுகிறது. ஒரு காலத்தில் மிக முக்கியமானது என்றிருந்த இலக்குகள் இப்போது அவ்வளவு முக்கியமற்றுப் போனது ஏன் என்பதற்கான சாக்கு போக்குகளும் காரணங்களும் அந்த இலக்கை நோக்கிய அவர்களுடைய தாகத்தின் இடத்தைப் பிடித்துக்கொள்கின்றன. ஒரு சமயம் நமக்கு எவ்வளவோ முக்கியமாக இருந்ததெல்லாம் இப்போது அவ்வளவு முக்கியமில்லை என்று நம்மையே நம்ப வைக்க நாம் எந்த அளவுக்கு நமக்கே மூளைச் சலவை செய்துகொள்கிறோம் என்பதை நினைத்துப் பார்க்கும்போது விந்தையாகத்தான் இருக்கிறது. நம் முன்னுரிமைகள் மாறிப் போயிருக்க, கூர் நோக்கை இழந்துவிடுகிறோம். இதைத் தவிர இன்னும் ஒரு வழி இருக்கிறது, அது இதைவிடச் சிறந்ததும் கூட.

நேரத்தையும் சக்தியையும் விரயம் செய்வதை நிறுத்து

எதைச் செய்தாலும் அதைச் சரியாகச் செய்ய வேண்டும் என்ற நம்பிக்கை என்னிடம் இளம் வயதிலிருந்தே இருந்து வந்திருக்கிறது. காலம் போகப் போக மிகுந்த உற்சாகமுடையவன் செயல் மனிதன் என்றும் திருவாளர் ஊக்கம் என்றும் என்னைப் பிறர் சொல்லியதுண்டு. என்னுடைய சமீபத்திய ஆர்வம் தூண்டிய என் செயல்களை என் குடும்பத்தினரும் நண்பர்களும் ஒரு விதமான கிளுகிளுப்புத் தோன்றப் பார்ப்பார்கள். அப்படி அதில் ஆழ்ந்துவிடுவேன். முட்டை விற்பதாயிருந்தாலும் சரி, ஒரு குறிப்பிட்ட விளையாட்டைக் கற்றுக்கொள்வதாக இருந்தாலும் சரி. என்னுடைய ஆத்மார்த்தமான ஈடுபாட்டைச் செலுத்துவேன். என்னுடைய இலக்குகளையும் ஆசைகளையும் தொடர எந்த அளவுக்கும் போகத் தயாராக இருப்பேன்.

என் வாலிப வயதில் நண்பர்களோடு சேர்ந்து ஓர் இசைக் குழுவில் வாசிப்பதுண்டு. (ஆமாம், கலைந்த முடியோடு பாண்டு வாத்தியம் வாசிப்பேன்) இளைஞர்களுடைய வாசிப்பு என்ற அளவில் நன்றாகவே சில விழாக்களுக்காக வாசிப்போம், ஏன் இசையை இன்னும் கொஞ்சம் வினையமாக எடுத்துக்கொள்ளக் கூடாது என்று விவாதிப்போம். இதைப் பற்றிச் சிறிது யோசனை செய்தபின் நண்பர்களிடம் அந்தக் குழுவிடமிருந்து விலகிக்கொள்கிறேன் என்று சொன்னேன். அவர்களோ இசையை ஒரு பிழைப்பாக எடுத்துக்கொள்ளலாம் என்கிற அளவுக்கு ஆர்வம் கொண்டவர்களாக இருந்தார்கள். எனவே ஏன், அதுவும் அவ்வளவுக்கு வந்தபின் ஏன் இசையை விட்டுவிடத் துணிந்தேன் என்று கேட்டார்கள். "இதைச் செய்கிறேன் என்றால் இதை மும்முரமாகச் செய்ய வேண்டும். அதாவது இசையே என்னுடைய முழுநேரப் பிழைப்பாக இருக்க வேண்டும். இசைக் கலைஞனின் வாழ்க்கை எனக்குப் பிடிக்கவில்லை. ஒரு பிஸினஸ்மேன் ஆகவேண்டும். தொழில் ஒன்றைத் தொடங்க வேண்டும். குழந்தைக் குட்டிகளைப் பெற்றுக்கொள்ள வேண்டும்." என்று பதில் சொன்னேன்.

அந்த வயதுக்கு நான் எல்லாவற்றையும் மிகவும் சீரியஸாக எடுத்துக்கொள்கிறேன் என்றுதான் என் நண்பர்கள் நினைத்திருக்க வேண்டும். ஆனால் நான் எப்போதும் அப்படித்தான். இந்தப் பாதை எனக்கானதல்ல என்று தீர்மானமாக முடிவெடுத்தேன். வேறு விஷயங்களில் என் முழுக் கவனத்தையும் திருப்ப வேண்டும் என்று விரும்பினேன். பிறகென்ன! புதிய, சவாலாக இருக்கக்கூடிய துறைகளில் நுழைந்து பார்த்தேன். இப்போது எங்கிருக்கிறேனோ அங்கே வந்து சேர்ந்திருக்கிறேன். வேறு விதமாக வாழ்வில் எனக்கு என்ன கிடைத்திருக்குமோ அதைவிட அதிகமாக இந்த வாழ்வில் இதனால் எனக்குக் கிடைத்திருப்பதுதான் உண்மை. நான் அனுபவித்ததும் அதிகம்தான். எதிலும் ஈடுபாட்டோடு இருப்பது உனக்கும் உன்னைச் சார்ந்தவர்களுக்கும் ஆனந்தம் தருவதாகவும் செய்யும் காரியம் ஒவ்வொன்றிலிருந்தும் சரியான பயனைப் பெறவும் துணையாக அமைகிறது. எனக்குத் தெரியும், எனவே என்னை நீ நம்பலாம்.

முழுத் துளை

எனக்கு மிகவும் பிடித்த வாசகம், "முழுத்துளையிடு, இல்லையேல் விட்டுவிடு" என்பதாகும். ஏனென்றால் எதைச் செய்ய தேர்ந்தாலும் நம் திறமைகள் முழுக்க அதில் செலுத்த வேண்டும். மனமாரச் செய்ய வேண்டும். இல்லையேல் மதிப்பு மிக்க நம் நேரத்தையும் சக்தியையும் விரயம் செய்து கொண்டிருக்கிறோம் என்றே பொருளாகிப் போகும்.

கோல்ஃப் விளையாடப் போகும் சிலர் சிறப்பாக விளையாட முடியவில்லையே என்று தம்மையே கடிந்துகொள்வதையும் அதனால் சோர்ந்து போவதையும் கண்டிருக்கிறேன். விளையாட்டை வெகு சீரியஸாக எடுத்துக்கொண்டு மன உளைச்சல்பட்டுக்கொள்கிறார்கள். அருமையான விளையாட்டை அனுபவிக்க மறந்துவிடுகிறார்கள். சுற்றி இருக்கும் இயற்கையின் அழகைக் கவனிப்பதில்லை. வலியத் திணித்துக்கொண்ட இந்த சித்திரவதையைத் தவிர்த்து என்ன பிரச்சினை என்று கவனிக்க ஏன் இவர்கள் தவறிப் போகிறார்கள்? அவர்களுடைய பிரச்சினைகளுக்குத் தீர்வை உடனடியாக என்னால் கண்டு

கொள்ள முடிந்திருக்கிறது. தொழில் முறையில் கோல்ஃப் விளையாட்டுக்காரர் ஒருவரிடம் போய்ப் பயிற்சி எடுத்துக் கொள்ள வேண்டியது - அவ்வளவுதான். விளையாட்டின் அடிப்படைகள் பற்றித் தெரிந்து கொள்ளலாம். போகப் போக விளையாட்டில் அவர்கள் ஈடுபாட்டோடு இன்பம் காணலாம். வெகு இயல்பாக விளையாடும்போது எந்த விளையாட்டும் சுலபமாவதோடு ஆனந்தத்தையும் தருமே!

ஈடுபாட்டோடு எதையும் சரியாக ஆரம்பித்தால் எதுவும் இயல்பாக நடந்தேறும். கைமேல் இருக்கும் காரியத்தின் மீது கண் வைக்கும்போது விரைவில் வெற்றியைச் சாதிக்கிறோம்.

பில்டிங் பிளாக்குகள்

ஒரு செயல் திட்டத்தை நடைமுறைப்படுத்தும்போது மூன்று தலையாய விஷயங்களைக் கவனிக்க வேண்டும். மிகப் பெரிய சாதனைகளுக்கு அவையே பில்டிங் பிளாக்குகளாக அமைகின்றன.

1. கவனக் குவிப்பு

ஒருவர் ஒரு சமயத்தில் ஒரு விஷயத்தில் மட்டுமே உண்மையான கவனம் செலுத்த முடியும் என்பதில் நமக்கு தலையாய ஒரு சேதி இருக்கிறது. எந்த ஒரு காரியத்தையும் சரியான முறையிலும் முழுமையாகவும் செய்ய வேண்டும் என்றால் எந்த ஒரு சமயத்திலும் ஒரே ஒரு கொள்கை அல்லது காரியம் மீதே முழுக்கவனத்தையும் செலுத்த வேண்டும் என்பதே அந்தச் சேதி. அப்படி ஒரே ஒரு காரியம் மீது மட்டுமே நம் கவனத்தைச் செலுத்த முடியவில்லையென்றால் அதை முழுமையாகப் புரிந்துகொள்ள முடியாது. இதையே வேறு விதத்தில் சொன்னால் ஆங்கிலத்தில் "ஜாக் ஆஃப் ஆல் டிரேட்ஸ் பட் மாஸ்டர் ஆஃப் நன்" என்பதைப் போலாகிப் போவோம். ஒரு காரியத்தில் முழுக் கவனத்தையும் சிதறாது வைத்திருக்க வேண்டும். ஒரே ஓர் இலக்கு அல்லது நோக்கம் பாற்பட்டே செயல்களையும் சக்தியையும் செலுத்த வேண்டும். அப்படிச் செய்யும்போது அதன் பயன்கள் வியக்கத்தக்க அளவில் இருக்கும்.

கவனம் முழுக்க ஒன்றின் மீதே இருக்க வேண்டும்.
எதைப் பற்றித் தீர்மானம் செய்து வைத்திருக்கிறாயோ
அதை நோக்கியே போய்க்கொண்டிரு.

-- ஜெனரல் ஜார்ஜ் பேட்டன்

தேர்ந்ததோர் இலக்கை நோக்கி உழைக்கும்போது வழியில் சில சின்னச் சின்ன இலக்குகளை அடைய வேண்டியிருக்கும். அப்படியான மினி-இலக்குகளின் மீதும் சிதறாத கவனத்தைச் செலுத்தும் முயற்சிகள் அவசியம். ஜாக்கிரதையாக இருக்காவிட்டால் கவனக்குறைவு வெகு சுலபத்தில் ஏற்பட்டுவிடும். அப்போது நம் சக்தியும் திறன்களும் விரயமாகிப் போகின்றன. சென்று சேரும் வரை ஒரே இலக்கை மனதில் நிறுத்தி வை. பிறகு அடுத்ததை நோக்கிப் போ. இரண்டு முயல்களைத் துரத்துகிறவன் எதையும் பிடிக்க மாட்டான் என்பது ஆங்கிலப் பழமொழி.

2. அர்ப்பணிப்பு

அர்ப்பணிப்பின்றி எந்தப் பெரிய காரியத்தையும் யாரும் சாதித்ததில்லை. எதையாவது சாதிக்க வேண்டும் என்றால் அதன் மீது நம்பிக்கை வேண்டும். அதன் பின் உளமார, ஆத்மார்த்தமாக அந்தக் காரியத்தில் ஈடுபடவேண்டும். ஜீவிதத்தின் கடைசி அவுன்ஸ் வரை அதற்காகவே அர்ப்பணிக்க வேண்டும். இது சற்றே அதீதமான கூற்றாகத் தெரியலாம். ஆனால் தனிப்பட்ட சாதனைகளின் உச்சியை அடைந்தவர்கள் அனைவரும் தமது லட்சியங்களில் நம்பிக்கை வைத்தவர்கள் என்பதே உண்மை. அவர்களைச் சுற்றியிருப்பவர்கள் அவர்களைப் பார்த்துச் சிரித்த போதும் அந்த நம்பிக்கையை அவர்கள் கைவிட்டதில்லை. கிறிஸ்டோபர் கொலம்பஸ் அப்படி அர்ப்பணிப்பின்றியிருந்திருப்பாரா என்ன? அல்லது தாமஸ் ஆல்வா எடிசன் அல்லது பிளாரென்ஸ் நைட்டிங்கேல் அல்லது மகாத்மா காந்தி அல்லது முகம்மது அலி எல்லோருமே அவரவரது லட்சியங்கள் மீது அபார நம்பிக்கை வைத்திருந்தவர்கள்தான்.

சராசரியானவன் எவனும் அப்படித் தன்னை அர்ப்பணிப்பது என்றாலே பயப்படுகிறான். திருமணங்கள் பற்றிய புள்ளி விவரங்களைத்தான் பாரேன். நம் நாட்டில் 40 சதம் திருமணங்கள் தோல்வியில் முடிகின்றன. சராசரி மனிதனாக இருக்காதே. அசாதாரணமானவனாக இருந்துவிடு. கடைசி வரைக்கும் பார்த்துவிடுவது என்ற அர்ப்பணிப்பும் ஈடுபாடும் கடப்பாடும் கொண்டவனாக இருந்துவிடு. நீயாகவே சரியான காரியத்தைச் செய்வது என்று தீர்மானமாக இருந்துவிடு. எந்தச் சமாதானமும் செய்துகொள்ளாதே. கடப்பாட்டைக் காண்பி.

வெற்றிக்கு மனம் மெய்யின் அர்ப்பணிப்பு தேவை. அந்த அர்ப்பணிப்பு முடியாதென்றால் உன்னைச் சாம்பியன் என்று யாரும் தொடர்ந்து சொல்ல மாட்டார்கள்.

-- ராக்கி மார்ஷியானோ

3. சக்தி

லட்சியத்தை அடைய இதுதான் கடைசியான மிக முக்கியமான பகுதியாகும். உணர்ந்த எண்ணங்கள் கருத்துகள் ஊடாடும்போது நமது உடல் ஆர்வத்தையும் சக்தியையும் பெற்று உயிர்ப்புள்ளதாகிப் போகிறது. இந்த உணர்வுகள் அலைகளைப் போன்றவை. நம்மை மேலே எடுத்துப் போய்க் கீழே கொண்டு வந்து நகர்த்திக்கொண்டே இருக்க அந்த அலைகளின் மீது பயணித்திருக்க வேண்டும்.

எந்த அளவுக்கு வாழ்ந்து கொண்டிருக்கிறேனோ
அந்த அளவுக்கு அசைக்க முடியாத நம்பிக்கையொன்று
தோன்றிக்கொண்டே இருக்கிறது. பலவீனமானவனுக்கும்
பலம் கொண்டவனுக்கும் இடையே, மிகச் சிறந்தவருக்கும்
சாதாரணமானவனுக்கும் இடையே இருக்கும் வித்தியாசம் இந்தச்
சக்திதான். கண்ணுக்குத் தெரியாத காரணி. ஒரு காரியத்தைத்
தீர்மானித்துவிட்டால் சாவு அல்லது வெற்றிதான்.

-- பக்ஸ்டன்

சக்தி செயல்படும் போது ஜடப் பொருட்கள் நிலைமாறிப் போகின்றன. விஞ்ஞானம் சக்தியைச் செயல்படுவதற்கான திறன் என்று இலக்கணம் கூறும், செயல் என்பது நகர்தல் அல்லது இரசாயன மாற்றம் போன்றவை. சக்தி செயல்பட்டுக் கொண்டிருக்கலாம். அல்லது முடங்கிக்கிடக்கலாம். பயன்படுத்தப்படுவதற்காகக் காத்திருக்கலாம். என்றாலும் சக்தியில் ஆற்றலுண்டு. உள்ளாற்றலுக்கு எந்த அளவுக்கு மதிப்புண்டு என்பதை நீங்கள் எல்லோரும் அறிவீர்கள். எந்த மதிப்பும் இல்லைதான். அது ஒரு பூஜ்யம். ஒரு சூன்யம். அதற்கு எந்த மதிப்பும் இல்லை.

நம் இலக்கை நோக்கி நம்மை நடத்திச் செல்ல அந்தச் சக்தியை நாம் தூண்டும்போதுதான். நம்மைச் செயல்பட வைக்கும் சக்தியாக மாறும் போதுதான் மாற்றங்களைக் கொணரும் சாத்தியம் வருகிறது. நம் வாழ்வின் மீதும் பிறர் வாழ்வின் மீதும் தாக்கங்கள் ஏற்பட அங்கே வினையாற்றல் இருக்க வருகிறது. நமக்கு வரப்பிரசாதமாகக் கிடைத்திருக்கும் சக்தியையும் செயல்திறனையும் வீணடித்துவிடாதே. ஆக்க பூர்வமாகச் சிந்தித்து ஊக்கம் நிரம்பியவராக நாம் இருக்கும்போது இந்தச் சக்தி நம் எரிபொருளைப் பற்றியெரிக்க வெகு உயரத்துக்கு நாம் தூக்கிப் போகப்படுவோம்.

ஏதாவது ஒரு துறையில் அல்லது காரியத்தில் வெற்றிகரமான சாதனை படைத்த ஒருவரைப் பற்றி நினைத்துப் பார். அவருக்கு ஈடுபாடுள்ளதைப் பற்றி யாரிடமாவது பேசும்போது அவர்கள் அதைப் புரிந்துகொண்டால் இவர்கள் என்ன செய்கிறார்கள்? அவர்கள் ஆர்வம் மிகுந்தவர்களாகிப் போகிறார்களல்லவா? எனக்குத் தெரிந்த ஒருவன் இருக்கிறான். அவனை முதல் முறையாகப் பார்க்கும்போதே எழுந்து நின்று ஓடக்கூடியவன் அல்லன் என்பது தெரிந்துவிடும். வாழ்வில் எந்த ஆர்வமும் இல்லாதவனாக எந்தத் திருப்தியும் இல்லாதவனாகத் தோன்றுவான். ஆனால் அவனுக்கு விண்ட்சர்ஃபிங் என்ற விளையாட்டில் அலாதி ஆர்வம் இருப்பதைத் தெரிந்து கொண்டேன். அதைப் பற்றிப் பேசும்போது அவனைப் பார்க்க வேண்டுமே! கண்கள் விரியப் பிரகாசிக்கும், நிமிர்ந்து நின்று

பேசுவான். பேச்சில் பெருமிதமும் தன்னம்பிக்கையும் ததும்பி வழியும். என்னவோ முழுக்க வேறு ஒருவன் ஆகிப்போய்விடுவதைப் போலத்தான். தண்ணீர் விளையாட்டு மேல் தனக்கிருக்கும் ஆர்வத்தை அவன் விலாவாரியாக விளக்குவான். எதன் மீது உனக்கு ஆர்வம் மிகுந்திருக்கிறது என்பதைக் கண்டுபிடி. உன் உள்ளத்தையும் ஆத்மாவையும் அதற்குள் கொட்டிவிடு.

பிள்ளையார் சுழி போடு

லட்சியத்தை அடைவதில் மிகச் சிரமமான காரியம் அதற்கான முயற்சிகளை ஆரம்பித்து வைப்பதுதான். எவ்வளவு முறை மாற்றத்தைச் சாதிக்க வேண்டும் என்றும் புதியதோர் ஆரம்பம் காணவேண்டும் என்றும் தீர்மானிக்கிறோம்! ஆனால் எப்படியோ எந்தச் செயல் திட்டத்தையும் நம்மால் சடுதியில் ஆரம்பித்து வைக்க முடிவதில்லை.

ஆரம்பத்தை ஒத்திப்போடும் வரைக்கும் தயக்கம் இருந்து கொண்டேதான் இருக்கும். பயத்தில் இருந்து ஒளிந்துகொள்ள ஒரு தந்திரம்தான் இது. தோற்றுவிடுவோமோ என்ற பயமாக இருக்கலாம். நண்பர்களை இழந்துவிடுவோமோ என்ற பயமாக இருக்கலாம். வெற்றியைப் பற்றிய சந்தேகமாக இருக்கலாம். ஆனால் இந்தப் பயத்தைச் சரியான முறையில் கவனிக்காமல் விட்டுவிட்டால் வெற்றியை அடைவதற்கான சாத்தியத்தை எட்ட முடியாதவனாக உன்னை முடக்கிப் போட்டுவிடும்.

முதல் அடியை எடுத்து வைப்பதும் செயற்பட ஆரம்பிப்பதும் சங்கிலித் தொடராகப் பிற நிகழ்ச்சிகளுக்கு இட்டுச் செல்லும். அதுவும் வியக்கத்தக்க அளவு வேகத்தோடு நிகழ்ச்சிகள் நடந்தேறும். ஆரம்பம் சிரமம்தான். ஆனால் இதில் வேடிக்கை என்னவென்றால் ஆரம்பித்தாயிற்று என்றால் எதைப் பற்றிய பயத்தால் தயங்கிக்கொண்டே இருந்தாயோ அது அவ்வளவு பயங்கரமானதல்ல என்பதை உடனடியாகத் தெரிந்து கொள்வதுதான்.

நல்ல ஆரம்பமே பாதி நிறைவு

—அரிஸ்டாட்டில்

என் விடலைப் பருவத்தில் "சக்ஸஸ் த்ரு எ பாஸிட்டிவ் மென்டல் அட்டிட்யூட்" என்ற புத்தகத்தைப் படித்தேன். நெப்போலியன் ஹில் மற்றும் டபிள்யூ கிளமெண்ட் ஸ்டோன் ஆகியோர் எழுதியது. அவர்கள் அந்தப் புத்தகத்தில் செயல் வழக்கம் பற்றிப் பேசுகிறார்கள். லட்சியத்தை அடைய எதையாவது செய்துகொண்டேயிருக்கும் வழக்கம்தான் அது. அந்தப் புத்தகத்தில் என் கவனத்தைச் சிறப்பாகக் கவர்ந்த பகுதி செல்ஃப் ஸ்டார்டர் பயன்படுத்துவது பற்றியதாகும். இப்போதே செய்துவிடு என்பதைப் போன்றதொரு வாக்கியம்தான் அது. உன்னைச் செயல்படத் தூண்டும் வாக்கியம். இதை நடைமுறைப்படுத்தும்போது எந்த அளவுக்குப் பயனுள்ளதாக இருக்கிறது என்பது மிகவும் வியப்பாக இருக்கும்.

நான் இளைஞனாக இருந்தபோது இதை அடிக்கடி சொல்லிக்கொள்வேன். எதையாவது செய்வதற்கு ஒரு தூண்டுதலாக இருந்திருக்கிறது. எந்த டெலிபோன் அழைப்பைப் பற்றிப் பயந்துகொண்டிருந்தேனோ அந்த அழைப்பைச் செய்தபோது அல்லது நடுங்கும் குளிரில் படுக்கையிலிருந்து எழுவதற்கு முடியாமல் சுணங்கிக் கிடந்த போது இதை நான் சொல்லிக்கொள்வதுண்டு. எந்த அளவுக்கு அதை அதிகமாகப் பயன்படுத்துகிறோமோ அந்த அளவுக்கு செல்ஃப் ஸ்டார்டர் சக்தி வாய்ந்த சொல்லாக அமைந்ததுதான் அதன் அழகே. மேலும் மேலும் சக்தி வாய்ந்ததாகிப் போய் செயலாற்ற நம்மைக் கட்டாயப்படுத்த ஆரம்பித்துவிடுகிறது. போகப் போக அதுவே வழக்கமாகிப் போகிறது. ரொம்ப சரிதான்! நமது வழக்கங்களை நல்ல வழக்கங்களாக்கிக்கொண்டு அவற்றை மிகவும் பயனுள்ளவையாக்கிக்கொள்ள முடியும்தான். எதையப்பா ஒத்தி வைத்துக்கொண்டே இருந்திருக்கிறாய்? எந்தக் காரியத்தையெல்லாம் தவிர்த்துக் கொண்டிருந்திருக்கிறாய்? உன்னுடைய செல்ஃப் ஸ்டார்டர் சொற்றொடர் ஒன்றை வகுத்துக் கொள். முயன்று பார். அடே, இப்போதேதான்!

தீரத்துக்கு ஒரு மேதைமையும் மந்திரசக்தியும் உண்டு.
அதை இப்போதே ஆரம்பித்துவிடு.

— கத்தே

காலத்தை வீணடிக்காதே

காலம் மிகவும் மதிப்பு வாய்ந்தது. அதை மிகுவிக்க முடியாது. அதற்கு மாற்று என்று ஏதும் கிடையாது. நேரம் தன்னைக் கடந்து வெகு வேகமாக ஓடிப் போய்விடும் என்ற பயம் நெப்போலியன் போனபார்ட்டுக்கு இருந்துகொண்டே இருந்தது. தன்னுடைய கனவுகள் மெய்ப்படு முன் காலம் ஓடிப்போய்விடும் என்ற பயம் அவனுக்கு இருந்துகொண்டே இருந்தது. எனவேதான் அவன் சொல்வதுண்டு.

இடத்தைப் பிடித்துக்கொள்ளலாம்.
காலத்தையோ எப்போதுமே முடியாது.

— நெப்போலியன்

நேரம் மிக முக்கியமானது என்பதைத் தெரிந்திருப்பவன் புத்திசாலி. அதைச் சரியாகப் பயன்படுத்தத் தெரிந்தவன் புத்திசாலி. உன்னுடைய நேரம் அனைத்தையும் சரியான காரியத்தை நோக்கியே செலுத்திக்கொண்டிரு. தீர்மானித்தாயிற்று என்றால் வேகமாகவும் சக்தியோடும் செயல்பட வேண்டியதுதான். அதனாலென்ன என்று சொல்லிக்கொண்டு காலம் தாழ்த்தாமல் இருக்கும் அளவுக்குக் காலம் குறுகியது.

வாழ்வை ஒரு பந்தயம் என்று எடுத்துக்கொள்ளலாம். நேரம் ஆவதற்கு முன் சேருமிடம் சேர்ந்தாக வேண்டும். முயல் ஆமை கதை எல்லோருக்கும் தெரிந்ததுதான். இந்தக் கதையிலும் ஓர் அபாயம் இருக்கிறது. சாவகாசமாக ஆரம்பித்து போகப் போக வேகம் பிடித்துக்கொள்ளலாம் என்றால் அதற்குள் பந்தய நேரமே முடிந்துவிடலாம். நமக்கு முக்கியமானது என்று எதைச் சாதிக்க நினைத்திருக்கிறோமோ அதைச் சாதிக்கு முன் நேரம் முடிந்து போகலாம்.

தீர்மானமாகச் செயலாற்றுவது என்று
நிச்சயப்படுத்திக்கொள். விளைவுகளை எதிர்கொள்ளத் தயாராக இரு.
தயக்கத்தைக் கொண்டு உருப்படியான
எந்தக் காரியத்தையும் யாரும் உலகில் செய்ததில்லை.

— தாமஸ் ஹென்றி ஹக்ஸ்லி

ஆர்வம் ஓர் ஒட்டுவார் ஒட்டி

நம் இலக்குகளைச் சாதிக்க நமக்குப் பிறருடைய உதவி தேவைப்படுகிறது. ஆர்வமும் அதனோடு கூடிய சக்தியும் எப்படி ஒருவருக்கு ஒருவர் பாய்ந்து போகக் கூடியவை என்பதைத் தெரிந்துகொள்ள மிக ஆச்சரியமாகத்தான் இருக்கும். எனவே உன் தொற்றுநோயை ஆரம்பித்து வைத்துவிடு. உன் ஆர்வத்தைப் பிறரோடு பகிர்ந்துகொள்ளத் தயங்காதே. ஏனென்றால், ஏற்கெனவே கூறியபடி பல பெரிய சாதனைகள் பொதுவான நம்பிக்கைகள் அல்லது குறிக்கோள்கள் பாற்பட்டுச் சாத்தியமாகியிருக்கின்றன. மகாத்மா காந்தியை ஓர் உதாரணமாக எடுத்துக்கொள்ளலாம். மென்மையாகப் பேசும் அந்தச் சாத்துவிகர் ஆங்கிலேயரிடமிருந்து இந்தியாவை விடுத்துத் தருவார் என்று யார்தான் நினைத்துப் பார்த்திருப்பார்கள்? அதுவும் ஆயுதமேந்திப் போராடாமல்... தமது ஒத்துழையாமை இயக்கத்தையும் அகிம்சைப் போராட்டத்தையும் ஆரம்பித்து அதைச் சாதித்துக் காட்டினார். நாட்டை ஒருங்கிணைத்தார். ஆங்கிலேயரை இந்தியாவிலிருந்து வெளியேறச் செய்தார்.

கூடச் சற்று எரிபொருள்

சாதிப்பதற்கு ஏதுவான ஆசையும் செயல் திறனும் நம்மிடம் இருக்கலாம். என்றாலும் நமக்குக் கூடச் சற்று எரிபொருள் தேவைப்படும். அங்கேதான் மற்றவருடைய பங்களிப்பு வருகிறது. தள்ளி ஸ்டார்ட் செய்ய வேண்டும் என்றால் காரைத் தள்ளுவதற்கு ஆட்கள் தேவைப்படுவார்கள். ஆனால் ஆரம்ப அசைவு கிடைத்துவிட்டது என்றால், ஒருசேர ஒரே மனதுடன் தள்ளுகிறவர்களுடைய சக்தியால் ஆரம்ப அசைவு கிடைத்துவிட்டது என்றால் கார் தானாக வேகம் பிடித்துக் கொள்கிறது. சில சமயம் நாமாக எதையும் ஆரம்பித்து வைப்பதின் சிரமங்களைக் காண்போம். அப்போதுதான் பலர் சேர்ந்து ஒரு காரைத் தள்ளுவதைப் போல பிறருடைய உதவியோடு நமக்குத் தேவையான சக்தியை நாம் பெற்றுக் கொள்ளலாம். நம் செயல் திட்டங்கள் நகர ஆரம்பித்துப் பின் வேகம் பிடித்துக்கொள்ளும்.

முழுத்துளையிடு இல்லையேல் விட்டுவிடு

ஒரு பெண்மணி இருந்தார். ஆன் என்று பெயர் வைத்துக்கொள்ளலாமே! பீங்கான் கலையில் வியத்தகு ஆற்றல் கொண்டிருந்தார். கடும் உழைப்பாளி தன்னுடைய திறன்கள் எல்லாம் வெளிப்பட மிக அழகான பீங்கான் பொருள்களைச் செய்வார். உறவினர்கள் பார்த்துப் பரவசப்பட்டு வாங்கிப் போவார்கள். அவருடைய படைப்புகளைப் பார்த்தவர்கள் தந்த மிகப் பெரிய ஊக்கத்தோடு தன் திறன்களை வியாபார நோக்கத்துக்குப் பயன்படுத்தத் தீர்மானித்தார். என்னதான் திறமையான கலைஞர் என்றாலும் ஒரு வியாபாரத்தை நடத்தும் அளவுக்குத் தனக்குச் சாதுரியம் இல்லை என்பது அவருக்குத் தெரிந்திருந்தது. விவரம் தெரிந்த மார்க்கெட்டிங் குரு ஒருவரையும் கணக்கு வழக்கில் புலியான ஒருவரையும் சேர்த்துக்கொண்டு தன் வியாபாரத்தை ஆரம்பித்தார். வியாபாரத்தை வெற்றிகரமாக நடத்திக்கொண்டிருக்கிறார்.

அப்படி அவரோடு சேர்ந்தவர்கள் அந்தப் பெண்மணியின் தீர்க்க தரிசனத்தைப் புரிந்துகொண்டிருந்தவர்கள். தன் வியாபாரம் எப்படி இருக்க வேண்டும் என்ற அவருடைய மனக்காட்சியைத் தாமும் பார்க்கத் தெரிந்தவர்களாக இருந்தார்கள். அவருடைய கனவு மெய்ப்பட அவர்கள் எல்லாவிதமான உதவிகளும் செய்தார்கள். அவரவர் காரியத்தில் ஆழ்ந்த ஈடுபாடும் நம்பிக்கையும் கொண்டிருக்கும்போது விநோதமான விஷயங்கள் நடக்கக் காண்பீர்கள். பிறருக்கும் உன் மீது நம்பிக்கை தோன்றிவிடும். உன்னுடைய லட்சியங்கள் மீது ஈடுபாடு தோன்றிவிடும். மனிதர்கள் சில விஷயங்களில் செம்மறியாடுகள் போலத்தான். ஒருவரைத் தொடர்ந்து இன்னொருவராகப் போக விரும்புகிறவர்கள். எங்கே போகிறோம் என்று தெரிந்து போய்க்கொண்டிருக்கிறவர்கள் பின்னால் போகத்தான் எவரும் துணிவார்கள். பின்பற்ற அவர்களுக்கு எதையாவது கொடுத்துப் பார். தலைமை ஏற்றுக்கொள். விளைவைக் கவனித்துப் பார்.

விளைவுகளைப் பெரிதாக்கிப் பார்த்துக்கொள்

வெற்றியைச் சாதிக்காமல் போவதற்குக் கவனச்சிதறல் காரணமாக இருக்க விடாதே. சில சமயம் நம்மிடம் வேண்டிய

அளவுக்குத் திறமையும் ஆர்வமும் இருக்கும். ஆனால் நாம் சாதிக்க நினைத்ததைச் சாதிக்க முடியாமல் போய்விடும். என்ன செய்தாலும் சரியே, நமது முயற்சிகள் அனைத்தும் விரயமாகிப் போவதைப் போலத் தோன்றும். நம்மால் முடிந்தது அனைத்தையும் மிகச் சிறப்பாகச் செய்தும் எந்தப் பயனும் இல்லாமல் போவதைப் பார்க்கலாம். இதற்குக் காரணமாவது என்னவென்றால் நமது இலக்கை நாம் சரியாக நிர்ணயிக்காமல் வைத்திருப்பதுதான். நமது முயற்சிகளையெல்லாம் எதை நோக்கிக் குறி வைத்திருக்கிறோம் என்பதே நமக்குத் தெரியாமல் இருக்கிறது.

இதற்கு வழக்கமாக நான் ஓர் உதாரணம் தருவதுண்டு. குவியாடியை வைத்துக்கொண்டு தீப்பற்ற வைப்பதுதான் அந்த உதாரணம். வேண்டிய பலன் கிடைக்க வேண்டும் என்றால் ஆடியின் மையம் சரியான இடத்தில் குவியுமாறு வைக்க வேண்டும். ஆடியில் நன்கு ஒளிக்கற்றைகள் விழுமாறு பிடித்துக்கொண்டு அப்படி விழும் ஒளிக்கற்றை அனைத்தையும் ஒருங்கு திரட்டி ஓரிடத்தில்குவியுமாறு பிடிக்க வேண்டும். அப்போதுதான் எரிவதற்குத் தேவையான அளவு உஷ்ணத்தை நாம் உருவாக்க முடியும். அப்படியே கருகும் ஒரு குவிவயத்தை ஏற்படுத்த அந்த இடத்தில் இருக்கும் பொருள் பற்றிக்கொள்ள தீ கொழுந்துவிட்டு எரிய ஆரம்பிக்கும். எக்குத் தப்பாக ஆடியைச் சூரியனை நோக்கிக் காண்பித்தால் எந்தப் பயனும் விளைவதில்லை. ஏதாவது நடக்கலாம்தான். ஆனால் அப்படியும் ஏதாவது நடக்கும் என்ற சாத்தியங்கள் மிகக் குறைவானவையே.

தேவைப்படும் எல்லாமும் இருந்தால் மட்டும் போதாது. அவற்றைச் சரியான முறையில் குவிய வைக்க வேண்டும். சரியான முறையில் பயன்படுத்த வேண்டும். வாழ்விலும் அப்படித்தான். பூதக் கண்ணாடியைச் சரியான முறையில் குவிய வைப்பதைப் போலவே கவனமாகக் குறிவைத்துச் சரியான இலக்கை நோக்கிக் குவிய வைக்க வேண்டும். எல்லாக் கூறுகளையும் சரியான வகையில் பயன்படுத்த வேண்டும். எங்கே காரியம் கனியுமோ அதை நோக்கி அனைத்தையும் குவிய வைக்க வேண்டும்.

வேகம் கூட்டும் அலைகள்

பலருக்கும் தெரிந்திராத ஓர் உண்மையை உனக்குச் சொல்லிவிடுகிறேனே!

தோற்பதை விடக் குறைவான முயற்சியே
வெல்வதற்குத் தேவை.

கழற்றிக்கொண்டு போய்விட்டால் அல்லது குழப்பமாகச் செயல் புரிந்தால் அல்லது முக்கியமானவற்றைச் செய்யத் தவறினால் விலை மதிப்பில்லாத நேரத்தையும் சக்தியையும் விரயம் செய்கிறோம் என்று பொருள். சரியாகச் செய்யத் தவறியதைத் திரும்பத் திரும்ப ஆரம்பித்துச் செய்வதில் நிறைய முயற்சிகளைச் செலவிட வேண்டியிருப்பதைத் தெரிந்துக்கொள்கிறோம். எப்படியாவது எல்லாம் நடக்க வேண்டும் என்பதற்கான நேரத்தையும் சக்தியையும் காணப் போராட வேண்டியிருக்கிறது. மாறாக இலக்கை அடைவதற்காகப் பெரியதொரு திரண்ட முயற்சி மேற்கொள்ளும் போது வியக்கத்தக்க விஷயம் நடப்பதைப் பார்க்கலாம். பிரமாதமானதொரு சங்கிலித் தொடரை ஆரம்பித்து வைத்துவிடுகிறோம். அப்போது அனைத்தும் வேகம் பிடிக்க ஆரம்பித்துவிடுகிறது. நமது இலக்கை நோக்கி நாம் போய்க்கொண்டேயிருக்க முடிகிறது. இன்னும் வேகமாக இன்னும் வேகமாக என்று இலக்கை நோக்கிப் போக ஆரம்பித்துவிடுகிறோம்.

சுநாமியைப் போலத்தான். அலைவீச்சு என்பார்கள். சமுத்திரத்தின் அடியாழத்தில் எங்கோ ஓரிடத்தில் ஒரு நில அதிர்வில் ஆரம்பிக்கிறது. இந்த அதிர்வு சின்னச் சின்ன அலைகளை உருவாக்குகிறது. அவை நிலத்தை நோக்கி நகர்கின்றன. அப்படி நகரும்போது ஒன்று சேர்ந்து பெரிய பெரிய அலைகளைத் தோற்றுவிக்கின்றன. அலைகளின் அளவும் சக்தியும் கூடக் கூட அவை கரையை அடையும்போது மிகப் பெரிய அலைகளாக உருவெடுக்கின்றன. உன்னால் கற்பனை செய்து பார்த்துக்கொள்ள முடியும். என்ன ஒரு பயங்கரமான சக்தியின் வெளிப்பாடு அது!

தம் இலக்கை நோக்கி நகரும்போது உன் லட்சியங்கள் கூட அப்படிப்பட்ட சக்தியை வெளிப்படுத்துகின்றன. நீ செய்ய வேண்டியதெல்லாம் அந்த ஆரம்ப அதிர்வைத் தர வேண்டியதுதான். அப்படி நீயாக உருவாக்கிய அந்த ஆரம்ப நகர்வு உன் முயற்சிகளைக் குவிய வைக்க விடு. அப்படியே இலக்கை நோக்கி நகர்ந்து கொண்டேயிரு. போதும். ஓட்டப் பந்தய வீரர்களைக் கேட்டுப் பார். அருமையான ஓட்டப்பந்தயம் அருமையான ஆரம்பத்தால் நிர்ணயிக்கப்படுகிறது என்பார்கள். அருமையாக ஆரம்பித்தாயிற்று என்றால் அப்படியே போய்க்கொண்டிருக்க வேண்டியதுதான். வேறு எதுவும் செய்ய வேண்டியதில்லை.

ஒரு செயல் திட்டத்தை ஆரம்பித்து வைத்துவிட்டாயா? அதை அப்படியே போய்க்கொண்டிருக்க வைக்க முன்பு கைக் கொண்ட அதே உத்திகளைப் பயன்படுத்திக்கொண்டே இரு. அவற்றின் ஆற்றல் அனைத்தையும் பயன்படுத்து. இதுதான் பயணத்தின் மிகவும் ருசிகரமான கட்டம். வாழ்வா சாவா என்று போராடிக்கொண்டிரு. உன்னுடைய கடும் உழைப்புக்கான பயன்கள் வெகு சீக்கிரத்தில் கிடைக்க ஆரம்பித்துவிடும். தேவையான அனைத்து முன்னேற்பாடுகளையும் செய்து வைத்திருக்கிறாய் என்பதைப் பற்றிய பெருமிதம்கொள். தேவைக்கு ஏற்பக் கடுமையான உழைப்பைத் தந்திருக்கிறாய் என்பதில் பெருமிதம் கொள். இனி எப்படி எல்லாமும் தாமாக நடக்கின்றன என்று வேடிக்கை பார்க்கும் தருணம் வந்துவிடுகிறது.

கவனித்தலும் சரி செய்து கொள்ளலும்

வாழ்வில் வெற்றிபெற வேண்டும் என்று நினைப்பவருடைய உபகரணப் பெட்டியில் இருக்க வேண்டிய முக்கியமானவற்றில் முக்கியமானது கவனித்திருத்தலாகும். தவறான திசையில் போய்க்கொண்டிருக்கும்போது முழுத்துளையிடுகிறேன் என்று சொல்லிக்கொண்டிருப்பதில் எந்தப் பயனும் இல்லை. எல்லாமும் வீணாகப் போகின்றன. கதவை முட்டும் காளையைப் போலப் போகிறவர்களைப் பார்த்திருக்கிறோம்தான். அப்படி

முழுத்துளையிடு இல்லையேல் விட்டுவிடு

அவர்கள் தறிக்கெட்டுப் பாய்ந்து இதையும் அதையும் இப்படியும் அப்படியும் தள்ளிப்போட்டு எப்படியோ காரியம் நடக்க வேண்டும் என்று திரிவதைப் பற்றி நீ செய்யக் கூடியது ஏதுமில்லை. சற்றே ஒதுங்கிப் போவதைத் தவிர வேறு எதுவும் செய்ய முடியாது. இப்படிப்பட்ட பொறியில் சிக்கிவிடாதே. தவறான வழியில் செலுத்திய சக்தி வீணாகிப் போகும் சக்திதான். அதனால் ஏற்படுவது தீமையே தவிர நன்மையாக இருக்கப் போவதில்லை. இப்படிக் காரியம் செய்கிறவர் உதவியோடு வீட்டில் இருக்கும் தட்டுமுட்டுச் சாமான்களை நகர்த்திப் பார். சிம்ம சொப்பனமாகிப் போகும். அவர்கள் தொடுவதையெல்லாம் பாழாக்கிவிடுவார்கள். சற்றே புத்திசாலித்தனமாக இருக்க வேண்டியிருக்கிறது. சமநிலைப்பட்டு இயங்க வேண்டியிருக்கிறது.

நாம் செய்வதை நன்கு கவனித்துச் செய்யும்போது, அதனால் எந்தத் தீமையும் விளையாமல் காத்துக்கொள்ள முடியும். என்றாலும் சில சிக்கல்களில் மாட்டிக்கொள்ளவும் நேரிடுகிறது. உன் முன்னேற்றத்தை மிகவும் கவனமாகக் கவனிக்க வேண்டும். விரும்பிய இலக்கை அடையச் சரியான வழிமுறைகளைத் திறமையான முறையில் கையாண்டுகொண்டிருக்கிறாயா என்பதை எப்போதும் கவனித்துக்கொண்டே இருக்க வேண்டும். சில சமயம் வழிதவறிப் போய்விடலாம். முக்கியமானது என்னவென்றால் எந்தச் சமயத்திலும் சரிசெய்துகொண்டு திரும்பச் சரியான பாதைக்குத் திரும்பும் அளவுக்கு நீக்குப் போக்கானவனாக இருக்க வேண்டும். எப்போதும் கவனத்தைக் கூர்மையாக வைத்திருக்க வேண்டும். தேவைப்படும்போது சிறிய சில மாற்றங்கள் செய்துகொள்ள அஞ்ச வேண்டியதில்லை.

முன்னேறுவது என்பது மாறிக் கொண்டேயிருப்பதுதான். பரிபூரணம் என்பது அடிக்கடி மாறிக்கொண்டிருப்பதுதான்.

-- வின்ஸ்டன் சர்ச்சில்

எப்போதெல்லாம் சின்னஞ்சிறு அளவில் ஆரம்ப வழியில் மாற்றங்கள் செய்துகொள்கிறாயோ அப்போதெல்லாம் இலக்கை நோக்கி இன்னும் ஓர் அடியெடுத்து வைப்பதை உன்னால் உணர முடியும். அனுபவத்திலிருந்து தெரிந்துகொள்ளும்போது

புத்திசாலியாகிவிடுவாய். அப்படிச் சின்ன சின்ன அளவில் விஷயஞானம் பெறும்போது, சாதுரியம் பெறும்போது உனக்கு அது ஒரு பெரிய வழித்துணையாகிப் போகிறது. இந்த வழிமுறைகளைக் கையாளும்போது என்னென்ன பயன்களையெல்லாம் பெற முடிகிறது என்பதைப் பார்க்க உனக்கே பெருத்த ஆச்சரியமாகத்தான் இருக்கும்.

> உன்னை முழுக்கத் தந்துவிடுவதே வாழ்விலிருந்து முடிந்ததெல்லாம் பெற்றுக்கொள்வதற்கான ரகசியம்.

நீ எதைச் செய்தாலும் சரியே. உன்னை முழுக்க அதற்குள் கொண்டு வந்துவிடுவது என்று தீர்மானித்துவிடு.
உன்னுடைய ஜீவிதத்தின் அனைத்துக் கனத்தையும்
அதன் மேல் போட்டுவிடுவது
என்று தீர்மானமாக இருந்துவிடு.

— ஆரிசன் ஸ்வெட் மார்ஸ்டன்

எதற்காக இன்னும் காத்துக்கொண்டிருக்கிறாய்?
இப்போதே செய்துவிடு.

மீள்பார்வை

1. ஏதாவது செய்வதற்கு உரியது என்றால் அது சரியாகச் செய்வதற்கும் உரியது. "முழுத்துளையிடு இல்லையேல் விட்டுவிடு".

2. வெற்றிக்கான சாத்தியங்களை அதிகப்படுத்திக்கொள்ள வேண்டும் என்றால் நம்மால் திரட்ட முடிந்த அனைத்துச் சக்தியையும் திரட்டி நமது முக்கிய இலக்கை நோக்கிக் குவித்துவிட வேண்டும்.

3. உன் காரியங்களில் உனக்கே ஒரு கிளுகிளுப்பு இருக்க வேண்டும். அதுவே உன்னைச் செலுத்தும் எரிபொருளாகட்டும்.

4. ஒரு செயல்திட்டத்தை ஆரம்பித்து நகர்த்தத் தேவையான மூன்று

   அ. கவனக் குவிப்பு

   ஆ. கடப்பாடு

   இ. சக்தி

5. எதையும் சாதிப்பதற்கு முதலில் எடுத்து வைக்க வேண்டிய அடி அதை ஆரம்பித்துவிடுவதுதான். நேரம் மதிப்பு மிக்கது. அதை விரயம் செய்துவிடாதே.

6. உன்னை மேன்மேலும் செலுத்திக்கொண்டேயிருக்க ஒரு வாசகத்தை வகுத்து வைத்துக்கொள். அதை ஒரு செல்ஃப் ஸ்டார்ட்டராகப் பயன்படுத்து. உதாரணம் - இப்போதே செய்துவிடு.

7. உன்னுடைய கனவுகளின் உலாவை ஆரம்பித்து வைக்க பிறருடைய பங்களிப்பை ஏற்றுக்கொள்ளலாம்.

8. எப்போது சரியான ஆரம்பத்தைச் சாதித்துவிடுகிறாயோ அப்போது இலக்கை நோக்கிய உன் பயணம் தானாக நகர ஆரம்பித்துவிடுகிறது.

9. முழுத்துளையிடும்போது சரியான திசையில்தான் போய்க் கொண்டிருக்கிறாயா என்பதை நிச்சயப்படுத்திக்கொள்.

நீயும் ஏன் சாதிக்கக் கூடாது?

செயற்படிகள்

1. உன்னுடைய இலக்குகளாக வகுத்து வைத்திருப்பதை நன்கு கவனித்துப் பார். உன்னை முழுக்க, அதற்கான முயற்சிகளில் ஈடுபடுத்திக்கொள்வதற்குத் தடையாக ஏதாவது இருக்கிறதா என்று பார்.

_____
_____
_____
_____

2. அந்தத் தடைகளை மீறிவருதற்கான வழிவகைகளைக் கண்டறி. இன்றிலிருந்து அடுத்த ஏழு நாட்களுக்கு உன் உடனடி இலக்கை நோக்கிப் போவதற்கு ஆக்கபூர்வமாக எந்தச் செயல்களைச் செய்யப் போகிறாய் என்று குறிப்பெடு.

_____
_____
_____
_____
_____
_____

3. இப்போதே செய்துவிடு.

3

சிந்தனையைச் செம்மையாக்குவோம் வா!

"ஒரு மனிதனின் சிந்தனையே அவன் வாழ்க்கையை அடைகிறது"

— மார்கஸ் அரீலியஸ்

வெற்றியை அடைவதில் ஈடுபடுவதை விடத் தோல்வியைத் தவிர்ப்பதிலேயே பலரும் முயல்கிறார்கள். நமது இறுதி இலக்குகளை அடைவதில் மனத்தில் தீர்மானிப்பதில் நம் மனப்பான்மை இதுவரை பங்கு வகிக்கின்றது. வெற்றி என்பது மன உறுதி. ஒரு வகைச் சிந்தனை. எனவே வெற்றியை நோக்கிப் பாடுபட வேண்டும் என்பதை நினைவில் வைப்போம். தோல்வியைத் தவிர்ப்பது மட்டுமன்று. எல்லாம் நம் சிந்தனையின் வலிமையே.

வாழ்க்கை தன்னையே பூர்த்தி செய்துகொள்ளக் கூடியதொரு தீர்க்கதரிசனம். நாம் எதை எதிர்பார்க்கிறோமோ அதையே வழக்கமாகப் பெறுகிறோம். எதிர்காலத்தை ஆக்கபூர்வமான சிந்தனையோடும் நம் திறன்களைப் பற்றிய சரியான நோக்கும்கொண்டு பார்க்கும்போது வெற்றியைச் சந்திப்பதற்கான சாத்தியங்களை அதிகரித்துக்கொள்கிறோம்.

ஆக்கப்பூர்வமானதை எதிர்நோக்கக் கற்றுக் கொள்ளவேண்டும். எதிர்மறையானவற்றைத் தவிர்க்க முயற்சிசெய்துகொண்டிருக்கக் கூடாது. கோல்ஃப் விளையாடுகிறவர்களுக்குத் தெரியும்.

தண்ணீரில் விழாமல் பந்தை அடிக்க வேண்டும் என்று நினைக்கும் போதும் மணலில் புதைந்துவிடாமல் பந்து போக வேண்டும் என்று நினைக்கும் போதும் பத்துக்கு ஒன்பது தடவை அப்படியே பந்து தண்ணீரில் விழுந்துவிடுகிறது அல்லது மணலில் புதைந்துவிடுகிறது. மாறாகச் சிறந்த கோல்ஃப் ஆட்டக்காரர்கள் தன்னம்பிக்கை கொண்டவர்களாக இருக்கிறார்கள். பந்து எங்கே போக வேண்டும் என்பதில் தம் சிந்தனையைச் செலுத்துகிறார்களே தவிர எங்கே போய்விடக் கூடாது என்பதில் தம் கவனத்தைத் திசை திருப்புவதில்லை.

எதிர்காலத்தைத் தன்னம்பிக்கையோடும் நம்பிக்கையோடும் பார்த்துக்கொண்டிருக்கிறாயா? அல்லது நமக்கு எதற்கு வம்பு என்று தப்பிக்கப் பார்க்கிறாயா?

தாம் வந்துகொண்டிருக்கிறோமா போய்க் கொண்டிருக்கிறோமோ என்பது கூடத் தெரியாமல் குழப்பமும் விரக்தியுமாகப் பலர் இருக்கிறார்கள். தாங்கள் யார் என்பதோ தாங்கள் எதைச் சார்ந்திருக்கிறோம் என்பதையோ தெரிந்து வைத்திராதவர்கள் அவர்கள். தனக்கென ஓர் அடையாளத்தை வைத்திருப்பதென்பது சற்றே சிரமமான காரியம்தான். நாம் எப்படிச் சிந்திக்க வேண்டும் எப்படிச் செயல்பட வேண்டும் என்பதைப் பற்றிய பலவிதமான செய்திகள் பலவிதமான மூலங்களில் இருந்து நம்மைத் தாக்கிக்கொண்டே இருக்கின்றன. எனவே நாம் போக வேண்டிய திசை எது என்பதை நிர்ணயிப்பதும் சற்றே சிரமமான காரியம்தான்.

நம்மைச் சூழ்ந்திருக்கும் பண்பாடே நம்மை நிர்ணயித்து வைத்திருக்கிறது. நாம் எதை வாங்க வேண்டும் எப்படித் தோன்ற வேண்டும் என்பதைச் சொல்ல நமக்குப் பத்திரிகைகள் இருக்கின்றன. நமக்கு எது முக்கியமானதாக இருக்க வேண்டும் என்று சொல்லும் சக பணியாளர்கள் எப்போதும் நம்மைச் சுற்றி இருந்துகொண்டே இருக்கிறார்கள். வீட்டுக்குப் போனால் அதையே இன்னும் பார்க்கவும் கேட்கவும் இருக்கவே இருக்கிறது டெலிவிஷன். சிலர் சுய அடையாளத்தைத் தேடிக் கொண்டிருக்கிறார்கள் என்பதிலும் அவரவர் திறன்களைப்

சிந்தனையைச் செம்மையாக்குவோம் வா!

பற்றிய பெருமிதத்தைக் காணப் போராடுகிறார்கள் என்பதும் ஆச்சரியப்பட வைப்பதில்லைதான்.

உன்னை வெள்ளத்திலிருந்து காப்பாற்றக் கயிறொன்றை வீசப் போகிறேன். இப்படியல்ல நாம் இருக்க வேண்டியது என்பதை நீ உணர வேண்டும் என்கிறேன்.

வெற்றியடைகிறவர்கள் புற உலகம் தம்மீது எந்தத் தாக்கத்தையும் ஏற்படுத்த அனுமதிப்பதில்லை. தம் இலக்கை அடையத் தேவையான அனைத்தும் அவரவருக்கு நேர் எதிரே கிடக்கின்றன என்பதும் அதைவிட முக்கியமான அவர்களுக்குள்ளேயே பொதிந்து கிடக்கின்றன என்பதும் சாதிக்கப் பிறந்தவர்களுக்குத் தெரியும். இப்போது இங்கே எவ்வளவோ காரியங்கள் மிகச் செம்மையாகவும் சரியாகவும் நடந்தேறிக்கொண்டிருக்கின்றன என்பதும் நாம் இந்த உலகுக்குத் தர நம்மிடம் வெகுவானவை இருக்கின்றன என்பதும் அவர்களுக்குத் தெரியும். பிறரிடமிருந்து எவரொருவரையும் தனிப்படுத்திக் காட்டும் அளவுக்கு அவரவரிடம் தனிச்சிறப்புகள் பல மலிந்து கிடக்கின்றன. (ஜீவித்திருப்பதற்கான திறன் பெற்றவர்களாவதற்கு இந்தச் சிறப்புகளை உணர்ந்திருப்பது மிக முக்கியமான விஷயம். ஆனால் வாழ்வின் ஆரவாரத்தில் இவற்றைத் தெரிந்துகொள்ளப் பலரும் துரதிருஷ்டவசமாகத் தவறிப் போகிறார்கள். எனவே நம் சிந்தனைகளைச் செம்மையாக்கிக்கொள்ளும் நேரம் வந்துவிட்டது. சிந்தனைகளைச் செம்மையாக்கிக்கொள்வோம் வா!

இந்தச் செயல் முறைக்குப் போகுமுன் இரண்டு விஷயங்களைத் தெளிவாக்கிக்கொள்ள வேண்டும் என விரும்புகிறேன்.

- உலகில் நல்ல சந்தர்ப்பங்கள் அநேகம். அதைச் சரியாகப் பயன்படுத்திக்கொள்வது உன் சாதுரியம்.

- நாம் ஒவ்வொருவரும் பிரத்தியேகமான திறமைகளும் திறன்களும் பெற்ற தனிச்சிறப்புடையவர்.

பிரமாதமான இடமும் நேரமும்தான்

இப்போது இங்கே இருப்பது ஒரு பாக்கியம்தான். வாழ்வில் நமக்கென நாம் சில தீர்மானங்களைச் செய்துகொள்ள முடியும். நாமிருக்கும் நாட்டில் இந்தச் சுதந்திரமன்றியும் பெருத்த மோதல்கள் யுத்தங்கள் போன்றவற்றின் அலைக்கழிப்பு இல்லாமல் வாழ்ந்துகொண்டிருக்கிறோம். நாம் வீடு என்று அழைக்கும் இந்த அருமையான இடத்தில் நமக்கு வேண்டியதெல்லாம் கிடைக்கின்றன. வாழ்க்கை மிகச் சௌகரியமாக இருக்கிறது. மகிழ்ச்சியும் திருப்தியும் நிலவுகின்றன. இந்த மண் நமக்கு விதவிதமான உணவுப் பொருட்களைத் தருகிறது. நம் உடல் வளரவும் செயலாற்றவும் உயிர்த்திருக்கவுமான அனைத்தும் இங்கே இருக்கின்றன. நரம்பு மண்டலத்தின் ஊக்கத்துக்கும், மூளையின் செயற்பாட்டுக்கும் தேவையான வைட்டமின்கள், கனிமங்கள் எல்லாமும் கிடைக்கின்றன. இந்த உடல் வெகு ஆரோக்கியமாக இருக்கத் தேவையான அனைத்தும் நம் முன்னே கையெட்டும் தூரத்தில் கிடக்கின்றன. ஆணும் பெண்ணும் எல்லோரும் சௌகரியமாகச் சுகித்திருக்கத் தேவையான அனைத்தும் அனைவருக்கும் கிடைக்கும் வகையில் இருக்கின்றன.

> நாம் வாழ்ந்திருக்கும் சூழல் எந்த அளவுக்கு முழுமையானதாகஇருக்கிறது என்றால் பூரணமான வாழ்வை வாழ நமக்கு எல்லைக் கோடுகளாக இருப்பவை நம் கற்பனையும் நம் மீதும் பிறர் மீதும் நாம் வைத்திருக்கும் நம்பிக்கையுமே.

பலவற்றையும் நாம் வெகு சுவாதீனமாக எடுத்துக் கொள்கிறோம். மனிதன் வாழ்வதற்குத் தேவையான ஒவ்வொன்றும் மிகப் பொருத்தமாக அமைந்திருக்கும் வகையிலேயே இந்தப் பூமியில் இருக்கின்றன. இயற்கையின் அதியற்புதமான இவை அனைத்தும் நம் தேவைகளும் ஆசைகளும் நிறைவேறும் வகையில் அமைந்திருக்கும் ஒரு தொகுப்புத்தான். நாம் அனைவரும் ஒரு கண நேரமாவது நின்று சாவகாசித்து ரோசா மலரின் மணத்தை முகர்ந்து பார்த்தோம் என்றால் எவ்வளவு அருமையானவை எவ்வளவுக்கு இடையே நாம் வாழ்ந்துகொண்டிருக்கிறோம் என்பதை உணர்வோம்.

நாம் வாழும் சூழலை விடவும் அற்புதமானது நம் உடல். இதில் வருத்தமான விஷயம் என்னவென்றால் இத்தனை அற்புதங்களையும் பெற்றிருப்பதற்கு நன்றி சொல்ல ஒரு கண நேரம் கூட நாம் சாவகாசமாக இருப்பதில்லை. நாம் ஜீவித்திருப்பதே ஒரு அற்புதம். கருக்கொள்ளவும் உயிர்த்திருக்கவும் எத்தனையோ தடைகள் இருந்தும் ஒவ்வொருவரும் இங்கு வந்து வாழ்ந்துகொண்டிருப்பது எவ்வளவு பெரிய அற்புதம் தெரியுமா? நாம் இப்போது இங்கே ஜீவித்திருப்பதற்கான பாக்கியத்தைப் பெற்றிருப்பதற்கு நன்றி சொல்லக் கடமைப்பட்டவர்கள்.

எப்போதையும் விட இப்போதே சிறந்தது

சரித்திரத்தின் இந்தக் காலகட்டத்தில் இங்கே ஜீவித்திருப்பது எவ்வளவு பாக்கியமானது என்பதைப் பலரும் மறந்துவிடுகிறார்கள். ஆனந்தமான அந்த நாட்களைப் பற்றிப் பலரும் பேசுவதைக் கேட்டிருப்பீர்கள். ஆனால் இப்போது இங்கே வாழ்வதற்கு நாம் கொடுத்து வைத்துத்தான் இருக்க வேண்டும். வாழ்வின் அன்றாடச் சுழலில் சிக்கி அலைப்புற்றுக் கொண்டிருப்பதால் இங்கும் அங்குமாக இழுபட்டுக் கொண்டிருப்பதால் நமக்கு எத்தனை சிறந்தவை கிடைத்திருக்கின்றன என்பதை மறந்தே போகிறோம். இப்போதைப் போல எப்போதும்.

- உயர்ந்த வாழ்க்கைத் தரம் இருந்ததில்லை.
- புதிய புதிய சந்தர்ப்பங்கள் இருந்ததில்லை.
- ஆரோக்கியமும் மருத்துவ வசதியும் இந்த அளவுக்கு இருந்ததில்லை.
- அறிவு எவருடைய கைக்கும் எட்டும் தூரத்தில் இருந்ததில்லை.

நம் உரிமைகள், சலுகைகள், சுதந்திரம் ஆகியவற்றை நம்மிடமிருந்து பறித்துக்கொள்ளும்போதுதான் அவற்றின் அருமை நமக்குத் தெரிகிறது. நம் நாட்டைப் போன்ற உயர்ந்த வாழ்க்கைத் தரம்கொண்ட நாடுகளைப் பொறுத்த அளவில் இது குறிப்பாக வெகு உண்மையானதாக இருக்கிறது. மக்கள்

திருப்தியடைந்தவர்களாக எதையும் வெகு இயல்பாக எடுத்துக் கொள்கிறார்கள். அவ்வளவு சுலபமாகவும் முயற்சிகள் இன்றியும் அனைத்தும் கிடைக்கின்றனவே!

சிலர் தமக்குக் கிடைத்ததைக்கொண்டு சிறந்த வாழ்வை அமைத்துக்கொள்கிறார்கள். உதாரணமாகப் பிற நாடுகளில் இருந்து இங்கே குடியேறுகிறவர்களைப் பாருங்கள். தம் நம்பிக்கைகளும் கனவுகளும் தவிர வேறு எதையும் சுமந்துகொண்டு வராத அவர்கள் பிறரைவிடக் கடினமாகவும் புத்திசாலித் தனமாகவும் உழைக்கிறார்கள். வெகு சீக்கிரத்தில் பிறரை முந்திப் போய்விடுகிறார்கள். ஏனென்றால் அவர்களுக்கு இங்கே கிடைத்திருக்கும் வாய்ப்புகளின் அருமை தெரிந்திருக்கிறது. அப்படிக் குடியேறியவர்களிடமிருந்து இதை நாம் கற்றுக்கொள்ள வேண்டும். புதிய வாய்ப்புகளையும் சாத்தியங்களையும் இனங் காணத் தெரிந்துகொள்ள வேண்டும்.

எந்த அளவுக்குப் பாக்கியசாலி என்பதை நீ தெரிந்து கொள்ள வேண்டும் என்கிறேன். அற்புதமான படைப்பான நீ அருமையான இடத்தில் வாழ்ந்துகொண்டிருக்கிறாய். இங்கே உன் கனவுகளும் நம்பிக்கைகளும் மெய்ப்படப் போகின்றன. நம்மால் முடியும் என்ற சிந்தனை இருக்கும்வரை நாம் சிறந்த சாதனைகளைச் சாதிக்க முடியும். பலருக்கும் வாழ்வில் வெற்றியடைய வேண்டும் என்ற உந்துதல் இல்லை. எவ்வளவு காலத்துக்குத் தோல்வியைத் தள்ளிப் போட முடியுமோ அவ்வளவு காலத்துக்குத் தள்ளிப் போடலாம் என்றே வாழ்கிறார்கள். தவிர்க்க முடியாததே தோல்வி என்றல்லவா அவர்கள் நினைத்திருக்கிறார்கள்! எது நடக்கப் போவதில்லையோ அதைப்பற்றியே நினைத்துக்கொண்டிருக்காமல் ஆக்கபூர்வமானவை பற்றிய சிந்தனை அவசியம்.

எதிர்மறையானவை பற்றியே நினைத்துக்கொண்டிருப்பது நமது இலக்குகளை நோக்கிப் பாய்ந்து போவதற்குத் தடையாகிப் போகிறது. நம்மால் வெகுவாகச் சாதிக்க முடியும் என்றாலும் அவ்வப்போது நமது கவனத்தைத் திசை திருப்பும் விஷயங்களில்

சிக்கிக்கொண்டவர்களாக, “போ! போய் அதைச் சாதித்துவிடு!” என்ற ஊக்கத்தை இழந்து போயிருக்கிறேன். இதை இப்படியே விட்டுவிடக் கூடாது. நம் சிந்தனையைச் செம்மைப்படுத்த வேண்டியிருக்கிறது.

நாமிருக்கும் உயரத்தை மாற்றியமைத்துக்கொள்ள வேண்டும் என்றால் நம் சிந்தனையை நாம் மாற்றியமைத்துக் கொள்ள வேண்டும்.

-- ஸிக் ஸாக்லர்

ஆக்கபூர்வமான சிந்தனை

நம் வாழ்விலிருந்து எல்லாப் பயன்களையும் பெற்றுக் கொள்ள வேண்டும் என்றால் ஆக்கபூர்வமான சிந்தனை மிக முக்கியமானதாகிப் போகிறது. நம் சிந்தனையே நம்மை ஆக்குவதும் அழிப்பதும், எந்நேரமும் முன்னேறிக்கொண்டும் வளர்ந்துகொண்டும் இருப்பதற்கும் எங்கும் போகாமல் எதிலும் வெற்றி பெறாமல் தேங்கிக் கிடப்பதற்கும் இடையே இருக்கும் வித்தியாசம் நம் சிந்தனையின் இயல்பைச் சார்ந்ததுதான்.

சில நேரங்களில் பாஸிட்டிவ் ஆட்டிட்யூட் என்று சொல்வதைத் தவறாகப் பயன்படுத்துகிறார்கள் என்றுதான் எனக்குத் தோன்றுகிறது. அதைவிட மோசம் அதைத் தவறாகப் புரிந்து வைத்திருப்பது. “எல்லாமும் வெகு பிரமாதமாக இருக்கிறது. இதை விடச் சிறந்ததாக முடியாது.” என்று நினைத்திருப்பதல்ல அந்தச் சிந்தனைப் பாங்கு. எதார்த்தத்தை முழுக்கப் புறக்கணித்துவிட்டுப் பேசுகிறவர்கள்தான் அப்படிச் சொல்வார்கள். அதுவல்ல. எதையும் ஆரோக்கியமான ஆக்கபூர்வமான சிந்தனையோடு பார்க்க வேண்டும். எதார்த்தத்தை அப்படியே அளவிட்டுக்கொண்டிருக்கும் அதே நேரம் அனைவரிடமும் இருக்கும் மிகச் சிறந்தது என்ன என்று பார்க்கும் வகையில் அமைவதுதான் அந்தச் சிந்தனைப் பாங்கு.

ஆக்கபூர்வமான சிந்தனை என்பதால் அது எப்போதும் எல்லாவற்றையும் சாத்தியமாக்குகிறது என்றல்ல பொருள்.

ஆன்டிரியா போசெல்லியைப் போல நான் பாட முடியுமா என்ன? ஆக்கப்பூர்வமான சிந்தனையால் எதையும் சாதிக்கலாம் என்பதில்லை. ஆனால் எதையும் சிறப்பாகச் செய்ய முடியும் என்பதும் எதையும் ஒரு சுகமான அனுபவமாக எடுத்துக்கொள்ள முடியும் என்பதும் ஆக்கபூர்வமான சிந்தனைப் போக்கின் பாற்பட்டது என்பேன்.

பாஸிடிவ்வான எது இருந்தாலும் சரியே. நெகட்டிவான ஏதுமில்லாததை விட அது சிறந்ததுதான்.

-- ஜப்பானியப் பழமொழி

எதார்த்தத்துக்குப் புறம்பான எதிர்பார்ப்புகளோடு வாழ்வில் நடைபோட்டால் நமக்காகக் காத்திருக்கும் முரட்டுத்தனமான விஷயங்கள் தரும் அதிர்ச்சியை அனுபவிப்போம். மிகச் சிரமமாகத்தான் இருக்கப் போகிறது. சில சமயம் வாழ்வில் மோசமான நிலைகளைச் சந்திக்க நேரிடுவது உண்மைதான். ஆனால் சீட்டுக்கட்டு நமக்கு எதிரான சீட்டுகளை மட்டுமே அடுக்கியதாக இருப்பதில்லை. எந்த ஒரு நேரத்திலும் கையில் வைத்திருக்கும் சீட்டுகளை வைத்துக்கொண்டு விளையாடிக் கொண்டே இருக்க வேண்டியதுதான். எந்த அளவுக்கு முடியுமோ அந்த அளவுக்குத் திறமையாக விளையாட வேண்டும் அவ்வளவே!

சுய மதிப்பீடு என்பது என்ன?

ஒருவருடைய இயல்பில் மிக முக்கியமானது அவருடைய சிந்தனைப் பாங்கே. நாம் நம்மை எப்படிப் பார்த்துக் கொள்கிறோம் என்பதைப் பொறுத்தே இது அமைகிறது. நம்மைப் பற்றிய நம் கோட்பாடு அல்லது சுய பிரதியை (ஸெல்ப் இமேஜ்) என்று இதைக் கொள்ளலாம். சைக்கோ சைபர்னடிக்ஸ் என்ற புத்தகத்தில் சொல்லியிருப்பது என்னவென்று பார்க்கலாமா?

சுயப் பிரதிமையைச் சாதிப்பதுதான் இந்த நூற்றாண்டின் மிகப் பெரிய உளவியல் கண்டுபிடிப்பாகும்.

-- டாக்டர் மேக்ஸ்வெல் மால்ட்ஸ்

சிந்தனையைச் செம்மையாக்குவோம் வா!

நம்மை நாம் எப்படி எடுத்துக்கொண்டிருக்கிறோம் என்பதுதான் சுயப் பிரதிமை. ஒவ்வொருவரும் தத்தமது சுயப்பிரதிமையை இரண்டு மூலங்களிலிருந்து வகுத்துக் கொள்கிறார்கள்.

- பிறர் அவர்களைப் பற்றிச் சொல்வது
- அவரவர் தத்தமது திறமைகள் திறன்கள் பற்றிநினைத்துக் கொண்டிருப்பது.

நாம் அனுபவிக்கும் ஒவ்வொரு நிகழ்வும் நாம் எப்படிப்பட்டவர் என்று நிர்ணயிப்பதில் ஒரு பங்கு வகிக்கின்றது. பல படிவ இணைப்பாகிப் போகும் ஒன்றாக சுயப் பிரதிமை அமைகிறது என்றுகூடச் சொல்லலாம். தோல்விகள் வெற்றிகள் என்றிவற்றிலிருந்து புகழ்ச்சியும் இகழ்ச்சியும் என்று எல்லாமும் சின்னஞ்சிறிய நமது மூளைக்குள் புகுந்துகொள்கின்றன. சிறியதுதான் என்றாலும் சக்தி வாய்ந்த கம்ப்யூட்டரே இந்தப் மூளை. இந்த எண்ணங்கள், உணர்வுகள் யாவும் புகுந்து ஒன்றாகும்போது எதிர்காலத்தினூடே நம்மை வழி நடத்திப் போகும். நம்பிக்கைகளை உருக்கொள்கின்றன. இந்த நம்பிக்கைகளே நாம் எதைச் சாதிக்க முடியும் என்பதை முடிவு செய்ய நமக்கு உதவியாக இருக்கின்றன.

வெற்றிக்கு மையமாக அமைவது எதார்த்தமான சுயப் பிரதிமையே. ஒருவருடைய சுயப் பிரதிமை சரியான தளத்தில் அமைந்திருக்க வேண்டியது அவசியம். குறைகளை ஏற்றுக் கொள்வதாக. அதே சமயம் எவ்வளவுக்கு உயர முடியுமோ அவ்வளவுக்கு உயர்ந்து நிறைவேற்றம் காண்பதாக இருக்க வேண்டும். இதைத்தான் அன்றே சொல்லிப் போயிருக்கிறார்கள். "நட்சத்திரத்தைத் தொடும் அளவுக்கு உயரவேண்டும்தான். என்றாலும் கால்கள் நிலத்தில் உறுதியாகப் பதிந்திருக்கவும் வேண்டும்."

"நமது எண்ணங்கள் எதிர்மறையானவையாகும்போது பயன்களும் எதிர்மறையாகவே அமைகின்றன. எண்ணங்கள் ஆக்கப்பூர்வமானவையாகும் போது மேலும் மேலும் சாதிக்க

முடிகிறது. இதை மனதில் வைத்திருப்பது எல்லாவற்றிலிருந்தும் எல்லாச் சூழல்களிலிருந்தும் மிகச் சிறந்ததைப் பெற்றுக்கொள்ள வேண்டும்."

> உன் சிந்தனை உன்னைத் தளைப்படுத்தலாம். அல்லது விட்டு விடுதலையாகச் செய்யலாம். உன்னுடைய தேர்வைப் பொறுத்ததே அது.
> சுயப் பிரதிமை உன்னை உயரத்துக்குத் தூக்கிப் போகலாம்.
> அல்லது கீழே இழுத்துத் தள்ளிவிடலாம்.

ஆரோக்கியமான சுயப்பிரதிமையை வளர்த்துக்கொள்ளுதல்

சுயப் பிரதிமை பற்றிப் பேசும்போது ஸெல்ஃப் இமேஜ் லெட்ஜர் பற்றிச் சொல்ல வேண்டியிருக்கிறது. வரவு செலவைக் குறிக்க இரண்டு பகுதிகள் கொண்டதுதானே ஒரு கணக்குச் சீட்டு! ஸெல்ஃப் இமேஜ் லெட்ஜரும் அப்படித்தான். உன்னை நீயே பார்த்துக்கொள்ளும்போது ஆக்கபூர்வமாகவும் எதிர்மறையாகவும் எப்படி உன்னையே பார்த்துக்கொள்கிறாய் என்பதற்கான வரவு செலவு புத்தகம்தான். இதன் நோக்கம் எதிர்மறையானதைவிட ஆக்கபூர்வமானது அதிகமாக இருக்க வேண்டும் என்பதுதான்.

வரவு	செலவு	எதிர்மறை	ஆக்கபூர்வம்
100		தன்னம்பிக்கை	
		இல்லாதிருத்தல்	
	95		விடாமுயற்சி
50			தாராளமாயிருத்தல்
	100	தயக்கங்கள்	
125			புத்திசாலித்தனம்

எதிர்மறையானவை ஆக்கபூர்வமானவற்றை விட அதிகமாக இருக்குமேயானால் நமது சுயப்பிரதிமை எதிர்மறையானதாகிப் போய்விடும். சுயப்பிரதிமை என்று வரும்போது பலர் அபாய கட்டத்தில்தான் இருக்கிறார்கள். நிலைத்த வெற்றிகள் நமது வாழ்வில் இருக்க வேண்டும் என்றால் நம் சுயப் பிரதிமை அபாயகட்டத்தைத் தாண்டி இருக்க வேண்டும். நம்முடைய தனிப்பட்ட குணங்களைச் சற்றே அணுகிப் பார்க்கும் போது ஆக்கப்பூர்வமானவை எதிர்மறையாானவற்றைவிட அதிகமாகவே இருக்கின்றன என்பதை உணர்வாய். அப்படி இல்லையென்றால் அதைச் சீரமைக்க வேண்டியதைச் செய்ய வேண்டிய நேரம் வந்துவிட்டது. அதுவும் உடனடியாகச் செய்ய வேண்டிய நேரம் வந்துவிட்டது என்பதை உணர்ந்துகொள்ள வேண்டும்.

அதிகபட்சம் நாம் எவ்வளவு செய்ய முடியுமோ அவ்வளவையும் செய்யும் போது கூட்டத்திலிருந்து விலகியிருப்பதென்பது தவிர்க்க முடியாததாகிப் போகிறது. அப்படி நடந்துகொள்ளும்போது குற்றம் குறை காண்கிறவருடைய கவனத்தை உடனடியாகக் கவர்கிறோம் என்பது உண்மைதான். ஆரோக்கியமான சுயப்பிரதிமை ஒரு கவசத்தைப் போன்றது. வாழ்வின் பயணத்தில் தவிர்க்க முடியாத இடியும் அடியும் படும்போது நம்மை ஒரு கவசமாக இருந்து காப்பது நம்மைப் பற்றி நாமே வரைந்து வைத்திருக்கும் இந்த ஓவியம்தான்.

இனி ஆரோக்கியமான சுயப்பிரதிமையை வடித்து வைத்துக் காப்பது எப்படி என்பதைப் பற்றிச் சொல்லப் போகிறேன். மேலும் படிக்கும்போது இந்த வரவு செலவுக் கணக்குப் புத்தகத்தை மனதில் வைத்துக்கொள். வெற்றியடைய நினைக்கும் எவரும் இந்த ஸெல்ஃப் இமேஜ் கணக்குப் புத்தகத்தில் ஆக்கப்பூர்வமானதன் பாற்பட்டே இருக்க வேண்டும் என்பதைப் புரிந்து கொள்வாய்.

நம் கடந்த கால அனுபவங்களும் எண்ணங்களும் எதிர்காலத்தில் நாம் போக வேண்டிய பாதையைப் பார்க்கும் பார்வையைப் பாதிக்கின்றன என்பதை மனதில் வைத்துக்கொள். அதனால்தான் நம் தனிப்பட்ட வாழ்வின் குறிப்பேட்டில் நம்முடைய நற்குணங்களை முன்னிலைப்படுத்துவதும் உறுதிப்படுத்திக்கொள்வதும் மிக முக்கியமானதாகிறது.

ஆக்கபூர்வமான சிந்தனைப் போக்குடையவர்கள் தம் கடந்த காலத்தை எதிர்மறைச் சிந்தனையுடையவர்கள் பார்ப்பதைவிட வெகுவாக, வித்தியாசமான கண்ணோட்டத்தோடுதான் பார்க்கிறார்கள்.

ஆற்றலிலிருந்து அதிகம் பெறுதல்

தம்மைக் குறைவாக மதிப்பிடுகிறவர்கள் தாம் சாதித்தது அவ்வளவொன்றும் அதிகமில்லை என்று துயரப்படுகிறார்கள். தமது கடந்த காலம் அவர்களுக்குத் தோல்விகளின் தொடராகத்தான் தெரிகிறது. அவர்கள் மனதில் குற்ற குறுகுறுப்பும் வலியுமே இருக்கின்றன. உருப்படியாக எதையும் சாதிக்கப் போவதில்லை என்றுதான் அவர்களுடைய கடந்த காலம் அவர்களுக்குச் சுட்டிக்காட்டுகிறது. தம்மைப் பற்றி அவர்கள் என்ன நினைத்துக்கொண்டிருக்கிறார்களோ அதையே அவர்களுடைய அனுபவங்களும் உறுதியிடுகின்றன. எப்படியோ அவர்களும் ஏதோ ஒன்றில் வெற்றியடையும்போதும் அவர்களுடைய மனதில் விஞ்சி நிற்பது ஐயமும் சந்தேகமும்தான். "இதற்கு நான் அருகதையானவன் அல்ல." "இது நீடிக்கப் போவதில்லை." இப்படித்தான் அவர்கள் சொல்லிக் கொள்வார்கள். எந்தவொரு வெற்றியும் அதிர்ஷ்டத்தின் பாற்பட்டதாகத் தெரிகிறதே ஒழிய அவர்களுடைய திறன்கள் அல்லது நிர்வாகத் திறமையின் சாதனையாக அவர்களுக்குத் தெரிவதே இல்லை. அதிர்ஷ்டக் காற்று வீசுகிறது என்பார்கள். அவர்களைப் பார்க்கும் போது "அய்யோ பாவம்!" என்றுதான் இருக்கிறது. ஏனென்றால் அவர்கள் தங்களை எப்போதும் சராசரி நிலைக்குத் தள்ளிக்கொண்டே இருக்கிறார்கள். தாம் சாதித்திருக்கக் கூடிய வெற்றிகளைக் கூடச் சாதிக்க முடியாமல் தவறிப் போகிறார்கள்.

ஆக்கபூர்வமான கண்ணோட்டம் உடையவரும் பலமான சுயப் பிரதிமை உள்ளவரும் எதையும் சற்றே வித்தியாசமாகச் செய்கிறார். தம்மைப் பற்றிய தத்தம் உயர்வான கணிப்பைச் சரி என்று காட்டி அதற்கு மேலும் வலுவூட்டுவதாகவே அவர்களுடைய செயல்கள் இருக்கின்றன. ஒவ்வொரு

சாதனையையும் வெற்றியையும் அவர்கள் துல்லியமாக நினைவில் வைத்திருக்கிறார்கள். எல்லா விவரங்களையும் கணக்கில் எடுத்து வைத்திருக்கிறார்கள். தம் நினைவில் அதைச் சேமித்து வைக்கிறார்கள். தேவைப்படும் போது திரும்பிப் பார்க்கவும் தவறுவதில்லை. திரும்பிப் பார்க்கும்போது வெற்றிகளே அவர்கள் கண்களுக்குத் தெரிகின்றன. தோல்விகள் இல்லவே இல்லை என்பதல்ல. அவற்றை அவற்றின் யதாஸ்தானத்தில் வைத்துவிடுகிறார்கள். தோல்விகள் அவர்களுக்குக் கற்கும் அனுபவங்களாகின்றன. இந்தப் பாடங்கள் முடிவெடுக்க அவர்களுக்கு உதவியாக இருக்கின்றன. எதிர்காலத்திய லட்சியங்களையும் இலக்குகளையும் சென்று சேரப் படிகளாகின்றன.

இப்படிச் சொன்னால் அது குறைத்து மதிப்பிடுவதாகத் தோன்றும் என்பது எனக்குப் புரிகிறது. வெகு எளிமையானது என்ற எண்ணத்தைத் தருகிறது. ஆனால் மனமார முயற்சி செய்யும் போது உண்மையான முன்னேற்றம் சாத்தியப்படுகிறது. மனிதர்கள் சிக்கலான பின்னல்களைப் போன்றவர்கள். பார்ப்பதற்கு மிகவும் பலமானவர் என்று தெரிகிறவர் கூட மோசமான அனுபவங்களால் பெரும் பின்னடைவு அடைகிறார்கள். அவ்வப்போது அப்படி நடப்பதை நம்மால் தடுக்க முடியாதுதான். அப்படி ஏதாவது பயம் தோன்றும் போது சுதாரித்துக்கொண்டு நம்முடைய ஸெல்ஃப் இமேஜ் லெட்ஜரின் வரவுப் பகுதிக்குப் போய்ச் சேர்ந்துகொள்ள வேண்டும்.

கடந்த காலத்திய சாதனை மற்றும் வெற்றிகளை நினைவுக்கு அவ்வப்போது கொண்டுவருவதும் தான் சாதித்தவை இன்னின்ன என்று நினைத்துப் பார்த்துக்கொள்வதும் தன்னைப் பற்றிய மதிப்பீட்டைச் சரியானதுதான் என்று உறுதி செய்வதுடன் சுயப் பிரதிமையை வடிவமைத்துக்கொள்ள மிகவும் உதவியாகவும் இருக்கின்றன. சாதிக்கக் கூடியவன் என்றால் உன்னுடைய திறன்களைச் செயல்களில் உணர இது மிகவும் முக்கியமாகிப் போகிறது. கடந்த காலத்திய மோசமான நிகழ்ச்சியை நினைவுக்குக் கொண்டுவரும்போது மிகவும் சங்கடமான உணர்வுதான் தோன்றுகிறது. ஆனால் அதையும் நல்லதற்குப் பயன்படுத்திக்கொள்ளலாம். இந்தச் சங்கடத்தையே

நீயும் ஏன் சாதிக்கக் கூடாது?

ஒரு பலமாக்கிக்கொண்டு நம் வாழ்வில் நலமே நடந்தேறிய நிகழ்ச்சிகளின்மீது கவனத்தைத் திருப்பலாம். பலரும் பயன்படுத்தாத இந்தச் சக்தி அதீதப் பலமுடையதாகும்.

சமீபத்தில் மாக்ஸ் வாக்கர் என்ற ஆஸ்திரேலிய விளையாட்டு வீரர் பேச்சைக் கேட்டேன். மிகவும் பிரபலமானவர். தத்தமது ஆற்றல்களில் இருந்து அதிகப் பயனைப் பெற்றுக்கொள்வது பற்றித் தொழிலதிபர்கள் கூட்டம் ஒன்றில் பேசிக்கொண்டிருந்தார். கடந்த காலம் எப்படி எதிர்காலத்தைப் பாதிக்கிறது என்பதைப் பற்றிச் சொன்னார். தம்மைப் பற்றிய வலுவான நம்பிக்கையை மேலும் வலுப்படுத்தத் தாம் பின்பற்றும் ஒரு முறை பற்றிச் சொன்னார். அன்று அவர் சொன்னதை உங்களோடு பகிர்ந்து கொள்கிறேனே!

ஒரு தாளை எடுத்துக்கொள். குறுக்காக ஒரு கோடு போட்டுக்கொள். அதை ஐந்து அல்லது பத்து ஆண்டுகளைக் குறிப்பதாகப் பிரித்துக்கொள். அந்தக் காலகட்டத்தில் பெருமைபடத் தக்க வகையில் என்னென்ன சாதித்திருக்கிறாய் என்பதை எழுதி வைத்துக்கொள். ஒவ்வொன்றுக்கும் ஒன்றிலிருந்து பத்துக்குள் மதிப்பெண்கள் போட்டுக்கொள். ஒன்றிலிருந்து பத்தைக் குறிக்க மேல்கீழாக ஒரு கோட்டைப் போட்டுக்கொள். உன் வரைபடம் ஏறக்குறைய கீழே தரப்பட்டதைப் போல அமையும்.

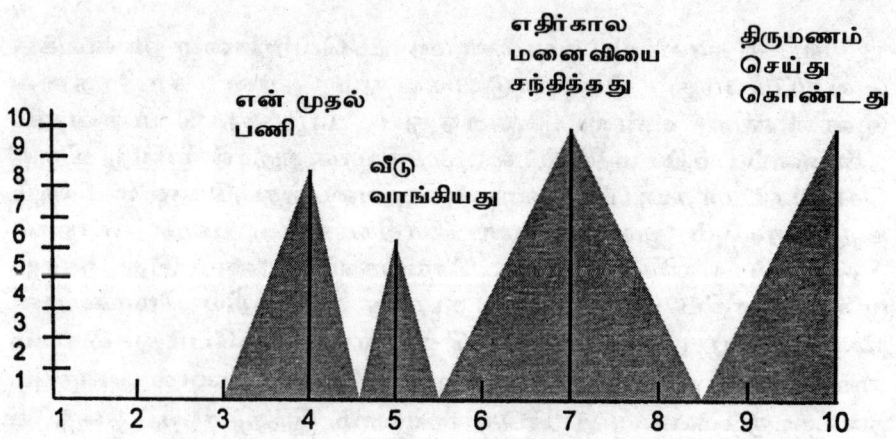

நேரத்தைக் குறிக்கும் கோட்டைப் பார்க்கும்போது எப்படி வாழ்வில் நாம் ஒவ்வொருவரும் உயர்வையும் தாழ்வையும் மாறி மாறிச் சந்திக்கிறோம் என்பது தெரிகிறது. இப்போது நாம் செய்ய வேண்டியது இதுதான். நல்ல காரியங்களுக்கு வெளிச்சம் போட்டுப் பார்த்துக்கொள்ளக் கற்றுக்கொள்ள வேண்டும். சின்னச் சின்ன வெற்றிகளைக் கூடப் பெரிய சாதனைகளாகக் காணப் பழகிக்கொள்ள வேண்டும். நம்மைப் பற்றிய உயர்வான மதிப்பீட்டை நியாயப்படுத்தித் தக்க வைக்கத் தெரிந்துகொள்ள வேண்டும். சற்றே அதிர்ஷ்டம் இருந்தாலும் போதும். வாழ்வில் உயர்வுகள் அதிகமாகவும் தாழ்வுகள் குறைவாகவும் ஆவதைப் பார்க்கலாம்.

சிறந்ததை நோக்கிய ஒரு மாற்றம்

என்ன செய்கிறோம் என்றாலும் சரியே. பலமான ஸெல்ஃப் இமேஜ் வாழ்வில் வெற்றிக்கு மிக முக்கியமானதாகிறது. நம்மைப் பற்றிய தாழ்ந்த மதிப்பீடு இருக்குமேயானால் எந்த விதமான வெற்றியை அடைவதற்கும் ஏதுவான சந்தர்ப்பத்தை நமக்கு நாமே மறுத்துவிடுகிறோம். இதில் சிக்கல் என்னவென்றால் நாம் எல்லோருமே வலியதொரு ஸெல்ஃப் இமேஜ் கொண்டவர்களாக இருப்பதில்லை என்பதுதான். ஆனால் நிலைமை அப்படியே இருந்துவிட வேண்டும் என்பதில்லை. இதில் நல்ல செய்தி என்னவென்றால் நம்மைப்பற்றிய எதிர்மறை உணர்வு கொண்டவர்களாக இருந்தாலும் அதை நேர்மையான ஸெல்ஃப் இமேஜாக மாற்றிக்கொள்ள முடியும். ஸெல்ஃப் இமேஜ் எப்படிச் செயல்படுகிறது என்பதைப் புரிந்துகொண்டால் அதை நமது கட்டுப்பாட்டுக்குள் கொண்டுவந்துவிடலாம்.

> நமது தலைமுறையின் மிகப் பெரிய கண்டுபிடிப்பு
> என்னவென்றால் மனம் தன்னைப் பற்றிய நோக்கை
> மாற்றிக்கொண்டால் வாழ்வில் புறப்பகுதிகளை
> மாற்றிக்கொள்ள முடியும் என்பதுதான்.
>
> — வில்லியம் ஜேம்ஸ்

வில்லியம் ஜேம்ஸ் மிகப் பெரிய தத்துவ அறிஞர். மனோதத்துவ மேதை. அவர் சொல்லியிருப்பதன் முக்கியத்துவத்தைப் புரிந்து

நீயும் ஏன் சாதிக்கக் கூடாது?

கொண்டால் வாழ்வின் நிலைமாற்றத்துக்கான கொள்கையை விளக்கியிருக்கிறார் என்பதைத் தெரிந்துகொள்வோம். நமது கனவுகள் மெய்ப்படவும் லட்சியங்கள் நிறைவேறவும் தேவையான ஸெல்ஃப் இமேஜை எப்படி வளர்த்துக் கொள்வது என்பதை அப்போது நாம் தெரிந்துகொள்வோம். நமது மனம் என்பது நாம் அதற்குள் எதைச் செலுத்துகிறோமோ அவற்றின் மொத்தம்தானே! இதை மனதில் வைத்துக்கொண்டால் புரிவது என்ன? ஆரோக்கியமான ஸெல்ஃப் இமேஜை வளர்த்துக் கொள்ள வேண்டும் என்றால் மனதிற்குள் ஆரோக்கியமான நேர்மறையான தகவல்களைச் செலுத்த வேண்டும் என்பதுதான்.

ஆரோக்கியமான உடல் வேண்டும் என்றால் உடலை நாம் சரியான முறையில் கவனித்து வைத்திருக்க வேண்டும் என்று சொன்னால் இதில் ஆச்சரியப்பட என்ன இருக்கிறது என்பாயல்லவா? சரியான உணவைச் சாப்பிட வேண்டும். அதில் சரியான ஊட்டச் சத்துக்கள் இருக்க வேண்டும். உடலைச் சரியான நிலையில் இயங்க வைக்கத் தேவையான அனைத்து ஊட்டத்தையும் தர வேண்டும். கொழுப்புச் சத்து நிறைந்த உணவு அல்லது சர்க்கரை நிறைந்த உணவு அல்லது உப்பு நிறைந்த உணவு அல்லது குறைந்த ஊட்டச்சத்து கொண்ட உணவு என்று உடலுக்கு நாம் தந்தால் கொஞ்ச காலத்திலேயே உடல் சரியான முறையில் இயங்குவதற்கு இயலாமல் தத்தளிக்க வேண்டியிருக்கும். இப்படி உடலைத் தவறாகப் பயன்படுத்தினால் மிஞ்சுவது நிரந்தரமான சேதம்தானே?

நமது மனமும் அப்படித்தான் இயங்குகிறது. அதைச் சரியான முறையில் கவனித்துக்கொள்ளாமல் இருந்துவிட்டாலோ அல்லது எதிர்மறையான எண்ணங்கள், கருத்துக்கள் போன்றவற்றை அதற்குள் திணித்துக்கொண்டே இருந்தாலோ என்னவாகும்? "என்னால் இதைச் செய்ய முடியாது." "நான் இதற்கு அருகதையானவன் அல்ல," "நான் பயனில்லாதவன்," என்று இப்படியே சொல்லிக்கொண்டே இருந்தால் சரியான முறையில் இயங்க இந்த மனம் படாத பாடு படவேண்டியிருக்கும். இப்படித் தொடர்ந்து நம்மை நாமே நிந்தனை செய்து கொண்டிருப்பதென்பது ஏறக்குறைய மனத்தைச் சித்திரவதை

செய்வதாகிப் போகிறது. நீண்ட காலத்துக்கு இப்படிப்பட்ட எண்ணங்களை நமது ஆழ்மனதுக்குள் செலுத்திக்கொண்டே இருந்தால் அங்கே வெடிப்புகள் தோன்றிவிடும். நம்மைப் பற்றி நாமே சரியானதொரு மதிப்பு வைத்திருக்க முடியாது போய்விடும்.

ஆரோக்கியமான ஸெல்ஃப் இமேஜ் வளர்த்துக்கொள்ள ஏழு படிகள்

ஆரோக்கியமான வலுவான ஸெல்ஃப் இமேஜை வளர்த்துக்கொள்ள ஏழு சுலபமான வழிகளைச் சொல்லப் போகிறேன்.

1. இருப்புக் கணக்கு

நம்மை நாமே சரியாகப் பார்த்துக்கொண்டால் இருப்புக் கணக்கை எடுக்க ஆரம்பித்துவிடலாம். நம்மிடம் என்னென்ன நல்லியல்புகள் இருக்கின்றன? என்னென்ன நேர்மறையான இயல்புகள் இருக்கின்றன? இப்படிக் கேட்டு அதற்கான விடைகளைப் பெற்றுக்கொள்ளும்போது நம்மிடம் நமக்கே உரிய ஏதோ ஒன்று இருப்பது தெரிய வருகிறது. விஞ்ஞானிகளும் இன்ஜினீயர்களும் மனிதனைப் போலச் சிந்திக்கக் கூடிய, நடந்து கொள்ளக்கூடிய ஓர் இயந்திரத்தை வடிக்க முடிந்தால் அந்தத் தொழில் நுட்பத்தை எந்த அளவுக்குப் பணத்தால் மதிப்பிட முடியும்? பல நூறு கோடி! மனித வாழ்வுக்கு விலை மதிப்புப் போட முடியாதுதான். ஆனால் ஆரம்பத்திலிருந்து ஒரு மனிதனை நாம் வடித்தெடுக்க முடியும் என்றால் நம்ப முடியாத அளவுக்கு அந்த மனிதன் பணமதிப்புக் கொண்டவனாகத்தான் இருப்பான்.

கம்ப்யூட்டர் சில்லுகள், நட்டுகள், போல்ட்டுகள் என்று ஒரு மனிதனை நாம் வடித்தெடுக்க முடியும் என்றால் அது மாபெரும் அதி அற்புதமாகத்தான் இருக்கும். ஆனால் மனிதர்கள் என்னவோ தாம் எந்தவிதத்திலும் சிறந்தவர்கள் என்றே நினைத்துப் பார்ப்பதில்லை என்பது பெரும் விந்தைதான். சிலர் தம்மை எதற்கும் பயனற்றவர்கள் என்று கூட நினைத்துக் கொண்டிருக்கிறார்கள். நீ ஓர் அற்புதம் என்று நினைத்துப்

பார்க்க ஆரம்பித்துவிடு. உண்மை அதுதான். இறைவனின் படைப்பில் எதுவும் குப்பையாகவோ கூளமாகவோ இருப்பதில்லை.

2. ஒப்பிட்டுப் பார்க்காதே

உன்னைப் பிறரோடு ஒப்பிட்டுப் பார்க்கும் பொறிக்குள் சிக்கிக்கொள்ளாதே. நமது சாதனைகளைப் பிறருடைய சாதனைகளோடு ஒப்பிட்டுப் பார்க்கும் தவறை நாம் வெகு சுலபமாகச் செய்துவிடுகிறோம். நம்மால் எவ்வளவு சிறப்பான சாதனை புரிய முடியுமோ அதைச் செய்ய முயற்சிக்கிறோமே ஒழிய யாரையும் எதிலும் விஞ்சி நிற்க முயல்வதில்லை என்பதை நினைவில் நிறுத்து. எதார்த்தத்துக்குப் புறம்பாக நம்மைப் பிறரோடு நாம் ஒப்பிட்டுப் பார்க்கும் போது மிஞ்சுவதெல்லாம் தாழ்வு மனப்பான்மையும் பொறாமையும்தான். "அடுத்தாத்து அம்புஜம்" என்ற நினைப்பே தோல்விக்கு இட்டுச் செல்லும் சர்வ நிச்சயமான வழியாகிப் போகிறது.

பிறர் வைத்திருக்கும் பொருட்களை நாமும் வைத்திருக்க வேண்டும் என்று நினைக்கிறவர்களை நாம் வெகு சாதாரணமாகப் பார்க்கிறோம். இதனால் விளைவதெல்லாம் தொல்லையும் துக்கமும்தான். நாம் யாராக இருக்கிறோமோ, நம்மிடம் எது இருக்கிறதோ அது போதும் என்று எண்ண வேண்டும். நாம் எந்த அளவுக்குச் சிறக்க முடியுமோ அந்த அளவுக்குச் சிறப்பாக வர நித்திய முயற்சி கொண்டவர்களாக இருக்க வேண்டும். கணக்குப் போட்டுப் பார்த்துக்கொண்டே இரு. ஸ்கோர் கார்டு வைத்துக் கொள். ஆனால் உன்னுடைய ஸ்கோர் கார்டை மட்டும் பார்த்துக்கொண்டிரு. மற்றவனுடைய ஸ்கோர் கார்டில் என்னவோ இருந்து தொலையட்டும் விட்டுவிடு.

3. மனதுக்குத் தீனி போடு

உற்சாகம் தருகிற நேர்மறையான செய்திகளை மனதிற்குள் செலுத்திக்கொண்டே இருக்கக் கிடைக்கும் எந்தச் சந்தர்ப்பத்தையும் பயன்படுத்திக்கொள். கற்றுக்கொள்ள ஏதுவான அல்லது செயல் புரிய ஊக்கம் தருகிற டெலிவிஷன்

நிகழ்ச்சிகளைப் பார். உனக்குப் பயன்படக்கூடிய தகவல்களைத் தரும் புத்தகங்களையும் பத்திரிகைகளையும் படி. கடைசியாக உன் கார் ஓர் ஓடும் பல்கலைக் கழகமாக இருக்கட்டும். வேலைக்குப் போகும் போதும் வரும்போதும் கேட்பதற்கென சில கேஸட்டுகளை வாங்கி வைத்துக் கொள். எந்தத் துறையிலும் முன்னணியில் இருக்கிறவர்கள் இந்த அருமையான பழக்கத்தை வைத்துக் கொண்டவர்களாகத்தான் இருக்கிறார்கள். சராசரியாக ஒருவன் வாரத்துக்குப் பதினைந்து மணிநேரம் தன் காரில் இருக்கிறான். வருடத்துக்கு 780 மணி நேரமாகிறதல்லவா? இதில் ஒரு பகுதியை நம் சுய முன்னேற்றத்துக்குப் பயன்படுத்தினால் எப்படியிருக்கும் என்று நினைத்துப் பார். நமக்கு வேண்டிய தகவல்களைப் பெற்றுக்கொள்ளலாம். அறிவை விருத்தி செய்து கொள்ளலாம் ஸெல்ப் இமேஜை வளர்த்துக்கொள்ளலாம்.

4. யாரைக் கவனிக்கிறாய் என்பதைப் பற்றிக் கவனமாக இரு

அபிப்பிராயங்கள் என்பது மூக்கைப் போல, யாருடையதும் யாருடையதைப் போலவும் இருப்பதில்லை. சிலருக்குச் சற்றே நீண்டிருக்கிறது. நிறைய பேர் எந்த ஒரு காலகட்டத்திலும் தாம் என்ன நினைக்கிறோம் என்பதைப் பிறருக்குத் தெரியப்படுத்துவதில் எந்தத் தயக்கமும் கொள்வதில்லை. ஆனால் துரதிருஷ்டவசமாக அப்படி அவர்கள் வெளிப்படுத்தும் கருத்துக்களும் அபிப்பிராயங்களும் பிறர் ஊக்கத்தைக் கெடுப்பதாகவும் பிறரை அவமானப்படுத்துவதாகவும் அல்லது முழுக்கத் தவறானதாகவும் அமைந்துவிடுகின்றன. பிறரைப் பற்றிக் குறைவாகப் பேசுவதும் அவர்களுடைய ஊக்கத்தைக் கெடுப்பதும் மிகச் சுலபம். சிலருக்கு அதுவே வழக்கம். அப்படிச் செய்கிறவர்களுடைய அடியாழத்தில் ஒரு பாதுகாப்பின்மை உணர்வே இருக்கும். அல்லது அவர்கள் தம்மைப் பற்றிய சந்தேகங்கள் கொண்டவர்களாக இருப்பார்கள். அப்படி உன்னை யாராவது குறைத்துப் பேசினாலோ அல்லது உன்னை மட்டம் தட்டினாலோ அவர்களை உதாசீனம் செய்துவிடு. நீயாக இருப்புக்கணக்குப் போட்டுப் பார். உன்னுடைய திறமைகள் மீது நம்பிக்கை வை. உன்னுடைய லட்சியங்களை

பக்கம் 53

நோக்கித் துவளாது நடைபோடு. உன்னுடைய தத்துவார்த்த அஸ்திவாரங்களை வலுவாகப் போட்டுக்கொள்.

யாரும் உன்னுடைய சம்மதம் இல்லாமல்
நீயே உன்னைப் பற்றித் தாழ்வாக நினைக்க வைக்க முடியாது.

-- எலியனோர் ரூஸ்வெல்ட்

மற்றவர் தம்முடைய மதிப்பை எடைபோட விட்டுவிடுவது சிலருடைய வழக்கம். அவர்கள் எதைச் சாதிக்க முடியும் என்பதைப் பிறர் நிர்ணயிக்க வேண்டும் என்கிறார்கள். உன்னைப் பொறுத்த அளவில் அப்படி இல்லாமல் பார்த்துக்கொள். உன்னைப் பற்றி நீ என்ன நினைக்க வேண்டும் என்பதைப் பிறர் நிர்ணயிக்காமல் இருக்குமாறு பார்த்துக்கொள். ஒன்றை மட்டும் நினைவில் வைத்துக்கொண்டால் போதும். இது உன்னுடைய வாழ்க்கை அவர்களுடையதல்ல.

உன்னுடைய வாழ்வை உன் கட்டுப்பாட்டுக்குள் வைத்துக்கொள்.

> உன்னுடைய மதிப்பை நீயே நிர்ணயம் செய்துகொள்.
> இவற்றை உனக்காக மற்றவர் செய்ய விட்டுவிடாதே

5. சரியான சூழலை உருவாக்கிக்கொள்

எந்தப் பழக்கத்தையும் மாற்றிக்கொள்ள இந்த வழி பயனுடையதாக இருக்கும். ஆனால் ஆரோக்கியமான ஸெல்ஃப் இமேஜைப் பராமரிக்க இந்த வழி குறிப்பாகப் பயனுடையதாக இருக்கும். தம் வாழ்வை இன்னும் சிறந்ததாக்கிக்கொள்ளப் பலரும் ஆக்கப்பூர்வமாகச் செயல்படுகிறார்கள். மேலும் ஆக்கப்பூர்வமான ஸெல்ஃப் இமேஜ், மதுவருந்துதல், புகைபிடித்தல் ஆகிய பழக்கங்களை மட்டுப்படுத்திக்கொள்வது, ஆரோக்கியமான உணவு உட்கொள்ளுதல் அல்லது சமனப்பட்ட வாழ்க்கை முறை என்றிவ்வாறு அவ்வப்போது பலரும் பல முயற்சிகளைக் கைக்கொள்கிறார்கள்.

அத்தகைய மாறுதல்கள் தம்மளவில் மிகப்பிரமாதமானவைதான். என்றாலும் பல்வேறு பரிசோதனைகளின் முடிவு என்ன தெரியுமா?

சிந்தனையைச் செம்மையாக்குவோம் வா!

முழுக்க மாறிப் போனபின்னும் பழைய பழக்கங்களுக்குப் பலரும் இரையாகிப் போகிறார்கள் என்றுதான் ஆராய்ச்சிகள் காட்டுகின்றன. இதற்கு முக்கியமான காரணம் அவர்கள் மீண்டும் பழைய சூழலுக்கே போய்விடுவதுதான். அர்த்தமுள்ள நீடித்த மாறுதல்கள் வேண்டுமென்றால் நமது சூழலை நாம் மாற்றிக்கொள்ள வேண்டும். புகைப்பிடித்தலை விட்டுவிட வேண்டும் என்றால் எந்நேரமும் புகை பிடிக்கிறவர்களோடு இருப்பாயா என்ன? எனவே ஆரோக்கியமான ஸெல்ஃப் இமேஜைத் தக்க வைத்துக்கொள்ள வேண்டும் என்றால் அப்படி கடக்க ஏதுவான சூழலை உருவாக்கிக்கொள்ள வேண்டும். உன்னைச் சுற்றி இருப்பவர்கள் உன் குணங்களையும் ஆற்றல்களையும் பாராட்டுகிறவர்களாக இருக்கிறார்களா என்பதை நிச்சயப்படுத்திக்கொள். அவர்கள்தான் உனக்கு ஊக்கம் தந்து உதவியும் செய்கிறவர்களாக இருப்பார்கள். துன்பம் எப்போதும் தோழமையை நாடிக்கொண்டே இருக்கும் தன்மையுடையது. யாராவது நண்பர்கள் உன்னைக் கீழே இழுக்கிறார்கள் என்றால் அவர்கள் உன்னுடைய உண்மையான நண்பர்கள் அல்ல என்பதை உணர்ந்திடு.

6. சாதனைகளை அடிக்கோடிட்டு வை

கடந்த காலத்திலிருந்து பாடம் கற்றுக்கொள்வதுதான் எதிர்காலத்துக்கான மிகச் சிறந்த வழி என்பார்கள். ஆனால் இதில் சோகம் என்னவென்றால் சாமானியன் எவனும் தன் வாழ்வின் மோசமான காலகட்டங்களைப் பற்றியே அதிகம் சிந்தித்துக்கொண்டிருக்கிறான். தனிப்பட்ட தன் சாதனைகள் பற்றியோ அல்லது அனுபவித்த மகிழ்வான கணங்கள் பற்றியோ நினைத்துப் பார்ப்பதில்லை.

தம்மைப் பற்றிய தாழ்ந்த அபிப்பிராயத்தைச் சரியானதுதான் என்று கொள்வதற்காகவே தம் தோல்விகளைப் பற்றிப் பலரும் நினைத்துப் பார்த்துக்கொண்டே இருக்கிறார்கள். அவரவரது ஆற்றலின் எல்லையைத் தொடுவது தமக்குச் சாத்தியமில்லை என்றே நினைத்திருக்கிறார்கள். இதை விடுத்து, தம்மைப் பற்றிய ஆக்கப்பூர்வமான சிந்தனைக்கு வலுவூட்டுவதாகத் தம் கடந்த காலம் அமைந்திருக்கிறது என்று நினைத்திருந்தால்

பக்கம் 55

வெற்றியடைந்தே இருப்பார்கள். எப்போதும் வெற்றி அல்லது சாதனையை எதிர்நோக்கக் கற்றுக்கொள். அது சிறியதாக இருக்கலாம் அல்லது பெரியவொன்றாக இருக்கலாம். எவ்வளவு பெரியது அல்லது சிறியது என்பது முக்கியமே இல்லை. சின்னச் சின்ன வெற்றிகள் உன்மீது ஆழ்ந்த நம்பிக்கை கொள்ள உதவும் சின்னச் சின்னப் படிகளாகின்றன. அவற்றைவிடச் சிறந்த பெரிய வெற்றிகளுக்கான ஆரம்பமாகின்றன. உன் வெற்றிகளை அடிக்கோடிட்டுப் பார்த்துக்கொள். இன்னமும் நிறைய உனக்காகக் காத்துக்கொண்டிருக்கின்றன என்பது தெரியவரும்.

7. ஆரோக்கியமாக உன்னோடேயே பேசிக்கொள்

உன்னோடேயே பேசிக்கொண்டிருப்பது என்பது பைத்தியக்காரத்தனத்துக்கு அடையாளம் என்பார்கள். இரண்டாவது அடையாளம் அப்படிப் பேசிக்கொள்ளும் போது பதில் சொல்லிக்கொள்வது என்பார்கள். அப்படித்தான் என்றால் வெள்ளை கவுனை மாட்டிக்கொண்டு நான் பைத்தியக்கார விடுதியில் இருக்க வேண்டியதுதான். வேடிக்கைப் பேச்சை விடுத்து நிசம் என்னவென்று பார்த்தால் தம்மைச் சரியான நிலையில் வைத்திருக்கத் தம்மோடு தாமே பேசிக்கொள்வது மிகச் சிறந்த உபாயமாக இருந்திருக்கிறது என்பதை மகிழ்வான சமனப்பட்ட வாழ்வை வாழும் ஒவ்வொருவரும் ஏற்றுக் கொள்வார்கள் என்பதுதான். வாஸ்தவத்தில் தனக்குத்தானே பேசிக்கொள்ளாதவர் எவரும் இல்லை. இதில் என்ன முக்கியம் என்றால் அப்படிப் பேசிக் கொண்டிருப்பதை நீ உணர்ந்திருக்கிறாயா இல்லையா என்பதுதான்.

இரண்டு விதமாக ஒருவர் தனக்குத்தானே பேசிக்கொள்வது சாத்தியம். வாழ்க்கை உனக்கு மிகச் சிறந்ததையெல்லாம் தரவேண்டும் என்று நினைக்கிறாயா? அப்படியானால் தனக்குத்தானே பேசிக்கொள்வது எப்படிப்பட்டது என்பதைத் தெரிந்து வைத்திரு. முதல் வகையானது உன்னைச் செலுத்தும் வகையில் அமைவது. தனிப்பட்ட முறையில் ஆக்கமும் ஊக்கமும் தருவது. அப்படியே தாக்குப்பிடித்திரு என்று சொல்லிக்கொண்டே இருப்பது. அல்லது எவ்வளவு அருமையானவன் நீ என்று

அவ்வப்போது முதுகில் தட்டிக் கொடுத்துக்கொள்வது. ஆக்கமும் ஊக்கமும் தருவது. நாம் எதுவெல்லாம் செய்ய முடியாது என்று சொல்வதற்கு நம்மைச் சுற்றிப் பலரும்தான் இருக்கிறார்கள். எனவே உன் மீது உண்மையான அக்கறைகொண்ட ஒருவன் உன்னோடேயே இருப்பது நல்லதுதானே!

இரண்டாவது வகையில் தனக்குத் தானே பேசிக்கொள்வது என்பது நீ செய்வது சரிதான் என்று உரத்துச் சொல்லிக் கொள்வது. நிலைக்கண்ணாடியில் உன்னையே பார்த்துக்கொண்டு இதை என்னால் செய்ய முடியும் அல்லது நான் அருமையான தந்தை அல்லது நான் திறமையான சேல்ஸ்மேன் என்று சொல்லிக்கொள்வது. எதைச் சாதிக்க நினைத்தாலும் சரியே - அதை உரத்துச் சொல்லிப் பார்த்துக்கொள்வது நிச்சயமானதொரு சங்கிலித் தொடரான நிகழ்வுகளை ஆரம்பித்து வைப்பதாகிப் போகிறது. அந்தக் காரியம் உனக்கு முக்கியமானது என்று நினைக்கிறாய் என்பதை உறுதிச் செய்கிறது. அந்த லட்சியத்தை அடைய என்ன செய்ய வேண்டும் என்பதைப் பற்றியே மனம் எந்நேரமும் நினைத்திருக்கிறது. பிரெயின் டிரேசி என்பவர் பிரபலமான ஓர் எழுத்தாளர். அவர் சொல்கிறார் - "எனக்குத் தெரிய எந்தத் துறையிலும் மிகச் சிறந்த சாதனைகளைச் செய்தவர்கள் எல்லோரும் எப்போதும் தனக்குத்தானே பேசிக்கொள்ளும் இந்த முறையைக் கையாண்டிருக்கிறார்கள்."

இந்த முறையை இதற்கு முன் முயற்சி செய்து பார்க்காமல் இருந்திருந்தால் சற்றே தர்மசங்கடமாக இருக்கும். ஆனால் தொடர்ந்து கடைப்பிடித்தால் இந்த வழி மிகவும் பயனுள்ளதாக இருக்கக் காண்பாய். நம்பிக்கையோடு பேச ஆரம்பித்தால் உறுதியோடு பேச ஆரம்பித்தால் உன்னுடைய ஸெல்ஃப் இமேஜ் கட்டாயம் ஆரோக்கியமாக வளரும். என்னிடம் திறமையிருக்கிறது என்று சொல்லிக்கொள். என்னிடம் தன்னம்பிக்கை இருக்கிறது என்று சொல்லிக்கொள். என் காரியத்தில் நான் திறமையானவன் என்று சொல்லிக்கொள். நான் மதிப்புள்ளவன் என்று சொல்லிக்கொள்.

முயற்சித்துப் பார். பலன் தரும்.

மீள் பார்வை

1. இங்கே இப்போது இப்படி இருப்பதற்கு நாம் கொடுத்து வைத்தவர்கள். உன்னிடம் இருப்பதை வைத்துக் கொண்டு அதிகபட்சம் என்ன பெற முடியுமோ அதைப் பெற்றுக் கொள்ளும் வழிகளைப் பார்.

2. நமக்குத் தேவையான அனைத்தும் நம்மிடம் இருக்கின்றன. நம்மைப் பற்றிய கற்பனையும் நம்பிக்கையுமே திருப்தியான நம் வாழ்வை வரையறை செய்யும் எல்லைக் கோடுகள்.

3. எதிர்காலத்தை நம்பிக்கையோடும் ஆக்கபூர்வமான சிந்தனையோடும் பார்.

4. ஆக்கபூர்வமான நோக்கு எதார்த்தமானதாகவும் வலுவான அடித்தளம் கொண்டதாகவும் இருக்க வேண்டும்.

5. ஆக்கபூர்வமான சிந்தனைகொண்டு எதையும் சாதித்துவிடலாம் என்பதில்லை. ஆனால் எதிர்மறை உணர்வோடு எந்தக் காரியத்தைச் செய்வதை விடவும் அனைத்தையும் சிறந்த முறையில் செய்ய முடியும்.

6. நாம் நம்மை எப்படிப் பார்த்துக்கொள்கிறோம் என்பதே சுயப்பிரதிமை (ஸெல்ஃப் இமேஜ்), உன் சுயப்பிரதிமை ஆரோக்கியமானதாகவும் ஆக்கபூர்வமானதாகவும் இருக்கிறது என்பதை உறுதி செய்துகொள்.

7. வெற்றிகரமான வாழ்வுக்கும் நிம்மதிக்கும் வலுவான ஆக்கபூர்வமான சுயப்பிரதிமை மிக அவசியம்.

8. கடந்த காலத்தை எப்படிப் பார்க்கிறோம் என்பது நம் எதிர்காலத்தை நிர்ணயிக்கிறது.

9. சுயப்பிரதிமையை எதிர்மறையானதிலிருந்து ஆக்கபூர்வமானதாக மாற்றிக்கொள்ள முடியும்.

சிந்தனையைச் செம்மையாக்குவோம் வா!

ஆரோக்கியமான சுயப்பிரதிமைக்கு ஏழு வழிகள்

1. இருப்புக் கணக்கு
2. ஒப்பிட்டுப் பார்க்காதே
3. மனதுக்குத் தீனி போடு
4. யாரைக் கவனிக்கிறாய் என்பதைப் பற்றிக் கவனமாக இரு.
5. சரியான சூழலை உருவாக்கிக்கொள்
6. சாதனைகளை அடிக்கோடிட்டு வை
7. ஆரோக்கியமாக உன்னோடேயே பேசிக்கொள்

நீயும் ஏன் சாதிக்கக் கூடாது?

செயற்படிகள்

1. எதுவெல்லாம் உன்னை அதிர்ஷ்டமானவன் ஆக்குகிறதோ அவற்றைப் பட்டியலிடு. எவையெல்லாம் உனக்கு வரப்பிரசாதம் என்று நினைக்கிறாயோ அவற்றைக் குறித்துக்கொள்.

   _____
   _____
   _____
   _____

2. உன்னுடைய முக்கிய சாதனைகளை எழுதிப் பார். சாதித்துவிட்டேன் என்று நினைத்துப் பெருமைப்படுவதை எழுதிப் பார்.

   _____
   _____
   _____
   _____
   _____

3. பிறர் நமக்காகச் சிந்திப்பது அடிக்கடி நிகழ்வதுண்டு. உன்னுடைய சிந்தனையை நேராக்கிக்கொள்ளவும் உனக்கு எது முக்கியமானது என்பதை நீயே முடிவு செய்துகொள்ளவும் உன் வாழ்வின் எந்தக் கூறுகளைப் பற்றி நினைக்கிறாயோ அவற்றில் மூன்றைக் குறிப்பிடு. முக்கியத்துவம் கருதி வரிசைப்படுத்து.

   _____
   _____
   _____
   _____
   _____
   _____

4

சராசரியானது போதும் என்று நினைக்காதே

ஏனென்றால்

சராசரியானது அவ்வளவு நன்மையானதல்ல

சராசரியானவனைவிட சற்றே வித்தியாசமானவனாக இருக்கச் செய்யும் முயற்சியே மிகவும் கடினமானதாகும்.

-- சார்லஸ் எம் ஷ்வார்ட்ஸ்

"சராசரி வருமானத்தைவிட அதிகமாகச் சம்பாதிப்பது எப்படி?" என்று பலரும் கேட்கிறார்கள். "பலரோடு சராசரி உறவை விட அதிகமான உறவை வைத்துக் கொள்வது எப்படி?" என்பது இன்னொரு கேள்வி அப்படியே இன்னும் சில கேள்விகள். "சராசரிக்கு மேலான திருப்தியும் மகிழ்ச்சியும் எப்படி அடைவது?" "எப்படி மேம்பட்ட ஆரோக்கியத்தையும் நலத்தையும் சாதிப்பது?" இந்தக் கேள்விகளுக்கான விடைகள் இதோ உனக்கு நேர் எதிரில் இருக்கின்றன. யாராக ஆக வேண்டும் என்று நினைக்கிறோமோ அப்படியானவர் ஆவதற்கு நாம் சராசரியானவனை விஞ்சி நிற்க வேண்டும். ஒளிவு மறைவின்றிச் சொல்ல வேண்டுமானால் சராசரியானவனாக இருந்தால் போதும் என்று நினைப்பவனாக இருந்தால் இந்தப் புத்தகத்தை இப்போது படித்துக் கொண்டிருக்கமாட்டாய். இன்னும் தொடர்ந்து படி.

அப்போதுதான் யாராக ஆகவேண்டும் என்று நினைக்கிறாயோ அவராக ஆகமுடியும். யாராக ஆவதற்கான யோக்கியதை உன்னிடம் இருக்கிறதோ அவராக ஆகமுடியும்.

சராசரி என்ற இந்த வார்த்தைக்குத்தான் எத்தனை பொருள்!

சராசரி : பத்தோடு பதினொன்றானவன், நடுத்தரமானவன், வழக்கமானவன், அலட்சியம் கொண்டவன், இடைப்பட்டவன், சாதாரணமானவன், ஓரளவானவன், ஏற்றுக்கொள்ளலாம்தான், சிறப்பியல்பில்லாதவன், தனிச்சிறப்பில்லாதவன்.

வெகு சாதாரணமான வார்த்தைகள்தானே.? இந்த வார்த்தைகள் அனைத்துக்கும் அடிப்படையானது சராசரி என்பதுதான். என்னைப் பொறுத்த அளவில் என்னைச் சராசரியானவன் என்று யாராவது சொன்னால் அது ஓர் அவமரியாதைதான்.

நீ சாமானியமானவனப்பா! என்று ஆஸ்திரேலியர்கள் செல்லமாக ஒருவரை ஒருவர் சொல்லிக்கொள்வார்கள். ஆனால் சராசரி என்பதற்கு என்ன பொருள் என்று பார்த்தோமானால் இதில் செல்லம் கொஞ்சுவதற்கு ஏதுமில்லை என்பது உடனே புரிந்துவிடும்.

ஆஸ்திரேலியாவில் சராசரி மனிதன் எப்படி வாழ்கிறான்? ஆஸ்திரேலியாவில் வாழ்க்கைத் தரம் மிக உயர்ந்துதான் இருக்கிறது. என்றாலும் சராசரி மனிதன் மனம் வெதும்பித்தான் கிடக்கிறான். குடும்ப பொறுப்புக்கும் அலுவல் பொறுப்புக்கும் இடையே அல்லாடிக்கொண்டிருக்கிறான். எப்படி வாழ வேண்டும் என்ற கனவு கனவாகவேதான் இருக்கிறது. வாழ்க்கை நிலையை மேம்படுத்திக்கொள்ள வேண்டும் என்று துடித்துக்கொண்டுதான் இருக்கிறான். ஆனால் அந்தக் கனவு அவனுக்கு மெய்ப்படுவதே இல்லை. "செல்வத்துக்கும் மகிழ்வுக்கும் ஏழு செயல் திட்டங்கள்" என்று ஜிம் ரான் ஒரு புத்தகம் எழுதியிருக்கிறார். அதில் சொல்கிறார்.

இருப்பதை விட அதிகம் வேண்டுமா? இருப்பதைவிட அதிகமானவனாகி விடு.

-- ஜிம் ரான்

சராசரிக்கும் அதிகமான சம்பாத்தியம், சராசரிக்கும் அதிகமான நண்பர்கள், சராசரிக்கும் அதிகமான உறவினர்கள், சராசரிக்கும்அதிகமான மனநிலை, சராசரிக்கும் அதிகமான ஆரோக்கியம், சராசரிக்கும் அதிகமான மகிழ்ச்சி இதுவெல்லாம் வேண்டுமென்றால் சராசரிக்கும் அதிகமானவனாகிவிடு.

சாதாரணமானது தேடிப் போவதற்கு ஏற்புடையதல்ல. அப்படி அதைத் தேடிப் போகிறாய் என்றால் வெகு சீக்கிரத்தில் வெதும்பிப் போவாய். இங்கும் இல்லை அங்கும் இல்லை என்று இடைப்பட்டுப் போவாய். திரிசங்கு சொர்க்கம்தான். "வாழ்வு -அதனுள்ளிரு" என்று ஓர் இயக்கமே இயங்கி வந்தது நினைவிருக்கிறதா? அதில் முக்கியமான கதாபாத்திரம் சராசரியானவன், சற்றே பருத்தவன், டெலிவிஷனைப் பார்த்துக்கொண்டு சோம்பேறித்தனமாக சோபாவில் கிடக்கிறவன். சாப்பிடுவான், குடிப்பான் அவ்வளவுதான். சராசரியானவன் வாழ்வை வேடிக்கை பார்க்கிறவன். வாழ்வெனும் விளையாட்டில் பங்கெடுத்துக்கொள்ளாதவன் சாமானியமானவன்தான். இந்தப் புத்தகத்தில் சாதாரணமானவனுக்கும் அசாதாரணமானவனுக்கும் இடையே என்னென்ன வித்தியாசங்கள் இருக்கின்றன என்று பார்ப்போம். சாமானியனாக இருக்கக் கூடாது என்றால் சாமானியன் காரியங்களிலிருந்து நம் காரியங்கள் வித்தியாசப்பட்டிருக்க வேண்டும். "வாழ்வு - அதனுள்ளிரு." என்ற முழக்கத்தை நினைவில் வை.

யாராக இருப்பதற்கான ஆற்றல் நமக்குள் இருக்கிறதோ அவராக ஆவதற்கு நமது காரியத்திறன்கள் மீது கவனத்தைக் குவித்து வைக்கவேண்டும். நாமே நமது சாதனைகளை நிர்ணயிப்பவர்கள். எனக்கு மிகவும் பிடித்த ஒரு கூற்று -

அது அப்படித்தான் என்றால் அதை அப்படியாக்குவது நானே!

மிகவும் எளிமையான வாசகம், என்றாலும் ஆழ்ந்த பொருள் கொண்டது. வியக்க வைப்பது. பிறர் என்ன செய்கிறார்கள் என்று கவனித்துக்கொண்டிருப்பது நாம் என்ன செய்யப் போகிறோம் என்பதற்கு எந்த வகையிலும் உதவியாக இருக்கப் போவதில்லை. நம் வேலையை நமக்காக யாரும் செய்யப் போவதில்லை. அப்படி யாராவது செய்யப் போகிறார்கள் என்றால் தீக்கோழியைப் போலத் தலையை மண்ணுக்குள் விட்டுக்கொண்டு வாலைத் தூக்கிக்கொண்டு திரியலாம். நாம் செய்ய வேண்டியதை நாம்தான் செய்ய வேண்டியிருக்கிறது. பிறர் என்ன செய்யப் போகிறார்கள் என்பதையே எப்போதும் நினைத்துக்கொண்டிருப்பது நம் செயல் ஊக்கத்துக்குத் தடையாகித்தான் போகும். நாம் எங்கே போய்ச் சேர நினைக்கிறோமோ அங்கே போய்ச்சேர்வது காரிய சாத்தியமில்லாது போய்விடும்.

தி டால் பாப்பி நோய்

நம்மிடையே ஓர் எதிர்மறையான குணம் இருக்கிறது. பிறரை விட அதிகமாகவே இந்தக் குணத்துக்கு நாம் அடிமையாகிப் போயிருக்கிறோம். அது என்ன என்கிறாயா? பொறாமைதான். அது தலைதூக்கி நிற்பது தி டால் பாப்பி நோய் வடிவத்தில். யாராவது நம்மைவிடச் சற்றே உயர்ந்துவிட்டால் அவனை எப்போது கீழே இழுத்துவிடலாம் என்று காத்துக் கிடக்கிறோம். எப்படியோ அவனைக் கீழே இழுத்துப் போட்டுவிட வேண்டும் என்று துடிக்கிறோம். சந்தர்ப்பம் கிடைத்த போதெல்லாம் பிறருடைய சாதனைகள் பற்றிக் குறை சொல்கிறோம். ஏதோ ஒரு சால்ஜாப்பு, ஏதோ ஒரு குறை - அதைச் சொல்லி அவனைத் தர்மசங்கடப்படுத்துவதில் ஒரு குரூரத் திருப்தி.

கிரெக் நார்மனை என்னால் மறக்கவே முடியாது. அருமையான கோல்ஃப் ஆட்டக்காரர். ஆஸ்திரேலியாவின் ஓபன் பந்தயத்தில் பங்கெடுத்துவிட்டுத் திரும்பி வருகிறார். அந்தப் போட்டியில் பங்கெடுப்பதற்கு எவ்வளவு பணம் வாங்கினார் என்பதைத் திரும்பத் திரும்பச் சொல்லி அவரைத்

தர்மசங்கடப்பட வைத்தார்கள் பத்திரிகையாளர்கள். ஆனால் அவர் பங்கெடுக்கிறார் என்றாலே டிக்கெட் கலெக்ஷன் எவ்வளவு அதிகமாகும் என்பதைக் கணக்கிலேயே எடுத்துக் கொள்ளாமல் அவர் இத்தனை வாங்கினார் அத்தனை வாங்குகிறார் என்று கூக்குரலிட்டுக்கொண்டிருந்தார்கள். அவர் எத்தனை பரோபகாரியாக இருந்து எத்தனை பொதுச் சேவைக்காக எத்தனை பணம் தந்திருக்கிறார் என்பதை வெகு சௌகரியமாக மறந்து போய்விட்டார்கள். கோல்ஃப் ஆட்டத்தைச் சிறக்கச் செய்ய மட்டும் அவர் பல கோடி செலவு செய்திருக்கிறார். அவரைப் பற்றிய சரியான கண்ணோட்டத்தோடு அவரைப் பார்த்திருந்தால் அன்று எவ்வளவு கேவலமாகத் தாம் நடந்துகொண்டோம் என்று பத்திரிகையாளர்கள் அனைவரும் வெட்கித் தலைகுனிந்திருப்பார்கள். பல துறைகளிலும் சாதனையாளர்களாக விளங்குகிறவர்கள் மிகச் சிறந்தவர்களாக இருக்கிறார்கள் என்பதைப் பற்றி எனக்கு எப்போதுமே பெருமைதான். அது மட்டுமில்லாமல் இந்தச் சில்மிஷங்களை யெல்லாம் தாண்டி உயர்ந்து நின்று தாங்கள் எதைச் சரியென்று கருதுகிறார்களோ அதில் கவனம் செலுத்துவதில் அவர்கள் தவறுவதில்லை. பிறர் பார்த்துப் பின்பற்றச் சரியான முன்னுதாரணமாகவே அவர்கள் இருக்கிறார்கள்.

கூட்டத்தோடு சேர்ந்துகொண்டு சாதனையாளர்களைப் பார்த்துப் பொறாமைப்பட்டுக் கூக்குரல் போடாதே. அவர்களைப் பற்றிச் சந்தோஷப்படு. ஏற்கெனவே அவர்களோடு ஒருவனாக நீ இல்லாதிருந்தாலும் சீக்கிரத்தில் அவர்களுடைய வரிசையில் சேர்ந்துவிடப் போகிறாய் என்று நம்பிக்கை வைத்திரு.

திறமைகள் - மேலும் மேலும் வலிமை

நம் வெற்றி நம்மைப் பொறுத்ததே என்பது நமக்குத் தெரிந்துவிட்டது. எனவே எதை வைத்துக்கொண்டு வெற்றியைச் சாதிப்பது என்று இனி பார்க்கலாமா? மூன்று சின்னஞ்சிறிய பன்றிகள் கதைதான். பலமான வீட்டைக் கட்ட வேண்டுமானால் பலமான அஸ்திவாரம் தேவை. உறுதியான பொருட்கள் தேவை. எதனால் ஆக்கப்பட்டவன் நீ?

6

உலகத்தின் அன்றாட அலைக்கழிப்புக்குத் தாக்குப் பிடிக்குமளவுக்குப் பலமானவனா நீ? மோசமான பெரிய ஓநாய் ஒன்று நம் வாசலில் நின்று பயமுறுத்தாமல் இருக்கலாம். என்றாலும் அன்றாட வாழ்வில் அன்றாடச் சவால்கள் இருக்கத்தான் செய்கின்றன. எதிர்மறைப் போக்குகள் இருக்கின்றன. சந்தேகங்கள் இருக்கின்றன. சோதனைகள், ஏமாற்றங்கள் என்று எத்தனையைத்தான் தாக்குப்பிடிக்க வேண்டியிருக்கின்றது!

நம்மைப் பற்றியும் நாம் எங்கிருக்கிறோம் என்பதைப்பற்றியும் தெளிவாகத் தெரிந்துகொள்ளலாம் வா. நாம் ஒவ்வொருவரும் ஸ்பெஷலானவர்கள். நம்மைப் போல் இன்னொருவரை இறைவன் படைக்கவில்லை. உலகம் முழுக்கத் தேடினாலும் ஒருவரைப் போல இன்னொருவர் கிடைக்க மாட்டார். ஆச்சரியமாகத்தான் இருக்கிறது. இல்லையா? ஒவ்வொருவருக்கும் தனிப்பட்ட குணாதிசயங்கள் இருக்கின்றன. விரல் ரேகை வரைக்கும் ஒவ்வொருவரும் பிறரிடமிருந்து வித்தியாசப்பட்டே இருக்கிறார்கள்.

ஒரு கேள்வி கேட்கப் போகிறேன். எவ்வளவு நேரம் வேண்டுமானாலும் எடுத்துக்கொள். நன்கு யோசனை செய்து பதில் சொல். பின் வரும் காலியிடங்களை நிரப்பு. எந்த அளவுக்கு உண்மையாக நேர்மையாக இருக்க முடியுமோ அந்த அளவுக்கு இரு.

உன்னுடைய முக்கியமான பலமும் திறன்களும் என்ன?

____

____

____

பிறரிடமிருந்து நம்மை இனங்காட்டுகிற தனிப்பட்ட திறன்கள் திறமைகள் என்று நம்மிடம் பலவும் இருக்கின்றன. அவை நமக்கு இறைவன் தந்த வரங்கள். ஏற்கெனவே நான் சொன்னபடி எந்த இருவரும் ஒன்றே போல இருப்பதில்லை. உன்னிடம் இருக்கும் திறன்கள் மற்றும் திறமைகள் எந்தக் கூட்டுவடிவத்தில் இருக்கின்றனவோ அப்படியே

இன்னொருவரிடம் இல்லை. அவரவர் திறன்கள் மற்றும் திறமைகளை அடையாளம் கண்டுகொண்டு அவை வீணாகாமல் இருப்பதை உறுதி செய்துகொள்ள வேண்டும்.

இனி இன்னுமொரு கேள்வி மீண்டும் சொல்கிறேன். எந்த அளவுக்கு உண்மையான பதிலைத் தந்துகொள்ள முடியுமோ அந்த அளவுக்குத் தந்துகொள். எவ்வளவு நேரம் வேண்டுமானாலும் எடுத்துக்கொள். நீ தரும் பதில் எனக்கல்ல. உனக்கே தந்துகொள்கிறாய். மறந்துவிடாதே!

உன்னுடைய முக்கியமான பலவீனங்கள் என்னென்ன?

_____

_____

_____

நம்மிடம் எப்படித் திறமைகளும் திறன்களும் இருக்கின்றனவோ அப்படியே நம்மைப் பிணிக்கும் தளைகளும் இருக்கின்றன. நமது குறைகளும் தவறுகளும் நமது பலவீனமாகிப் போய் நம்மைப் பிணிக்கும் தளைகளாகிப் போகின்றன. அவையே நம்மை மனிதர்களாக்குகின்றன. இந்தச் சங்கிலிப் பிணைப்பிலிருந்து விடுபட வேண்டுமானால் எவற்றால் அவை ஆக்கிவைக்கப் பட்டுள்ளன என்று தெரிந்துகொள்ள வேண்டியிருக்கிறது. என்ன பலவீனங்கள் நம்மிடம் இருக்கின்றன என்பது முக்கியமே இல்லை. அவை நம்மை எப்படிப் பாதிக்கின்றன என்பதும் அவற்றை எப்படி வென்றெடுப்பது என்பதுமே முக்கியமாகிறது. பலவீனங்களன்றியும் வெவ்வேறு துறைகளில் மிகப் பெரும் சாதனை புரிந்தவர்களுடைய பட்டியல் மிக நீளமானது. அப்படிப்பட்டவர்கள் தமது பலவீனங்களை அடையாளம் கண்டுகொண்டு அவற்றையே நமது பலமாக்கிக் கொண்டவர்கள்.

பீதோவனை எடுத்துக்கொள். வெற்றிக்கான தேடுதலில் தன் பலவீனத்தைச் சரியான முறையில் தன் கட்டுப்பாட்டுக்குள் கொண்டு வந்தவர்கள் வரிசையில் மிக அருமையானவர் பீதோவன். ஐரோப்பாவிலேயே முதன்மையான இசை

மேதையாக இருந்தார். கண்டம் முழுக்க அவரது காலடியில் கிடந்தது. அப்போதுதான் முக்கியமான ஒன்றை அவர் இழந்தார். செவிடாகிப் போனார். எந்தச் சப்தமும் கேட்க முடியாத டமாரச் செவிடு. சுருங்கிப் போனவராக வியன்னா அருகே இருந்த ஒரு கிராமத்துக்குப் போய்ச் சேர்ந்தார். தனிமையில் உழன்றார். மேலும் மேலும் தனிமை. விரக்தி, மனம் வெதும்பிப் போனவராக எல்லா நம்பிக்கையும் இழந்தவராகத் தன் சகோதரர்களுக்கு உயில் எழுதவும் துணிந்தார். இனியென்ன- சாக வேண்டியதுதானே என்ற விரக்தி.

என்றாலும் எப்படியோ இந்தப் பலவீனத்திலிருந்து விடுபடத் தன் பலத்தையெல்லாம் திரட்டினார். தம் பியானோவின் கால்களை வெட்டிவிட்டார். வாசிக்கும்போது பியானோ தரையில் ஏற்படுத்தும் அதிர்வுகளை உணர்ந்து மேலும் இசையமைக்க முடியுமா என்று முயன்று பார்த்தார். வெகு சீக்கிரத்தில் வியன்னாவுக்குத் திரும்பினார். உன்னதமான இசை என்று கருதப்படும் இசையை உலகுக்குத் தந்தார். தன் பலவீனத்தோடு அவர் நடத்திய போராட்டம் அவருடைய இசைக்கு உயிரோட்டமாக அமைந்தது. அவருடைய முந்தைய இசையை விடப் பலவீனமன்றியும் அவர் தந்த இசை மனதை மயக்குவதாக அமைந்தது. பலவீனங்களன்றியும் சாதிக்கலாம்தான்!

இன்னொருவர் இடம் வேறு. காலம்வேறு. துறையும் வேறு. அவருடைய கதை சற்றே வித்தியாசமானது. தன்னிடம் இருந்ததைக்கொண்டு அதிக பட்சம் சாதிப்பதை விடுத்து அவர் தன் பலவீனத்தையே பலமாக்கிக்கொண்டவர். பெரிய பெரிய தடைகளைத் தாண்டி வந்தவர்.

ராக்கி மார்ஷயானோ - இளைஞன். பிரமாதமான குத்துச் சண்டை வீரன். ஆனால் அவனுக்கு முக்கியமானதொரு பலவீனம். எதிர்த்துச் சண்டையிட்டவர்களை விடக் குள்ளமானவன். கைகளை உயர்த்திப் பிடித்தே சண்டை போடவேண்டியிருந்ததால் சீக்கிரத்திலேயே கைகள் கனத்துப் போய்விடும். ஓரிரண்டு ரவுண்டுகளுக்கு மேல் தாக்குப் பிடிக்க

முடிவதில்லை. சாம்பியனாகவே முடியாது என்ற அளவுக்கு மோசமான பலவீனம்தான். தான் எவ்வளவு பெரிய குத்துச் சண்டை வீரனாக முடியும் என்பது அவனுக்குத் தெரிந்திருந்தது. என்றாலும் இந்தப் பலவீனத்தை வென்றெடுக்காவிட்டால் தன் கனவு நனவாகாது என்பது அவனுக்குத் தெளிவாகப் புரிந்திருந்தது. தன் கைகளையும் தோள்களையும் எந்த அளவுக்குப் பலமானதாக்க முடியுமோ அந்த அளவுக்குப் போவது என்று முடிவு செய்தான்.

எப்போது? ஒரு நிமிடம் கிடைத்தாலும் போதும். பயிற்சியில் இறங்கிவிடுவான். நீருக்கடியே இருந்தபடி குத்துவிட்டுப் பழகினான். 180 பவுண்டு எடையுள்ள மணல் பையைச் செய்து வைத்துக்கொண்டான். வெற்று முஷ்டியில் அந்தப் பை மீது குத்துவிட்டுத் தன் கைகளின் பலத்தைப் பெருக்கினான். இரவு நேரம் ஹோட்டலில் அறையெடுத்துத் தங்கியபோதும் விடாது முயற்சிகள் செய்தான். உலக சேம்பியனாக வேண்டும் என்ற தீர்மானத்தில் இருந்தான். எனவே இந்தத் தன் பலவீனத்தை வென்றெடுக்க என்னென்ன செய்ய வேண்டுமோ அத்தனையும் செய்யத் தயாராக இருந்தான்.

அப்படித்தான் மார்ஷியானோ ஹெவிவெயிட் பாக்ஸர்களில் உலகத்திலேயே மிகச் சிறந்த சிலரில் ஒருவனானது. ஆறடிக்கும் குறைவானவன்தான். அப்படியொன்றும் கனமான ஆளும் அல்ல. 49 முறை ஜெயித்ததில் 45 முறை நாக் அவுட் செய்தவன். விளையாட்டிலிருந்து ஓய்வு பெறும் வரை யாரும் அவனைத் தோற்கடிக்கவில்லை.

இப்படியாக பலவீனமே அவனுக்குப் பலமாகிப் போய்விட்டது. தான் உருவத்தில் சின்னவன் என்பதை அறிந்திருந்தான். எனவே தனக்குப் பாதகமாகிப் போன விஷயத்தையே தன் பலத்தைப் பெருக்க உதவியாக்கிக் கொண்டான். தன் மீது அவனுக்கு அசாத்திய நம்பிக்கை இருந்தது. தன் பலவீனத்தைச் சரிசெய்துகொள்ள அசாத்தியமான உழைப்பைச் செலுத்தினான். நமக்கெல்லாம் அவனுடைய வாழ்க்கை ஒரு பெரிய பாடம்தான்!

கறுப்பு ஆடு

பிறரிடமிருந்து வித்தியாசமாக இருக்கிறார்கள் என்பதற்காகவே அவர்களைக் கொடுமைப்படுத்துகிறார்கள் பலரும். இனம், பாரம்பரியம், சமயம், வாழும் இடம் என்று இவை போன்ற அற்பக் காரணங்களுக்காகப் பிறரை வேற்றுமைப்படுத்திக் கொடுமைப்படுத்துகிறார்கள். இத்தனைக்கும் இந்த பூமி ஞான பூமி என்கிறோம். அறிவார்ந்த உலகம் என்கிறோம். பாகுபாடுகள் மட்டும் மறைந்தபாடில்லை. போஸ்னியாவைப் பாருங்கள். சேர்பியாவைப் பாருங்கள். இஸ்ரேலில் வெஸ்ட் பாங்கைப் பாருங்கள். பாலஸ்தீனியர்களைப் பாருங்கள். வடக்கு அயர்லாந்தில் நடப்பதைப் பாருங்கள். தென் ஆப்பிரிக்காவின் நிகழ்வுகளைப் பாருங்கள். தலைப்புச் செய்திகளில் அன்றாடம் ஒளிர்கின்றன. இந்தத் தொல்லை பிடித்த பகுதிகள் இனப்பாகுபாடு உலகம் முழுக்க விரவிப் படர்ந்து கிடக்கிறது. நம்முடைய வீட்டுக் கொல்லையிலும் அதே கதைதான். பிறரை விடச் சற்றே வித்தியாசமாக இருந்தால் போதும் சற்றே திறமைசாலியாக இருந்தால் போதும் தொல்லைதான். சின்ன வயதிலிருந்து அதே கதைதான். மற்ற பையன்களின் கேலிப் பேச்சுக்கும் குறும்புக்கும் ஈடு கொடுக்க வேண்டியிருக்கிறது. என்னுடைய ஆரம்பப் பள்ளி நாட்களையே எடுத்துக்கொள்ளுங்களேன். பிற பையன்கள் முழுக்கால் சட்டையும் மினுமினுத்த கறுப்பு ஷூக்களும் போட்டுத் திரிந்தபோது நான் அரைக்கால் சட்டையும் செருப்பும் போட்டுக்கொண்டு பள்ளிக்குப் போவேன். எதைப் பற்றியும் நான் அப்போது கவலைப்பட்டதில்லை. வித்தியாசமாக இருப்பது என்னைப் பொறுத்த அளவில் ஸ்பெஷலாக இருப்பது. பிறரை விட வித்தியாசமானவனாக இருக்கும்போது பிறரை விட உன் மீது அதிகக் கவனம் விழுகிறது. பார்த்திருக்கிறாயல்லவா?

சராசரியானவர்களை விட அதிக அளவு வெற்றி பெறுகிறார்கள் என்றால் அவர்களைச் சுற்றியிருப்பவர்கள் அவர்களைத் தம்மளவுக்குக் கீழே இழுத்துவிடத் தயாராக இருக்கிறார்கள். தாம் எந்த அளவுக்குச் சாதனையாளர்களை விட குறைந்திருக்கிறோம் என்ற குறுகுறுப்புத்தான் இந்தச்

சில்மிஷத்துக்குக் காரணம். அவர்களுடைய நிலைமைக்கு உங்களையும் இழுத்துவிட யாரையும் அனுமதிக்காதீர்கள். உன்னுடைய குறிக்கோள்கள் மீது நிலைத்த பார்வையை வைத்திரு. இங்கும் அங்குமாக எட்டி உதை உதைக்கிறவர்களைக் கண்டுகொள்ளவே வேண்டாம். வித்தியாசமாக இருப்பது சரிதான். பிறர் உன்னைக் கறுப்பு ஆடு என்று குத்திப் பேசட்டும், விட்டுவிடு. உன்னளவுக்கு நீ செய்வது சரிதான் என்ற உறுதி இருந்தால் போதும். எந்த அளவுக்குச் சிறப்பாக எதையும் செய்ய முடியுமோ அந்த அளவுக்குச் செய்கிறாய் என்ற திருப்தி இருந்தால் போதும்.

> வித்தியாசமாக இருப்பதும் சரிதான்.

உன்னைக் கீழே இழுத்துவிடத் துடிக்கிறவர்களை எப்படி நடத்துவது என்பதற்கு நான்கு வழிகளைச் சொல்கிறேன்.

1. அசந்தர்ப்பமாக சந்தித்துக்கொண்டாலொழிய அவர்களோடு சேராதே.

2. உன்னைப் போன்ற சிந்தனைகொண்டவர்கள். உனக்கு உதவியாக இருப்பவர்கள் தவிர மற்றவரோடு உன் இலட்சியம் என்ன, குறிக்கோள்கள் என்ன என்பதைப் பற்றிப் பேசாதே.

3. உன்னுடைய இலக்கைச் சென்று சேர்வதைப் பற்றியே நினைத்திரு. உன்னுடைய குறிக்கோள்கள் நிறைவேறுவதாகக் கனவு காண்.

4. "நான் யாரென்று அவர்களை உணர வைக்கப் போகிறேன்" என்று உனக்கே சொல்லிக்கொள். அவர்களுடைய எதிர்மறை மனோபாவத்தைக் கீழே நிறுத்து. உயர்ந்து போய்விடு. அவர்களுடைய வெட்டிப் பேச்சே உனக்கு உத்வேகமாகட்டும்.

சராசரியானவனிடமிருந்து வித்தியாசமாக இருப்பதைப் பற்றிப் பெருமைப்பட்டுக்கொள்ள வேண்டும். சரியான திசையில்தான் போய்க்கொண்டிருக்கிறோம் என்பதற்கு அதுவே உத்தரவாதம். வாழ்வின் எல்லாத் துறைகளுக்கும் இது

பொருந்தும். வாரென் பஃபே என்பவர் உலகின் மிகச் சிறந்த முதலீட்டாளர்களில் ஒருவர். மந்தையிலிருந்து வித்தியாசமாக இருப்பதில் லாபம் இருக்கிறது என்பது அவருக்குத் தெரிந்திருந்தது. அவர் சொல்வார்.

எல்லோரும் ஆர்வம்கொள்ளும் போது தாமும் ஒரு குறிப்பிட்ட
பங்குப் பத்திரத்தில் ஆர்வம்கொள்கிறவர் அநேகம்பேர்.
எப்போது ஆர்வம்கொள்ள வேண்டும் என்றால்
பிறர் அந்தக் குறிப்பிட்ட பங்குப் பத்திரத்தில் ஆர்வம்
காட்டாதபோதுதான்.

-- வாரென் பஃபே

வெள்ளத்தை எதிர்த்து நீந்துவதற்கு பயந்துவிடாதே. ஏனென்றால் வெள்ளத்தோடு போவதென்பது வெகு சாதாரணமானவனாகிப் போவதற்கான உறுதியான பாதையாகிப் போகும்.

அசாதாரணம்

என்ன செய்தாலும் சரியே - அதில் அசாதாரணமானவனாக இருக்க முயற்சி செய். சாதாரணமானவன் செய்வதற்கு மேல் சற்று அதிகம் செய்ய வேண்டும் என்கிறேன். அவ்வளவுதான். வெகு சீக்கிரம் அதன் பலனை அனுபவிப்பாய்.

அசாதாரணம் என்ற பொருள் தரும் ஆங்கில வார்த்தை எக்ஸ்ட்ரா-ஆர்டினரி. அந்த வார்த்தையின் முதல் பகுதி உனக்குச் சரியான பொருள் தருவதாக அமையட்டும்.

வியாபார உலகை எடுத்துக்கொள்ளலாம். வியாபாரம் என்பதே பொருள் அல்லது சேவை தருவதுதானே! இதில் வாடிக்கையாளர் தரத்தை எதிர்பார்க்கிறார். வியாபாரத்தில் வெற்றிக்கான உறுதியான வழியொன்றிருக்கிறது. வாடிக்கையாளர் எதிர்பார்க்கும் தரத்துக்கு மேம்பட்ட தரத்தின் பொருளையோ சேவையையோ தருவதுதான் அது. அதுவும் அதையே சந்தையில் தரும்போட்டி வியாபாரி தரும் தரத்தை. விடச் சிறந்த தரத்தில் தருவது. பிராட் ஷுகர்ஸ் மற்றும் வின்ஸ்டன் மார்ஷ் ஆகியோர்

மார்க்கெடிங் துறையில் நிபுணர்கள். அவர்களும் இதையேதான் சொல்கிறார்கள். வாடிக்கையாளர்களை "வாவ்!" என்று சொல்ல வைக்க வேண்டும் என்கிறார்கள். அவர்கள் எதிர்பார்க்காத ஒன்றை அவர்களுக்குக் கொடுத்துப் பார். ஆச்சரியப்பட்டு வாய்பிளந்து நிற்பார்கள். "வாவ்! பிரமாதம்!" என்பார்கள். அவர்கள் மீண்டும் மீண்டும் உன்னைத் தேடி வருவதற்கும் இது வழி செய்கிறது.

இதே வித்தையை நாம் செய்யும் ஒவ்வொரு காரியத்திலும் பயன்படுத்தலாமே! நாம் செய்யும் காரியத்தில் எந்த அளவுக்கு ஈடுபாட்டைச் செலுத்துகிறோமே அதைவிடச் சற்றே அதிக ஈடுபாட்டைச் செலுத்த வேண்டியது. அவ்வளவுதான். நம்மைப் பார்த்து நாமே ஆச்சரியப்பட்டு "வாவ்!" என்று வாய் பிளந்து நிற்போம். நம்மோடு இருப்பதே பிறருக்கு மகிழ்ச்சியைத் தருவதாக அமைந்து போகும். உன்னோடு சிறிது நேரம் இருந்தபின், "வாவ்!" அவர்களோடு இன்றைக்கு இருந்தது எவ்வளவு சந்தோஷம் தெரியுமா! இந்த நாள் எனக்குக் கொஞ்சம் சிறப்பான நாளாகத்தான் இருந்ததப்பா!" என்று சொல்ல வைக்க முடியும் என்றால் அது எவ்வளவு நன்றாக இருக்கும்! நிறைவேறாத கனவாகத் தெரிகிறதா என்ன? அப்படித்தான் இருக்க வேண்டும் என்பதில்லை. பிறரோடு பேசும்போது இந்த வழிமுறைகளைப் பயன்படுத்திப் பார். உன்னுடைய அன்றாட வாழ்க்கை எப்படி வித்தியாசப்பட்டுப் போகிறது என்பதை நீயே பார்த்துக்கொள்ளலாம். நான் சொல்லப் போவதெல்லாம் பிறர் மீது கரிசனம் வைப்பதைப் பற்றித்தான். இவ்வாறு முயன்று பார். பயன்களை நீயே அனுபவித்துப் பார்.

1. பெயர் சொல்லிப் பேசு

தம் பெயரை இன்னொருவர் சொல்லக் கேட்பதைப் போல வேறு எதுவும் யாரையும் மகிழ்ச்சியடைய வைப்பதில்லை. முகத்தில் இணக்கமான புன்முறுவல் உடனே தோன்றும். பெயரைப் பயன்படுத்தும் போது உடனடியான ஓர் இணக்கத்தை ஏற்படுத்திவிடுகிறாய். ஆனால் ஒன்றை மறந்துவிடக்கூடாது. பெயரை அவர்கள் விரும்பும் விதத்தில் சொல்லவேண்டும்.

தேவைப்பட்ட போது முன்னும்பின்னும் அவசியமானதைச் சேர்த்துக்கொள்ள வேண்டும். பமீலா என்று சொல்வதா அல்லது பாம் என்று சொல்வதா அல்லது மிஸிஸ் ஜோன்ஸ் என்று சொல்வதா என்பதைப் பற்றிய கவனம் அவசியம். சரியான முன் பின் வார்த்தைகளைப் பயன்படுத்தாதபோது அவமரியாதையாகிப் போகும். வேறொருவர் பெயரைச் சொல்லி ஒருவரை அழைத்தால் என்னவாகும்? எனவே தவறுக்கு இடமளிக்காமல் கவனமாக இருக்க வேண்டும்.

நான் உயர்நிலைப் பள்ளிப் படிப்பு படித்தபோது கறிக்கடை ஒன்றில் வேலை பார்த்தேன். தட்டுக்களைக் கழுவுதல் மற்றும் சில சில்லறை வேலைகள். அந்த வியாபாரத்துக்கு மிகவும் முக்கியமானது வாடிக்கையாளரோடு சரியான முறையில் பேசித் தொடர்புகொள்வது என்பதைப் புரிந்துகொண்டேன். என்னுடைய முதலாளி இந்த வித்தையில் தேர்ந்தவர். வழக்கமாகக் கடைக்கு வருகிறவர் பெயரெல்லாம் அவருக்கு அத்துப்படி. எப்போது எப்படி யாரை அழைப்பது என்பது அவருக்கு நன்றாகவே தெரிந்திருந்தது. ட்ரெவர் என்னுடைய நெருங்கிய நண்பன். கோல்ஃப் விளையாட்டில் கெட்டிக்காரன். பிறரோடு இணக்கமாகப் பேசுவதிலும் கெட்டிக்காரன். தன்னுடைய கடைக்கு வருகிறவர்களோடு பேசுவதில் இப்படி அவர்களுக்குப் பிடித்த வகையில் சந்தர்ப்பத்துக்கு ஏற்ற வகையில் அவர்களுடைய பெயரைச் சொல்லிப் பேசுவது வியாபாரத்துக்கு மிகவும் சாதகமான சமாச்சாரம் என்பதை அவன் நன்றாகத் தெரிந்து வைத்திருந்தான். அவனுடைய வெற்றிக்கு இது ஒரு முக்கியமான காரணம். எனவே மறந்துவிடாதே - ஒருவருடைய பெயர் பிறரால் சொல்லப்படும்போது அது அருமையான இசையாக ஒருவர் காதில் விழுகிறது.

2. உண்மையான கரிசனத்தைக் காட்டு

உன்னிடம் பிறர் பேசும்போது கேட்பதில் ஆர்வம்கொள். அவர்கள் சொல்லும் விஷயத்தில் ஆர்வம் காண்பித்துவிடு. உன்னோடு அவர்கள் செலவிடும் சில நிமிட நேரம் அவர்கள் சொல்வதை உன்னிப்பாகக் கவனி. அவர்கள் என்ன சொல்கிறார்கள் என்பதில் உனக்கு உண்மையான ஆர்வம்

இருக்கிறது என்பதை அவர்கள் உணர வை. அவர்கள் பேசும் போது நீ கவனித்துக்கொண்டிருக்கிறாய் என்பதற்கான சமிக்ஞைகளை அவ்வப்போது கைக்கொள். உதாரணமாக, "ஆமாம். நீ சொல்றது புரியுது." அவர்கள் பேசும்போது அவர்களைப் பார். கவனம் வேறெங்கோ இருக்கும்போது ஒருவரிடம் பேசுவதைப் போல மோசமான விஷயம் வேறு ஏதும் இல்லை. அவர்களைப் பற்றிய உன்னுடைய கேள்விகளில் நம்பகத்தன்மை இருக்கட்டும். போலித்தனம் வேண்டாம். எதைப்பற்றிப் பேச விரும்புகிறார்கள் என்பதைக் கேட்டுத் தெரிந்துகொள். கடைசியாகச் சொல்ல வேண்டுமானால், பிறர் பேசும்போது குறுக்கிட வேண்டாம். உனக்கு இருப்பது இரண்டு காதுகள். ஆனால் வாயோ ஒன்றுதான். எனவே பேசுவதைப் போல இரண்டு மடங்கு கேட்க வேண்டும் மறந்துவிடாதே.!

3. உதவி செய்

உதவிசெய்ய முன்வர வேண்டும். அந்தக் கணம் அவருக்கு ஏதாவது உதவி தேவைப்படுகிறதா என்று கேள். "என்ன தேடறீங்க?" "சௌக்கியமாக இருக்கீங்களா?" என்று கேட்டுப் பார். அவர்கள் எப்படிப் பதில் சொல்கிறார்கள் என்பதைக் கவனி. ஆச்சரியப்பட்டுப் போவாய். பிறரிடம் அனுசரணையாகவும் கரிசனத்தோடும் பேசும் போது அவர்கள் எந்த அளவுக்கு உன்மீது மதிப்பு வைக்கிறார்கள் என்பதும் உனக்கு எந்த அளவுக்கு உண்மையாக இருக்க விரும்புகிறார்கள் என்பதும் ஆச்சரியமாகத்தான் இருக்கும். உதவியை எல்லோரும்தான் விரும்புகிறார்கள். உதவும் கரங்கள் என்றும் பாதை தவறுவதில்லை.

4. புறம் பேசாதே! வம்பு பேசாதே!

முதுகுக்குப் பின் செய்யக்கூடிய ஒரே காரியம் தட்டிக் கொடுப்பதுதான். பிறரைப் பற்றி எப்போதும் வம்பு பேசுகிறாய் என்றால் பிறரைப் பற்றியே எப்போதும் பேசிக்கொண்டிருக்கிறாய் என்றால் உன்னை யாரும் நம்ப மாட்டார்கள். தலைமைப் பண்புக்கு உகந்த செயல்கள் அல்ல அவை. பிறரைப் பற்றிக் கதை

நீயும் ஏன் சாதிக்கக் கூடாது?

பேசுகிறாய் என்றால் உனக்குத் தெரியவருமுன்பே உன்னைப் பற்றிய ஒரு மாதிரியான கருத்தை ஏற்படுத்திவிடுவாய். முதுகில் குத்துவதோ வம்பு பேசுவதோ யாருக்கும் எப்போதும் எந்த நன்மையும் தருவதில்லை. அவநம்பிக்கையும் உறவு முறிவும்தான் விளைவுகளாகிப் போகும். இந்தப் பழக்கம் உன்னிடம் இருந்தால் அதிலிருந்து விடுபட என்ன வேண்டுமானாலும் செய்துகொள். யாரைப் பற்றியாவது யாராவது "சுவையான" தகவல் கொண்டு வந்தால் புறம் பேசுவது உனக்குப் பிடிக்காது என்பதைப் பணிவாக ஆனால் உறுதியாகச் சொல்லிவிடு. அப்படி ஒரு நிலைப்பாட்டை எடுத்துக்கொண்டால் வெகு சீக்கிரத்தில் பிறருடைய நம்பிக்கைக்குப் பாத்திரமாகிப் போவாய்.

தொடர்ந்த முன்னேற்றம்

வாழ்க்கைத் தொடர்ந்த முன்னேற்றத்துக்கான ஒரு செயல் திட்டமாகட்டும். பலரும் இதைச் செய்வதில்லை. இருப்பது போதும் என்றிருப்பவர்கள்தான் அதிகம். எதையும் முன்பு செய்ததைவிட சிறப்பாகச் செய்ய முயற்சிசெய்துகொண்டேயிரு. இதுவே உன் தாரக மந்திரமாகும்போது எந்த அளவுக்குச் சிறப்பை நீ அடைகிறாய் என்பதை நினைத்துப் பார். எந்த ஒரு கணத்திலும் அப்போது செய்யும் காரியத்தில் ஆத்மார்த்தமாக ஈடுபடும்போது, அது எந்தக் காரியமாக இருந்தாலும், அதன் பயன் எந்த அளவுக்கு இருக்கிறது என்பதைப் பார்க்க நீயே ஆச்சரியப்பட்டுப் போவாய்.

எந்த அளவுக்குச் சிறப்பாக ஒரு காரியத்தைச் செய்ய முடியுமோ அந்த அளவுக்குச் சிறப்பாக அதைச் செய்யும் போதும் ஒரு காரியத்தை விரைவாகவும் சிறப்பாகவும் செய்ய வழிவகைகளைக் கண்டுபிடிக்கும்போதும் அதன் விளைவு அதிசயிக்கத்தக்க வகையில் அமைவதைக் காண்பாய். முதலாவதாக அதைச் செய்கிறவருக்கு ஒரு பெருமிதம் வந்து சேர்கிறது. செய்து முடித்துவிட்டோம் என்ற திருப்தி வருகிறது. அப்படித்தான் சிறப்பாகச் செய்யும் எந்த ஒரு காரியமும் அமைகிறது. நமது தன்னம்பிக்கைக்கும் சுயமதிப்பீட்டுக்கும் நன்மையாக அமைந்து நமது திறமைகள் திறன்கள் மீது நமக்கே

சராசரியானது போதும் என்று நினைக்காதே அது அவ்வளவு நன்மையானதல்ல

ஓர் அலாதி நம்பிக்கை பிறக்கிறது. தொடரும் முன்னேற்றம் நம் செயல்களின் பயன்களில் வெளிப்படுகிறது. நமக்கு எது சாத்தியம் என்று இதுவரை நினைத்திருந்தோமோ அதற்கு மேலும் நமக்குச் சாத்தியம் என்பதைத் தெரிந்துகொள்கிறோம். ஆச்சரியப்படத்தக்க பயன்களைப் பெறுகிறோம். தொடர்ந்து சிறப்பாக முன்னேற வேண்டும். தொடர்ந்து சிறப்பாகச் செயல்பட வேண்டும் என்ற ஆசை இல்லாத யாரும் எந்தத் துறையிலும்அதீத உயரத்தை எட்ட முடியாது.

விளையாட்டு வீரரை எடுத்துக்கொள்ளேன். எந்த ஒரு விளையாட்டு வீரனும் தான் இதற்கு முன் சாதித்ததை விடச் சிறந்த சாதனையைப் புரிய வேண்டும் என்பதற்காகவே தொடர்ந்து பயிற்சி செய்கிறான். எந்தக் காரியத்தை எடுத்தாலும் அப்படியேதான்.

உன் எல்லாக் காரியத்தையும் மேலும் சிறப்பாக்க எப்போதும் முயன்று கொண்டிரு.

கற்பதை நிறுத்தவே வேண்டாம்

எந்தச் சந்தர்ப்பத்தையும் புதிதாக ஒன்றைக் கற்றுக்கொள்ள ஏற்ற சந்தர்ப்பமாகவே எடுத்துக்கொள். ஏனென்றால் எந்த அளவுக்குக் கற்றுக்கொள்கிறோமோ அந்த அளவுக்கு நாம் வளர்கிறோம். அந்த அளவுக்குப் புத்திசாலிகளாகிறோம். பார்ப்பதற்கும் அனுபவிப்பதற்கும் நிறைய இருக்கும் ஒரு பிரயாணமாக வாழ்க்கையை எடுத்துக்கொள். ஒவ்வொரு நிமிடத்தையும் அனுபவிக்கவே வாழ்கிறோம் என்பதை நினைவில் வைத்திரு. இதில் சோகமான விஷயம் என்னவென்றால் பலரும் நேரம் இப்படியே ஓடிவிடக் கூடாதா என்றுதான் பார்க்கிறார்களே ஒழிய எந்தச் சூழலையும் எப்படித் தனக்குச் சாதகமாக, மகிழ்ச்சியானதாக எடுத்துக்கொள்வது என்று நினைத்துப் பார்ப்பதே இல்லை.

தனிப்பட்ட அனுபவம் மூலம் மட்டுமே அறிவு விருத்தியாவதில்லை. பிறருடைய அனுபவத்திலிருந்தும் வேறு மூலங்களிலிருந்தும் நாம் கற்றுக்கொள்ள நிறையவே

இருக்கின்றன. அதோ அங்கே ஓர் அறிவுக் களஞ்சியம். நீ கண்டுபிடித்துப் பயன்படுத்துவதற்காகவே கிடக்கிறது. உனக்காகவே காத்திருக்கிறது. பெர்சனல் கம்ப்யூட்டரும் இன்டர்நெட்டும் பழைய காலத்திய புத்தகங்களும் இருக்கும் வரை அறிவு நமது விரல் நுனியில் இருக்கிறது. அப்படியே போய்ப் பார்த்து எந்த விஷயம் உனக்குப் பிடித்திருக்கிறது என்று பார். எந்த விஷயம் உனக்குப் பயனுள்ளதாக இருக்கும் என்று பார். எந்த அளவுக்கு முடியுமோ அந்த அளவுக்கு கற்றுக்கொள்.

அறிவின் மூலத்தை அறிந்துகொண்டவன் அறிவாளி.

— ஏ. ஏ. ஹாட்ஜ்

புத்தகங்கள் மற்றும் கம்ப்யூட்டர் தவிரவும் நாம் தேடும் அனுபவங்களை ஏற்கெனவே பெற்றுக்கொண்டவரிடமிருந்தும் நாம் கற்றுக்கொள்ளலாம். இதில் சில சாதகங்கள் உண்டு. பிறருடைய அனுபவத்திலிருந்து பாடம் கற்றுக்கொள்வதில் நமக்கு ஏதும் செலவு இல்லை. முழுக்க இலவசமாகவே கிடைக்கிறது. பிறர் ஈடுபட்டுள்ள காரியத்தில் ஆர்வம் காட்டும் போது அவர்கள் உனக்கு உதவத் தயாராக இருப்பார்கள். நீ தான் அவ்வளவு ஆர்வமாக இருக்கிறாயே! இரண்டாவதாக கற்பதில் உள்ள சிரமங்களைத் தவிர்த்து எந்த ஒரு விஷயம் பற்றியும் சரியாகப் புரிந்துகொள்வதும் அனுபவம் பெறுவதும் சாத்தியமாகிறது. கற்பது கூடச் சில சமயம் சிரமமாகத்தானே இருக்கிறது! பிறருடைய தவறுகளிலிருந்து கற்றுக்கொள்வதையே நான் விரும்புகிறேன்.

நன்றியுணர்வோடு இருத்தல்

எந்த அளவுக்கு நன்றி இல்லாதவர்களாக இருக்கிறார்கள் என்பதைப் பார்க்கும்போது எனக்கு ஆச்சரியமாக இருக்கும். பிறருடைய கடும் உழைப்பையும் முயற்சிகளையும் தமக்குச் சாதகமாக எடுத்துக்கொண்டு எந்த ஒரு நன்றியுணர்வும் இல்லாமல் எத்தனை பேர் இருக்கிறார்கள்! ஒரு பாராட்டுக் கூடச் சொல்வதில்லை. தயவுசெய்து அல்லது நன்றி என்ற ஒரு வார்த்தையைச் சொன்னால் அந்த அடிப்படை மரியாதை

ஒருவரை எவ்வளவு அசாதாரணமான மனிதராகக் காட்டும் என்கிறாய்! இதைக் கூடச் செய்ய மறுக்கிறார்களே என்பதைக் குறித்து எனக்கு மிகவும் வருத்தம்தான். இது என்ன அவ்வளவு பிரத்தியேகமான ஒரு வழக்கமா என்ன? வெகு சாதாரணமாகச் செய்யக் கூடிய காரியம். என்றாலும் இதைப் பலரும் செய்வதில்லையே என்பதுதான் என் வருத்தம்.

சிறிய வயதிலிருந்தே தயவு செய்து அல்லது நன்றி என்று சொல்வதற்கு என்னைப் பழக்கப்படுத்தி வைத்திருந்தார்கள். "நீங்கள் வந்ததற்கு நன்றி திருமதி. . . . அவர்களே" என்று ஒவ்வொரு விருந்தின் முடிவின் போதும் விருந்தாளிகளிடம் சொல்ல வேண்டும் என்று என்னைப் பழக்கப்படுத்தி வைத்திருந்தார்கள். அந்தச் சின்ன வயதில் கூட இந்தச் சின்னஞ் சிறு வார்த்தைகள் எவ்வளவு பிரமாதமானவை என்பதை நான் உணர்ந்திருந்தேன். ஒரு முறை என் தாயாரின் தோழி என்னிடம் "நீ விருந்துக்கு வரும்போதெல்லாம் எனக்கு மிகவும் மகிழ்ச்சியாக இருக்கிறதப்பா! எவ்வளவு மரியாதையாகப் பேசுகிறாய்! விருந்துக்காக நாங்கள் உழைத்ததை எவ்வளவு பாராட்டுகிறாய்!" என்று பாராட்டினார். அப்போதெல்லாம் பள்ளிக்கூடப் பையனான என் முகம் பெருமிதத்தால் சிவந்துவிடும்.

எப்போதும் பெருந்தன்மையோடு இருக்க வேண்டும். பிறர் நமக்காகச் செய்த காரியங்களைப் பாராட்ட வேண்டும். அப்படிச் செய்தால் அடுத்து உனக்காக என்ன செய்யலாம் என்று காத்திருப்பார்கள். சந்தர்ப்பம் கிடைத்தால் துள்ளிக் குதித்துக் காரியத்தில் இறங்குவார்கள். அங்கீகாரம் கிடைக்கும் என்றால் ஆச்சரியப்படத்தக்க விதத்தில் எல்லோரும் உதவியாக இருப்பார்கள்தான். அங்கீகரிப்பது அவ்வளவு சுலபமான காரியம். என்றாலும் பலரும் அதைச் செய்வதில்லை.

பிறரிடம் ஒவ்வொரு சந்தர்ப்பத்திலும் சிறப்பாக என்ன இருக்கிறது என்று பார்

ஒவ்வொரு சந்தர்ப்பத்திலும் ஒவ்வொருவரிடமும் ஆக்க பூர்வமாக என்ன இருக்கிறது என்று கவனித்துப் பார். என்ன பெரிதாக இருக்கப் போகிறது என்று நினைப்பது மிகவும்

சாதாரணமானவன் செய்யக் கூடிய காரியம். பிறரிடம் குற்றம் காண்பதும் என்ன நடக்கிறதோ அதில் குற்றம் குறை சொல்வதும் மிகச் சுலபமாகச் செய்யக் கூடிய காரியங்கள். யாருக்கும் அப்படிப்பட்ட பேச்சைக் கேட்பதில் விருப்பம் இருப்பதில்லை. வெறுமனே முகாரி பாடுவதையும் மோசமான தகவல்களைச் சுமந்து போவதிலும் யாருக்கும் விருப்பம் இருப்பதில்லை. அவரவர் வாழ்வில் எத்தனையோ சோகங்கள். இதில் நீ கூடவா? எல்லாமும்தான் சரியில்லை என்ற எண்ணத்திலிருந்து விடுபடவே மக்கள் விரும்புகிறார்கள். சோகமான தகவல் வேண்டுமா? இருக்கவே இருக்கிறது டெலிவிஷன். போட்டுப் பார் - எத்தனை மோசமான தகவல்கள் குவிந்து கிடக்கின்றன என்று தெரிந்துகொள்வாய்.

நண்பர்களை எழுச்சியுடையவர்களாக்க வேண்டும். நம்மைச் சுற்றி ஓர் ஒளி வட்டம் இருக்க அதில் அவர்கள் குளித்து மகிழ வேண்டும். எந்தச் சந்தர்ப்பத்திலும் அதில் சிறந்தது என்ன என்று பார்க்கப் பழகிக்கொள்ள வேண்டும். மேல் நோக்கிய பார்வை வேண்டும். ஒவ்வொரு அனுபவத்திலிருந்தும் நமக்கு ஏதோ ஒன்று கிடைக்கத்தான் செய்கிறது. எல்லாம் நாம் அதை எப்படிப் பார்க்கிறோம் எப்படிப் புரிந்துகொள்கிறோம் என்பதன் பாற்பட்டது. பாதி நிரம்பிய தம்ளரைப் பார்க்கும்போது பாதி காலியாக இருப்பதாக நினைக்கிறாயா அல்லது பாதி நிரம்பியிருப்பதாகப் பார்க்கிறாயா?

ஒரு கதை கேட்டிருக்கிறேன். கேட்டு நீண்ட காலமாகிவிட்டது. என்றாலும் நினைவில் இருப்பதைச் சொல்கிறேன். இந்த இடத்துக்கு மிகவும் பொருத்தமாக இருக்கும். ஒரு நாள் கடுங் குளிரில் ஒருவன் வீதி வழியாக நடந்துகொண்டிருந்தான். கால்கள் மரத்துப் போகுமளவுக்குக் குளிர் என்று சலித்துக்கொண்டான். எவ்வளவு அசௌகரியம் என்றான். அப்போது எதிரே வந்த ஒரு பிர்சைக்காரனைப் பார்த்தான். தர்மசங்கடத்தில் நெளிந்தான். தன்னைப் பற்றியே வெட்கம் கொண்டான். அந்தப் பிச்சைக்காரனுக்குக் கால்களே இல்லை. இதுதான் அவனுடைய மனமாற்றத்துக்குக் காரணம். தனக்குக் கால்கள் இருக்கின்றனவே என்று ஆறுதல் கொள்ளாமல்

குளிராக இருக்கிறதே என்று வருத்தப்பட்டுக் கொண்டிருந்தானே! சமயத்துக்கு நாமும் கூடத்தான் நம்மிடம் இருக்கும் நல்லதைக் கணக்கில் எடுத்துக்கொள்ளாமல் எவ்வளவு அதிர்ஷ்டசாலிகள் நாம் என்பதைத் தெரிந்து கொள்ளாமல் போய்விடுகிறோம். நம்மை விட மோசமான நிலையில் இருப்பவர்களைப் பார்க்கும்போதுதான் நமக்கு உண்மை விளங்குகிறது.

நம்பிக்கைக்குரியவனாக இரு

நம்பிக்கைக்குரியவனாக இருப்பவனுக்கென நிறைய கதவுகள் திறந்திருக்கும். சாதாரணமானவன் அந்தக் கதவுகள் வழியாகப் போவதே இல்லை. காரியத்தைக் கச்சிதமாக முடித்துவிட்டு ஒவ்வொரு முறையும் திரும்பும் எவனும் அவனவன் எடையில் தங்கத்துக்கு நிகரானவன். ஒவ்வொரு துறையிலும் அப்படிப்பட்ட நம்பிக்கைக்குரியவர்களை நாடி திரும்பத் திரும்ப மற்றவர்கள் வருவார்கள். பெரியதொரு ஒப்பந்தப் புள்ளியை முடித்து வைப்பதா? மகிழ்ச்சியான பலனுள்ள உறவை வளர்ப்பதா? அல்லது சிறந்த பணியாளனாக இருப்பதா? நம்பிக்கைக்குரியவனாக இருப்பது சாதாரணமாக இருப்பதை விட மேலானதும் வெற்றியைத் தருவதாகும்.

ஒப்பந்தப் புள்ளியை ஒருவருக்கு அளிக்குமுன் யார் குறைந்த செலவில் காரியத்தை முடிப்பார்கள் என்று பார்க்கிறார்கள்தான். என்றாலும் செலவை மட்டுமே பொறுத்த விஷயமல்ல அது. என்னதான் குறைந்த செலவில் ஒப்பந்தத்தை நிறைவேற்ற ஒருவர் முன்வந்தாலும் அவர் நம்பிக்கைக்குரிய நிறுவனத்திலிருந்து வரவில்லையென்றால் அந்தப் பணி வேறொருவருக்கு ஒதுக்கித் தரப்படுகிறது. சரியான நேரத்தில் முடித்துத் தருவார் என்ற நம்பிக்கை வேண்டும். சரியான பொருளைத் தருவார் என்ற நம்பிக்கை வேண்டும். நம்பிக்கைக்குரியவனாக இருக்க வேண்டும். இல்லையேல் காலம் தள்ள முடியாது. உன்னை ஒருவர் நம்புகிறார் என்றால் அது மிகப் பெரிய பாராட்டாகும். உனக்கு உறுதுணையாக இருப்பார்கள் என்று பொருள். நல்லவன் என்று நம்புகிறார்கள். உனக்காக எந்த அளவுக்கும் போவார்கள். இன்றைய

காலகட்டத்தில் முன்னெப்போதையும் விட இது. முக்கியமான விஷயமாகிவிட்டது. ஒழுக்க நிலையில் நலிவு வந்துவிட்டது. பிறரிடமிருந்து வேறுபட்டு மற்றவர்களிடம் ஒப்படைக்கத் தயங்கும் பணிகளைத் தம்மிடம் ஒப்படைக்கும் அளவுக்கு நம்பிக்கைக்குரியவராக இருப்பவர்களுக்கு இந்த உலகம் முழுக்கச் செழிப்புத்தான்.

நம்பிக்கைக்குரியவனாக இருக்கிறாய் என்பதைப் பிறர் அறிய வைக்க முடியுமேயானால் அதன் சாதகங்களும் பயன்களும் எந்த அளவுக்கு இருக்கும் என்பதை நினைத்துப் பார்த்துக்கொள்.

முடிந்த அளவுக்குச் சிறப்பாகச் செயல்படு

தோல்வியில் துவண்டுவிடாதே. புதிய முயற்சிகளை மேற்கொள்ளத் தவறிவிடாதே. முயற்சியே திருவினையாக்கும்.

இழப்பதற்கு ஏதுமில்லை – பெற்றுக்கொள்ளவே
எல்லாமும் உண்டு எனும்போது முயற்சி செய்தே ஆக வேண்டும்.

— லுயி பேஸ்ட்யூ

தாமஸ் எடிசன் போன்ற ஒருவர் தொடர்ந்து முயற்சிக்காமல் இருந்திருந்தால் என்னவாகியிருக்கும்? சர்வசாதாரணமாக நாம் அனுபவிக்கும் சௌகரியங்கள் பலவும் இல்லாமல் போயிருக்கும். அவர் மட்டும் அவ்வளவு பரிசோதனைகளை விடாமுயற்சியோடு மேற்கொள்ளாமல் இருந்திருந்தால் உலகம் வேறு விதமாகத்தான் இருந்திருக்கும். கேப்டன் ஜேம்ஸ் குக் தொடர்ந்து முயற்சிக்காமல் இருந்திருந்தால் என்னவாகியிருக்கும்? இந்த நாடு வேறு விதமாகத்தான் இருந்திருக்கும். ரைட் சகோதரர்கள் விடாமுயற்சியைக் கைவிட்டிருந்தால் என்னவாகியிருக்கும்? பட்டியல் நீண்டுகொண்டே போயிருக்கும்.

முடிந்த அளவுக்குச் சிறப்பாகச் செயல்படும் சிலரில் ஒருவனாக இருந்துவிடு. அசாதாரணமானவனாகிவிடு. அசாதாரணம் தவிர்த்த எதிலும் மகிழ்வைக் காணாதவர்களே வாழ்வில் வெற்றியடைகிறார்கள்.

சராசரியானது போதும் என்று நினைக்காதே அது அவ்வளவு நன்மையானதல்ல

மீள் பார்வை

1. சராசரியைவிட மேம்பட்டவர்களாக இருக்க முயல வேண்டும்.

2. மற்றவரைப் பற்றிக் கவலைப்படாதே. உன்னுடைய ஆற்றலிலிருந்து எவ்வளவு அதிகம் பெற முடியும் என்பதில் மட்டும் கவனம் செலுத்து.

3. நம் எல்லோரிடமும் திறமைகள் இருக்கின்றன. அந்தத் திறமைகளை வீணடித்துவிடாதே. அவை என்ன என்பதைக் கண்டுபிடித்துப் பயன்படுத்திக்கொள்.

4. எப்போதும் முன்னேற்றத்துக்கான முயற்சிகளைச் செய்து கொண்டேயிரு. உன்னுடைய பலவீனங்களைப் பலங்களாக மாற்றிக்கொள்.

5. வித்தியாசமாக இருக்கப் பயந்துவிடாதே. வித்தியாசம் என்பது நல்லதுதான்.

6. பிறரோடு தொடர்பு கொள்ளும்போது

    அ) அவர் பெயரைச் சொல்லிப் பேசு

    ஆ) உண்மையான ஆர்வத்தைக் காட்டு. அவர் பேசுவதைக் கவனி

    இ) எங்கேயிருந்தாலும் எப்போதானாலும் பிறருக்கு உதவு.

    ஈ) பிறரைப் பற்றிப் புறம் பேசாதே.

7. அசாதாரணமானவனாக ஆவதற்கான குணாதிசயங்கள்

    அ) வாழ்க்கை எப்போதும் முன்னேற்றத்தை நோக்கியே செயல்திட்டமாக இருக்கட்டும்.

    ஆ) கற்பதை நிறுத்திவிடாதே.

    இ) நன்றியுணர்வோடு இரு.

    ஈ) பிறரிடும் எந்தச் சந்தர்ப்பத்திலும் சிறந்தது என்ன இருக்கிறது என்று பார்.

    உ) நம்பிக்கைக்குரியவனாக இரு.

    ஊ) முயற்சிசெய்து கொண்டேயிரு.

பக்கம் 83

செயற்படிகள்

1. உன்னுடைய பலம் மற்றும் பலவீனம் பற்றி அத்தியாயத்தில் கூறியபடி குறிப்பெடு.

2. ஆக்கபூர்வமாக சராசரி மனிதரிடமிருந்து நீ எப்படி வித்தியாசமானவனாக இருக்கப்போகிறாய் என்பதைக் குறித்துக்கொள்.

   _____
   _____
   _____
   _____
   _____
   _____
   _____

3. பிறரோடு பழகுவதற்கான திறமையை வளர்த்துக்கொள். டேல் கார்னஜியின் "How to win Friends and Influence people" என்ற புத்தகத்தைப் படி.

5

வெற்றியைச் சம்பாதிப்பது

எதையாவது இந்த வாழ்வில் அனுபவிக்க வேண்டுமானால்
அதை முதலில் சம்பாதிப்பதுதான் அதற்கான ஒரே வழி

-- ஜிஞ்சர் ரோஜர்ஸ்

டென்னிஸ் வெய்ட்லீ எழுதிய புத்தகம் "Seeds of Greatness" என்பதாகும். அந்த வெற்றியைப் "பயனுள்ள ஒரு குறிக்கோளைப் படிப்படியாக நிதரிசனமாக்குவது" என்று விவரிப்பார். வெற்றியைச் சாதிப்பதில் "படிப்படியாக நிதரிசனமாக்குவது" என்ற வார்த்தைகள் எவ்வளவு முக்கியமானவை என்று நான் உணரவேண்டும். வெற்றியடைய வேண்டுமானால் நம்மைத் தயார்படுத்திக்கொள்ள வேண்டும். அதைச் சாதிக்க உழைக்க வேண்டும். அப்படியானால் சின்னச் சின்ன முன்னேற்றங்களைச் சாதிப்பது - ஒரு சமயத்துக்கு ஒரு படியென்று.

எந்தக் குறிக்கோளையும் அடைவதற்கான உழைப்பைச் செலுத்தும்வரை அக்குறிக்கோளை அடையும் பலனை நாம் அனுபவிக்க முடியாது. விதைத்தால்தானே அறுவடை என்று சொல்வார்கள். குறிக்கோளை நோக்கிய உழைப்பானது அக்குறிக்கோளை அடைவதைப் போலவே முக்கியமானது. வெற்றி என்பது ஒரு பயணமும் இலக்கும் ஒருங்கே சேர்ந்தது.

எல்லாமும் இப்போதே வேண்டும் என்று விரும்புவதில் என்ன தவறு இருக்கிறது என்று பார்க்கலாம். நமது குறிக்கோளைச் சின்னச் சின்ன இலக்குகளாக அமைத்துக்

கொள்ள வேண்டியதன் அவசியத்தையும் பார்க்கலாம் உண்மையான வெற்றியை அடைய வேண்டுமானால் நமது குறிக்கோளை நமது கட்டுப்பாட்டுக்குள் வைத்திருக்கும் அளவுக்குச் சின்னச் சின்னத் துண்டுகளாக்கி வைத்துக்கொள்ள வேண்டியிருக்கிறது.

இன்றைய நவீன யுகத்தில் எல்லாமும் இப்போதே வேண்டும் என்ற கலாச்சாரம் பரவி விட்டது. உடனடி உணவு, உடனடி நிதி உதவி, இன்ஸ்டண்ட் காஃபி, இவை கையெட்டும் தூரத்தில் இருக்கும் சில சமாசாரங்கள். இவை எல்லாமும் உடனடித் திருப்தியைத் தருகிறவை. எந்த முயற்சியும் இல்லாமல் நம்மைத் திருப்திப்படுத்துகிறவை. இவற்றில் சிலவற்றால் நமக்குத் தீமைதான் மிச்சம் என்பது நமக்குத் தெரிந்துதான் இருக்கிறது. ஆனாலும் எதற்காகவாவது காத்திருக்க வேண்டும் என்றால் அது கிடைத்தே ஆக வேண்டும் என்பதில்லை என்பதுதான். இன்றைய கண்ணோட்டம், டெலிவிஷனிலும் பத்திரிகைகளிலும் நுகர்வோரைக் கவரும் விளம்பரங்கள் அநேகம். இப்போது இந்தக் கணம் நம்மைச் சந்தோஷிக்க எது தேவை என்று கூச்சல் போடுகின்றன. அவற்றை உடனடியாக வாங்கி அனுபவிக்கா விட்டால் பெரிதாக எதையோ இழந்துவிட்டதாக உணர்கிறார்கள்.

சற்றே நின்று நமது சமுதாயத்தைப் பார்க்கும்போது இப்படியான உணர்வே நவீன சமுதாயத்தின் பல நோய்களுக்கும் காரணம் என்பது உடனடியாகப் புரிந்து போய்விடுகிறது. **Charlie and the Chocolate Factory** என்ற கதையில் வரும் வெருச்சா சால்ட் என்ற சின்னப் பெண்ணைப் போல இப்பவே, உடனடியாக எனக்கு வேண்டும் என்ற உந்துதல் எல்லோருக்கும் இருக்கிறது. வேண்டியதெல்லாம் அவளுக்கு நினைத்த உடனே கிடைக்க வேண்டும். இப்படிப்பட்ட நடவடிக்கை தீர்மானமற்ற மனநிலையையும் கட்டுப்பாடற்ற தன்மையையும்தான் காட்டுகிறது. இதில் வேடிக்கை என்னவென்றால் எதை வேண்டும் என்று கேட்கிறாயோ அதுதான் வழக்கமாகக் கிடைக்காமல் போய்விடுகிறது. அப்படித்தான் அவளுக்கும் அந்தக் கதையில் நடந்தது.

வெற்றியைச் சம்பாதிப்பது

இன்றைய காலகட்டத்தில் நாம் சந்திக்கும் சில சமூகப் பிரச்சினைகள் என்ன என்பதைப் பார்க்கலாம்.

1. போதை மருந்துகளும் மதுவும்

போதை மருந்துகளும் மதுவும் தினமும் அதிகரிக்கும் பிரச்சினைகளை நமது சமுதாயத்தில் உண்டு பண்ணுகின்றன. இவற்றைத் தவறாகப் பயன்படுத்துவதால் பலருடைய வாழ்வும் தறிகெட்டுப் போய்விட்டது. நமது சமுதாயம் முழுக்க இதன் விளைவாக ஏற்பட்டிருக்கும் சேதத்தை நம்மால் பார்க்க முடிகிறது. அதிலும் மனித உயிர்களுக்கான சேதம் மிக அதிகம். பலரும் இதனால் மரணத்தைத் தழுவுகிறார்கள், போதைப் பழக்கத்துக்கான பணப்புழக்கத்துக்காகப் பலரும் குற்றவாளிகளாகிப் போகிறார்கள். சமுதாயத்தில் பெரும்பான்மையோர் தமது சொத்துச் சுதந்திரத்தைப் பாதுகாத்துக்கொள்வதற்கென நிறைய வரி செலுத்த வேண்டியிருக்கிறது. குற்றவாளிகளைப் பராமரிப்பதற்காகும் செலவும் வரிச்சுமையைக் கூட்டிவிடுகிறது. மேலும் இப்படியான போதைப் பழக்கத்துக்கு அடிமையாகிப் போகிறவர்கள் மற்றும் அவர்களுடைய குடும்பங்கள் படும்வேதனையை வழக்கமாக எல்லோரும் மறந்தே போய்விடுகிறார்கள்.

2. தவறான கிரெடிட் கார்டு உபயோகம்

கிரெடிட் கார்டுகளைத் தவறாகப் பயன்படுத்துவதைப் பற்றிய புள்ளி விவரங்கள் பயங்கரமானதாக இருக்கின்றன. திருப்பிச் செலுத்த முடியாத அளவுக்குக் கடன் வாங்கும் பழக்கம் நம்பவே முடியாத அளவுக்கு இருக்கிறது. ஆஸ்திரேலியாவில் மட்டும் 8 மில்லியன் கிரெடிட் கார்டு பயன்படுத்துகிறவர்கள் இருக்கிறார்கள். ஒட்டு மொத்தமாக அவர்கள் செலுத்த வேண்டிய கடன் 14 பில்லியன் ஆஸ்திரேலிய டாலர்கள். சுலபமாகக் கடன் வாங்கும் வசதியைச் சரியாகப் பயன்படுத்தத் தெரியாதவர்கள் அநேகம் பேர் இருக்கிறார்கள். வரையறைக்கு மேல் கடன் வாங்குவது எவ்வளவு சுலபம் என்று நினைத்துப் பார்க்கும்போதெல்லாம் ஆச்சரியமாகத்தான் இருக்கும்.

அதிலும் சிலர் ஒன்றுக்கு மேற்பட்ட கிரெடிட் கார்டுகளில் அப்படிக் கடன் வாங்கி வைத்துக்கொள்கிறார்கள். வங்கிகளும் கிரெடிட் கார்டு கம்பெனிகளும் கடன் வரையறையை அதிகப்படுத்திக்கொள்ளுங்கள் என்று கேட்டுக்கொள்ளும் வகையில் கடிதங்களை அனுப்பிக்கொண்டே இருக்கிறார்கள். சில கம்பெனிகள் வாடிக்கையாளர் கணக்கில் பணம் போட்டுக் கூட வைக்கிறார்கள். இதை ஊக்கத் தொகையாகத் தருகிறார்கள்.

3. சூதாட்டம்

சூதாட்டம் ஒரு தேசியப் பழக்கமாகப் போய்விட்டது. 82 சதவிகித ஆஸ்திரேலியர்கள் சென்ற 12 மாதங்களில் 11 பில்லியன் ஆஸ்திரேலிய டாலர் அளவுக்குச் சூதாட்டத்தில் செலவழித்திருக்கிறார்கள். ஆளொன்றுக்கு 600 டாலர் கணக்காகிறது. இந்தப் புள்ளி விவரங்கள் நிலைமையைத் தெள்ளத் தெளிவாகக் காட்டுகின்றன. நமது நாட்டில் சூதாட்டம் ஒரு வெறியாக மாறிப் போயிருக்கிறது. பலரும் இதிலிருந்து மீள முடியாமல் தவிக்கிறார்கள். G-Line போன்ற நிறுவனங்கள் இவர்களுடைய உதவிக்காகவே தோன்றியிருக்கின்றன என்பது பிரச்சினை முத்திப் போய்விட்டது என்பதைத்தான் காட்டுகிறது. பலரும் இதில் மூழ்கித் தவிக்கிறார்கள் என்பதும் தெளிவாகத் தெரிகிறது.

இந்த மூன்றும் மோசமான சமாச்சாரங்கள் என்று சொல்ல மாட்டேன். சமூகத்தின் அனைத்துப் பிரச்சினைகளுக்கும் இவையே காரணம் என்றும் சொல்ல மாட்டேன். மாறாக போதை மருந்துகள், மது, கிரெடிட் கார்டுகள், சூதாட்டம் போன்றவற்றுக்கென சமூகத்தில் ஓர் இடம் இருக்கிறதுதான். சரியான நேரத்தில் சரியான இடத்தில் அளவோடு பயன்படுத்த வேண்டியவை என்பதுதான் நான் சொல்ல வருவது. அடிப்படையில் இவற்றைத் தவறாகப் பிரயோகிப்பதால் பிரச்சினையாகிப் போகிறது என்பேன். இந்தப் பிரச்சினையை உடனடித் திருப்தி என்ற நோயாகத்தான் காண்கிறேன்.

வெற்றியைச் சம்பாதிப்பது

உடனடித் திருப்தி

மது, போதை மருந்து போன்ற வஸ்துக்களின் பாற்பட்ட அடிமைத்தனத்தைப் புரிந்துகொள்ள முடிகிறது. தாம் சரியான நிலையில்தான் இருக்கிறோம் என்பதை அவ்வப்போது தமக்கே சொல்லிக்கொள்ள அவர்கள் இவற்றைச் சார்ந்திருக்கிறார்கள். அவர்களுக்கு இது ஓர் உடனடி நிவாரணம். நீண்ட யோசனைக்குப் பின் தீர்க்க வேண்டிய பிரச்சினைக்கு உடனடித் தீர்வுதான் இப்படிப்பட்ட அடிமைத்தனம். அப்படி யோசித்துக் கால அவகாசம் தந்து எடுக்கும் முடிவே நிரந்தரமானதும் நலம் பயப்பதாகவும் அமையும்.

உடனடித் திருப்தி என்ற இந்த நோய் நம்மை பாதிக்கும் வகைகளில் கிரெடிட் கார்டு துஷ்பிரயோகமே தெற்றெனத் தெரியும் பிரச்சினையாக இருக்கிறது. இந்தப் பிரச்சினையால் பாதிப்பில்லாதவர்களுக்கு இது தெளிவாகத் தெரிகிறது. என்றாலும் இதனால் பாதிக்கப்பட்டவர்களோ இதனுடைய சேதத்தைச் சரியான முறையில் புரிந்துகொள்வதாகத் தெரியவில்லை. புரிந்துகொள்ளும்போது காலம் கடந்துவிடுகிறது. பக்கத்து வீட்டுக்காரனைப் பார்த்து அவனைப் போல வாழ வேண்டும் என்ற ஆசையினாலோ அல்லது வாழ்க்கையை வாழ்ந்து பார்த்துவிடவேண்டும் என்ற ஆசையினாலோ எந்தக் காரணமாக இருந்தாலும் சரியே, அதுவெல்லாம் நிறைவேறுவதாகத் தெரியவில்லை. வாழ்ந்து பார்த்துவிடலாம் என்று நினைப்பதெல்லாம் சரிதான். ஆனால் பணம் செலுத்த நினைவூட்டும் கடிதங்கள் வரும்போதுதான் என்னவோ சரியில்லையே என்ற உணர்வு தோன்றுகிறது. ஆழங்காண முடியாத கடன் கிணற்றில் மூழ்கிப்போகும் போதுதான் மீள முடியாமல் சிக்கிக்கொண்டோம் என்பதே புரிகிறது.

உலகம் முழுக்கச் சூதாட்டம் கொடிகட்டிப் பறக்கிறது. சூதாட்ட வியாபாரத்தில் ஆஸ்திரேலியாவும் பிற நாடுகளுக்குச் சளைக்காமல் முன்னேறியிருக்கிறது. சீக்கிரமாகப் பணக்காரனாக வேண்டும். எந்த அளவுக்கு முடியுமோ அந்த அளவுக்குக் குறைந்த உழைப்பில் அதிகப் பலன் பெற வேண்டும். இதுதான் சூதாட்டத்துக்கு இட்டுச் செல்கிறது. அதிர்ஷ்டம்

அவர்களுக்குத் துணையிருக்கட்டும் என்று வேண்டிக் கொள்வோம். ஏனென்றால் சூதாட்டத்தால் பணக்காரனாவதற்கும் அப்படியே பணக்காரனானாலும் கிடைத்ததைத் தக்க வைத்துக்கொள்ளவும் அவர்களுக்கு அதீத அதிர்ஷ்டம் தேவைதான். சூதாட்டத்தில் எக்கச்சக்கமாகச் சம்பாதித்தவர்கள் குறுகிய காலகட்டத்தில் எல்லாமும் இழந்துபோய் நிற்பதைத்தான் பார்க்கிறோம். சூதாட்டத்தால் சராசரி மனிதர்கள் பலரும் வீடுவாசல் என்று எல்லாவற்றையும் இழந்துவிடுகிறார்கள். மேம்போக்காகப் பார்த்தால் சேமிப்பது, முதலீடு செய்வது, பணத்தைச் சரியாக நிர்வகிப்பது. போன்றவற்றை விடச் சூதாட்டம் கவர்ச்சிகரமாகத் தெரிகிறது. ஆனால் எதார்த்தத்தில் நிலைமையே முழுக்க இதற்கு எதிரிடையாகத்தான் இருக்கிறது.

விபச்சாரமும் தனி மனித உறவு நசிவும் உடனடித் திருப்தியை நாடுவதால் விளையும் தீமைகள்தான். ஒருவரை ஒருவர் நன்றாகப் புரிந்துகொள்ள எந்த முயற்சியும் செய்ய மாட்டார்களாம். ஆனால் நெருங்கிய உறவின் அனைத்துப் பயன்களும் வேண்டுமாம். அதுவும் உடனடியாக, காதல், ஒருவரை ஒருவர் புரிந்துகொள்ளுதல் போன்றவற்றுக்கான கட்டுப்பாட்டு உணர்வு இருப்பதில்லை. ஒருவரிடம் எந்த நிபந்தனையுமின்றிச் சிரமத்திலும் சந்தோஷத்திலும் வாஞ்சையோடு இருப்பதற்குத் தேவையான நீண்ட காலக் கடப்பாடும் பொறுப்பும் ஒதுக்கித் தள்ளப்பட்டுவிட்டன.

காலத்தோடான திருப்தி

சற்றே காலந்தாழ்த்திப் பெறும் திருப்தி எனும் கொள்கையை விளக்குகிறேனே! காலந்தாழ்த்திப் பெறும் திருப்தி உனக்கு வேண்டியதையெல்லாம் தரும். உன் ஆசைகள் எல்லாவற்றையும் நிறைவேற்றி வைக்கும். என்றாலும் உன்னை மேலும் சிறந்தவனாகவும் மகிழ்ச்சியானவனாகவும் வைத்திருக்கும்.

சுயக்கட்டுப்பாடு இல்லாதவன் யார் மீதும் கட்டுப்பாடு செலுத்த முடியாது என்பார்கள். போகப் போக தலைவர்கள் மற்றும் சாதனையாளர்கள் இந்தக் கூற்றில் இருக்கும்

வெற்றியைச் சம்பாதிப்பது

உண்மையை உணர்ந்துகொள்கிறார்கள். இந்தக் கோட்பாட்டைக் கைக்கொண்டு எப்படி நமது வாழ்வை வழி நடத்துவது என்பதைச் சொல்லித் தருகிறேனே! மேலும் சில விஷயங்களைத் துறந்துவிடுவதால் வாழ்விலிருந்து மேலும்மேலும் பெற்றுக்கொள்ளவும் முடியும் என்பதையும் விளக்குகிறேன்.

துறந்துவிடுவதால் மேலும் கிடைக்குமா? சற்றே முரண்பட்ட கருத்தாகத் தெரிகிறதா? இந்த அத்தியாயத்தைப் படிக்கும்போது இது எப்படிச் சாத்தியம் என்பதைப் புரிந்து கொள்வாய். கப்பலில் சாதாரண மாலுமியாக நான் இருந்தால் கப்பல் எந்தத் திசையில் எந்த வேகத்தில் போக வேண்டும் என்பதை நான் நிர்ணயிக்க முடியாதுதான். அப்படி நிர்ணயிக்கும் யோக்கியதை எனக்கு வேண்டுமானால் கப்பலின் கேப்டனாக இருக்க வேண்டும். நமது செயல்களே நமது வாழ்வில் நாம் உண்மையாக நமது கட்டுப்பாட்டில் வைத்திருக்கக் கூடியவை என்பதை உணர்ந்திருக்க வேண்டும். நமது நடவடிக்கைகள் நமது வழியை நிர்ணயிக்கின்றன. சேருமிடத்தையும்தான் அவை நிர்ணயிக்கின்றன. எனவே கேப்டனாகிப் போக வேண்டும். நமது வாழ்வின் பாதையை நாமே நிர்ணயிக்கும் யோக்கியதை பெற்றாக வேண்டும்.

> யாராக இருக்க வேண்டுமோ அவராக ஆவதற்கான மாற்றத்துக்கும் வாழ்விலிருந்து எவ்வளவு அதிகமானதைப் பெற முடியுமோ அதைப் பெற்றுக்கொள்ளவும் காலந்தாழ்ந்த திருப்தி என்ற நெறியைப் பயிற்சியாக வைத்திருக்க வேண்டும்.

குணநலன்

சிலவற்றை வேண்டாம் என்று ஒதுக்கி வைப்பதும் துறந்துவிடுவதும் குணநலனைப் பேணும் வகையில் அமைகின்றன. சிறந்த பெரியவர்களுக்கே உரிய குணாதிசயமாகிப் போகின்றன. இவையெல்லாம் எனக்கு வேண்டாம் என்று ஒதுக்கி வைக்கும்போது நமக்குள் பல சீரிய குணநலன்கள் பொருந்தி வருகின்றன. நமது சூழலின் மீது இவற்றின் தாக்கம் அதீதமாகிப் போக நிரந்தர நலன்கள் பலவும் விளைகின்றன.

> சுயக் கட்டுப்பாட்டாலும் சுய ஒழுக்கத்தாலும்
> குணநலனைப் பன்மடங்கு பெருக்கிக் கொள்ளலாம்.
>
> -- கிளென்வில் க்ளெய்ஸர்

பிறராக உணர்தல்

ஆங்கிலத்தில் Empathy என்று சொல்லப்படும் குணத்தைக்கொண்டு உன் எண்ணங்களையும் உணர்வுகளையும் இன்னொருவர் நிலையில் இருந்து உணர்வது சாத்தியமாகிறது. World Vision என்ற அமைப்பு 40 Hour Famine என்ற ஒரு நிகழ்ச்சியை நடத்துகிறது. ஒவ்வொரு வருடமும் நடத்தப்படும் இந்த நிகழ்ச்சி இந்த உணர்வுக்குச் சிறந்த உதாரணமாக அமைகிறது. இந்த நிகழ்ச்சியில் பங்கெடுத்துக்கொள்கிறவர்கள் 40 மணி நேரம் திட உணவு எதையும் உண்ணாமல் இருப்பார்கள். இந்த நிகழ்ச்சிக்காகப் பல்வேறு நிறுவனங்களும் நிதி உதவி அளிக்கின்றன. அப்படிக் கிடைக்கும் நிதியை நம்மை விட அதிர்ஷ்டக் கட்டையான நாட்டு மக்களின் பசியைப் போக்கப் பயன்படுத்துகிறார்கள். பஞ்சமும் பசியும் தாண்டவமாடும் இடத்தில் வாழ்வது எப்படியிருக்கும் என்பதை நிகழ்ச்சியில் பங்குபெறுவோர் உணர்கிறார்கள். Empathy என்பது இரக்கப்படுவதல்ல. அய்யோ பாவம் என்று நினைப்பதுதான் இரக்கப்படுவது. Empathy என்பது பிறருடைய நிலையைப் புரிந்து உணர்வது. மதிப்புமிக்க ஒரு குணநலன். இன்னொருவர் நோக்கில் உலகைப் பார்ப்பது. அவர்களைப் புரிந்துகொள்ள உதவுவது.

மதிப்பீட்டுணர்வு

சில சமயம் நம்மைச் சுற்றியிருக்கும் பொருட்களின் மதிப்பை நாம் உணர்வதில்லை. சில வருடங்களுக்கு முன் ஆடம்பரப் பொருட்களாக இருந்தவை இன்று சாதாரணப் பொருட்களாகி போய்விட்டன. உதாரணமாக சமையல் எரிவாயு மற்றும் மின்சாரம் ஆகியவற்றை எடுத்துக்கொள்ளலாம். கிடைக்காமல் போகும்போதுதான் அவற்றின் அருமை நமக்குத் தெரிகிறது. எல்லாவற்றையும் வெகு சுலபமாக எடுத்துக்கொள்கிறோம்.

எரிவாயு, மின்சாரம், நீர் ஆகியவற்றைத்தான் சொல்கிறேன். கிடைக்கவில்லை எனும்போது, பற்றாக்குறை என்று வரும்போது அவற்றின் அருமை தெரிகிறது. நம் நாட்டின் இரண்டு பெரிய நகரங்களில் அதுதான் நடந்தது. ஒன்றில் எரிவாயு கிடைக்கவில்லை. இன்னொன்றில் நீர் மாசுபட்டுப் போனது. அப்போதுதான் நவீன வாழ்வுக்குத் தேவையான எத்தனை சௌகரியங்களை நாம் வெகு சுலபமாக எடுத்துக் கொண்டிருந்திருக்கிறோம் என்பது புரிந்தது.

தற்சார்பு

வேண்டாம் என்று எதையும் ஒதுக்கி வைக்கும் போதுதான் நம் மனமும் ஆழ்மனமும் அவற்றுக்கு மாற்று என்ன என்பதைப் பற்றிச் சிந்திக்க ஆரம்பிக்கின்றன. கையில் இருப்பதை வைத்துக்கொண்டு சமாளிக்க வேண்டும் என்ற நிலைமை வரும்போதுதான் பல நிலைகளிலும் தேர்வுகள் வருகின்றன. அப்படி அவற்றையெல்லாம் தேர்ந்தெடுத்துப் பயன்படுத்திக் கொள்ளலாம் என்று அந்தத் தேவை வரும் வரை நினைத்துக் கூடப் பார்த்திருக்க மாட்டாய். போய்ச் சேரவேண்டிய இடத்தைத் தேடிக் கண்டுபிடிக்க வேண்டும் என்று வைத்துக்கொள். உன்னை அழைத்துப் போய்விட யாருமில்லை என்று வைத்துக்கொள். உன்னையே சார்ந்திருக்க வேண்டிய நிலைமையில் அந்தப் பிரச்சினை பற்றிச் சரியாக ஆராய வேண்டியிருக்கிறது. வரைபடத்தைப் பார்க்க வேண்டியிருக்கிறது. சேர வேண்டிய இடத்துக்குப் பாதுகாப்பான விரைவான வழியைக் கண்டுபிடிக்க வேண்டியிருக்கிறது. விளைவு என்ன என்கிறாயா? உன்னுடைய உலகம் விரிகிறது. நீயும் விவரம் தெரிந்தவனாகிப்போகிறாய். தேவைதான் கண்டுபிடிப்புக்குத் தாய் என்பார்கள்.

“ஒருவனுக்கு ஒரு நேரம் உணவிடுவதால் அவனுடைய ஒரு நாள் தேவையைப் பூர்த்தி செய்கிறாய். உணவை எப்படித் தயாரிப்பது என்று கற்றுக் கொடுத்தாலோ வாழ்நாளுக்குத் தேவையான உணவை அளித்துவிடுகிறாய்.” இந்தக் கூற்றைக் கேட்டிருக்கிறாயல்லவா? தர்மம் செய்வது சரியான தீர்வல்ல. தற்சார்புடையவனாக ஒருவனை ஆக்குவது மிக முக்கியம்.

நிலைமையைச் சந்திக்கக் கற்றுக் கொடுப்பதன்றியும் அவர்களுடைய வாழ்வுக்கு ஒரு நோக்கத்தையும் கற்பித்துவிடுகிறது.

சுய ஒழுக்கம்

கடினமானதைச் செய்ய நம்மை நாமே கட்டாயப்படுத்திக் கொள்ளும்போது நாம் பலசாலிகளாகிப் போகிறோம். வருடக்கணக்கில் பயிற்சி தந்துதானே ராணுவத்தில் வீரனாக்குகிறார்கள்? மிக மோசமான நிலைமையைக் கூட எதிர்கொள்ளுமளவுக்கு மிகக் கடுமையான சூழல்களுக்கு அவர்களைப் பக்குவப்படுத்துகிறார்கள். கற்பனைக்கும் எட்டாத மோசமான நிலைமையைக் கூடச் சமாளிக்க அவர்கள் தயாராக இருக்கிறார்கள். பயிற்சிக் காலத்தை வெற்றிகரமாக முடித்துவிட்டால் அவர்கள் எந்தச் சூழ்நிலையையும் எதிர்கொள்ளத் தயாராகிவிட்டார்கள் என்று பொருள். நாம் சிலவற்றைத் தியாகம் செய்வதையும் இப்படித்தான் பார்க்கவேண்டும். சிலவற்றைத் துறந்துவிடுவதையும் இப்படித்தான் பார்க்கவேண்டும். வாழ்வுக்கான பயிற்சி என்று எடுத்துக்கொள்ள வேண்டும். நம்மை மேலும் சிறந்தவர்களாக்கப் போகின்றன என்பதைப் புரிந்துகொள்ள வேண்டும்.

கேக் ஒன்றைத் தயாரிக்க வேண்டும் என்றால் அதற்குத் தேவையான பொருட்கள் அனைத்தையும் முதலில் திரட்ட வேண்டும். அவற்றை வேண்டிய அளவுக்கு நிறுத்து அளந்து எடுத்துக் வைத்துக்கொள்ள வேண்டும். அவற்றை வேண்டிய விகிதத்தில் கலந்து வைக்க வேண்டும். இந்த முக்கியமான வேலைக்குப் பின் அதைப் பத்திரமாகப் பொரிக்க வேண்டும். முழுக்கப் பொரிக்கும்வரை காத்திருக்க வேண்டும். இதையெல்லாம் செய்த பின்னரே நமது உழைப்பின் பயனை அனுபவிக்க முடிகிறது.

வாழ்க்கையும் கேக் பொரிப்பதைப் போலத்தான். எல்லாவற்றையும் மானாவாரியாக எடுத்துக் கலக்கிச் சரியாக வெந்தும் வேகாமலும் எடுத்துச் சாப்பிடலாம் என்று நினைத்துவிடாதே. கேக் அப்படியே உப்பி வருவதைப் பார்ப்பதிலும்அதன் மீது சர்க்கரைப் பாகு தடவுவதிலும் முதல்

வில்லின் ருசியை எதிர்பார்ப்பதிலும்தான் கேக் செய்வதன் அருமை இருக்கிறது. அவ்வளவு நேரத்தையும் உழைப்பையும் செலவழித்த பின் அதைச் சாப்பிடும்போதுதான் எவ்வளவு மகிழ்ச்சியாக இருக்கிறது! பிரமாதம்தான், இல்லையா? கடையில் வாங்கிய கேக்கை விட வெகு அருமை.

நமது குறிக்கோள்கள் நிறைவேறச் சில வழிமுறைகளைக் கைக்கொள்ள வேண்டும்.
பிறகு நமது செயல்களின் விளைவுகளுக்காகக் காத்திருக்க வேண்டும்.
பிறகுதான், பிறகு மட்டும்தான், நமது உழைப்பின் பயனை நாம் அனுபவிக்க முடியும்.

நமது குறிக்கோள்களை நிறைவேற்றிக்கொள்ளும் படிகள்

குறிக்கோள்கள் சாதனை நோக்கிப் போகும் நமக்குப் படிகளாக அமைகின்றன. யாரும் தோல்வியடையவேண்டும் என்று திட்டமிடுவதில்லை. வாழ்வில் வெற்றியடைய வேண்டுமானால் குறிக்கோள்கள், அதற்குத் தேவையான பொருட்கள், புத்திசாலித்தனமான திட்டம் வேண்டும். ஓரடி ஈரடி என்று படிப்படியாகக் குறிக்கோள்களை நோக்கி நடைபோட வேண்டும். நமது முடிவான கனவை மெய்யாக்கப் பையப் பைய நடை போடவேண்டும்.

ஒரு வீட்டைக் கட்டுகிறவன் வரைபடம் போடாமல் எந்த வேலையையும் ஆரம்பிப்பதில்லை. வீட்டைக் கட்டும் காலம் முழுக்கக் கடைசியில் வீடு எப்படியிருக்கவேண்டும் என்ற சிந்தனையோடுதான் செயல்படுகிறான். கட்டட வடிவமைப்பாளர் வரைந்து கொடுத்த படத்தை வைத்துக்கொண்டு அதன்படி ஒன்றன் பின் ஒன்றாகத் தம் பணியை நிறைவேற்றுகிறான். வாழ்விலும் அப்படித்தான். பயணத்தின் முடிவில் நமக்கு என்ன வேண்டும் என்பதைக் குறித்து நிச்சயமான தீர்மானங்கள் இருக்க வேண்டும். இடைப்பட்ட காலத்தில் எது எதை எவ்வெப்போது செய்வது என்பதும் தெரிந்திருக்க வேண்டும்.

நீயும் ஏன் சாதிக்கக் கூடாது?

குறிக்கோளை வகுத்துக்கொள்வது என்ற செயல்முறையில் காலந்தாழ்ந்த திருப்தி என்ற கோட்பாடு அதனுடைய பரிசுத்தமான வடிவில் தோன்றி வருகிறது. இடைப்பட்ட குறிக்கோள்களையும் முக்கிய குறிக்கோளையும் சாதிக்கும் போதுதான் நமக்கு முழு திருப்தி கிடைக்கிறது. எனவே அவ்வப்போது மேலும் தொடர்ந்து போவதற்கான ஊக்கத்தையும் எழுச்சியையும் நமக்கு நாமே தந்துகொள்ள வேண்டியிருக்கிறது. அப்போதுதான் நிற்காமல் போய்க்கொண்டிருக்க முடியும்.

நாங்கள் வளர்ந்துகொண்டிருந்த பிராயத்தில் எங்களுடைய தந்தைக்கு மிகவும் பிடித்தமான கூற்று ஒன்று இருந்தது. அடிக்கடி அதைச் சொல்லிக்கொண்டிருப்பார். உரத்துச் சொல்வார்

"குறிக்கோள்களை வகுத்துக்கொள். திட்டமிட்டுக் கொள். இரண்டையும் விடாமல் பற்றிக்கொள்."

அடிக்கடி சொல்லிக்கொண்டிருப்பார் - அவர் ஆரம்பித்து முடிக்கு முன் நான் முடித்து வைப்பேன். அவர் சொல்லித் தந்த அந்தக் கோட்பாட்டுக்காக அவருக்கு நான் என்றென்றும் கடமைப்பட்டவன். இதை என் வாழ்வில் அன்றாடம் கடைப்பிடிக்க முயன்றுகொண்டே இருக்கிறேன். குறிக்கோளை நிர்ணயித்துக்கொள்வதன் அடிப்படைகளை நாம் எல்லோரும் கற்றுக்கொண்டாக வேண்டும். அந்தக் குறிக்கோள்கள் நமது வாழ்வுக்கு எந்த அளவுக்கு இன்றியமையாதவை என்பதையும் உணர்ந்திருக்க வேண்டும். எப்படிக் காலந்தாழ்ந்த திருப்தியை குறிக்கோள்களைச் சாதிப்பதற்கான படிகளாக அமைத்துக் கொள்வது என்பதை விளக்குகிறேன்.

நம் குறிக்கோள்களை அடைவதற்குச் சில முக்கியமான படிகள் இருக்கின்றன. அவையாவன.

1. திட்டவட்டமாக இரு

ஒரு குறிப்பிட்ட பணியை நிறைவு செய்யவும் அப்பணியில் வெற்றியடையவும் அதன் முடிவை மனதில் முன்னிறுத்தி வைக்க வேண்டும். குறிக்கோள் வகுத்துக்கொள்வதற்கும் இது

பொருந்தும். பயன், முடிவுகளைக் கடைசி விவரம் வரைக்கும் தெளிவாக மனக்கண் கொண்டு பார்க்க வேண்டும். குறிக்கோள்களை வகுத்துக்கொண்டிருக்கும் போது அவை திட்டவட்டமாகவும் விவரமாகவும் இருக்கின்றனவா என்பதை உறுதிப்படுத்திக்கொள். ஒரு புது கார் வாங்க வேண்டும் என்று வைத்துக்கொள். அதைப் பற்றிய விவரங்கள் அனைத்தையும் சேகரித்துக் கொள். எந்தத் தயாரிப்பு? எந்த மாடல்? என்ன நிறம்? இப்படியாக எல்லா விவரங்களையும் திட்டவட்டமாக வரையறுத்துக்கொள். இருக்கைகளின் நிறம் கூட முன்கூட்டியே முடிவு செய்ய வேண்டும். புரிகிறதல்லவா?

2. எழுதி வைத்துக்கொள்

என்ன வேண்டும் என்று தீர்மானித்துவிட்டால் அதை விவரமாக எழுதிவைத்துக்கொள்ள வேண்டும். குறிக்கோள்களைக் குறித்து வைத்துக்கொண்டால் அவற்றைச் சாதித்துக்கொள்ளும் சந்தர்ப்பம் அதிகமாகிறது என்றுதான் ஆராய்ச்சி முடிவுகள் காட்டுகின்றன. குறிக்கோள்களை எழுதி வைத்துக்கொள்ளும் போது அவற்றைப் பற்றிய ஒரு தீர்மானமும் வைராக்கியமும் கொள்கிறோம். அவை நமக்கு நேர் எதிரே விளக்கமாகத் தோன்றும்போது அதை மேலோட்டமாக எடுத்துக்கொள்ள முடிவதில்லை. எழுதி வைத்துக்கொள்வதால் எப்போதும் அது ஒரு நினைவூட்டலாக அமைந்துவிடுகிறது. கூர்ந்த நோக்கோடு சரியான பாதையில் நடந்து போக வழியாக அமைகிறது. எங்கே போய்ச் சேர வேண்டும் என்பதை எப்போதும் நினைவில் வைத்திராவிட்டால் பாதை மாறிப் போவது சகஜமாக நடந்துவிடுகிறது. குறிக்கோள்களை வகுத்துக்கொண்ட பின், அவற்றை எழுதி வைத்துக்கொள்ளும் போது ஆழ்மனதில் பச்சைக் குத்திக்கொள்வதைப் போல அவை தங்கிப் போகின்றன.

3. அளவிடத் தகுந்ததாக அமையட்டும்

எதார்த்தமானவையாக இருக்க வேண்டும் என்றால் உன் குறிக்கோள்கள் அளவிடத் தகுந்ததாக இருக்க வேண்டும். அதன் நீள அகலங்களை உணர்ந்திருக்க வேண்டும். எவ்வளவு காலம் பிடிக்கும் என்பது தெரிந்திருக்க வேண்டும். என்னதான்

உன் குறிப்பிட்ட இலக்காக இருக்கட்டும். பொருளியல் சார்ந்ததாக இருக்கட்டும். அல்லது கொள்கை, கோட்பாடுகள் சார்ந்ததாக இருக்கட்டும். அளவிடத் தகுந்ததாக இருக்க வேண்டும். அப்போதுதான் அதை உன் கைப்பிடிக்குள் வைத்திருக்க முடியும். அதைச் சாதிப்பதற்கு என்னென்ன செய்ய வேண்டியிருக்கும் என்பதைத் தெரிந்துகொள்வது சாத்தியமாகும். நிறைய பணம் சம்பாதிக்க வேண்டும் என்பதுதான் உன் குறிக்கோள் என்று வைத்துக்கொள். அதோடு நின்றுவிடுவதில்லை. வருடத்துக்கு எவ்வளவு சம்பாதிக்க வேண்டும் என்று இலக்கு வைத்துக்கொள். பின்னர் அதை மாதத்துக்கு இவ்வளவு அல்லது பதினைந்து நாட்களுக்கு இவ்வளவு அல்லது வாரத்துக்கு இவ்வளவு என்று வகுத்து வைத்துக்கொள். அப்போதுதான் உன் காரியத்தின் நீள அகலம் உனக்குப் புரியும். பிறகு அதைச் சாதிப்பது சாத்தியமாகிப் போகும்.

4. செயல்படுவதற்கான எழுச்சியை உனக்கு நீயே தருவாயாக

சராசரியானவர்கள் பலரும் தமது குறிக்கோள்களை நிறைவேற்றிக்கொள்வதில் தவறிப் போகிறார்கள். காரணம் என்னவென்றால் அதை அடைந்தே தீர வேண்டும் என்ற வைராக்கியம் அவர்களுக்கு இருப்பதில்லை. தமது குறிக்கோள்களை அடைந்தே தீர்வது என்பது அவர்களுக்கு அவ்வளவாக முன்னுரிமையுள்ள காரியமாக அமைவதில்லை.

ஓர் உதாரணத்தைப் பார்ப்போம். தினமும் நடப்பது என்பது ஆரோக்கியத்துக்கு வெகு உதவிகரமானது என்பது நம் அனைவருக்கும் தெரிந்ததுதான். சிலர் அதைப் பற்றி அவ்வளவாக அக்கறை கொண்டிருப்பதில்லை. இன்னும் சிலர் இந்த நல்ல பழக்கத்தை ஆரம்பிக்கிறார்கள். பாப் என்பவனைப் பற்றி நினைத்துப் பார்க்கலாமே. முதல் மூன்று நான்கு நாட்களுக்கு நேரத்தோடு எழுந்துவிடுகிறான். வேக நடை பழகுகிறான். ஆகா! எவ்வளவு பிரமாதமாக இருக்கிறது என்று நினைக்கிறான். ஐந்தாவது நாள் சற்றே மழை தூறுகிறது.

வெற்றியைச் சம்பாதிப்பது

எனவே அன்று சற்றே குறைந்த தூரம் நடந்தால் போதும் என்று நினைக்கிறான். அடுத்த நாள் நேரத்தோடு விழித்துக்கொள்கிறான். ஆனால் குளிராக இருக்கிறதே என்று மறுபடி படுத்துவிடுகிறான். அந்த வாரம்தான் நிறைய வேலை இருக்கிறதே என்று வேறு சொல்லிக்கொள்கிறான். ஏழாவது நாளன்று அப்படியே திரும்பிப் படுத்து அலாரம் கடிகாரத்தை நிறுத்திவிட்டு வாங்கிப் போவதைப் பற்றி நினைத்துக்கூடப் பார்க்கவில்லை.

அன்று மதியம் மருத்துவ பரிசோதனைக்குப் போகிறான். டாக்டர் அவனிடம் இதயம் பலவீனமாக இருக்கிறதே. ஆர்டீரியோஸெலெரோஸிஸ் இருப்பதாகத் தெரிகிறதே என்கிறார். இன்னும் ஓரிரண்டு வருடம் உயிரோடு இருக்க வேண்டுமானால் உணவுப் பழக்க வழக்கத்தை மாற்றிக் கொள்வதோடு தினமும் காலையில் ஒரு மணி நேரம் நடக்க வேண்டும் என்று சொல்கிறார்.

அவன் டாக்டரிடம் சொல்கிறான். சரியான உத்வேகத்தைத் தந்திருக்கிறீர்கள். டாக்டர். தினமும் நடப்பதற்கான எழுச்சியைத் தந்திருக்கிறீர்கள்.

இந்தக் கதை காட்டுவது என்ன? உனது குறிக்கோள் உன்னளவில் முக்கியமானவையாக அமையும்போது அவையே உனக்கு உத்வேகத்தைத் தருவதாக அமைந்துவிடுகின்றன. பாவம் பாப்! ஆரோக்கியமாக இருக்க வேண்டும் என்று நினைத்தான். ஆனால் உயிருக்கே ஆபத்து என்றபோதுதான் தன் பழக்கத்தை நிரந்தரமாக்கிக்கொள்வதற்கு வேண்டிய உத்வேகம் அவனுக்குக் கிடைத்தது.

குறிக்கோள்களை நிறைவேற்றிக்கொள்வதற்கான
உன் ஆசைக்குக் காரணம் உயிருக்கு ஆபத்து என்ற பயமாக இருக்கக்
கூடாது. ஆனால் தேவைப்பட்ட உழைப்பைத் தரும் அளவுக்கு
அது முக்கியமானதாக உனக்குத் தோன்றுவதே அந்தக் காரணமாக
இருக்க வேண்டும்.

அடிமேல் அடி வைத்து

குறிக்கோள்களை வகுத்தாயிற்று என்றால் ஒரு குறிப்பிட்ட நேரத்தில் சமாளிக்கக் கூடிய அளவுக்கு அவற்றைப் பகுத்து வைத்துக்கொள்ள வேண்டும். இதனால் இரண்டு சாதகங்கள், முதலாவதாக ஓர் அசுர அடியெடுத்து வைப்பதை விடச் சின்னச் சின்ன அடிகளை எடுத்து வைத்துப் போவது சுலபமான காரியம். இரண்டாவதாக ஒவ்வோர் அடியிலும் சற்றே நிதானித்து நம் முன்னேற்றத்தை அளவிட்டுப் பின் தேவையான மாற்றங்களைச் செய்து மீண்டும் முன்னேறிச் செல்லச் சந்தர்ப்பம் கிடைக்கிறது.

குறிப்பிட்ட இலக்குகளைச் சாதித்தான பின், நமக்கு நாமே வெகுமதிகளைத் தந்து கொள்ளும்போது கூர்ந்த நோக்கோடு பெரிய குறிக்கோள்களை நிறைவேற்றிக்கொள்வது சாத்தியமாகிறது. என்றுதான் ஆராய்ச்சி முடிவுகள் காண்பிக்கின்றன. குறிக்கோள்களை வகுப்பதில் இதன் முக்கியத்துவத்தை நெப்போலியன் போனபார்ட் நன்றாகவே உணர்ந்திருந்தான். ரஷ்யா, பிரஷ்யா, ஆஸ்திரியா போன்ற நாடுகளின் மீது படையெடுத்து வென்றவன். இவை தவிரப் பல நாடுகளையும் வென்றவன். ஒரு முறை தன் படை வீரர்களைப் பார்த்துச் சொன்னானாம். "வீரர்களே! சரியான உடை கூட உடுத்த முடியாமல் சரியான உணவு கொள்ளாமல்தான் இருக்கிறீர்கள் இப்போது. செழிப்பான நாடுகள் உங்கள் வசமாகத்தான் போகின்றன. அதில் கௌரவமும் புகழும் செல்வமும் அடையத்தான் போகிறீர்கள். வீரர்களே! இனியுமா வீரமின்றி, தீர்மானமின்றி இருக்கப் போகிறீர்கள்?"

சுற்றியிருக்கும் நாடுகளையெல்லாம் கையகப்படுத்திக் கொள்ளும் தன் கனவைத் தன் வீரர்கள் தன்னோடு பகிர்ந்து கொள்ள வேண்டுமானால் முடிவான குறிக்கோளைச் சின்னச் சின்ன இலக்குகளாகப் பிரித்துக் காட்ட வேண்டும் என்பதைத் தெரிந்து வைத்திருந்தான். வீரர்களுக்குச் சன்மானம் கிடைக்கப் போகிறது என்ற செய்தியையும் தந்தான்.

வெற்றியைச் சம்பாதிப்பது

என்னிடம் யாராவது குறிக்கோள்களை நிர்ணயிப்பதற்கு உதவி வேண்டி வரும்போது இரண்டு பகுதிகளில் கவனம் செலுத்துகிறேன். முதலாவதாக அவர்களுடைய குறிக்கோளைச் சின்னச் சின்ன இலக்குகளாகப் பகுத்து வைத்துக்கொள்ளச் சொல்வேன். சமாளிப்பதற்கு ஏதுவாக இருக்க வேண்டும் என்பேன். இரண்டாவதாக முக்கியமான இலக்குகளை அடையும்போது தமக்குத் தாமே வெகுமதிகளை அளித்துக்கொள்ளச் சொல்கிறேன்.

டாம், பார்பரா இருவரும் கணவன் மனைவியர். தங்களுக்கென ஒரு வீடு வாங்க வேண்டும் என்று இருவருக்கும் ஆசை. ஆனால் வேண்டிய பணத்தைச் சேமிக்கத்தான் முடியவில்லை. முயற்சிசெய்து பார்த்தார்கள். ஆனால் எதுவும் நடப்பதாகத் தெரியவில்லை.

நீ எப்போதும் காருக்காக அதிகம் செலவழிக்கிறாய் என்றாள் அவள்.

உன்னளவுக்கு நான் மோசமில்லை. எப்போது பார்த்தாலும் புது உடைகள் வாங்க வேண்டுமென்கிறாய் என்றான் அவன். இருவருமாக உட்கார்ந்து ஒரு பட்ஜெட் போடுகிறார்கள். சின்னச் சின்னச் செலவுகளைத் தவிர்த்தால் வேண்டிய பணத்தைச் சரி செய்ய முடியும் என்று தெரிந்து கொள்கிறார்கள். கையில் இருக்கும் சேமிப்புக்கு மேல் 12000 டாலர் அளவுக்கு அடுத்த 12 மாதங்களில் சேமிக்க முடியும் என்பது அவர்களுக்குத் தெரிகிறது. என்றாலும் வெகுவாகத்தான் சுருங்கிப் போய்விடக் கூடாது என்பதற்காக ஓரளவுக்குச் சேமித்த பின் ஒவ்வொருவரும் 500 டாலர்கள் எடுத்துக்கொள்வது என்றும் முடிவு செய்கிறார்கள்.

மூன்றாவது மாதக் கடைசியில் பார்பரா சில மேக்கப் சாதனங்கள் வாங்கிக்கொண்டாள். ஆறாவது மாதக் கடைசியில் புதிய ஜோடி ஷூக்கள் வாங்கிக்கொண்டாள். பன்னிரண்டாவது மாதம் குறிக்கோளை எட்டியாயிற்று என்றவுடன் புது உடை

பக்கம் 101

ஒன்று வாங்கிக்கொண்டாள். புதிய வீடு வாங்குவதற்கான ஒப்பந்தம் கையெழுத்தானதைக் கொண்டாடத்தான். டாமும் அப்படியே சில செலவுகள் செய்துகொண்டான். என்றாலும் குறிக்கோளை இருவருமாகச் சேர்ந்து சாதித்துவிட்டார்கள். மிகுந்த மகிழ்ச்சிதான்.

கையில் வைத்துக்கொள்ளலாம். சாப்பிடவும் செய்யலாம் என்பதைத்தானே இது காட்டுகிறது!

மீள் பார்வை

1. "இப்போதே வேண்டும்" என்று நினைப்பதுதான் பலருடைய பல பிரச்சினைகளுக்கும் காரணம்.

2. காலந்தாழ்ந்த திருப்தி என்ற கோட்பாட்டைக் கடைப்பிடித்தால் நமது குணங்கள் மேம்படுகிறது. பலம் அதிகரிக்கிறது. இரண்டுமே எதிர்காலத்துக்கு மிக நல்லதாக அமைகின்றன.

3. காலந்தாழ்ந்த திருப்தி கொணரும் நற்குணங்களாவன empathy, மதிப்புணர்வு, தற்சார்பு, சுயக்கட்டுப்பாடு, தாக்குப் பிடிக்கும் பழக்கம், பொறுமை.

4. முடிவான குறிக்கோள்களை அடைவதற்குச் சின்னச் சின்ன இலக்குகளை வகுத்துக்கொள்ள வேண்டும். அவற்றை நமது முடிவான குறிக்கோளை அடைவதற்கான படிகளாக அமைத்துக்கொள்ள வேண்டும்.

5. குறிக்கோள்கள் திட்டவட்டமானவையாகவும் எழுதி வைத்துக் கொண்டவையாகவும் அளவிடத் தகுந்ததாகவும் உத்வேகம் தருவதாகவும் அமைய வேண்டும்.

செயற்படிகள்

1. அடுத்த ஐந்தாண்டுகள் கழித்து எப்படியிருக்க வேண்டும் என்று நினைக்கிறாய் என்பதை எழுதிப் பார். கீழ்க்காணும் துணைத் தலைப்புகளில் விவரித்து எழுதலாம்.

   அ. பணியில்

   ஆ. ஆன்மிகத்தில்

   இ. உறவுகளில்

   ஈ. ஆரோக்கியத்தில்

2. உன் குறிக்கோள்கள் அனைத்தையும்கொண்ட முழுப்பட்டியல் தயாரித்துக்கொள். உன் கனவுகள் மெய்ப்பட இது மிக முக்கியமானது.

6
உள்ளுவது உயர்வுள்ளல்

திட்டமிடுவது என்று வந்துவிட்டாலேயே
பெரிய திட்டமாக இட்டுவிடு.

-- டொனால்ட் ட்ரம்ப்

மிகச் சிறந்த சாதனையாளர்களுக்கும் தலைவர்களுக்கும் பொதுவான ஓர் இயல்பு இருக்கிறது. அது அவர்களை அவரவர் துறையில் இருக்கும் பிறரிடமிருந்து வேறுபடுத்திக் காட்டுகிறது. அந்த இயல்பு அவர்களைச் சராசரியானவர்களிடமிருந்தும் வேறுபடுத்திக் காட்டுகிறது. முக்கியமானது எது என்பது பற்றியும் தம் குறிக்கோள்கள் என்ன என்பதைப் பற்றியும் அவர்கள் மிகவும் தீர்மானமாக இருக்கிறார்கள். அப்படி அவற்றை இனங்கண்டு கொண்டபின் அவர்கள் தம் கவனம் முழுக்க அவற்றின் மீதே வைத்திருக்கிறார்கள். முக்கியமற்ற கவனத்தைத் திசை திருப்பும் விஷயங்களைப் பற்றி அவர்கள் கவலைப்படுவதே இல்லை. பெரிய அளவில் சிந்தனை செய்கிறவர் உயர்ந்ததொரு தளத்தில் நின்று இயங்குகிறார். சில்லறைச் சமாச்சாரங்களும் கவலைகளும் அவர்களைத் தொடுவதில்லை. அவர்களிடம் தெளிவு இருக்கிறது. அவர்கள் தீர்க்கதரிசனம்கொண்டவர்களாக இருக்கிறார்கள். எங்கே போய்க்கொண்டிருக்கிறோம் என்பதில் தம் கவனத்தை முழுமையாகக் குவித்து வைக்கிறார்கள். கவனத்தைத் திசை திருப்பும் பிற விஷயங்கள் அவர்களைப் பொறுத்த அளவில் எந்த முக்கியத்துவமும் அற்றவையாகிப் போகின்றன.

மிகப் பெரியதொரு குறிக்கோள் உனக்கு உத்வேகம் தரும்போது,
அசாதாரணமான ஒரு செயல் திட்டம்
உன்னை உந்தித் தள்ளும் போது உன் சிந்தனை எல்லைகளை
உடைத்துக்கொண்டு போய்விடுகிறது. மனம் வரையறைகளைத்
தாண்டிப் போய்விடுகிறது. உணர்வுகள் பல திசைகளிலும் விரிந்து
போய்விடுகின்றன. புதியதோர் அற்புதமான சிறந்த உலகில்
இருக்கக் காண்கிறாய்.

-- பதஞ்சலி

டேவிட் ஜே. ஸ்க்வார்ட்ஸ் எழுதிய "The Magic of Thinking Big" என்ற புத்தகம் எனக்கு ஆக்கமும் ஊக்கமும் தந்த முதல் சில புத்தகங்களில் ஒன்று. அவர் சொன்னதைப் படித்தபோது வெகு இயல்பாக அமர்ந்து குறிப்பெடுத்துக்கொள்ளும் அளவுக்கு அதன் தாக்கம் என் மீது இருந்தது. அந்தப் புத்தகத்தில் அவர் சொல்லிப் போயிருக்கும் சில கோட்பாடுகள் என்னோடு இன்றளவும் தங்கிப் போயிருக்கின்றன.

முதல் சில பக்கங்களில் எழுதுவார்.

வெற்றி ஒருவருடைய மூளையின் அளவாலன்றி அவருடைய
சிந்தனையின் உயர்வாலேயே நிர்ணயிக்கப்படுகிறது.

-- டேவிட் ஜே. ஸ்க்வார்ட்ஸ்

பிரமாதமான வார்த்தைகள். இவற்றைப் பல ஆண்டுகளுக்கு முன் முதன் முதலாகப் படித்தபோது எப்படி எனக்குள் எதிர்காலத்தைப் பற்றிய நம்பிக்கைகள் நிறைந்தனவோ அப்படியே ஒவ்வொருவரும் நிறைக்கப்படுவார்கள். சாதனை செய்வதற்கு ஓர் ஐன்ஸ்டீனாக இருக்க வேண்டியதில்லை. உள்ளுவது உயர்வுள்ளலாக இருந்தால் போதும்.

அடக்கமாகச் சிந்திக்கும் எவரும் எந்தத் துறையிலும் உயரத்துக்குப் போனதில்லை. தம் ஆற்றலை முழுக்கப் பயன்படுத்தியதில்லை. அப்படியே சில்லறைச் சிந்தனையைக் கொண்டு எவரும் மகிழ்ச்சியாக இருந்ததில்லை. வாழ்வில் நிறைவைக் கண்டதுமில்லை.

பிறர் பார்க்காததைப் பார்க்கும் எவரும் உலகத்தைத் தம் காலடிக்குக் கீழே கொண்டுவர முடிந்தோராகிறார். வளர்வதற்கும் கற்றுக்கொள்வதற்கும் அநேக சந்தர்ப்பங்களை அவர்கள் உருவாக்கிக்கொள்கிறார்கள். பெரிய அளவில் சிந்திக்காத எவரும் அதற்கென நேரம் ஒதுக்காத எவரும் அந்தச் சந்தர்ப்பங்களைத் தவற விட்டுவிடுகிறார்கள்.

வாழ்வில் வெற்றி பெறுவதற்கான திறவுகோல் மிகச் சாதாரணமானது. பெரிய அளவில் சிந்திக்கக் கற்றுக்கொள்ள வேண்டும். அவ்வளவுதான்.

பெரிய அளவில் சிந்திப்பதன் சாதக அம்சங்கள்

பெரிய அளவில் சிந்திக்க முடியும் என்றால் சராசரி மனிதனை விடச் சாதகமான வாழ்க்கை நமக்கு அமைகிறது. ஏன் அப்படி என்கிறாயா? சராசரி மனிதன் சில்லறைச் சிந்தனைகளில் உழல்கிறவன். அவனுடைய சிந்தனை சின்ன அளவிலேயே இருக்கும். சின்ன அளவில் சிந்தனைகொண்டவர் மூளை என்னவோ சின்னதில்லைதான். என்றாலும் அவனுடைய சிந்தனையின் அளவு சிறியதாக இருக்கிறது. அவர்கள் உலகைப் பார்க்கும் பார்வையிலும் அவரவர் சூழலில் இயங்குவதிலும் இந்த இயல்பு வெளிப்படுகிறது. என்னென்ன சாத்தியங்கள் இருக்கின்றன என்று அவர்களால் பார்த்துக் கணிக்க முடி வதில்லை. பயன்படுத்திக்கொள்ளக் கூடிய வகையில் என்னென்ன முக்கியமான விஷயங்களும் தேர்வுகளும் இருக்கின்றன என்பதை அவர்கள் தெரிந்துகொள்வதில்லை.

சிறிய அளவில் சிந்திப்போர் தத்தம் சிந்தனைக்குத் தாமாகவே சில எல்லைகளை வகுத்துக்கொள்கிறார்கள். என்னவோ தம்மைச் சுற்றி ஒரு மின்சார வேலி இருப்பதைப் போன்ற ஓர் உணர்வு எல்லை தாண்டிப் போக முடியாத அளவுக்கு அவர்களைக் கட்டுப்படுத்தி வைத்திருக்கும். உணர்வால் பீடிக்கப்பட்டிருப்பார்கள். அவை புதிய, சிறப்பான வழிகளில் செல்லவிடாமல் அவர்களைத் தடுத்து நிறுத்தியிருக்கும் வேலிகள். அவர்களைத் தம் வலைக்குள் சிக்க வைத்துவிடுகின்றன. ஆனால் பெரிய அளவில் சிந்திப்பவருக்கோ பற்பல சாதகங்கள்

கண்ணுக்குத் தெரிகின்றன. அவர்கள் பாதையில் சவால்களும் சந்தர்ப்பங்களும் பலவாக இருக்கின்றன.

பெரியதொரு சித்திரம் வரைந்து பார்க்கும் போது என்னென்ன சாதகங்கள் இருக்கின்றன என்பதைப் பார்க்கலாம்.

1. எந்தத் திசையில் போகப் போகிறோம் என்று தெரிந்து குறிக்கோள்கள் வகுத்துக்கொள்ளுதல்

பெரிய அளவில் சிந்திப்பது குறிக்கோள்களை வகுத்துக் கொள்வதில் மிக முக்கியமான பங்கு வகிக்கிறது. ஏனென்றால் நமது குறிக்கோள்களை வகுத்துக்கொள்ள முடியும் என்கிறபோது கனவுகளை நமக்கென வளர்த்துக்கொள்ள முடியும் என்கிறபோது அவை பெரியதாக இருக்கட்டுமே! பெரியதொரு குறிக்கோள் கண்ணெதிரே இருக்கும் போது போகும் பாதை தெளிவாகத் தெரிகிறது. திறந்த மனத்தோடு நின்று பார்க்கும் போது கடந்து வந்த பாதையும் நாம் இருக்கும் இடமும் செல்ல வேண்டிய பாதையும் தெள்ளத் தெளிவாகத் தெரிகின்றன. கடந்ததும் நிகழ்வதும் நிகழப் போவதும் அவ்வளவு தெளிவாகத் தெரிகின்றன என்பேன். முக்கியமான குறிக்கோள்களை வகுத்து வைத்துக்கொண்டு நம் முன்னேற்றத்தைச் சரியாக நிர்வகிக்கும் போது வாழ்வில் நமக்கு வேண்டியது என்ன என்பதைப் பற்றிய தெளிவு பிறக்கிறது. பெரியதொரு சித்திரம் வரைந்து வைத்து அதைப் பார்க்க முடியும் என்பது குறிக்கோள்களை வகுத்துக்கொள்வதில் மிக முக்கியமான பங்கு வகிக்கிறது.

சாவகாசமாக நமது குறிக்கோள்களை வகுத்துக் கொள்ளும்போது அவற்றை நோக்கி உழைக்கும்போது நமது முன்னுரிமைகள் என்ன என்பது தெரிந்து போகிறது. அப்படியே நம் ஆற்றலை முழுமையாக உணர்வது எப்படி என்பதும் புரிந்துவிடுகிறது. முன்னேற வேண்டும் என்றால் முடிவான இலக்கு என்ன என்ற தெளிவு வேண்டும். நம் முயற்சிகள் அனைத்தையும் சக்தி முழுவதையும் குவித்து வைத்து இயங்குவதற்குச் சேர வேண்டிய இடம் என்பதைப் பற்றிய தெளிவும் குறிக்கோள்கள் என்ன என்பதைப் பற்றிய தீர்மானமும்

அவசியம். சின்ன அளவில் சிந்திப்பவருக்கு இது சாத்தியமற்றுப் போகிறது. இவைதானே வெற்றிக்குச் சரியான படிகள்! விரும்பியவாறு வெகுமதியை வாழ்விலிருந்து கேட்டுப் பெற்றுக் கொள்ளத் தேவையான மனநிலை அவர்களிடம் இருப்பதில்லை.

உலகத்தில் இருக்கும் கடல்களில் இருக்கும் நீரெல்லாம் நமக்குக் கிடைத்திருக்கக் கூடிய சந்தர்ப்பங்கள் என்று வைத்துக்கொள். எந்த அள்வுக்கு வேண்டுமோ அந்த அளவுக்கு மொண்டு எடுத்துக்கொள்ளலாம். என்றாலும் சிலர் ஸ்பூன்களில் மொண்டெடுக்கிறார்கள். அல்லது ஒரு கோப்பையில் மொண்டெடுக்கிறார்கள். சின்னச் சின்ன அளவுகளில் வாழ்வின் சந்தர்ப்பங்களைப் பயன்படுத்திக்கொள்கிறார்கள். பெரிய அளவில் சிந்திப்பவர்கள் வாளிகளில் மொண்டு எடுக்கிறார்கள். அல்லது ஒரு டேங்கர் லாரியை வைத்து நீரை எடுத்துப் போகிறார்கள். எந்த அளவுக்குக் கொண்டு போக முடியுமோ அந்த அளவுக்கு நீரை எடுத்துப் போகிறார்கள். அப்படியே வாழ்வின் அநேக சந்தர்ப்பங்களில் எத்தனை சந்தர்ப்பங்களைப் பயன்படுத்திக்கொள்ள முடியுமோ அத்தனையையும் கையகப்படுத்திக்கொள்கிறார்கள். வெற்றியடைய வேண்டும் என்றால் சில்லறைச் சிந்தனைகளிலிருந்து விடுபட வேண்டும்.

> சின்னச் சின்னக் குறிக்கோள்களைச் சிந்தனையில் வைத்திருந்தால்
> சின்னச் சின்ன சாதனைகளைத்தான் எதிர்பார்க்கலாம்.
> பெரிய குறிக்கோள்களைச் சிந்தனையில் வைத்திருந்தால்
> பெரும் வெற்றிகளை அடையலாம்.

2. சந்தர்ப்பங்கள்

பெரிய அளவில் சிந்திப்பவர்களுக்கு அநேகம் சந்தர்ப்பங்கள் காத்துக்கிடக்கின்றன. வழக்கமாக, சிறிய அளவில் சிந்திப்பவர்களே பெரிய அளவில் சிந்திப்பவர்களுக்கு அவ்வளவு சந்தர்ப்பங்களை உருவாக்கித் தருகிறார்கள். எப்படியென்கிறாயா? வெற்றியடைகிறவர்கள் போகும் இடத்துக்கு அவர்கள் போகத் துணிவதில்லை. வெற்றியடைகிறவர்கள் மேற்கொள்ளும் காரியங்களை அவர்கள் கைக்கொள்வதில்லை. எனவே சின்ன

அளவில் சிந்திக்கிறவர்கள் பெரிய அளவில் சிந்திக்கிறவர்களுக்கு எந்த விதத்திலும் போட்டியாக வருவதில்லை. பெரிய அளவில் சிந்திக்காமல் சின்ன அளவிலேயே சிந்திப்பவர்கள் தமக்கு எதிரே நிதரிசனமாகத் தெரியும் இலக்குகளைத் தொடர்வதில்லை. எனவே அந்த இலக்குகளைத் தொடர்ந்து வெற்றியைச் சாதிக்கப் பெரிய அளவில் சிந்திப்பவர்கள் வெகு சுதந்திரமாகப் போக முடிகிறது. அந்தச் சந்தர்ப்பங்களைச் சிக்கெனப் பிடித்துக்கொள்ள முடிகிறது. எந்த விஷயத்திலும் சரி, எந்த இடத்திலும் சரி இதுதான் நடக்கிறது. பெரிய அளவில் சிந்திக்கிறாய் என்றால் எதைத் தொடர்ந்து சென்றாலும் பெரிய பகுதி உன்னைச் சேர்கிறது.

முன்னெப்போதையும் விட இப்போது இளைஞர்களுக்குச் சந்தர்ப்பங்கள் அதிகம் என்றுதான் நம்புகிறேன். ஏனென்றால் போட்டிக் களத்தில் சாதிக் குதிரைகள் வெகு சிலவாகவும் அரிதாகவுமே இருக்கின்றன.

-- ஜான் பால் கெட்டி

அப்படி அவர் சொல்வதற்குக் காரணம் பலரும் பெரிய அளவில் சிந்திக்கத் தவறிவிடுகிறார்கள். விளைவாக அப்படிச் சிந்திக்கிறவர்கள் கண்டிப்பாகப் பெரும் வெகுமதிகளைப் பெறுகிறார்கள். விற்பனை பற்றிய விவரங்களைப் பார்க்கலாம். நமக்கு ஒத்துவரும் உதாரணங்களைப் பார்க்கலாம். என்னை மிகவும் பாதித்த சேல்ஸ்மேன்கள் பலர் இருக்கிறார்கள். ஆரம்பத்தில் அப்படிப் பலருக்கும் கீழ் வேலை பார்த்தவன் நான். அப்போதுதானே தொழிலை ஆரம்பித்திருந்தேன்! அவர்கள் அடிக்கடி என்னிடம் சொல்வது என்னவென்றால், “பெரிய அளவில் சிந்தித்துப் பார். சேல்ஸ்மேன்கள் பலரும் சின்னச் சின்ன அளவில் விற்பதைப் பற்றி நினைத்துக்கொண்டிருப்பார்கள். அதற்காக ஒருவரோடு ஒருவர் போட்டியிடுவார்கள். சின்னச் சின்ன இலக்குகளைச் சாதிக்க என்னென்ன சந்தர்ப்பங்கள் இருக்கின்றனவோ அப்படியே பெரிய இலக்குகளைச் சாதிப்பதற்கான சந்தர்ப்பங்களும் இருக்கின்றன. புல்லட்டைக் கடித்துவிடு. பெரிய இலக்குகளுக்குக் குறிவை. மேலிருந்து ஆரம்பி”

அப்படியே வேலை தேடுவதிலும் பெரிய அளவில் சிந்திக்க வேண்டும். ஒரே மாதிரியான வேலைக்கு இரண்டு விளம்பரங்கள் வருகின்றன என்று வைத்துக்கொள். அதுவும் ஒரே கம்பெனியிலிருந்து. இரண்டுக்கும் இடையே பெருத்த வித்தியாசம் ஏதுமில்லை. ஆனால் சம்பளத்தில் ஒன்று கூடுதலாகவும், இன்னொன்று குறைவாகவும் என்று வைத்துக்கொள். குறைந்த சம்பளத்துக்கான வேலைக்கு அதிகமான பேர் விண்ணப்பிக்கிறார்கள். அதிக சம்பளம் தரும் வேலைக்குத் தன்னை அருகதையானவர் என்று பலரும் நினைப்பதில்லை. அவர்கள் பெரிய அளவில் சிந்திப்பதில்லை. கூடுதல் பொறுப்புகளை ஏற்றுக்கொள்ளத் தயாராக இருக்கிறவர்கள், அதிக சம்பளத்தைப் பெற முடியும் என்ற நம்பிக்கை இருக்கிறவர்கள்தான் அதிக சம்பளம் தரும் வேலைக்கான விண்ணப்பத்தை அனுப்புகிறார்கள். வெற்றிக்கான பாதையில் அதிகம் டிராபிக் இல்லைதான்.

3. வெற்றிக்கு ஒரு சரியான காரணம் உண்டு தோல்விக்குக் காரணமே இல்லை

எதையாவது சாதிக்க வேண்டும் என்ற அதீத ஆசை இருக்கிறது என்றால் வெற்றியடைவதற்குச் சரியான ஒரு காரணத்தைக் கற்பித்துக்கொள்வாய். தோல்விக்குச் சந்தர்ப்பமே இல்லை என்று எடுத்துக்கொள்வாய். பெரிய சித்திரம் வரைந்து பார்ப்பவர் பாதை நேராகவும் தெளிவாகவுமே அமைகிறது.

பாதையில் நிறைய திருப்பங்கள். பிரிவுகள் இருக்கின்றன என்று வைத்துக்கொள். அந்தப் பாதையில் வழி தவறிப் போனால் யாரையும் பெரிதாகக் குற்றம் சொல்ல முடியாது. ஆனாலும் நேர்வழி. அகன்ற பாதை. தெளிவான எல்லைகள் என்றிருக்குமானால் சேருமிடத்துக்குப் போய்ச் சேர்வது சுலபமாகிப் போகிறது. விரைவாகவும் அலைச்சல் இன்றியும் போய்ச் சேர முடிகிறது.

பெரிய படத்தை மனதில் வரைந்து வைத்திருக்கிறவரைத் திசை திருப்ப முடியாது. ஏனென்றால் அவருடைய கவனம் முழுக்கப் போய்ச் சேர வேண்டிய இடத்திலேயே இருக்கிறது.

சாதிக்க வேண்டிய காரியத்திலேயே இருக்கிறது. தங்கள் இலக்கு நோக்கிய ஒரே பாதையை அவர்கள் தெளிவாகப் போட்டு வைத்துக்கொள்கிறார்கள். இதனால் எந்த விதக் குழப்பமும் இல்லாமல் அவர்கள் பயணிக்க முடிகிறது.

சில்லறைத்தனத்தைப் பெரிய அளவில் சிந்திப்பதைக்கொண்டு வென்றெடு

பெரும்பாலான சச்சரவுகளும் நீண்டகாலச் சண்டைகளும் சில்லறை விஷயங்களில்தான் ஆரம்பிக்கின்றன. ரோடுகளைப் பாருங்கள். வெறிபிடித்தாற்போல வண்டிகளை ஓட்டுகிறார்கள். வெகு சீக்கிரத்தில் நிதானத்தை இழந்து விடுகிறார்கள். மக்களுடைய ஃப்யூஸ் ஒயர் வெகு சீக்கிரத்திலேயே எரிந்து போய்விடுகிறது. நீ ஒரு சின்ன தவறு செய்தால் போதும். கடைசி நிமிடம் திரும்புவதற்காகக் கை காட்டியிருப்பாய். அல்லது சற்றே நிதானமாக வண்டியை ஓட்டியிருப்பாய். அதாவது மற்றொரு வண்டியை ஓட்டுகிறவர் அபிப்பிராயத்தில் நீ நிதானமாகப் போய்க்கொண்டிருக்கிறாய். உன்னைப் பார்த்துக் காட்டுக் கத்தல் கத்துகிறார்கள். இல்லையேல் ஓரம் கட்டுகிறார்கள். இப்படிப்பட்ட சில நிகழ்ச்சிகள் வன்முறையில் முடிவதுண்டு. எல்லாவற்றுக்கும் காரணம் சிலருடைய சில்லறைத்தனம், பொறுமையின்மை, புரிந்துகொள்ள முடியாமை என்றிவைதான்.

ரோடுகளில் மட்டுமல்ல சில்லறைத்தனமான சிந்தனை தொல்லைகள் தருவது. ரோடுகளில் மட்டுமல்ல சின்னச் சின்ன விஷயங்கள் பூதாகார வடிவம் எடுப்பது. பலர் வாழ்வின் சங்கடங்களில் அவர்களுடைய உணர்வுகளைப் பாதிக்க விட்டுவிடுகிறார்கள். சின்னச் சின்ன எரிச்சல்களால் நிம்மதி இழந்து தவிக்கிறவர்கள் பல பேர் இருக்கிறார்கள். முடிவான இலக்கு என்ன என்பதைப் பற்றிய நமது கண்ணோட்டத்திலிருந்து சிறிது விலகினாலும் இதுதான் நடக்கிறது. இந்தச் சில்லறைத் தனத்திலிருந்து விடுபட்டு பெரிய அளவில் சிந்திக்கக் கற்றுக்கொள்ள வேண்டும். சராசரியானவரை விட மேம்பட்டவராக இருக்க வேண்டும்.

உள்ளுவது உயர்வுள்ளல்

யாராக இருந்தாலும் பொறுமையிழந்து கொதித்தெழுந்துவிடலாம். அது ஒன்றும் அவ்வளவு பெரிய காரியம் அல்ல. ஆனால் அதைவிட நீ சிறந்தவன் என்பது எனக்குத் தெரியும். உன் மீது உனக்குக் கட்டுப்பாடு இருக்கிறது. அந்த அளவுக்கு நிலைதாழ்ந்து போக மாட்டாய். குழந்தைத்தனமாக நடந்துகொண்டு உன்னைச் சராசரி மனிதனாக்கிக்கொள்ளாதே.

அடிக்கடி பிறர் சொல்ல நாம் கேட்டதுண்டு. அவருக்கு உன்னைப் பற்றி அவ்வளவாக நல்ல அபிப்பிராயம் இல்லை என்பார்கள். அவ்வப்போது பிறரைப் பற்றிய அவநம்பிக்கை வரத்தான் செய்யும். பிறர் நம் உணர்வுகளைக் காயப்படுத்த முன்வரத்தான் செய்வார்கள். அதனால் ஏமாற்றம் மிஞ்சுவதும் உண்டு. சற்றே கவனமாக இருக்காவிட்டால் அப்படிப்பட்டவர் மீது வன்மம் கொள்கிறோம். இந்தப் பொறிக்குள் நீயும் சிக்கிக்கொள்ளாதே. அவ்வப்போது பிறரோடு கருத்து வேறுபாடுகள் தோன்றுவது இயல்புதான். ஆனால் அந்த அளவுக்குத் தாழ்ந்து போய்விடாதே. ஒவ்வொருவருக்கும் ஒரு கணக்குப் போட்டு வைத்திருக்காதே. அதை விட முக்கியமான விஷயங்களில் கவனத்தைத் திருப்பிவிடு. உன்னைச் சுற்றியிருப்பவர்களுக்கு உன்னிடம் தலைமைப் பண்புகள் இருக்கின்றன என்பதை உணர வை.

அதைவிடச் சிறந்தவனாக இருக்கிறாய் என்றால் அதைவிடப் பெரிய சிந்தனைகொண்டவனாக இருக்கிறாய் என்று பொருள்.

சில்லறை விஷயங்களுக்கு அதீத முக்கியத்துவம் தருகிறவர்கள் பெரிய சாதனைகளைச் சாதிப்பதற்கு முடியாமல் போய்விடுகிறார்கள்.

-- ஃப்ராங்கோயிஸ் டி லா ராஷ் ஃப்பூகால்டு

உன் நண்பர்கள் அல்லது குடும்பத்தினர் அல்லது உடன் பணியாற்றுகிறவர்கள் இவர்களால் நீ பொறுமையிழந்து போன சம்பவங்களை நினைத்துப் பார்த்துக்கொள். முன்பின் தெரியாதவர்கள் கூட உன்னை எரிச்சல்பட வைத்திருக்கலாம். பெரும்பாலும் அத்தகைய சம்பவங்கள் முக்கியமான

விஷயங்களோடு ஒப்பிட்டுப் பார்க்கும்போது எந்த விதத்திலும் பொருட்படுத்த வேண்டிய விஷயங்களாக இருந்ததில்லை. அவற்றால் நம் வாழ்வில் எந்த நிரந்தரப் பாதிப்பும் இருக்கப் போவதில்லை. எனவே அவற்றைப் பற்றிய கவலையை விட்டுவிடு. ஒரு மாதம் அல்லது ஒரு வருடம் கழித்து அப்படிப்பட்ட சம்பவங்களை நினைத்துப் பார்க்கலாம். எவ்வளவு வேடிக்கையாகத் தோன்றுகிறது அத்தனையும்! ஏன் இதைப் பற்றியெல்லாம் நினைத்துப் பார்க்கிறேன் என்று கூட நினைக்கத் தோன்றும்.

ரிச்சர்ட் கார்ல்ஸன் ஒரு புத்தகம் எழுதியிருக்கிறார். **"Don't sweat the small stuff... And it is all small stuff"** என்று தலைப்பு. இந்தத் தலைப்பு குறிப்பாக எனக்கு மிகவும் பிடித்த தலைப்பாக இருக்கிறது. இந்த அத்தியாயத்தில் நான் எழுதியிருப்பதற்கு நேரடியான தொடர்புடையதாக அமைந்திருக்கிறது. உள்ளுவது உயர்வுள்ளல். சின்னச் சின்ன விஷயங்கள் உன்னை அலைக்கழிப்பதைப் பற்றிய நிறைய விவரங்கள் இந்தப் புத்தகத்தில் விலாவாரியாக விவரிக்கப்பட்டுள்ளன. அதைப் பற்றிய ஆலோசனைகளும் குறிப்புகளும் நிறையவே இருக்கின்றன. ரிச்சர்ட் கார்ல்ஸன் எழுதுகிறார்.

வரிசையில் நிற்க வேண்டியிருந்தாலும் சரி. தவறாகப்
புரிந்துகொண்டு குற்றம் சொல்வதைக் கேட்கும் போதும் சரி.
எல்லா வேலையும் நாமே செய்ய வேண்டியிருக்கும் போதும் சரி.
சில்லறை விஷயங்களைப்பற்றிக் கவலைப்படாமல் இருக்கக்
கற்றுக்கொண்டால் அதன் பயன்கள் மிக அதிகம்தான்.

-- ரிச்சர்ட் கார்ல்ஸன்

வெகுவான உண்மை. அவரவர் தரத்தை உயர்த்திக் கொள்கிறவர்களுக்கு அதன் பயன்கள் அதிகமாகத்தான் கிடைக்கின்றன. சில்லறை விஷயங்களால் அலைக்கழிப்புக்கு ஆட்படாதவர்கள் அதன் பயன்களை அனுபவிக்கத்தான் செய்கிறார்கள். சுய ஒழுக்கத்தைக் கைக்கொள்வது அருமையான குணநலனாகிப் போகிறது. அவர்களே தலைவர்களாகிறார்கள்.

பெரிய அளவில் சிந்திக்கிறவர்களிடம்தான் பொறுப்புகளை ஒப்படைக்கிறார்கள். அதுவே அவர்களுக்கு ஒரு வெகுமதி. சமுதாயத்தில் அவர்கள் தலைவர்களாக மதிக்கப்படுகிறார்கள். தன்னம்பிக்கை கொண்டவர்களாக இருக்கிறார்கள். தன்னைப் பற்றிய நிச்சயமான நோக்குடையவர்களாக இருக்கிறார்கள். இதுவெல்லாம் பெரிய படத்தைப் பார்க்கும்போதுதான் சாத்தியமாகின்றன.

தலைவனாக இருப்பது எப்படி?

எந்தத் துறையிலும் தலைமையேற்று நடத்துவதற்குப் பெரிய அளவில் சிந்தனை அவசியம். தலைவர்களுக்குத் தட்டுப்பாடு வந்துவிட்டது. பெரிய அளவில் சிந்தனை செய்கிறவர்கள் குறைந்து போனார்கள். கோழிப்பல்லைப்போல அரியவர்களாகிப் போனார்கள். இந்தக் குணநலன்களை நாம் வளர்த்துக் கொண்டால் நம்மைப் பலரும் தேடி வருவார்கள். சமூகத்தில் அந்தஸ்தான இடம் வேண்டும் என்று நினைக்கிறவர்கள் அதை வெகு சுலபத்தில் அடைந்துவிடுகிறார்கள். பெரிய அளவில் சிந்திக்கிறவரைச் சின்ன அளவில் சிந்திக்கிறவரிடமிருந்து வேறுபடுத்துவது எது என்று கேட்கிறாய்.

இவைதான் அந்த வித்தியாசங்கள்.

பெரிய அளவில் சிந்திப்போர்	சின்ன அளவில் சிந்திப்போர்
காரண காரியங்களைப் பார்க்கிறார்.	சால்ஜாப்பு சொல்லச் சந்தர்ப்பம் தேடுகிறார்
மனஅழுத்தம் அல்லது பணிச்சுமை என்று வரும்போது அமைதியாக இருக்கிறார்.	பயந்து போகிறார்
உதவியாக இருக்கிறார். ஊக்கம் தருகிறார்.	சுற்றியிருப்போரை விமரிசிக்கிறார்
மன்னிக்கிறார்	வன்மம் வைத்துக்கொள்கிறார்
குவிந்த கவனத்தோடு இருக்கிறார்	சுலபமாகக் கவனச் சிதைவு ஏற்படுகிறது.

மக்களை ஒருங்கு திரட்டுகிறார்.	தொல்லையாக இருக்கிறார். பிரித்து வைக்கிறார்.
உணர்வுகளைக் கட்டுப்பாட்டில் வைத்திருக்கிறார்.	கட்டுப்பாட்டைச் சுலபமாக இழந்துவிடுகிறார்.
நம்பிக்கை வைத்திருக்கிறார்.	நம்பிக்கையைச் சுலபமாக இழந்துவிடுகிறார்.
திட்டமிடுகிறார். குறிக்கோள்களை வகுத்துக்கொள்கிறார்.	திட்டமிடுவதில்லை. எதிர்நோக்குவதில்லை.
நிறைய சந்தர்ப்பங்கள் இருக்கின்றன என்று நினைக்கிறார்.	சந்தர்ப்பம் கிடைப்பதே இல்லை என்கிறார்.
பிறர் வெற்றியில் மகிழ்ச்சி கொள்கிறார்.	பொறாமைகொள்கிறார்.

பெரிய அளவில் சிந்திக்க முடியுமானால் எந்த அளவுக்குச் சாதிக்க முடியும் என்பதைச் சற்றே நினைத்துப் பார்.

தடைக் கற்களைத் தாண்டிவருவது

எப்போதாவது பெரியதொரு சிந்தனை உனக்குத் தோன்றியிருக்கிறதா? அதைச் செயல்படுத்தத் தயாராக இருந்திருக்கிறாயா? ஆனால் திடீரென ஏதோ சந்தேகம் ஏற்பட்டுவிட்டதா? விருப்பமான குறிக்கோளை அடைவதற்கு இடையே என்னென்ன தடைகள் சாத்தியம் என்பதைத் தீர ஆலோசித்துப் பார்க்க வேண்டும். காரியத்தை முடிக்காமல் போனதற்கான காரணம் என்ன என்பதைப் பற்றியும் நினைத்துப் பார்க்க வேண்டும். பொதுவாக சின்னச் சின்ன விஷயங்களே காரியத்தைக் கச்சிதமாக முடிக்க முடியாமல் போவதற்குக் காரணங்களாக அமைந்துவிடுகின்றன. அவற்றை அப்படியே விட்டுவிட்டால் அந்தச் சின்னச் சின்னத் தடைகளே காரியத்தை வெற்றிகரமாக முடிப்பதற்கு இயலாமல் செய்துவிடுகின்றன. பெரிய தடைகளும் பாதகங்களுமே எந்த

ஒரு காரியத்துக்கும் தடைகளாக இருக்கின்றன என்று நீ நினைத்திருக்கலாம். ஆனால் சின்னச் சின்னத் தடைகளே பெரும்பாலான காரியத்தடைகளாக அமைந்திருக்கின்றன என்பதை உணர்ந்துகொள்வாய்.

சில வருடங்கள் முன்பு ஒரு கருத்தரங்குக்குப் போயிருந்தேன். வெற்றிகரமான தொழிலதிபர் ஒருவர் கோடிக்கணக்கில் சொத்துச் சேர்த்துவிட்ட வித்தையின் ரகசியங்களைப் பற்றிப் பேச வந்தார். வீட்டு மனை வாங்கி விற்றதில்தான் அத்தனை பணம் சேர்த்தாராம். அவர் சொன்ன கொள்கைகளும் திட்டங்களும் வெகு சுலபமானவையாகவும் பொதுவானதாகவும் இருந்தன. என்றாலும் கேள்விகள் ஏதாவது இருக்குமா என்று கடைசியில் கேட்டு வைத்தார். எங்களில் சிலர் தம்மைப் பதமானவர்கள். அறிவார்த்தமாகச் சிந்திக்கிறவர்கள் என்று நினைத்துக்கொண்டிருந்தோம். எனவே நடைமுறைச் சாத்தியங்கள் பற்றிக் கேள்விகள் கேட்டோம். அவர் சொன்னவை பற்றிய விவரங்கள் பெற கேள்விகள் கேட்டோம். இதை எப்படிச் செய்வது. அதை எப்படிச் செய்வது என்றிப்படித் துளைத்தோம். செயல் முறையில் ஒவ்வொரு துண்டு துணுக்கும் தெரிந்திருக்க வேண்டும் என்கிறோம். கடைசி வரிசையில் நீண்ட முடிவோடு ஓர் இளைஞன். இருந்தவர்களில் இளையவன் அவன்தான். தன்னை அறிவார்ந்தவன் என்று அவன் எந்த விதத்திலும் காட்டிக்கொள்ளவில்லை. என்றாலும் கேள்வி - பதில்களை மிகவும் ஆர்வத்தோடு உன்னிப்பாக கவனித்துக் கேட்டான்.

அடுத்த வருடம் அதைப் போன்றே ஒரு கருத்தரங்கு. முந்தைய வருடம் பங்கெடுத்துக்கொண்ட பலரும் அதிலும் பங்கெடுத்துக்கொண்டனர். விவாதத்தின் போது முந்தைய ஆண்டு சொல்லப்பட்ட கருத்துக்களை ஏன் கடைப்பிடிக்க முடியாமல் போய்விட்டது என்பதற்கான காரண காரியங்களை விலாவாரியாக அலசிக்கொண்டிருந்தார்கள். சிலர் அந்த வருடத்திய விபாபார நிலவரங்கள் அந்தக் கொள்கைகளுக்கும் கோட்பாடுகளுக்கும் ஏற்புடையதாக இல்லை என்றார்கள்.

இன்னும் சிலர் அவர் சொன்னதெல்லாம் அவருடைய நாடான அமெரிக்காவுக்கு வேண்டுமானால் ஏற்புடையதாக இருக்கும் என்றார்கள். வேறு சிலரோ அதில் நிறைய பேப்பர் வேலை இருந்தது என்றார்கள். பலன்கள் அவ்வளவாக இல்லை என்றார்கள். நேரத்துக்கும் உழைப்புக்கும் முதலீட்டுக்கும் ஏற்பப் பலன்கள் கிடைக்கவில்லை என்றார்கள். நீண்ட முடிக்காரன் எழுந்தான். அந்த வருடம் மட்டும் விலையுயர்ந்த நான்கு சொத்துக்கள் வாங்கியதாகத் தெரிவித்தான். அவற்றின் விலையும் ஏறுமுகத்தில் இருந்தது. அதிலிருந்து நல்ல சம்பாத்தியம் பெற்றானாம். சம்பளத்துக்குப் பணி செய்தாலும் சரி செய்யாமல் இருந்தாலும் சரியே - அந்தச் சொத்திலிருந்து கணிசமான வருமானம் கிடைக்கிறது என்றான். அந்தத் தருணம் அவனுக்கு இருந்த ஒரே தடை அதைவிடப் பெரிய சொத்தில் முதலீடு செய்யத் தயாராக யாரும் இல்லாமல் போனதுதான் என்றான். இன்னும் அதிகமாகச் சம்பாதித்திருக்கலாம் என்றான்.

அந்த இளைஞனை யாரும் அறிவு மிக்கவன் என்று சொல்ல மாட்டார்கள். என்றாலும் எங்களிடம் இல்லாத ஒன்று அவனிடமிருந்தது. தன் திட்டம் ஏன் செயல்படாமல் போகும் என்பதைப் பற்றி அவன் நினைத்துப் பார்க்கவே இல்லை. எப்படி அதைச் செயல்படுத்தலாம் என்பதைப் பற்றி மட்டுமே அவன் சிந்தித்திருந்தான். அடிப்படையாகச் சொல்லப் போனால் பெரியதொரு படத்தைப் பார்த்துக்கொண்டிருக்கும்போது இடையே காட்சியை மறைக்க எதுவும் இருக்கக் கூடாது என்பதில் அவன் கவனமாக இருந்திருக்கிறான். எதைப் பார்க்க வேண்டும் என்று நினைத்தானோ அதைப் பார்த்துக் கொண்டிருந்திருக்கிறான்.

சிலர் அதை அப்படி அப்படியே பார்க்கிறார்கள். ஏன் என்று கேட்டுக்கொள்கிறார்கள். நானோ இதுவரை இருக்க வராததைப் பார்க்கிறேன். ஏன் இப்படி இருக்கக் கூடாது என்று நினைக்கிறேன்.

— ஜார்ஜ் பெர்னார்ட் ஷா

உயரத்தை எட்டுவது புதிய எல்லைக் கோட்டைத் தேடுவது

எட்மண்ட் ஹில்லரி மற்றும் டென்சிங் நார்கேயினுடைய சாதனை பற்றி நமக்கு எல்லாம் தெரியும்தான். இவர்கள் இருவரும்தான் முதன் முதலாக எவரெஸ்ட் சிகரத்தின் உச்சியைத் தொட்டவர்கள். சரிவுகளைக் கடந்து போராடி 29,028 அடி உயரம் ஏறியவர்கள். 1953 மே மாதம் 29ம் தேதி. இலக்கை அடைய முடியாமல் செய்யப் பல தடைகளை எதிர்கொண்டனர். அந்தத் தடைகள் வெகு சுலபமாக அவர்களை அவநம்பிக்கைகொள்ள வைத்திருக்கும். ஆனாலும் அவர்கள் தம்முடைய காரியத்தில் தம் கவனம் முழுவதும் குவித்து வைத்திருந்ததாலேயே அந்தச் சாதனையை அவர்கள் புரிய முடிந்தது. சிகரத்தைச் சென்று சேர்வதற்கு முந்தைய இரவு அவர்கள் ஏறக்குறைய உறைந்து போயிருந்தார்கள். களைப்போடும் பசியோடும் ஒரு பனிச்சிகரத்தின் மீது ஓட்டிக்கொண்டிருந்தார்கள். வழுக்கலான பனிப்பள்ளத்தாக்கு. முயற்சியைக் கைவிடும் ஓரத்தில் இருந்தார்கள். என்றாலும் பெரிய படத்தில் தம் கவனம் முழுமையும் வைத்திருந்ததால் சில்லறை விஷயங்கள் அவர்களை அலைக்கழிக்க அனுமதிக்கவில்லை. மேலும் தொடர்ந்து போய் தமது முக்கிய இலக்கை அடைய நகர்ந்தார்கள்.

ஒல்லியானவர். நியூசிலாந்து நாட்டுக்காரர். தேனீப் பண்ணை வைத்திருந்தவர் மகன். அதுதான் எட்மண்ட் ஹில்லரி. நார்கே ஒரு சாதாரண நேபாள ஷெர்பா. நார்வே மற்றும் இங்கிலாந்து போன்ற நாடுகளுக்கென்று மலையேறுவதில் ஒரு பாரம்பரியம் உண்டு. அப்படிப்பட்ட பராம்பரியம் ஏதுமற்ற இந்த இருவரும் அன்று அந்தச் சாதனையைப் புரிய முடிந்ததற்கான காரணம் என்னவாக இருக்கும்? அந்த நாடுகளிலிருந்த திறமையான மலையேற்ற வீரர்கள் சாதிக்க முடியாததை இவர்கள் எப்படிச் சாதித்தார்கள்? இந்த இருவரும் தமது முயற்சிகளைக் கைவிட்டுத் திரும்புவதற்கு நிறையக் காரணங்கள் இருந்தன. என்றாலும் அவர்கள் தோல்வியடையாமல் இருப்பதற்கு ஒரே ஒரு பெரிய காரணம் இருந்தது. அது

நீயும் ஏன் சாதிக்கக் கூடாது?

எவரெஸ்ட் சிகரம்தான். நேபாளியர்கள் அதைச் சோமோலிங்மா என்பார்கள். மிகப் பெரிய சாதனையாளர்களுக்கே உரிய இயல்போடு இந்தச் சாதனையாளர்கள் சின்னச் சின்ன விஷயங்கள் தம் கவனத்தைத் திசை திருப்ப அனுமதிக்கவில்லை. பெரிய காரியத்தில் கண்வைத்திருந்ததில் அவர்கள் ஆழ்ந்திருந்தார்கள்.

மோசமான வானிலை, பனிப்புயல், நகரும் பனிப் பாறைகள், இத்தனையையும் எதிர்கொண்டார்கள். செங்குத்தான சரிவுகள், நிலையில்லாத வெடிப்புகள். வழுக்கும் தரை, உடைந்து போகும் பனிக்கட்டிகள். இவை பலரையும் குப்புறக் கவிழ்த்தி வீழ்த்தின. ஆனால் இவர்கள் மட்டும் போய்க் கொண்டே இருந்தார்கள். வழக்கமான அத்தனை பேர் இருந்த மலையேறும் குழுவில் குறைந்தது மூன்று ஷெர்பாக்களாவது இருப்பார்கள். ஆனால் அவர்களோடு இருந்ததோ ஒரே ஒரு ஷெர்பாதான். மலையேறுவதற்குச் சௌகரியமாக மூட்டை முடிச்சுகளைக் குறைத்துக்கொண்டார்கள். கொண்டு வந்த சாமான்கள் பலவற்றை அங்கங்கே போட்டுவிட்டார்கள். உடல் நீர் வற்றிப்போனது. உறைய வைக்கும் குளிர் இருந்தது. ஆக்ஸிஜன் குறைவாக இருந்தது. களைப்பாக இருந்தார்கள். இத்தனைக்கும் அவர்கள் எவரெஸ்டின் உச்சியைச் சென்றடைந்தார்கள்.

எவரெஸ்டின் உச்சியை அடைவது என்ற நோக்கத்தில் இத்தனை சிரமங்களும் மறைந்துபோய்விட்டன. பொருட்படுத்த வேண்டிய ஒன்றே ஒன்று உச்சியை அடைய வேண்டும் என்ற இலக்குத்தான். அந்தப் பெரிய படம் மட்டும் பொருட்படுத்த வேண்டியதாக இருந்தது. அந்த மலையை வென்றெடுக்க வேண்டும் என்ற ஆசையே அத்தனைக்கும் காரணம். பெரிய அளவில் சிந்திப்பவர்கள் மட்டுமே அத்தகைய பெரிய காரியங்களைச் சாதிக்க முடியும்.

மீள்பார்வை

1. தலைவர்கள்

    அ. முக்கியமான விஷயங்கள். குறிக்கோள்கள் மீது கவனத்தைக் குவித்து எந்த விதத்திலும் கவனம் திசை திரும்பாமல் இருப்பது.

    ஆ. தெளிவோடும் தீர்க்கமாகவும் முன்னோக்கிப் பார்ப்பது.

    இ. சில்லறைத்தனத்துக்கு இடம் கொடுக்கும் அளவுக்குத் தாழ்ந்து போகாமல் இருப்பது.

2. பெரிய அளவில் சிந்திப்பதன் சாதகங்கள்

    அ. பெரிய குறிக்கோள்கள் பெரிய வெற்றிக்கு இட்டுச் செல்கின்றன. குறிக்கோள்கள் என்று ஏதாவது இருக்குமேயானால் அவை பெரியவையாக இருக்கட்டுமே.

    ஆ. வெற்றிக்கான பாதையில் அதிகம் நெரிசல் இல்லை. பலரும் சிறிய அளவிலேயே சிந்திக்கிறார்கள். எனவே பெரிய அளவில் சிந்திக்கிறவர்களோடு போட்டியிடப் பலர் இருப்பதில்லை.

    இ. பெரிய அளவில் சிந்திப்பது வெற்றியடைவதற்குக் காரணமாக அமைந்துவிடுகிறது. பெரியதொரு காரியத்தில் கவனம் வைக்கும்போது அவ்வளவு சுலபமாகக் கவனச் சிதைவு ஏற்படுவதில்லை.

3. ஒருவருடைய சிந்தனையின் அளவே வெற்றியின் அளவை நிர்ணயிக்கிறது. எனவே பெரிய அளவில் சிந்தித்திரு.

4. பெரும்பாலான சச்சரவுகளும் சில்லறை விஷயங்களின் பாற்பட்டவையாகவே இருக்கின்றன. இந்தச் சில்லறைத் தனத்திலிருந்து விடுபட்டிருப்பதில் உறுதியாக இருந்துவிடு.

5. பெரிய அளவில் சிந்திக்கிறவர்கள் குறைவாகவே இருக்கிறார்கள். பெரிய அளவில் சிந்திக்கிறவனாக இருந்தால் மதிப்புள்ளவனாக மாறிப் போய் பலரும் தேடி வரும் அளவுக்கு முக்கியமானவனாகிப் போவாய்.

6. பெரிய அளவில் சிந்தித்தால், பெரிய அளவில் சாதிப்பாய்.

நீயும் ஏன் சாதிக்கக் கூடாது?

செயற்படிகள்

1. பெரிய அளவில் சிந்தித்திருந்தால் நிலைமை மாறியிருக்குமே என்று நினைத்துப் பார்க்கக்கூடிய அளவில் உன் வாழ்வில் இருந்த காலகட்டங்கள் பற்றி எழுதிப் பார்.
   _____
   _____
   _____
   _____

2. பெரிய படத்தை வரைந்து பார்த்துக்கொள்ளும்போது சில்லறைத்தனமும் கவலையும் விட்டுவிலகிப் போவதற்கான வழி வகைகள் என்ன என்று நினைத்துப் பார்.
   _____
   _____
   _____
   _____

3. உன் வாழ்வின் எந்தத் துறையில் பெரிய அளவிலான சிந்தனை பெரிய அளவிலான வெற்றியைத்தரும் என்று நினைக்கிறாய்.
   _____
   _____
   _____
   _____

7

வெற்றிக்கான விலையைத் தந்துவிடு

கடவுளே! முயற்சி என்னும் விலைக்கு நீ எதையும் தருகிறாய்.

-- லியனார்டோ டா வின்சி

அது எப்படிச் சிலருடைய நம்பிக்கைகள் மட்டும் நிறைவேறுகின்றன? சிலருடைய கனவுகள் மட்டும் மெய்ப்படுகின்றன? மற்றவர்கள் படுதோல்வி அடைகிறார்களே! நான் எப்போதும் கேட்டுக்கொள்ளும் கேள்வி இது. வேண்டிய அளவுக்குக் கல்வி இருக்கிறது. தொடர்புகள் இருக்கின்றன. பார்ப்பதற்கு அந்தஸ்தானவனாக இருக்கிறான். என்றாலும் எங்கேயோ எதுவோ தவறிப் போகிறதே! இன்னொரு பக்கம் பார்த்தால் எதைச் செய்ய வேண்டுமென்றாலும் கடும் போராட்டமாக இருக்கிறது. பெரிய பாரம்பரியம் என்று ஏதுமில்லை. பார்ப்பதற்கும் சுமாராகத்தான் இருக்கிறான். எப்படியோ, ஏதோ ஒரு வகையில் அவர்கள் போராடிக்கொண்டே இருக்கிறார்கள். கடைசியில் அப்படிப்பட்டவர்கள் மிகப் பெரிய வெற்றிக் கனியைப் பெறுகிறார்கள்.

யாருக்கும் வெற்றி என்பது முன்பதிவு செய்து தரப்படுவதில்லை.
விலையைத் தருகிறவன் பெற்றுக்கொள்கிறான்.

-- ஆரிஸன் ஸ்வெட் மார்டென்

வெற்றியடைகிறவனுக்கும் தோல்வியடைகிறவனுக்கும் இடையே என்ன வித்தியாசம் என்றால் ஒருவன் தகுந்த விலை தரத் தயாராக இருக்கிறான். மற்றவன் தயாராக இருப்பதில்லை. தீர்மானமாக இருப்பவனும் தீர்க்கதிருஷ்டி கொண்டவனும்தான் வெற்றியைச் சாதிக்கிறான். தனக்கு என்ன வேண்டும் என்பதை அவன் அறிவான். அந்தக் காரியத்தைச் சாதிக்க என்னென்ன செய்ய வேண்டுமோ அத்தனையும் செய்யத் தயாராக இருக்கிறான். வெற்றி என்ன விலை கேட்டாலும் தரத் தயாராக இருக்கிறான்.

ஹெச். ஸி. ஹண்ட் என்பவர் எண்ணெய்க் கிணற்று அதிபர். வெற்றிக்கான அவருடைய வழிகள் என்ன என்று ஒரு முறை அவரைக் கேட்டார்கள். அவர் இரண்டு விஷயங்கள் மட்டும் இருந்தால் போதும் என்றார்.

முதலாவதாக உனக்கு என்ன வேண்டும் என்பதைப் பற்றித் தீர்மானமாக இருக்க வேண்டும். பெரும்பான்மையானவர்கள் இதைச் செய்வதில்லை. இரண்டாவதாக அதற்கு என்ன விலை தரத் தயாராக இருக்கிறாய் என்பதை முடிவு செய்துகொள். பிறகு அந்த விலையைத் தந்துவிடுவதைப் பற்றிய தீர்மானத்தோடு இருந்துவிடு.

-- ஹெச். ஸி. ஹண்ட்

வெற்றி என்ற வாய்பாட்டுக்கு இரண்டு பக்கங்கள் இருக்கின்றன.

அ. என்ன வேண்டும் என்பது உனக்குத் தெரிந்திருக்க வேண்டும்.

ஆ. உன்னுடைய குறிக்கோள்களை அடையச் சரியான விலை தர வேண்டும்.

போராளியின் கதை

1945ஆம் ஆண்டு. இரண்டாவது உலகப் போர் முடிந்துவிட்டது. முப்பது முறை வெற்றிகரமாக விமானத்திலேறிக் குண்டெறிந்து விட்டுப் பத்திரமாக வந்தவன் வீடு திரும்பினான். எழுத்தாளராக வேண்டும் என்பது

அவனுடைய வெகு காலத்திய ஆசை. முயன்று பார்க்கலாமே என்று நினைத்தான். பல மாதங்கள் வீண் உழைப்புத்தான். வெற்றியடைந்தபாடில்லை. சரிதான். கொஞ்சம் சாத்தியமான காரியம் எதையாவது செய்யலாமே என்று நினைத்தான். இன்சூரன்ஸ் ஏஜெண்டாவதற்கான பயிற்சி எடுத்துக் கொண்டான். அப்போதுதான் அவனுக்குத் திருமணம் ஆகியிருந்தது. வீட்டுக்கான விலையைத் தவணை முறையில் கட்டவேண்டியிருந்தது. எல்லாமுமாகச் சேர்ந்து வெகு சிரமப்பட்டான். குடும்பத்தைக் கவனித்துக்கொள்ளவும் வீட்டுக்கான கடனைக் கட்டவுமாக அவன் மேலும் மேலும் கடனாளியாகிக்கொண்டிருந்தான். பிரச்சினைகளின் பிரம்மாண்டம் குடியைத் தேடி ஓட வைத்தது. சீக்கிரத்திலேயே வீட்டை இழந்தான். குடும்பத்தையும் இழந்தான்.

முப்பத்தைந்து வயதில் மிக மோசமான நிலையில் இருந்தான். அவன் வாழ்க்கை சிதைந்து போய்விட்டது. தோல்வியுணர்வு தகிக்க அவன் ஒரு அடகுக்கடைக்கு எதிரில் கொட்டும் மழையில் நனைந்தவாறு நின்றுகொண்டிருந்தான். ஒரு துப்பாக்கி அவனுடைய கவனத்தைக் கவர்ந்தது. விலைச் சீட்டு 29.95 டாலர் என்று சொன்னது. தன் சட்டைப் பையில் எத்தனை பணம் இருக்கிறது என்று பார்த்தான். இருந்ததெல்லாம் 30 டாலர்கள் மட்டுமே. அந்தத் துப்பாக்கி தன் துயரத்துக்கெல்லாம் முற்றுப் புள்ளி வைத்துவிடும் என்று நினைத்தான். எதுவோ அவனைத் தடுத்து நிறுத்த அருகே இருந்த நூலகத்துக்குப் போனான். அது நூலகம் என்று அவனுக்குத் தெரியாது. அப்போதைக்குக் குளிரிலிருந்தும் மழையிலிருந்தும் ஒதுங்கி நிற்க ஓரிடம் வேண்டும். அவ்வளவுதான். அங்கே போய்ச் சேர்ந்தான். அன்றிலிருந்து கிடைத்த நேரமெல்லாம் அங்கே போக ஆரம்பித்தான். பிரபலமான எழுத்தாளர்கள் எழுதியவையெல்லாம் படித்தான். அரிஸ்டாட்டில், கார்லைல், பீல், எமர்ஸன், ஃப்ராங்கின், பிளாட்டோ, கார்னஜி. பிறகு ஒரு நாள் ஒரு புத்தகத்தை எடுத்தான். **Success through a positive attitude** என்பது தலைப்பு. **W. Clement Stone, Napoleon Hill** ஆகியோர் எழுதியது. அந்தப் புத்தகம் அவன் மீது ஆழ்ந்த உடனடித் தாக்கத்தை ஏற்படுத்தியது. பள்ளத்திலிருந்து தன்னை மீட்டு அவன் பெரிய எழுத்தாளனாகிப் போனான். அவன் கனவு மெய்ப்பட்டுவிட்டது.

அந்த எழுத்தாளர் பெயர் Og Mandino. அவரது புத்தகங்களை உலகம் முழுக்கப் பல லட்சம் பேர் படித்தார்கள். அவரை ஊக்குவித்ததோ அவர் படித்த புத்தகங்கள். அவர் உத்வேகம் தந்ததோ பல லட்சம் பேர்களுக்கு. A Better Way to Live என்ற அவருடைய புத்தகத்திலிருந்து சில வரிகள். தன்னை மாற்றியமைத்த புத்தகம் பற்றி எழுதியிருக்கிறார். அவர் உலகைப் பார்த்த நோக்கை மாற்றியமைத்த புத்தகம்.

ஸ்டோன் மற்றும் ஹில் ஆகியோருடைய சேதி
உரத்தும் தெளிவாகவும் இருந்தது.
கடவுளுக்கும் மனிதனுக்கும் எதிரானதல்லாத
எதையும் சாதிக்க முடியும்.
வேண்டியதெல்லாம் அதற்கான விலையைத் தரச்
சித்தமாக இருப்பதுதான்.

-- ஆக் மேண்டினோ

இளைஞனாக இருந்தபோது இந்தப் புத்தகம் அவருக்குச் செயல் ஊக்கம் தருவதாக அமைந்தது. மற்றவரிடமிருந்து சாதனையாளர்கள் எப்படி வேறுபடுகிறார்கள் என்பதை அவர் உணர்ந்துகொள்ள முடிந்தது. வாழ்வில் எதைச் சாதிக்க வேண்டும் என்று நினைத்தார்களோ அதை இனம் கண்டுகொள்கிறார்கள். அதற்கான விலையைத் தரச் சித்தமாக இருக்கிறார்கள். இந்த எளிமையான தத்துவத்தை நாமும் பின்பற்ற வேண்டும்.

இலவசச் சாப்பாடு என்பதெல்லாம் கிடையாது

மீண்டும் மீண்டும் நாம் கேட்பதெல்லாம் நன்றாக வரையறுத்த குறிக்கோள்களை வைத்திருக்க வேண்டும் என்பதுதான். நமக்கென்று ஒரு திருஷ்டி இருக்க வேண்டும். ஒரு கனவு இருக்க வேண்டும். ஓர் ஆசை இருக்க வேண்டும். காரண காரியங்களுக்கு உட்பட்டு எதை வேண்டுமானாலும் செய்வதற்குத் தயார் என்ற அளவுக்கு அவை பலமானவையாக இருக்க வேண்டும். நடந்தே ஆக வேண்டும் என்ற தீர்மானம் இருக்கும்வரை எதுவும் சாத்தியம்தான். ஏதோ ஒரு வழியைக்

கண்டுபிடிப்போம். வழியில் என்னதான் இன்னல்களும் தடைகளும் இருந்தாலும் சரியே.

அதிர்ஷ்ட தேவதை தன் சரக்குகளை விற்கிறாள். ஆனால் தருவதில்லை. ஏதோ ஒரு வடிவத்தில் அவளுடைய சரக்குக்கு நாம் ஒரு விலை கொடுக்க வேண்டி இருக்கிறது. இல்லையேல் வெறுங்கையனாகப் போக வேண்டியதுதான்.

— அமீலியா ஈ. பார்

தன்னை எடுத்துக்கொள் என்று சொல்லிக்கொண்டு வெற்றி உன் மடிமேல் விழாது. கைமேல் இருக்கும் பணியைக் கவனித்துச் செய்ய வேண்டும். அதற்கான விலையைத் தர வேண்டும்.

சூப்பர் மார்க்கெட்டுக்குப் போகிறாய் என்று வைத்துக்கொள். தள்ளு வண்டி நிறைய பொருட்களை எடுத்து வைத்துக்கொண்டு பணம் செலுத்தாமல் அப்படியே வண்டியைத் தள்ளிக்கொண்டு வெளியே வந்தால் என்னவாகும்? நிறுத்திவிடுவார்கள். பணம் தராமல் அப்படியே தள்ளிக்கொண்டு எங்கே போகலாம் என்று நினைத்திருக்கிறாய்? என்று சொல்லிப் பிடித்துக்கொள்வார்கள். பதிலாக நீங்கள் இவற்றுக்கென வைத்துள்ள விலையைத் தருவதில்லை என்ற முடிவு செய்திருக்கிறேன் என்று சொல்ல முடியுமா என்ன? நடக்கவே நடக்காது. நடக்கும் என்கிறாயா? வாழ்வில் ஒவ்வொன்றுக்கும் ஒரு விலைச்சீட்டு இருக்கிறது. டாலர்களிலும் செண்டுகளிலும் இல்லாமல் போகலாம். ஆனால் விலையென்ற ஒன்று இருக்கத்தான் செய்கிறது.

வாழ்வில் எதையாவது பெற்றுக்கொள்ள வேண்டும் என்றால் அதற்கென ஒரு விலையைத் தந்தேயாக வேண்டும். எண்ணிறந்த மணி நேரம் படிப்பதாக இருக்கலாம். அல்லது பயிற்சி செய்வதாக இருக்கலாம். தியாகம் செய்வதாக இருக்கலாம். அல்லது துறந்துவிடுவதாக இருக்கலாம். குறிக்கோளை எட்டுவதே ஒரு விலையாகப் போய்விடலாம். ஒன்று மட்டும் நிச்சயம். இலவசச் சாப்பாடு என்பதெல்லாம் கிடையவே கிடையாது. எதுவும் மதிப்புள்ளது என்றால் அதற்கென ஒரு விலையுண்டு. நாம் செலுத்தத் தயாரா இல்லையா என்பதைப் பொறுத்தது அல்ல விலை.

வெற்றிக்கென ஒரு விலை தரவேண்டியிருக்கிறது. உச்சியை
அடைந்தவர் ஒவ்வொருவரும் கடினமாகவும் நீண்ட காலமும்
உழைத்திருக்கிறார்கள். கற்றுக்கொண்டிருக்கிறார்கள்.
விலாவரியாகத் திட்டமிட்டிருக்கிறார்கள். பலவற்றைத்
தமக்குத் தாமே மறுத்துக் கொண்டிருந்திருக்கிறார்கள்.
எத்தனையோ இன்னல்களைத் தாண்டி வந்திருக்கிறார்கள்.
அந்த அளவுக்கு உயர முடியாத நம்மை விட
அவர்கள் பட்ட பாடு மிக அதிகம்தான்.

-- பி. ஸி. ஃபோர்ப்ஸ்

ஒரே நாளில் வெற்றி

சிலரைப் பார்க்கும்போது திடுமென ஒரே நாளில் வெற்றியடைந்தவர்களாகத் தெரிகிறார்கள். என்னவோ ஒரே நாளில் அவர்கள் உச்சாணிக் கொம்புக்கு ஏறிப் போய்விட்டதைப்போல இருக்கிறது. ஆனால் உண்மை அதுவல்ல. அவர்கள் பிறர் கண்ணுக்குத் தெரியாமல் கடுமையாக உழைத்திருக்கிறார்கள். நீண்ட காலம் உழைத்திருக்கிறார்கள். வருடக்கணக்கில் உழைத்திருக்க வேண்டும். கடைசியாகத்தான் அவர்கள் அங்கீகாரத்தையும் வெகுமதியையும் பெற்றிருக்கிறார்கள். எந்தத் துறையிலும் உச்சிக்குப் போவதென்பது நீண்ட பயணம். கவனமாக மேற்கொள்ள வேண்டிய பயணம். விலாவாரியாகத் திட்டமிட வேண்டிய பயணம். வெற்றியடைந்தவர்களுடைய கதைகள் எல்லாமும் அப்படித்தான். நேரமும் முயற்சியும் நிறையவே அதற்கெனச் செலவழித்திருக்கிறார்கள். வெற்றி என்பது பல காரணிகளின் கூட்டுத்தொகை. கூட உழைப்பும் சேரும்போது வெற்றி நிச்சயமாகிறது.

லிலியான் வெர்னானை எடுத்துக்கொள்வோம். அமெரிக்காவில் மெயில் ஆர்டர் வியாபாரத்தில் மகாராணி. சாதாரண வீட்டுப் பெண்மணியாக இருந்தவர். குழந்தைகளைக் கவனித்துக் கொண்டிருந்தவர். நாஸி ஜெர்மனியிலிருந்து தப்பிப் பிழைக்க வந்தவர். ஒரு மெயில் ஆர்டர் கேடலாக்கை வடிவமைக்கத் தன்னிடமிருந்த பணத்தைப் பயன்படுத்தினார்.

வெற்றிக்கான விலையைத் தந்துவிடு

இப்போது அவரிடம் 20 மில்லியன் வாடிக்கையாளர்கள் இருக்கிறார்கள் என்றால் பார்த்துக்கொள். அவருடைய வெற்றி திடீரென முகிழ்த்து வரவில்லை. கடும் உழைப்பு, பல தியாகங்கள். இவற்றுக்குப் பின்னரே அவர் வெற்றியடைந்தார். வெற்றிக்கென ஒரு விலை தர வேண்டியிருக்கிறது என்பதை அவர் உணர்ந்திருந்தார்.

வாழ்வில் எதையும் தேர்ந்தெடுத்துப் பெற்றுக்கொள்ள
ஒரு விலையைத் தர வேண்டியிருக்கிறது.

-- லிலியான் வெர்னான்

விலையை நிர்ணயம் செய்தல்

சந்தை நிலவரம் ஒவ்வொரு பொருளுக்கும் ஒரு விலையை நிர்ணயம் செய்கிறது. அந்தக் குறிப்பிட்ட பொருளுக்கு அல்லது சேவைக்கென எந்த விலையை மக்கள் தரத் தயாராக இருக்கிறார்கள் என்பதைப் பொறுத்து அது அமைகிறது. சில சமயம் இந்த விலை விவரங்கள் முட்டாள்தனமாகவும் வேடிக்கையாகவும் கூட இருக்கக் கூடும். உதாரணமாக 1960களில் ட்யூலிப் மலர்களைப் பற்றிய மக்களுடைய முட்டாள்தனமான போக்கு வெளிப்பட்டது. அந்த மலர் அப்போது துருக்கியிலிருந்து நெதர்லாந்து நாட்டுக்கு முதன் முறையாகக் கொண்டுவரப்பட்டிருந்தது. அந்த மலரைப் பற்றிய பைத்தியம் மக்களிடம் முத்திப்போயிருந்தது. என்ன விலை கொடுத்தும் வாங்கத் தயாராக இருந்தார்கள். அந்தச் செடியின் கிழங்குக்குச் சரியான விலை ஒரு கிழங்குக்காக ஒருவன் தன் மது உற்பத்திச் சாலையை விற்றான் என்றால் பார்த்துக்கொள். பிறகு வெகு சீக்கிரத்திலேயே அவற்றின் விலை குறைந்துவிட்டது. பலரும் இந்தப் பைத்தியக்காரத்தனமான வியாபாரத்தில் தங்கள் சொத்தையெல்லாம் இழந்தார்கள்.

சந்தை நிலவரங்களைத் தவிர இன்னுமொரு காரணியும் விலை நிர்ணயம் செய்வதில் பங்கு வகிக்கிறது. எந்தப் பொருளையும் உற்பத்தி செய்யச் செலவாகிறது. மேலும் அதை வாடிக்கையாளருக்குக் கொண்டுசென்று சேர்ப்பதற்கும் ஓரளவு செலவுபிடிக்கிறது. நேரம் உழைப்பு என்பவற்றுக்கான செலவும்,

நீயும் ஏன் சாதிக்கக் கூடாது?

மூலப் பொருட்களுக்காகும் செலவும் பிற மேற்செலவுகளும் கணக்கில் எடுத்துக்கொள்ள வேண்டியிருக்கிறது. இவ்வளவு செலவுகளையும் கணக்கில் எடுத்துக்கொண்ட பின் ஓரளவுக்காவது லாபம் வைக்க வேண்டியிருக்கிறது. நியாயம்தான். லாபம் கிடைக்காது என்றால் யாராவது எதையாவது விற்பார்களா என்ன? அப்படியும் விற்றாக வேண்டும் என்ற தேவை இல்லையே! அதற்கென மெனக்கெட்டு உழைக்க வேண்டிய அவசியம் இல்லையே!

வெற்றிக்கான விலையைச் சந்தை நிலவரங்கள் நிர்ணயிப்பதில்லை. நமக்கு நாமே ஒரு விலையை வைத்துக்கொள்ள முடிகிறதா என்ன? சாதனைகளும் வெற்றிகளும் தமக்கெனக் கறாரான ஒரு விலையை நிர்ணயித்துக்கொள்கின்றன. இதில் பேரம் பேசுவதற்கு ஏதுமில்லை. நியாயமான விலைதானா இல்லையா என்பதை நாம் முடிவு செய்துகொள்ள வேண்டும். சில சமயம் விலை அதிகம், கிடைப்பது கொஞ்சம் என்ற நிலை இருக்கிறது. நமக்கு அப்போது எது முக்கியம் என்பதைப் பொறுத்தது எல்லாமும். நியாயமான விலைதானா இல்லையா என்பதை அவரவர் தீர்மானித்துக்கொள்ள வேண்டியதுதான். சிலர் சரியான விலைதான் என்பார்கள். வேறு சிலர் அதிகம் என்பார்கள். விலை நியாயமானதல்ல என்று நினைக்கிறவர்கள் அந்த இலக்கை அடைவதில்லை. குறிப்பிட்ட இலக்குக்கான விலையைச் செலுத்துகிறவர்கள்தான் அதற்கான உழைப்பைத் தருகிறவர்கள்தான் வெற்றியின் இனிமையை ருசித்துப் பார்க்க முடியும்.

கடலையை விலையாகக் கொடுத்தால் குரங்குதான் கிடைக்கும் என்பார்கள். வாழ்விலும் அப்படித்தான். சரியான விலை கொடுக்கத் தயங்கினால் அசலான பொருட்கள் கிடைக்காது. கேட்ட விலையைச் சற்றும் குறையாமல் கொடுக்கிறவர்கள்தான் வெற்றியடைகிறார்கள். அது எந்தத் துறையாக இருந்தாலும் சரிதான். கூடைப் பந்து விளையாட்டில் சாம்பியனாக வந்தவர்கள் அதற்கென ஆயிரக்கணக்கான மணி நேரம் பந்தைக் கூடையில் போட்டுப் பயிற்சி எடுக்கிறார்கள். கோல்ஃப் விளையாட்டில் சிறந்தவர்கள் ஆயிரக்கணக்கான

முறை பயிற்சி செய்கிறார்கள். ஒவ்வொரு இசை அமைப்பாளரும் ஆயிரக்கணக்கான மணி நேரம் பயிற்சி செய்கிறார். ஒவ்வொரு சேல்ஸ்மேனும் பலரைப் பார்த்துத்தான் சிலரிடம் விற்கிறார்கள். ஒவ்வொரு முதலீட்டாளரும் நன்கு விசாரித்துப் பார்த்தே முதலீடு செய்கிறார். நல்ல பெற்றோர் வருடக்கணக்கில் தம் குழந்தைகளைப் பாசத்தோடு பராமரிக்கிறார்கள். இப்படிப் பட்டியல் நீண்டுகொண்டே போகும். நம்மைச் சுற்றி வாழ்வில் வெற்றியடைந்தவர் என்று யாரைக் கருதுகிறோமோ அவர்களைப் பார்க்கும்போது இதற்கான விலையை ஏதோ ஒரு வகையில் அவர்கள் செலுத்தியிருக்கிறார்கள் என்பதைப் புரிந்துகொள்ள முடிகிறது. சாதிக்க நினைப்பவர்கள் பிறர் செய்ய விரும்பாத காரியங்களைச் செய்கிறார்கள்.

சிரமமான வழிகளை விடுத்துச் சுலபமான வழிவகைகளைத் தேடுகிறவர்களுக்கு அடிப்படையான ஒரு பிரச்சினை இருக்கிறது என்று சொல்லலாம். இப்போதைக்கு என்ன என்று மட்டுமே அவர்கள் பார்க்கிறார்கள். நிகழ்காலம் அவர்களுக்குச் சௌகரியமாக இருக்க வேண்டும். அவ்வளவுதான் அவர்கள் பார்ப்பது. அதை விடுத்து நாளைக்கு என்ன என்று எதிர்காலத்தைப் பார்க்க வேண்டும். எதிர்காலத்தைப் பார்க்கும்போதும் நமது லட்சியங்களைக் கண்குவித்துப் பார்க்கும்போதும் இப்போது நாம் செலவிடும் உழைப்பின் அருமை தெளிவாகத் தெரியும். அதன் மதிப்பு புலப்படும். அதனால்தான் எங்கே போகிறோம் என்பதை உணர்ந்திருப்பதும் யாராக இருக்க விரும்புகிறோம் என்பதைப் பற்றிய தீர்மானமும் முக்கியமானது என்பேன்.

சரியான விலையைத் தரத் தயாராக இல்லாதவர்கள் இரண்டு வகையினர். அந்தக் குறிப்பிட்ட துறையில் சிறந்து விளங்க என்ன விலை தர வேண்டியிருக்கும் என்பதைத் தெரிந்து வைத்திருப்பவர்கள் ஒரு வகையினர். ஆனால் அப்படிப்பட்ட சிறப்பு தனக்குத் தேவையில்லை என்று போய்விடுகிறார்கள். விலை தர அவர்கள் தயாரில்லை - சரிதான். என்னதான் இருந்தாலும் முடிவெடுக்கும் சுதந்திரமாவது இருக்கிறதல்லவா? ஒவ்வொருவரும் அவரவர் விதியை நிர்ணயித்துக்கொள்கிறார்கள்.

இரண்டாவது வகையினருக்கு வாழ்வில் என்ன வேண்டும் என்பதே தெரியாமல் இருக்கிறது. இதைச் சரியாகப் புரிந்துகொள்ளாதவரைக்கும் வெற்றியைச் சாதிப்பதற்குத் தேவையான எந்தத் தீர்மானத்தையும் செய்துகொள்ள அவர்களால் முடியாது போய்விடுகிறது.

தங்குதடையில்லாத பாதை

மலைச்சிகரத்திலிருந்து தண்ணீர் வழிவதைப் பார்த்திருக்கிறாயா? சின்னச் சின்னத் தாரைகளாக வழிந்து ஓடையாகிறது. அப்படியே கீழே பாய்கிறது. புவிஈர்ப்பு விசைக்கு உட்பட்டு நகர்கிறது. பாறைகள் மற்றும் எந்தத் தடை இருந்தாலும் அவற்றைச் சுற்றிச் சுற்றி ஓடுகிறது. கீழே இன்னும் கீழே என்று நகர்ந்துகொண்டே இருக்கிறது. இதைத்தான் தங்குதடையில்லாத பாதை என்கிறேன். உச்சியிலிருந்து கீழே பாய்வதற்குப் பிரமாதமான பாதைதான். காலம் காலமாகத் தண்ணீர் இப்படி ஓடிப் பாறைகளை அரித்து வெட்டி தனக்கென மலையில் ஒரு பாதையை வகுத்துக்கொள்கிறது. அந்தப் பாதையில் எந்தச் சிரமமும் இல்லாமல் வழிந்தோடுகிறது. பல்லாண்டுகள் அப்படி வழிந்தோடிக்கொண்டே இருக்கிறது. பிறகு தண்ணீர் அந்த வழியில் மட்டுமே பாய்கிறது. அதுதானே போய்ச் சேர வேண்டிய இடத்துக்குப் போகச் சரியான பாதையாக இருக்கிறது!

மக்களும் அப்படித்தான் நடந்துகொள்கிறார்கள். அவர்களுக்குத் தெரிந்ததெல்லாம் தடைகள் இல்லாத பாதைதான். அதில் மட்டுமே போக விரும்புகிறார்கள். குறுக்கு வழிகளைப் பின்பற்றுவார்கள். அப்போதுதானே சுலபமாகப் போய்வர முடிகிறது என்பார்கள். இதை இன்னும் சற்றே அணுகிப் பார்க்கலாமா? இதில் தொல்லை என்னவென்றால் பிரியமானதைச் செய்ய நினைக்கிறவர்கள் வெற்றி பெற எதைச் செய்ய வேண்டுமோ அதைச் செய்யத் தவறிவிடுகிறார்கள்.

எனக்குத் தெரிந்த சேல்ஸ்மேன் ஒருவருக்கு இந்தப் பிரச்சினை இருந்தது. பிறரோடு பிரமாதமாகப் பேச்சுக்கொடுப்பான். அந்த அளவுக்கு இணக்கமானவனைப்

பார்க்கவே முடியாது எனலாம். தினமும் பிரமாதமான சேல்ஸ்மேன் போலக் கிளம்புவான். கடைசியில் அவன் சாதித்தது என்ன என்று பார்த்தார்கள். அதுதானே அவனுடைய திறமையை அளக்கும் சரியான அளவுகோல்! ஜார்ஜ் என்று அவனுக்குப் பெயர் வைத்துவிடலாம். அவன் விற்றுத் தீர்த்தது ஏதுமில்லை. என்ன செய்ய வேண்டுமோ அதைச் செய்யத் தவறிவிட்டான். தகுந்த விலையைத் தரத் தவறிவிட்டான். பெரும் பொழுதைக் காரில் கழித்தான். யாரைச் சந்திக்க அவனுக்கு விருப்பமோ அவர்களைச் சந்தித்தான். யாரிடம் தன் பொருட்களை விற்க வேண்டுமோ அவர்களைச் சந்திக்கத் தவறிவிட்டான். அவன் வேலைக்கு மிக முக்கியமானது எதுவோ அதைச் செய்யத் தவறிவிட்டான். புதிய புதிய வாடிக்கையாளர்களைச் சம்பாதித்துக்கொள்வதில் தோல்வியடைந்துவிட்டான். எப்போதும் யாரையாவது புதிதாகச் சந்தித்துத் தன் பொருட்களை விற்கத் தவறிவிட்டான். அதன் விளைவாக அவன் தன் பணியைச் செய்யவில்லை என்றாகிப் போய்விட்டது.

எந்தக் காரியத்தைச் செய்ய வேண்டுமோ அந்தக் காரியத்தை
எப்போது செய்ய வேண்டுமோ அப்போது செய்கிறவர்களே
வெற்றியடைகிறார்கள். அவர்களுக்கு அதில் விருப்பம்
இருக்கிறதா இல்லையா என்பது வேறு விஷயம்.

-- ஆல்டஸ் ஹக்ஸ்லி

இலக்கை அடைய வேண்டும் என்றால் அதற்காக எந்தக் காரியத்தைச் செய்ய வேண்டுமோ அதைச் செய்தேயாக வேண்டும். நமக்குச் சௌகரியமானது எது என்று பார்த்து அதை மட்டும் செய்துகொண்டிருக்க முடியாது. தங்கு தடையில்லாமல் ஓடும் நீர் எப்போதும் கீழ்நோக்கியே போவதைப் பார்க்கிறாயல்லவா? அப்படியே சுலபமானது எது என்று பார்த்து அதைச் செய்துகொண்டிருக்கும் வரையிலும் பொந்தில் போய் மாட்டிக்கொள்வோம். பொந்துகள் எல்லாமும் கீழேதானே இருக்கின்றன! எந்த அளவுக்கு அப்படிப்பட்ட பாதையில் தொடர்கிறோமோ அந்த அளவுக்கு

இந்தப் பழக்கம் நம்மோடு தங்கிப் போய்விடும். அதிலிருந்து விடுபட்டு உருப்படியாகச் செயலாற்றுவது சிரமமாகிப் போகும்.

விலையைச் சுவைத்து அனுபவி

விலை தரவேண்டும் என்றும் தேவையானதைச் செய்ய வேண்டும் என்றும் சொல்வது சரிதான். ஆனால் இன்னுமொரு ரகசியத்தை உனக்குச் சொல்கிறேன் கேட்டுக்கொள். விலை தருவதைத் தவிரவும் வெற்றியைச் சாதிக்கிறவர் மத்தியில் இன்னுமொரு பொதுவான இயல்பு இருக்கிறது. அது என்னவென்றால் அப்படி ஒரு விலை கொடுப்பதென்பது என்னவோ வெகு சிறப்பான ஒரு விஷயம் என்றோ அசாதாரணமானது என்றோ அவர்கள் நினைப்பதில்லை. விலை கொடுப்பதை அவர்கள் சுவைத்து அனுபவிக்கிறார்கள். கூடுதலாக உழைப்பதை அவர்கள் வழக்கமான பழக்கம் என்று எடுத்துக் கொள்கிறார்கள். கொடுக்கும் விலைக்குக் கறாரான கணக்குப் பார்ப்பதில்லை. இதற்காக அவர்கள் செய்யும் தியாகத்தைப் பெரிதாக எடுத்துக்கொள்வதில்லை. பெரும்பாலும் அது அவர்களுக்கு ஒரு விளையாட்டாகத்தான் இருக்கிறது.

See You at the Top என்ற புத்தகத்தை Zig Ziglar என்பவர் எழுதியிருக்கிறார். சுயமுன்னேற்றப் புத்தகங்கள் எழுதுவதில் அவர் கை தேர்ந்தவர். அவருடைய பிரபலமான வரிகள் இவை.

வெற்றிக்கான விலை எதையும் நீ தருவதில்லை.
அதைச் சுவைத்து அனுபவிக்கிறாய்.

— ஜிக் ஜிக்லர்

விலை தருவதற்கும் விலையைச் சுவைத்து அனுபவிப்பதற்கும் இடையே உண்மையான வித்தியாசம் இருக்கத்தான் செய்கிறது. பிரமாதமான சாதனையாளர்கள் திரும்பிப் பார்ப்பதே இல்லை. இருப்புக் கணக்குப் பார்ப்பதில்லை. ஸ்கோர் கார்டைப் பராமரிப்பதில்லை. ஆனாலும் வாழ்வில் செலவிட்ட பணத்தையும் உழைப்பையும் அவற்றின் பயன்களையும் கணக்கிட்டுப் பார்க்கும்போது பயன்கள் வெகுவாகச் செலவுகளை ஈடுகட்டுவதாகவும் அவற்றுக்கு மேலாக இருப்பதையும் காண்கிறார்கள்.

Dawn Fraser என்பவர் மிகச்சிறந்த நீச்சல் வீராங்கனை என்று பெயரெடுத்தவர். ஸ்பிரிண்ட் நீச்சலில் சரியான புலி. தோற்கடிக்கவே முடியாதவர். நான்கு தங்கப் பதக்கம் வென்றவர். இருபத்திரண்டு உலக ரிகார்டுகளைச் சாதித்தவர். மூன்று முறை தொடர்ச்சியாக ஒலிம்பிக்கில் ஒரே பந்தயத்தில் ஜெயித்தவர். நான்காவது முறையும் ஜெயித்திருப்பார். ஆனால் ஒலிம்பிக்கில் மூன்று முறைக்கு மேல் பங்கெடுக்க முடியாது என்பதால் அதைச் சாதிக்கும் சந்தர்ப்பம் அவருக்குக் கிடைக்கவில்லை.

1964ல் அவர் மிக மோசமான ஒரு கார் விபத்தில் சிக்கிக்கொண்டார். ஒன்பது வாரங்கள் முடங்கிக்கிடந்தார். தாயை அந்த விபத்தில் இழந்தார். என்றாலும் அந்தச் சோகத்திலிருந்து விடுபட கொழுந்துவிட்டெரியும் ஆசையோடும் எஃகைப் போல வலுவான தீர்மானத்தோடும் டோக்கியோ ஒலிம்பிக் போட்டிகளில் பங்கெடுக்கப் பயிற்சிகளை ஆரம்பித்தார். எல்லோரும் ஆச்சரியப்படும்படி அவர் திரும்ப வந்ததுடன் தங்கப் பதக்கத்தையும் வென்றெடுத்தார்.

தன் கனவுகள் மெய்ப்பட என்ன விலை கொடுக்க வேண்டும் என்பது அவருக்குத் தெரிந்திருந்தது. பல மணி நேரம் நீச்சல் குளத்தில் தவத்தை மேற்கொண்டார். நிறையவே சிரமப்பட்டு உழைத்தார். திரும்பத் திரும்ப ஒரே குளத்தில் ஒரே இடத்தில் மேலும் கீழுமாக நீந்திக்கொண்டிருப்பது பயங்கரமான காரியம் என்றுதான் பலரும் நினைக்கிறார்கள். அவரோ அந்த விலையைத் தந்துவிடுவதைச் சுவைத்து அனுபவித்தார். கடுமையாக உழைத்தார். அவர் அவ்வளவு பிரமாதமான வெற்றியைப் பெறுவதற்கு இதுவும் ஒரு காரணம்.

பெரும்பான்மையானவரிடமிருந்து வித்தியாசமான நோக்கோடு நான் நீச்சலைப் பார்க்கிறேன் என்றுதான் நினைக்கிறேன். பயிற்சி எனக்கு ஒரு சுவையான அனுபவம்.

-- டான் ஃப்ரேசர்

ஆகும் செலவு

பிறரிடமிருந்து வித்தியாசமானவராக இருப்பதற்காகும் செலவு பல விதமானது.

1. மனோரீதியில்

வெற்றியடைய வேண்டும் என்று நினைக்கிறவர்களுக்கு அவ்வப்போது மன அழுத்தம் ஏற்படுகிறது. மிகவும் கண்டிப்பான சூழல்களில் பணியாற்ற வேண்டியிருக்கிறது. இத்தகைய அழுத்தம் புறச் சூழல்களின்பாற்பட்டவையாகச் சில சமயம் இருக்கிறது. வேறு சில சமயங்களில் இந்த அழுத்தம் உள்ளிருந்து தோன்றுகிறது. வெற்றி பெறுகிறவர்கள் தமக்கும் மற்றவர்களுக்குமாகச் சேர்த்துப் பயன்படும் காரியங்களைச் சாதிக்க வேண்டும் என்பதை ஒரு கடமையாகக் கருதுகிறார்கள். தம் செயல்கள் யாவற்றுக்கும் தாமே பொறுப்பு என்று நினைக்கிறார்கள். தமது காரியங்களுக்கு முழுப்பொறுப்பேற்றுக் கொள்கிறார்கள். நமக்கென நாம் வகுத்துக்கொள்ளும் இலக்குகளை அடைவதில் இப்படிப்பட்ட பொறுப்புணர்வு நமக்கும் இருப்பது அவசியம்.

2. நேரம்

எந்த விருப்பத்துக்குரிய சாதனைக்கும் இன்னொரு விலையாக நேரத்தைத் தரவேண்டியிருக்கிறது என்பதைப் பலரும் உணர்ந்திருக்கிறார்கள். நேரம் ஒரு மூலதனம். ஒரு முறை பயன்படுத்திவிட்டால் திரும்பப் பெற முடியாது. டேனியல் பேரி என்ற ஓவியக் கலைஞர் Flash Gordon என்ற கார்ட்டூன் தொடரின் தயாரிப்பாளர். அந்தத் தொடரிலிருந்து ஒரு மேற்கோள்.

நீ செலுத்தும் மிகப் பெரிய விலை எந்த ஒரு காரியத்தைச் செய்யவும் நீ எடுத்துக்கொள்ளும் நேரம்தான்.

— டேனியல் பேரி

எதையும் சரிவரச் செய்ய நேரமும் சக்தியும் தேவை என்பதைப் பலரைப் போல அவரும் உணர்ந்திருந்தார்.

எந்த ஒரு மணி நேரத்தையும் ஒரு முறைதான் பயன்படுத்த முடியும். பயன்படுத்திவிட்டால் அந்த ஒரு மணிநேரம் தீர்ந்து போய்விடுகிறது. அந்தக் குறிப்பிட்ட ஒரு மணி நேரத்தை மீண்டும் பயன்படுத்த முடியாது. வாழ்க்கை ஒரு டிரஸ் ரிகர்சல் அல்ல. அசலான காரியம். எனவே நேரத்தைச் சரியாகச் செலவிடத் தெரிந்து கொள். நமது லட்சியங்கள் மற்றும் குறிக்கோள்கள் மீது கவனம் செலுத்தும்போது நேரமும் முயற்சியும் தேவையாகிப் போகின்றன. எனவே நாம் செய்வது தகுதியான காரியங்கள்தான் என்பதை நிச்சயப்படுத்திக்கொள். நமது கடப்பாடு நியாயமானது என்பதை நிச்சயப்படுத்திக்கொள். பொறுமையாக இருக்க வேண்டியிருக்கிறது. நமது கனவுகள் மெய்ப்படக் கால அவகாசம் தேவை. ஆனால் சில நேரம் அது செலுத்தியே ஆக வேண்டிய ஒரு விலையாகத்தான் இருக்கிறது.

3. பணம்

எந்த ஒரு திட்டத்தையும் கைக்கொள்ளும்போது அதற்கான அனைத்தையும் வைத்துக்கொண்டு அதற்குச் சரியான துணையாக இருக்க வேண்டியிருக்கிறது. நம் ஆசைகள், சக்தி, நம்பிக்கை மற்றும் அனைத்துக் குணநலன்களையும் குவித்து வைத்தால்தான் நமது திட்டங்கள் உயிர்ப்புப்பெறுகின்றன. நம் வசமிருக்கும் அனைத்துத் திறன்களையும் ஒருங்கு திரட்டி நமக்கு விருப்பமான பயன்களை அடைவதை நிச்சயப்படுத்திக்கொள்ள வேண்டும். அப்படிப்பட்ட முதலீடுகளில் ஒன்று பணம். உன் மீது நம்பிக்கை வைத்து உனக்கு மனத்தளவிலும் பணத்தளவிலும் உறுதுணையாக இருப்பவர்களைக் கண்டுபிடிப்பது பெரும்பாலும் சிரமமாகத்தான் இருக்கிறது. வெற்றியடைய வேண்டும் என்று நினைத்து ஈடுபடும் காரியத்திற்காக நமது நேரமும் உழைப்பும் தவிரவும் பணத்தையும் போட வேண்டியிருக்கிறது. இது சற்றே சிரமமான காரியம்தான். அதுவும் நமது நிதிநிலை சற்றே இறுக்கமாக இருக்கும்போது ஏற்கனவே ஓரளவுக்கு இழுத்துவிட்டு நின்றிருக்கும்போது இது உண்மையாகவே சிரமமான காரியம்தான். அதுவும் செலுத்த வேண்டிய ஒரு

செலவாகிறது. வியாபாரத்தில் இருப்பவர்கள் தத்தம் அன்றாட நிகழ்வுகளில் இதற்கான உதாரணங்களை நிறையவே காண்பார்கள்.

4. தோழமையும் உறவும்

பிறரோடான நமது நட்பும் உறவும் வெற்றிக்கான விலையாகிப் போகின்றன என்பது சோகமான ஓர் உண்மைதான். வெற்றியடைய வேண்டும் என்ற வெறியில் நம்மைச் சுற்றியிருப்பவரோடான நம் உறவை நாம் மறந்துவிடுகிறோம். நண்பர்கள், குடும்பத்தார், தோழர்கள் ஆகியோர் நமக்கு இரண்டாம் பட்சமாகிப் போகிறார்கள். நம் குறிக்கோளுக்கே முன்னுரிமை அளித்து வைக்கிறோம். அப்படித்தான் இருக்க வேண்டும் என்பதில்லை. நமது பாசத்துக்குரியவர்களும் பிரியத்துக்குரியவர்களும் நமக்கு வாழ்வில் முக்கியமானவர்கள். பொருட்சார்பு மட்டுமே கொண்டு வாழ்க்கை நடத்துகிறவர்கள் முடிவில் தனிமைப்பட்டுப் போகிறார்கள். கசந்த மனத்தராகிப் போகிறார்கள். ஆர்சன் வெல்ஸின் திரைப்படமான Citizen Kane இதைச் சரியாகப் படம் பிடித்துக் காட்டுகிறது. அந்தக் கதாநாயகன் எல்லாச் செல்வத்தையும் சம்பாதிக்கிறான். அதற்காகவே அன்பை இழந்துவிடுகிறான். தன்னைச் சுற்றியிருப்போரிடமிருந்து மரியாதையை இழந்துவிடுகிறான்.

யாராவது ஒருவர் செலுத்தித்தான் ஆக வேண்டியிருக்கிறது

ஓரிரவு எங்களுடைய கோல்ஃப் கிளப் உறுப்பினர்கள் அனைவரையும் அசாதாரணக் கூட்டம் ஒன்றுக்கு அழைத்திருந்தார்கள். முக்கியமான விஷயங்களை விவாதித்து முடிவெடுக்க வேண்டியிருந்தது. அதில் மிக முக்கியமானது கோல்ஃப் மைதானத்தை மேம்படுத்துவது. இருபது வருடங்களாகப் பலவகையிலும் மைதானத்தை மேம்படுத்தியிருக்கிறோம். வடிகால்களைச் சீரமைத்திருக்கிறோம். பங்கர்களைச் சரிப்படுத்தியிருக்கிறோம். புல்வெளிகளைச் சீராக்கியிருக்கிறோம். எல்லோருக்கும் இவை குறித்துப் பெரும் மகிழ்ச்சிதான். சாதாரண மைதானமாக இருந்தது ஒரு டோர்னமெண்ட்

நடத்துமளவுக்குச் சிறந்ததாகியிருந்தது. அருமையான மைதானம். அருமையான கிளப். இதற்கென அவ்வப்போது சின்னச் சின்ன தொகைகளை வசூலித்திருந்தார்கள். உறுப்பினர்களும் தம் உழைப்பைத் தந்திருந்தார்கள். கிளப் கமிட்டியும் இதற்காகக் கணிசமான பணிகளைச் செய்திருந்தது.

மேலும் புதிய சீரமைப்புகள் தேவை என்பதை அனைவரும் ஒத்துக்கொண்டனர். இதற்காக இதில் நிபுணர் ஒருவரை வரவழைத்து அவரிடம் பணியை ஒப்படைப்பது என்பதும் நியாயமாகத் தெரிந்தது. ஒரே ஒரு விஷயம்தான் முடிவாகாமல் இருந்தது. இத்தனைக்கும் எப்படிப் பணத்தைச் சரிசெய்வது? கிளப் பிரஸிடெண்ட் ஓவர்ஹெட் பிராஜெக்டைப் போட்டு கிளப்பிலிருந்து இதற்கான பணத்தை எதிர்பார்க்க முடியாது என்று தம் நிலையைத் தெளிவாகக் காட்டினார். செலவின் ஒரு பகுதிக்குக் கடன் வாங்கலாம். மேலும் ஒரு முறை வசூல் என்ற வகையில் உறுப்பினர்களிடமிருந்து பணம் திரட்டலாம்.

அதுவரை வேண்டும் வேண்டும் என்று தலையாட்டிக் கொண்டிருந்தவர்களுடைய மனநிலை திடீரென மாறிப் போய்விட்டது. ஆட்சேபங்கள் தலைதூக்கின. உறுப்பினரிடமிருந்து வசூலிப்பதில் சிரமங்கள் இருக்கின்றன என்று சிலர் சொன்னதை நான் கேட்டேன். ஆனால் அதை வசூலிக்கும் முறை பற்றியல்ல அவர்களுடைய ஆட்சேபணைகள். முக்கியமான ஆட்சேபணை எந்த ஒரு சீரமைப்புக்கும் பணம் தரத் தயாராக இல்லை என்பதுதான் உறுப்பினர்கள் எடுத்துக்கொண்ட வாதம். அதை என்னால் நம்பவே முடியவில்லை. அவர்கள் சொன்ன வார்த்தைகள் இருக்கின்றனவே, அப்பப்பா! “வருகிறவர்கள் அனுபவிப்பதற்கு நான் ஏன் செலவு செய்ய வேண்டும்?” “வேறு யாராவது இதற்குக் கிடைக்கமாட்டார்களா?” “ஏன் இன்னுமொரு கடன் வாங்கக்கூடாது?”

தத்தமது வாதத்துக்குத் துணையாக அவர்கள் சொன்ன கருத்துகள் என்னை வியப்பில் ஆழ்த்தின. அவர்களுடைய இந்தப் போக்கு அசாதாரணமானதல்ல. பெரும்பான்மையோர் அப்படியேதான் நினைக்கிறார்கள். அதே உணர்வுகள். அதே

அபிப்பிராயங்கள். எந்த விலையும் தராமல் எல்லாப் பயன்களும் கிடைக்க வேண்டும் என்று நினைக்கிறார்கள். சற்றே அணுகிப் பார்த்தால் ஏறக்குறைய அனைவருக்கும் இதே மனப்பாங்கு எல்லாவற்றிலும் இருப்பதைக் காணலாம். தம் பணி, உறவுகள், வாழ்க்கைப் பாங்கு, ஆரோக்கியம், அரசியல் என்று எல்லாவற்றிலும் இப்படித்தான்.

வெற்றியையும் சாதனைகளையும் உனக்குப் பிடித்த பாடகருடைய கச்சேரிக்குப் போவதோடு ஒப்பிட்டுப் பார்க்கலாம். மலிவான டிக்கெட் வாங்கிப் போகலாம். அல்லது சற்றே அதிகம் கொடுத்து டிக்கெட் வாங்கி நல்ல இடத்தில் அமர்ந்து கச்சேரியை அனுபவிக்கலாம்.

அரங்கின் மிகச் சிறந்த இருக்கைகளில் உட்கார்ந்து கச்சேரியைக் கேட்கும்போது சிறப்பாக இருக்கும். பாடகருக்கு நெருங்கியவர் நாம் என்ற உணர்வு தோன்றும். ஒவ்வொரு மூச்சும், ஒவ்வோர் அசைவும், பாடகர் முகத்தில் தெறிக்கும் ஒவ்வொரு வியர்வைத் துளியும் என்று அனைத்தையும் பார்க்கலாம். வேடிக்கை பார்ப்பதற்கு ஒருபடி மேலே போய் நிகழ்ச்சியில் நாமும் ஓர் அங்கம் என்ற உணர்வு தோன்றும். அசலான அனுபவம்தான். மலிவான டிக்கெட் வாங்கினால் தூர இருந்து பார்க்க வேண்டியிருக்கும். அவ்வளவாகச் சுவையான அனுபவமாக இருக்காது.

இந்த உதாரணத்தை வாழ்வோடு பொருத்திப் பார்.

டிக்கெட் வாங்காதவர்கள் கச்சேரிக்கே போக முடியாது. வாழ்க்கையை வாழவே ஆரம்பிக்காத பலர் இருக்கிறார்கள். எந்த விதத்திலும் பங்களிக்காதவர்கள், விலை கொடுக்கத் தயாராக இல்லாதவர்கள், முயற்சி செய்ய முடியாதவர்கள் வெதும்பிப் போவார்கள். அடுத்த வகையினர் மலிவான டிக்கெட் வாங்குகிறவர்கள். பார்க்கவும் கேட்கவும் மட்டுமே கச்சேரிக்குப் போகிறவர்கள். அப்படிப்பட்டவர்கள்தான் பெரும்பான்மையானவர்கள். எவ்வளவு அடிப்படைத் தேவையோ அவ்வளவைச் செலுத்துகிறவர்கள் ஓரளவுக்குச் சௌகரியமாக இருக்க எவ்வளவு தேவையோ அதைச் செலுத்துகிறவர்கள்.

நடப்பதைப் பார்க்கிறார்கள். அவ்வளவுதான். அடுத்த வகையினர் அருகில் இருந்து கச்சேரி கேட்கிறவர்கள். நடக்கும் நிகழ்ச்சியில் அவர்களும் ஓர் அங்கம் என்ற உணர்வோடு இருப்பவர்கள். எனவே அதற்காகச் சற்றே அதிகமாகச் செலவழிக்கத் துணிந்தவர்கள். வாழ்விலிருந்து அதிகபட்சம் பெறவேண்டுமா? தேவையானதைச் செலுத்த முன்வருகிறார்கள்.

கடைசி வகையினர் விவரம் தெரிந்தவர்கள். பிறர் எப்போதும் அனுபவிக்க முடியாததைத் தாம் அனுபவிக்கப் போகிறோம் என்பதைத் தெரிந்துகொண்டு அதற்காக உயர்ந்த பட்ச விலை தருகிறவர்கள். என்ன விலையாக இருந்தாலும் சரி, அவர்கள் தயார், வாழ்வின் மிகச் சிறந்த பகுதிகளை வாழ்ந்து கழிக்க விரும்புகிறவர்கள். குறைந்தபட்சச் செலவை நாம் எல்லோரும்தான் செய்கிறோம். ஆனால் முன்வரிசையில் உட்கார வேண்டுமானால் அதன் நன்மைகள் அனைத்தும் நமக்கு வேண்டும் என்றால் அதற்காகக் கூடுதல் விலை கொடுக்கத்தான் வேண்டியிருக்கிறது.

சரிதான். அப்படியே உட்கார்ந்து நாம் செலுத்த வேண்டிய விலை என்ன என்று கணக்குப் போட்டுப் பார்க்கிறோம் என்று வைத்துக்கொள். எப்படியிருக்கும் தெரியுமா? உண்மையாகவே வெற்றிபெற வேண்டும் என்ற ஆசை நமக்கு இருக்குமேயானால் என்ன செய்ய வேண்டும் என்பதை மனதின் அடியாழத்தில் அறிந்தே வைத்திருப்போம். ஏனோ நம்மில் பலரும் அப்படி நமக்குள்ளேயே எட்டிப் பார்த்துத் தெரிந்துகொள்ள முயற்சி ஏதும் செய்வதில்லை. முடிந்ததெல்லாம் செய்கிறோம் என்று அடிக்கடி சொல்லிக்கொள்வதோடு சரி. ஆனால் பிறரைச் சரியாகக் கவனித்துப் பார்க்கும்போது நாமும் அவர்களும் சற்றே சௌகரியமாக இருப்பதற்கு என்ன செய்ய வேண்டுமோ அதை மட்டுமே செய்துகொண்டிருக்கிறோம் என்பதைத் தெரிந்துகொள்வோம். என்ன செய்ய வேண்டுமோ அதைச் செய்வதில்லை என்பதும் தெரிந்துவிடும்.

பின்வருவனவற்றை உன் நிலைமையோடு பொருத்திப் பார். இவற்றில் எந்த வகையான விலையை நீ தந்திருக்கிறாய்?

- பயிற்சி
- கல்வி
- பணம்
- சக்தி
- தியாகம்
- உழைப்பு
- சோதனைகள்

அசலாக நடப்பது

சமீபத்தில் என்னோடு பணிபுரியும் ஒருவரோடு வெற்றியின் அளவுகோல் என்ன என்பதைப் பற்றிவிவாதித்துக்கொண்டிருந்தேன். வெற்றியடையாதவர்கள் வெற்றியடைந்தவர்களோடு தம்மை ஒப்பு நோக்கிப் பார்க்கும்போது வெற்றிக்கும் தமக்கும் இடையே குறுக்கிடுவது எது என்பதைப் பற்றி சரியான கருத்தோடு இருப்பதாகத் தெரியவில்லை என்பதைப் புரிந்துகொண்டேன். நான் சாதித்திருப்பேன். என்னால் சாதித்திருக்க முடியும். நான் சாதித்திருக்க வேண்டும். இப்படிச் சொல்லிக்கொள்கிறார்கள். தமது கடந்த காலத்திய நடவடிக்கைகள் மற்றும் தோல்விகளை அவர்கள் நியாயப்படுத்திக்கொள்வதைப் புரிந்துகொள்ள முடிந்தது. தமக்கும் பிறருக்குமாக ஒரு நியாயம் கற்பிக்கவே அவர்கள் அப்படிச் சொல்லித் திரிகிறார்கள். இதனால் விளைவது விமரிசனம்தான். பிறரது சாதனைகளைப் பற்றிக் குறைத்துப் பேசுவதுதான் நடக்கப் போகிறது. பிரச்சினை என்னவென்றால் அவர்கள் பேசித் திரிகிறார்கள். நடை போடத் துணிவதில்லை.

ஆதாம் என்னுடைய பள்ளிக்கூடத் தோழன். நெருங்கிய நண்பன். அவன் விளையாட்டில் சிறந்து விளங்கினான். வெற்றிகள் பல பெற்றவன். விளையாட்டு வீரனாக உயர்ந்ததொரு நிலையை எட்டியவன். அவ்வப்போது பள்ளி, கல்லூரித் தோழர்களை நான் சந்திப்பதுண்டு. அப்படி ஒரு முறை ஒருவனைப் பார்த்தேன். “நமது நண்பனைப் போலவே நானும்தான் திறமைசாலி. அவனை விட அதிகம் திறமை

என்னிடம் இல்லையென்றாலும்கூட." என்றான். என்ன அவன் செயலில் காட்டியிருக்கிறான். அவ்வளவுதான், இதுதான் அவனுடைய குறிப்பு. அவனிடம் நான் என்ன சொல்ல முடியும். ஆதாம் வெற்றிக்கான விலையைத் தந்ததால் சாதித்தான். இவன் தராததால் சாதிக்கவில்லை என்று எப்படி அவனுக்குப் புரியும்படி சொல்லி விளங்க வைப்பது?

ஆதாம் தன் திறமைகள் நன்கு வெளிப்படத் தேவையான அனைத்துப் பயிற்சிகளையும் மேற்கொண்டவன். வாரத்துக்கு நான்கு முறையாவது ஒன்றரை மணிநேர ரயில் பிரயாணத்துக்குப் பின் விளையாட்டில் சிறந்து விளங்குகிறவர்களோடு பயிற்சி செய்வான். அப்படி நீண்ட பயணத்தை மேற்கொள்ளும்போது பயண நேரத்தில் பள்ளிப் படிப்பைக் கவனித்துக்கொள்வான். போட்டிகள் இல்லாத காலத்திலும் பயிற்சிகளைத் தொடர்வான். பிறர் வேறு விஷயங்களில் கவனம் செலுத்தியிருப்பார்கள். சராசரியானவனை விட அதிகம் உழைத்தவன் ஆதாம்.

ஒன்று நினைவுக்கு வருகிறது. ஒரு சமயம் வாரக் கடைசியில் ஆதாமும் நானும் ஒரு நண்பனுமாகப் பக்கத்திலிருந்த மலைமேல் குளத்தில் மீன் பிடிக்கச் சென்றோம். ஆதாமின் பயிற்சியாளர் அவனை உடனடியாக ஒரு பயிற்சி மேற்கொள்ள வந்து சேரவேண்டும் என்று தொலைபேசியில் செய்தி சொன்னார். ஒரு வார்த்தை மறுப்புச் சொல்லாமல் முணுமுணுப்பில்லாமல் கிளம்பிவிட்டான். "அப்புறம் பார்க்கலாமப்பா! எனக்கும் சேர்த்து மீன் பிடித்து வாருங்கள்." என்று சொல்லிப் போய்விட்டான். இத்தனைக்கும் அவனைப் பார்த்து எப்படி இத்தனையும் சாதித்தான் என்று கேட்கிறார்களே!

திறமையும் கடும் உழைப்பும்

வெற்றிக்குத் திறமை மட்டுமிருந்தால் போதும் என்கிறார்கள். நான் ஏற்றுக்கொள்ளமாட்டேன். இருவர் ஒரே அளவில் திறமையுள்ளவர்களாக இருக்க அவர்களில் யார் அதிகம் முயற்சி செய்கிறானோ யார் கடுமையாக உழைக்கிறானோ அவனே எப்போதும் முதலாவதாக வருகிறான். கடும் உழைப்பு சமன்பாட்டில் என்றும் முக்கிய பங்கு வகிக்கிறது. பால் நியூமேன்

ஒரு நடிகர். பின்னர் அவர் கார் பந்தயங்களில் பங்கெடுத்தார். தொழிலதிபராகவும் இருந்தார். அவருக்கு இந்த ரகசியம் தெரிந்திருந்தது. பல துறைகளிலும் வெற்றி பெற இதைச் சரியாகப் பயன்படுத்திக்கொண்டிருந்தார்.

எப்போதுமே 10 சதவிகிதம் திறமை, 90 சதவிகிதம் உழைப்பு என்பதுதான் உண்மை.

-- பால் நியூமேன்

இந்த அத்தியாயத்தில் சொல்லியிருப்பதிலிருந்து பெரும் சாதனையாளர்கள் சாதித்தே தீர்வது என்று தீர்மானித்துவிட்ட சாதாரண மனிதர்கள் என்பதைப் புரிந்துகொண்டிருப்பாய். விலை கொடுக்கத் துணிந்துவிட்டவர்கள். அப்படி விலை செலுத்தியதால்தான் அவர்கள் அசாதாரணமானவர்களாகிப் போனார்கள்.

மீள்பார்வை

1. தமக்கு என்ன வேண்டும் என்பதும் அதற்காக என்ன விலை கொடுக்க வேண்டியிருக்கும் என்பதும் வெற்றியடைந் தவர்களுக்குத் தெரிந்திருந்தது.
2. வெற்றி தன் விலையைத் தானே நிர்ணயிக்கிறது. அதில் பேரம் பேசுவதற்கு ஏதுமில்லை.
3. திடீர் வெற்றி என்று ஏதுமில்லை. முயற்சிகளின் கூட்டுவிளைவே வெற்றி. இதற்கு வெகுவான முன்னேற்பாடுகள் தேவை.
4. என்ன விலை கொடுக்கிறாயோ அதற்குத் தகுந்ததைப் பெற்றுக்கொள்கிறாய். சிறப்பானது வேண்டுமானால் தகுந்த விலையைத் தந்துதான் ஆக வேண்டும்.
5. தோல்வியடைகிறவர்கள் செய்ய விரும்பாததை, செய்யத் துணியாததை வெற்றியடைகிறவர்கள் செய்கிறார்கள்.
6. நமது குறிக்கோள்களுக்காக நாம் செலுத்தும் விலை பலவகைப்பட்டதாக இருக்கும். ஆனால் என்ன செலவாகிறது என்று பார்க்காமல் என்ன பயன் கிட்டுகிறது என்று பார்த்துப் பழகிக்கொள்ள வேண்டும்.
7. திறமை மற்றும் கடும் உழைப்பு (விலை செலுத்துதல்) இரண்டும் சேரும்போது திறமையை விட அதிக சக்தி வாய்ந்ததாகிப் போகிறது.
8. சாதிப்பவர்கள் விசேஷமானவர்கள் அல்லர். வேண்டிய விலையைத் தந்துவிடுவது என்பதில் தீர்மானமாக இருக்கிறவர்கள். அவ்வளவுதான்.

நீயும் ஏன் சாதிக்கக் கூடாது?

செயற்படிகள்

1. உன் இலக்குகளையும் கனவுகளையும் ஆராய்ந்து பார். அதற்காக எந்த விலை தரவேண்டியிருக்கும் என்பதைப் பற்றிய குறிப்பெடு.

8

தாக்கங்கள்

யார் உன்னை மேலும் சிறந்தவனாக்குகிறார்களோ
அவர்களோடு இரு.

— ஓர் ஆங்கிலேயப் பழமொழி

நாம் எப்படிப்பட்டவர்கள் என்பதையும் நம் செயல்களையும் நாம் இருக்கும் சூழல் நிர்ணயிக்கிறது என்று கொள்ளும் கோட்பாடு புழக்கத்தில் இருக்கிறது. தினமும் நாம் சந்தித்துப் பழகி வரும் மனிதர்களை விட நம்மீது தாக்கம் ஏற்படுத்தும் வேறெந்தக் காரணியும் அவ்வளவு வலியது என்று சொல்ல முடியாது. நம் சூழலின் இந்தப் பகுதி நம்மை ஆக்கவும் செய்யும், அழிக்கவும் செய்யும்

ஒரு கேள்வி கேட்கட்டுமா?

யாரோடு நீ அதிக நேரம் செலவழிக்கிறாய்?

யாரோடு நீ பழகுகிறாயோ அந்தப் பலவகைப் பட்டவர்களைச் சரியாகப் புரிந்துகொள்வது மிக முக்கியமாகும். உன்னுடைய குடும்பம், கூடப் பணி செய்கிறவர்கள், விளையாட்டு மைதானத்தில் உன்னோடு இருப்பவர்கள், பொழுது போக்குக்காகச் சேர்ந்து இருப்பவர்கள், அக்கம் பக்கத்தில் இருக்கிறவர்கள் என்றிவ்வாறு அனைவரும் முக்கியமானவர்கள். ஓ, மறந்துவிட்டேனே! உன் மனைவி அல்லது கணவனும் கூடத்தான்.

பக்கம் 147

இந்த அத்தியாயத்தின் முடிவில் இருக்கும் செயல்பாடுகள் குறிப்பைக் கவனமாக எழுதி வை. பெரும்பாலும் நீ யாரோடு இருக்கிறாய் என்ற ஆறு வகையான பகுப்பு. இதைப் பற்றிச் சிந்தனை செய்வதில் என்னென்ன பயன்கள் இருக்கின்றன என்பதை உணரும்போது ஆச்சரியப்பட்டுப் போவாய்.

யாரோடு நீ அதிக நேரம் இருக்கிறாய் என்று தெரிந்து கொண்டாயல்லவா? உன் சிந்தனைக்கு இந்தச் சேதி.

ஞானியோடு நடக்கிறவன் ஞானியாகிறான். முட்டாள்களின் நண்பன் அவர்களில் ஒருவனாகிப் போகிறான்.

— பழமொழிகள் 13 - 20

சற்றே காட்டமாக ஏதும் சொல்லிவிட்டேனா என்ன? நீ முட்டாள்களோடு அதிக நேரம் இருக்கிறாயா? அல்லது புத்திசாலிகளோடா? சிந்திக்க வைத்துவிட்டேனா? சரிதான். இந்த விஷயம் எவ்வளவு முக்கியமானது என்பதைப் பற்றி நான் அழுத்தமாகப் பேச வேண்டியதில்லைதான்.

நாம் யாராக அமைகிறோம் என்பதில் நம்மோடு இருப்பவர்களின் தாக்கத்தின் விளைவு அதிகம்தான்.

நம் சூழல் நம் வாழ்க்கைப் பயணத்தின் திசையை நிர்ணயிக்க விடக்கூடாது. இது உண்மைதான் என்பது நமக்குத் தெரியும். ஆனால் நீண்ட காலத்துக்குத் தவறான தகவல்களுக்குப் பழகிப் போனவர்களாக இருந்தோம் என்றால் அல்லது மோசமான தாக்கங்களுக்கு இரையாகிக் கிடந்திருந்தால் தவறான திசையில் போயிருப்பது தவிர்க்க முடியாத விளைவாகத்தான் இருந்திருக்கும். பனிப் புகைக்குள் திசை தெரியாமல் தவிப்பதைப் போலத்தான். நம்மோடு இருப்பவர்கள் நமக்குத் தவறான திசையைக் காட்டி வைத்திருந்தால் நாம் எங்கே இருக்கக்கூடாது என்று நினைத்திருந்தோமோ அந்த இடத்துக்குப் போய்ச் சேர்ந்திருப்போம். யாரோடு பழகுகிறோம், யாரோடு இணைந்திருக்கிறோம் என்பதில் கட்டுப்பாட்டோடு இருப்போமானால் நம் சூழலின் மிக முக்கியமான பகுதியை நமது

கட்டுப்பாட்டுக்குள் கொண்டு வந்துவிட்டோம் என்று பொருள்படும்.

பரஸ்பர மரியாதை கொண்டவரோடு நட்புக்கொள்கிறவன் புத்திசாலி. ஒவ்வொரு விஷயத்திலும் உதவியாக இருப்பவரை நண்பராகக் கொண்டிருப்பவன் புத்திசாலி. கொடுக்கவும் பெற்றுக்கொள்ளவும் தயாராக இருப்பவர்கள். மிகச் சிறப்பான தோழமை அப்படித்தான் ஏற்படுகிறது. பரஸ்பரம் மரியாதை இருக்கிறது அதில். பரஸ்பரம் உதவிக்கொள்வது நடக்கிறது. அப்படியான நட்புத்தான் ஹென்றி போர்டுக்கும் ஹார்வி ஃபயர்ஸ்டோனுக்கும் இடையே நிலவியது. இருவரும் நெருங்கிய நண்பர்கள். அவரவர்கள் தம் ஓய்வு நேரத்தை ஒன்றாகக் கழித்தவர்கள். வழக்கமாக கேம்ப் போய்விடுவார்கள். அல்லது ஒன்றாக மலையேறுவார்கள். இருவருக்கும் இயற்கையில் அலாதி ஈடுபாடு. இருவரும் தத்தமது யோசனைகளைப் பகிர்ந்துகொள்வார்கள். டயர் தொழிலின் புதிய விஷயங்களை போர்டு ஃபயர்ஸ்டோனிடமிருந்து தெரிந்துகொள்வார். குறைந்த காற்றழுத்தம்கொண்ட டயர்கள் எப்படி சௌகரியமாகவும் பாதுகாப்பாகவும் அமைகிறது என்பதைப்போல. இதன் சாதகத்தைத் தனது Model T கார்களை விற்பதற்கு உதவியாக அமைத்துக்கொண்டார். போர்டு Model T கார்கள் மிகவும் பிரபலமானபோது ஃபயர்ஸ்டோன் டயர்கள் தயாரிப்பாளர்களில் பெரும் வெற்றியடைந்தார். அவ்வப்போது அவர்களோடு தாமஸ் எடிசனும் சேர்ந்துகொள்வார். மிகச் சிறந்த கண்டுபிடிப்பாளர்களில் ஒருவரான ஜான் பர்ரோஸ் என்ற அறிஞரும் இயற்கையியலாளரும் ஜனாதிபதி ஹார்டிங்கும் இந்தத் தோழமையில் அடக்கம். அவர்கள் காலத்தில் இவர்கள் அனைவரும் மிகவும் சிறந்தவர்களாகவும் அதிகாரம் கொண்டவர்களாகவும் இருந்தார்கள். ஒருவருக்கு ஒருவர் மிகவும் ஒத்தாசையாக இருந்தார்கள்.

உன்னுடைய அலைவரிசையில் இருப்பவர்கள் மற்றும் உன்னைப் போன்ற மதிப்பீடுகளை வைத்திருப்பவரோடு நட்புக்கொள்ள வேண்டும். நான் அப்படித்தான் செய்கிறேன்.

நீயும் ஏன் சாதிக்கக் கூடாது?

என் நண்பர்கள் எனக்குச் சரியான யோசனைகள் சொல்கிறவர்கள். அவர்கள் எனக்கு உத்வேகம் தருகிறவர்கள். உன்னுடைய ஆலோசனைகளைப் பகிர்ந்துகொள்ளக்கூடிய வகையில் நண்பர்கள் அமைந்திருப்பது வெகு சிறப்பான விஷயமாகும். அன்றாட வாழ்விலிருந்து நிறைய தெரிந்துகொள்ள முடிகிறது. தனியாக எதையும் செய்வதைவிட இதில் சாதகங்கள் அதிகம். பிறரோடு இணைந்து பணியாற்றும்போது கூட்டு அறிவின் பலன்கள் பலவும் உனக்குக் கிடைக்கின்றன.

வித்தியாசமானவர்கள் ஒன்று சேர்ந்து அவர்களில் ஒருவர் சந்திக்கவேண்டிய சவால் பற்றி விவாதிக்கும்போது என்ன நடக்கிறது என்பதைப் பார்த்தால் அந்த அற்புதம் பற்றித் தெரிந்துகொள்ளலாம். ஆலோசனைகளை நண்பர்களோடு பகிர்ந்துகொள்ளும்போது சுவாரசியமான தீர்வுகள் மாற்று வழிகள் ஒன்றன் பின் ஒன்றாக வேக வேகமாக வந்து விழுகின்றன. அப்படி பல மூளைகள் ஒன்றைப்பற்றியே விவாதிக்கும்போது ஓர் யோசனையைச் சொன்னால் போதும் புதியதொரு பாதையில் எண்ணங்கள் துள்ளிக் குதித்து விரையும். வெகுவாக ஆக்கபூர்வமான சிந்தனைகள் விரைந்து வந்து சேரும். வெகுவாகப் பரிச்சயமான விஷயம்பற்றிக்கூட முடிவில்லாத எண்ணக் கோர்வைகள் ஏற்படும். தனியாகச் செயல்படும்போது அத்தனை யோசனைகள் முளைக்கவே முளைக்காது. இதை என் தனிப்பட்ட அனுபவத்தின் பாற்பட்டே சொல்கிறேன். கூட்டு முயற்சியாக எண்ணங்கள் வடிவெடுக்கின்றன.

அப்படியானால் இரு மடங்கு யோசனைகள் தோன்றும் என்று நான் சொல்வதாக எடுத்துக்கொள்ளக் கூடாது. பல மடங்கு பெருகும்தான். $1 + 1 = 2$ என்றில்லாமல் செயல்திறன்கொண்ட தோழமை மூலம் அது மூன்றாக முகிழ்க்கும். நான்கு அல்லது ஐந்தாகக்கூட ஆகிப்போகும். அது ஒரு சக்திப் பெருக்கு. இரண்டு அல்லது மூன்று ஒன்றிணையும் போது பல மடங்கு சக்தியுள்ளதாகிப் போவது. பிறரோடு ஐக்கியப்பட்டுச் செயல்படுவதில் சக்திமிக்க விளைவுகள் வெகு சாதாரணமாக நடந்தேறுகின்றன.

நிலைப்பாடு எடுத்துக்கொள்

தினமும் பழகப் போகிறவர் என்று வரும்போது உறுதியாக நின்றுகொண்டு உன்னிடமே "இவர்களோடு பழகுவதால் எனக்கு என்ன கிடைக்கப் போகிறது?" என்று கேட்டுக்கொள். இந்த நட்பு எனக்கு உதவியாக இருக்கப் போகிறதா அல்லது உபத்திரவமாக இருக்கப் போகிறதா? இவர்கள் எனக்கு நன்மை செய்யப் போகிறார்களா அல்லது தீமையா? இவர்களோடு இருப்பதால் நான் மேலும் கற்றுக்கொள்ளப் போகிறேனா? முன்னேறப் போகிறேனா? இந்தக் கேள்விகளைக் கேட்டுக்கொள். சிலரோடு பழகுவதால் எதிர்மறையான விளைவுகள் இருக்கின்றன என்று தோன்றினால், அவர்கள் உனக்கு எந்த உத்வேகத்தையும் தருவதில்லை என்று தெரிந்தால் அவர்களோடு இருக்கும் நேரத்தைக் குறைத்துக்கொள்ள வேண்டிய தருணம் வந்துவிட்டது என்பதைத் தெரிந்துகொள். யாரோடு இருந்தால் நமக்கு நன்மையோ அவர்களோடுதான் இருக்க வேண்டும். இதில் முன்னுரிமைகளைப் படைத்துக்கொள்ள வேண்டும். தெளிவாக இருக்கிறது இல்லையா? ஆனாலும் தவறான பேர்வழிகளோடுதான் நாம் நமது நேரத்தின் பெரும்பகுதியைக் கழிக்கிறோம். அதை நாம் தெரிந்துகொள்வதும் இல்லை. அவர்களோடான நட்பால் நமக்கு என்ன பாதிப்புகள் ஏற்படுகின்றன என்பதைக் கூடத் தெரிந்து கொள்ளாமல்தான் நாம் அவர்களோடு இருக்கிறோம். நம் எதிர்காலத்துக்கு அதனால் எந்த அளவுக்குப் பாதிப்புகள் ஏற்படப் போகின்றன என்பதை உணர்ந்துகொள்வதில்லை.

சக தோழர்கள் ஏற்படுத்தும் மன அழுத்தம்

சாதிக்க வக்கில்லாதவர்கள் அவர்கள் நிலைமைக்கு உன்னைக் கீழே இழுத்து விட்டுவிடுவார்கள். குழந்தைகள் சரியான நண்பர்களோடு இருக்க வேண்டும் என்பதைப் பற்றி எவ்வளவு அக்கறை கொள்கிறோம்! தவறான நண்பர்கள் என்றால் தொல்லைதான். தவறான கூட்டத்தில் சேர்ந்துகொண்டு சுற்றிக்கொண்டிருக்கிறார்கள் என்று வெகுவாகத்தான் நாம்

பக்கம் 151

கவலைப்படுகிறோம். அவர்களுக்குப் பாதகமான வகையில் அவர்களுடைய தாக்கம் அமைந்துவிடும் என்று கவலைப்படுகிறோம். சரிதான். இதே கோட்பாட்டை நமக்கும் பொருத்திப் பார்ப்பது நல்லதுதானே!

உனக்குத் தெரியுமோ தெரியாதோ, உன் சக தோழர்கள் ஏற்படுத்தும் மன அழுத்தம் குழந்தைகளுக்கு மட்டுமின்றி வயது வந்தவர்களுக்கும் ஏற்படுவதுதான். உன் தோழர்களோடான பழக்கத்தைச் சரியாகக் கவனித்து யார் உனக்கு நன்மையாக இருக்கிறார்கள் யார் தீமையாக இருக்கிறார்கள் என்பதைப் பற்றிய சரியான கணிப்போடு இருப்பது அவசியம். உன்னுடைய எதிர்காலத்து நலன்களை அவர்களுக்கே தெரியாமல் அவர்கள் கெடுத்துவிடுவார்களா? எந்த ஒரு குறிப்பிட்ட சூழலிலும் அப்படிப்பட்ட நண்பர்களோடு இருக்கும் நேரத்தைச் சரி செய்துகொள்ள வேண்டும். யாரோடு பழக்கம் வைத்திருக்கிறாயோ அவர்களைப் பற்றி நன்கு யோசித்துவிட்டு இந்த இரண்டு கேள்விகளுக்கான பதில்களைச் சொல்.

1. உன் பட்டியலில் இருப்பவர்கள் உன்னை எப்படிப் பாதிக்கிறார்கள்?

2. யார் உனக்கு நலன் தருகிறவர்கள்? யார் உனக்கு அல்லாதவர்கள்?

எல்லாவிதமானவர்களோடு பழகத்தான் வேண்டும் என்பதை நான் இப்போது சொல்லியாகத்தான் வேண்டும். வெவ்வேறு துறைகளில் இருந்து வரும் நாம் ஒருவருக்கொருவர் சொல்லிக்கொள்ள நிறையத்தான் இருக்கிறது. ஒவ்வொருவரும் நமக்குத் தெரியாத ஏதோ ஒன்றைக் கற்றுக்கொடுக்க முடியும். ஒவ்வொருவரும் ஒவ்வொரு விதத்தில் பங்களிப்புச் செய்ய முடியும். நம்முடைய கருத்து அல்லது கோட்பாட்டுக்கு எதிரிடையான கருத்தையும் கோட்பாட்டையும் பற்றித் தெரிந்துகொள்வதும் நல்லதுதான். ஏனென்றால் அப்போதுதான் குறுகிய மனப்பான்மை மற்றும் விவரம் தெரிந்துகொள்ளாமல் இருப்பது என்ற இரண்டு குறைபாடுகளைக் களைந்தவர்களாக முடியும். எதையும் எப்படிச் செய்ய வேண்டும் என்று தெரிந்து

தாக்கங்கள்

வைத்துக்கொள்ள வேண்டியிருக்கிறது. எப்படிச் செய்யக்கூடாது என்பதையும்தான். தவறுகளில் இருந்தும் கற்றுக்கொள்வதற்கு நிறைய இருக்கின்றன. வெற்றியிலிருந்தும் கற்றுக்கொள்ள நிறைய இருக்கின்றன. உன்னை மேலும் சிறந்தவனாக ஆக்குகிறவர்களோடு பெரும்பான்மையான நேரத்தைச் செலவிடுவது என்பதில் உறுதியாக இரு. அது போதும்.

யார் நீ?

இனி முக்கியமான கேள்விக்கு வருவோம்.

எந்தவிதமான ஆளாக வேண்டும் என்று விரும்புகிறாய்?

இந்தக் கேள்விக்கான பதிலைப் பொறுத்துத்தான் ஒருவன் எந்த வகையானவனாகப் போகிறான் என்பது இருக்கிறது. ஏனென்றால் இது நாம் முழு உணர்வோடு எடுக்கும் முடிவு. அடுத்த ஐந்து அல்லது பத்து வருடங்கள் கழித்து நீ எப்படியிருக்கப் போகிறாய் என்பதைப் பற்றி நினைத்துப் பார். எந்தவிதமான குணங்களைக் கொண்டிருக்கப் போகிறாய்? எந்தத் துறையில் பணி செய்யப் போகிறாய்? எங்கே வசிக்கப் போகிறாய்? ஓய்வு நேரத்தில் என்ன செய்யப் போகிறாய்? உன் பொருளாதார நிலை எப்படியிருக்கப் போகிறது? இவற்றை எந்த அளவுக்கு விலாவாரியாக விவரிக்க முடியுமோ அந்த அளவுக்கு விவரமாகச் சொல்லிக்கொள். உண்மையாகச் சிந்தித்துக் கற்பனை செய்து பார். குறிப்பேட்டையும் பேனாவையும் எடுத்துக்கொள். இந்த விவரிப்பை அப்படியே எழுதி வைத்துக்கொள்.

சில வருடங்கள் கழித்து எப்படியிருக்கப் போகிறாய் என்று விவரித்த பின் உன்னையே இந்தக் கேள்வி கேட்டுக்கொள். இப்போது நானாக இருப்பவனிடமிருந்து கற்பனையில் பார்த்துக்கொண்ட நான் வித்தியாசமானவனா? பதில் ஆமாம் என்றால் அதுவும் வெகுவாக வித்தியாசமானவன் என்றால் ஒரே ஒரு முடிவுக்குத்தான் வர வேண்டியிருக்கும். நீ மாறியாக வேண்டும்.

நீயும் ஏன் சாதிக்கக் கூடாது?

> இந்தக் கணம்வரை நாம் செய்துகொண்டிருந்த காரியங்கள் நமது இன்றைய நிலைமைக்குக் காரணம். நாம் மாறிப் போனவராக ஆக வேண்டுமானால் நமது செயல்களை மாற்றியமைத்துக்கொள்ளவேண்டும். நமது நடவடிக்கைகளை மாற்றியமைத்துக்கொள்ள வேண்டும். அப்போதுதான் நாம் யாராக ஆக விரும்புகிறோமோ அவராக ஆக முடியும்.

நீ சொல்வது காதில் விழுகிறது. சரிதான். என்னுடைய நடவடிக்கைகளை மாற்றிக்கொள்வது எப்படி என்று தெரிந்திருந்தால் எங்கே இருக்க வேண்டுமோ அங்கே இப்போதே இருக்க மாட்டேனா? இங்கேயிருந்துகொண்டு நான் செய்வது என்னவாக இருக்க வேண்டும்? எப்படி நான் யாராக இருக்க விரும்புகிறேனோ அவராக மாறிப் போவது?

பதில் உன்னைச் சுற்றி எங்கும் இருக்கிறது. மற்றவர்களைப் பார். யாரிடம் நீ விரும்பும் அல்லது பாராட்டும் குணங்கள் இருக்கின்றனவோ அவர்களைப் போலத்தான் நீ இருக்க விரும்புகிறாய். அவர்களுடைய வாழ்விலிருந்து ஓர் இதழை எடுத்துக்கொள். கவனித்துப் பார். கற்றுக்கொள். பிறரிடமிருந்து அவர்கள் எப்படி வித்தியாசமாக இருக்கிறார்கள் என்பதைப் பார். அவர்களை எது அசாதாரணமானவர்களாக்குகிறது என்று பார். செய்ய வேண்டியதெல்லாம் கற்றுக்கொள்வதும் அவர்களுடைய குறிப்பிட்ட குண நலன்களை ஒரு கண்ணாடி போலப் பிரதிபலிப்பதும்தான். நீ மேலும் சிறந்தவனாகிப் போவாய். அப்படியே தோல்வியில் துவண்டு கிடக்கிறவர்களையும் பார். அவர்கள் செய்த காரியத்துக்கு நேர் எதிரிடையான காரியங்களைச் செய். ஏனென்றால் தோல்வியிலிருந்தும் கற்றுக்கொள்வதற்குப் பாடம் இருக்கின்றது. வெற்றியிலிருந்து பாடம் கற்றுக்கொள்வதைப் போலத்தான்.

ஒருவர் சொல்லிக்கொண்டிருந்ததைக் கேட்க நேர்ந்தது. "உன்னால் செய்ய முடியாதென்றால் காப்பியடி. எப்போதாவது ஒரு நாள் உன்னால் செய்ய முடியும்." இதைச் சரியாகப் புரிந்துகொண்டால் இப்படித்தான் பொருள்படும். யாராக இருக்க வேண்டும் என்று விரும்புகிறாயோ அவரைப் போலவே நடந்துகொள். போகப் போக அவராக ஆகிப் போவாய்.

பக்கம் 154

பிறரிடமிருந்து கற்றுக்கொள்ளுதல்

வெற்றியடைந்த பலருக்கும் வழிகாட்டியாக ஒருவர் இருக்கிறார். அல்லது பலரும் வழிகாட்டிகளாக இருக்கிறார்கள். அவர்கள் பாராட்டுகிறவர்கள். போய்ச் சேர வேண்டிய உயரத்துக்குப் போய்ச் சேர உத்வேகம் தருகிறவர்கள். அப்படி வழிகாட்டிகளாக அமைகிறவர்களிடம் சில குணநலன்கள் இருக்கின்றன. அவை மிக முக்கியமானவை. அவைதான் நமக்கு மிகவும் ஏற்புடையதாக அமைகின்றன. அவற்றைத்தான் நம்முடையதாக்கிக்கொள்ள விரும்புகிறோம். அவைதான் நம்மைச் சிறந்தவர்களாக்கப் போகின்றன.

அவரவர் துறையில் வெற்றியடைந்தவர்களிடமிருந்து நாம் கற்றுக்கொள்ள நிறையவே இருக்கின்றன. அப்படிப்பட்ட தனிச்சிறப்பு மிக்கவற்றை நாம் பயன்படுத்திக்கொள்ள வேண்டும். அவர்களுடைய அனுபவத்தை நமக்குச் சாதகமாக்கிக்கொள்ள வேண்டும். விக்கிரக ஆராதனையில் எனக்கு நம்பிக்கையில்லை. இவர்களைக் கடவுளாக்கி விட வேண்டாம். அவர்களும் நம்மைப்போல மனிதர்கள்தான். ஒரே கலைஞன் வடித்த பல சிற்பங்கள்தான் நாம் அனைவரும். இவர்கள் சாதனைகளுக்குக் காரணமாக அமைந்தது வெற்றிக்கான ரகசியத்தைத் திறக்கத் தெரிந்து வைத்திருந்ததுதான். அவர்கள் நம் பாராட்டுக்கு உரியவர்கள். அவர்களது வெற்றிக்காக நாம் அவர்களை மதிக்கத்தான் வேண்டும்.

அரிஸ்டாட்டில் மிகப் பெரிய மேதை. அவர் அப்படி ஒரு வழிகாட்டியைத் தமக்கெனத் தேர்ந்தெடுத்து வைத்திருந்தார். அவரிடமிருந்து பலவும் கற்றுக்கொண்டார். பிளாட்டோ என்பது அவர் பெயர். அந்தக் காலத்தில் மிகப் பெரிய அறிஞர். அரிஸ்டாட்டில் தன் சொந்த நாட்டை விட்டு ஏதென்ஸ் நகருக்குப் போய்ச் சேர்ந்தார். அவருடைய மாணவராவதற்குத்தான். மூன்று வருடங்கள் அவரோடு இருந்து கற்றுக்கொள்ள வேண்டியதையெல்லாம் கற்றுக்கொண்டார். பிறகு தனக்கென ஒரு பல்கலைக்கழகத்தை நிறுவினார். தன்னுடைய அறிவைப் பரப்பிக் காலம் காலமாக இருக்க வைக்க வேண்டும் என்று விரும்பினார். தர்க்க வாதத்தை ஓர் அறிவியலாக்கினார்.

பகுத்தறிவுக்கு இலக்கணம் வகுத்தார். பிறரைக் கவனித்துப் பார்த்து அவர்களிடமிருந்து கற்றுக்கொள்ள நிறைய விஷயங்கள் இருக்கின்றன என்று நம்பினார். அதனாலேயே அவர் அவ்வளவு பெரிய தத்துவ மேதையாக முடிந்தது. அவருடைய தடத்தைப் பின்பற்றியவர்களுக்கு அவர் ஓர் ஒளிவிளக்கானார்.

அமானுஷ்யம்

யாராக ஆக விரும்புகிறாயோ அந்த விவரிப்பை நன்கு கவனித்துப் பார். வெவ்வேறு மனிதர்களிடமிருந்து எந்தெந்த குணநலன்களை உன்னுடையதாக்கிக்கொள்ள விழைகிறாய் என்பதைப் பற்றித் தெளிவாக இரு. அப்படியாகத்தானே நீ விரும்பிய வண்ணம் மாறிக்கொள்ளப் போகிறாய். அவர்களுடைய குணநலன்களைக் காப்பியடிக்கப் போகிறாய். அவர்களிடமிருந்து கற்றுக்கொள்ளப் போகிறாய். முடிவானவனாகிப் போவதில் கவனத்தைத் திருப்பி வை. அமானுஷ்ய குணநலன்கள் கொண்டவனாகிப் போவதற்கான ஆசையை நிறைவேற்றிக்கொள்.

பிறரைப் பார்த்துக் காப்பியடிப்பது தவறு என்றும் ஏமாற்றுவது என்றும் பள்ளியில் நமக்குச் சொல்லிக் கொடுத்திருக்கிறார்கள். பள்ளியில் இது நியாயமாக இருக்கலாம். ஆனால் அன்றாட வாழ்வைப் பொறுத்த அளவில் நான் இதில் சற்றே மாறுபட்ட கருத்தைக் கொண்டிருக்கிறேன். வாழ்வில் பிறரைப் பார்த்துக் காப்பியடிப்பது சரிதான். ஏனென்றால் அப்படிக் காப்பியடிப்பதிலும் கற்றுக்கொள்வது நடக்கிறது. பிறரைக் கவனித்துப் பார்ப்பதன் மூலம் பலவற்றையும் தெரிந்துகொள்ள முடிகிறது. அவர்களுடைய அறிவை நமக்குச் சாதகமாகப் பயன்படுத்திக்கொள்ள முடிகிறது. பிறருடைய சிலாக்கியமான குணநலன்கள் பற்றித் தெரிந்துகொண்டு அவற்றை நம்முடையதாக்கிக்கொள்ளும்போது அவற்றை நம் திறமைகளோடு இணைத்து நம் பலத்தோடு இணைத்து முக்கியமான செயல்களை உத்வேகத்தோடு செய்ய முடிகிறது. சதாகாலமும் முன்னேறிக்கொண்டே போவதற்கான சந்தர்ப்பம் வாய்க்கிறது. உன்னுடைய ஆற்றலை முழுக்க உணர முடிகிறது. உனக்குள் இருக்கும் தனிப்பட்ட பெருமிதத்தை வெளிக்கொணர முடிகிறது.

முன்னேறிக் கொண்டிருக்கிறாய் என்பதை மறந்துவிடாதே. பிறரைப்போல ஆவதல்ல நடப்பது. யாருடைய காப்பியாகவும் நீ ஆகப் போவதில்லை. ஒருவரிடமிருந்து அத்தனை குணத்தையும் அப்படியே எடுத்துக்கொள்வதல்ல இந்தக் காரியம். ஒருவரிடமிருந்து ஒரு நல்ல குணம். இன்னொருவரிடமிருந்து இன்னொரு குணநலன். இப்படியாகப் பலரிடமிருந்தும் பலவற்றைக் கற்றுக்கொண்டு உன்னுடைய முழு ஆற்றலை நீயாக உணர்ந்து வெளிக்கொண்டு வரவேண்டும் என்றுதான் சொல்கிறேன்.

ரூபார்ட் மர்டாக்கின் வியாபாரத் திறமை வேண்டும் என்கிறாயா? மீடியா மொஹல் என்கிறார்களே அவர்தான். ஐயான் தோர்ப் போன்ற விளையாட்டுக்காரரிடமிருந்து உறுதியான மனத்தைப் பெற நினைத்திருக்கிறாயா? எவ்வளவு தங்கப் பதக்கங்களை வென்றவர்! எவ்வளவு ரிகார்டுகளை முறியடித்தவர்! அல்லது மதர் தெரஸாவிடமிருந்து கருணையைக் கற்றுக்கொள்ளப் போகிறாயா? அளவிறந்தவர். வாழ்வில் அன்பு விளக்கு ஏற்றி வைத்தவரல்லவா! அல்லது ஒரு பக்கத்து வீட்டுக்காரரைப் போலக் குழந்தைத்தனமான மகிழ்ச்சியைக் கற்றுக்கொள்ளப் போகிறாயா? யாரைப் பார்த்துப் பாராட்டி நிற்கிறாய் என்பது அவ்வளவு முக்கியமில்லை. யாரைப்போலிருக்க நினைக்கிறாய் என்பதும் அவ்வளவு முக்கியமில்லை. ஏனென்றால் சாத்தியங்கள் அனந்தம்.

ஸ்பான்ஜ் முறை

பலரிடமும் பேசிப் பார். அவரவர் தனித்துவமான அறிவை எப்படி வளர்த்துக்கொண்டார்கள் என்று கேட்டுப் பார். அவர்களிடமிருந்து கற்றுக்கொள்ள நினைத்திருக்கும் குணநலன்களைப் பற்றிச் சொல்லச் சொல். இப்போது இருக்கும் நிலைக்கு எப்படி வந்து சேர்ந்தார்கள் என்பதைக் கேட்டுக்கொள். கூடவே சில விஷயங்கள் பற்றிய அவர்களது கருத்து என்ன என்பதையும் கேட்டுத் தெரிந்துகொள். ஆர்வம் உள்ளவனாக இருந்தால் எவ்வளவு கற்றுக்கொள்ள இருக்கிறது என்பதைத் தெரிந்துகொள்வாய். ஒரு ஸ்பாஞ்சாக ஆகிப் போக முயற்சி செய். கவனி. பார். எந்த அளவுக்கு முடியுமோ அந்த

அளவுக்குத் தகவல்களை வாங்கி வைத்துக்கொள். பிறகு அனைத்தையும் ஒன்றோடொன்று பொருத்திப் பார்க்க முடியும். எல்லாத் தகவல்களையும் மனத்தளவில் நிறுத்தி எது உனக்குத் தோதானது என்பதையும் எது உனக்கு நடைமுறைச் சாத்தியமானது என்பதையும் முடிவு செய்துகொள்ள ஏதுவாக இருக்கும்.

அடுத்த நாள் தன் சொத்து முழுக்க இழக்க நேரிட்டால் என்ன செய்யப் போகிறார் என்று டொனால்ட் ட்ரம்பிடம் கேட்டார்கள். அவர் பதில் சொன்னார். கொஞ்சம் பணம் கடன் வாங்கிய யாரெல்லாம் வெற்றிகரமாக இயங்கிக் கொண்டிருக்கிறார்களோ அவர்களிடம் போவாராம். அவர்களிடமிருந்து எந்த அளவுக்குக் கற்றுக்கொள்ள முடியுமோ அந்த அளவுக்குக் கற்றுக்கொள்வாராம். என்னென்ன சாதகமான சந்தர்ப்பங்கள் இருக்கின்றன என்பதைப் பற்றித் தெரிந்துகொள்வாராம்.

பழைய காலத்து வாக்கு ஒன்று இருக்கிறது. எந்த அளவுக்குத் தெரிந்துகொள்கிறேனோ அந்த அளவுக்குத் தெரியாதது எத்தனை என்பதையும் தெரிந்துகொள்கிறேன் என்பதுதான் அது. வெகுவாக உண்மையான வாசகம்தான். வெற்றியடைந்த ஒருவர் இன்னொருவரோடு தீவிரமான விவாதத்தில் ஈடுபட்டிருப்பதைப் பார்த்திருக்கிறாயா? பல கேள்விகளைக் கேட்பார்கள். மற்றவரிடமிருந்து கற்றுக்கொள்வதில் மிக ஆர்வமாக இருப்பார்கள்.

எல்லோரிடமிருந்தும் கற்றுக்கொள்ள என்ன இருக்கிறது என்று பார்க்கிறவனே புத்திசாலி. யாரிடம் இருந்தாலும் சரியே. உனக்குத் தெரியாத சில விவரங்கள் அவரிடம் இருப்பதைக் காண்பாய். அவற்றைத் தெரிந்துகொள்ளும்போது என் வாழ்க்கையில் கணிசமான மாறுதல்கள் நிகழ்கின்றன. அது என்ன என்பதைக் கண்டுபிடிப்பது உன் பொறுப்பு. சந்திக்கும் எல்லோரிடமிருந்தும் ஏதாவது ஒன்றைக் கற்றுக்கொள்வது உன்னுடைய பொறுப்பு.

பிலிப் என்று ஒருவர். என்னோடு பணியாற்றுகிறவர். ஸ்பாஞ்ச் முறைக்குச் சரியான உதாரணம் அவர்தான்.

தாக்கங்கள்

யாரிடமாவது பேசும்போது அவர்களுக்குத் தெரிந்த விஷயம் பற்றி எல்லாமும் சொல்லச் செய்துவிடுவார். ஒரு வக்கீலைப் போலக் குறுக்குக் கேள்விகள் கேட்பார். என்னவோ ஒரு வழக்கில் சாட்சிக் கூண்டில் நிற்க வைத்திருப்பதைப் போலத்தான். எல்லாம் முடிந்தபின் அந்தக் குறிப்பிட்ட விஷயத்தைப்பற்றி அனைத்துத் தகவல்களையும் தன்னகப்படுத்திக் கொண்டிருப்பார். உடனடி நிபுணராகிப் போவார். தனக்குத் தேவையான விஷயங்களைக் கறப்பதில் வெகுவான சாமர்த்தியசாலிதான். தேவைப்படும்போது நினைவுக்குக் கொண்டுவந்து பயன்படுத்திக்கொள்வார். அவருடன் தகவல்களைப் பரிமாறிக்கொள்வதில் அனைவருக்கும் வெகு பிரியம். இணக்கமாகப் பேசுகிறார். எனவே அவருக்கு உதவ வேண்டும் என்றுதான் எல்லோரும் நினைக்கிறார்கள். அவர் காட்டும் ஆர்வத்தில் எந்தப் போலித்தனமும் இருக்காது.

நிறைய கேள்விகள் கேட்டுத் தெரிந்துகொள்ளும் வித்தையின் சிறப்பான வடிவம் என்ன தெரியுமா? ஊமையனாகிப் போவதுதான். எல்லாவற்றையும் தெரிந்துகொள்ள வேண்டியதில்லைதான். முட்டாள்தனமானவன்தான் எல்லாமும் தெரிந்து வைத்திருக்க வேண்டும் என்று நினைப்பான். சில சமயம் நம் ஆணவமும் அகந்தையும் தெரிந்துகொள்வதற்குத் தடையாக அமைந்துவிடுகின்றன. அப்படி நடக்காமல் பார்த்துக்கொள்.

The Emperor's New Clothes என்ற கதையை அனைவரும்தான் கேட்டிருக்கிறோமே! Hands Christian Anderson எழுதியது. புத்திசாலிகள் மட்டுமே அரசனுடைய உடையைப் பார்க்க முடியும் என்று சொல்லிவிட்டான். அதைத் தைத்தவன். அரசனோ முழு நிர்வாணமாக நின்றிருந்தான். யாரும் தன்னை ஒரு புத்திசாலி அல்ல என்று காட்டிக்கொள்ள விரும்ப மாட்டார்கள் என்பது அந்தத் தையல்காரனுக்குத் தெரிந்திருந்தது. மற்றவன் தன்னை முட்டாள் என்று நினைத்துக்கொள்வானோ என்ற பயத்திலேயே அரசன் எந்த உடையும் இல்லாமல் நின்றிருந்தான் என்ற உண்மையை யாரும் சொல்லத் தயாராக இருக்கவில்லை. சற்றே தர்மசங்கடமாகிப் போகும் என்ற

பக்கம் 159

தயக்கத்தால் உண்மையைப் பேசத் தயங்காதே. கேள்விகளைக் கேட்பதில் என்ன தர்ம சங்கடம் இருக்கப் போகிறது? நமக்கு விடைகள் தெரிந்துகொள்ள வேண்டும் என்ற ஆர்வம் இருக்கும்போது அதில் கூச்சப்பட என்ன இருக்கிறது? எல்லாமும் தெரிந்தவனாகக் காட்டிக்கொள்வதில் இருக்கும் முட்டாள்தனம் கேள்விகளைக் கேட்டுத் தெரிந்துகொள்வதில் இல்லைதான்.

ஓரினத்துப் பறவைகள்

ஓரினத்துப் பறவைகள் கூட்டமாகத்தான் இருக்கும் என்ற வாசகத்தைக் கேட்டிருக்கிறோம். நமது பாதையில் எந்தக் கட்டத்தில் இருக்கிறோம் என்பது அவ்வளவு முக்கியமில்லை. அதே பாதையில் நம்மோடு பயணிக்கிறவர்களோடு நட்புக்கொண்டிருப்பது சிறப்பான காரியமாகும். அதில் பயன்கள் அதிகம் இருக்கின்றன. அவரவர் வாழ்வில் எந்த நிலையில் இருக்கிறோமோ அதே நிலையில் மற்றவர் வாழ்வில் இருக்கிறவரைப் பார்க்கும்போது ஒரு தோழமை மலர்கிறது. அவரவர் வாழ்வைத் தம் கட்டுப்பாட்டில் வைத்திருப்பவர்களும் உச்சிக்குப் போய்ச் சேர்ந்தவர்களும் அவர்களைப் போன்றவர்கள் பலரும் சூழ்ந்திருக்கத்தான் இருக்கிறார்கள். கசந்த உணர்வோடும் விரக்தியான மன நிலையிலும் இருக்கிறவர்கள் அப்படிப்பட்டவர்களே தம்மைச்சுற்றி இருக்கக் காண்கிறார்கள். அவரவர் நிலைக்கு ஏற்ப அமைந்து நிற்பவர்களைத் தேடிப் பிடித்துக் கூட இருப்பது வழக்கமாகிப் போகிறது.

நீ எங்கே போக விரும்புகிறாயோ அங்கே ஏற்கெனவே போய்ச் சேர்ந்துவிட்டவர்களோடு தொடர்பு வைத்துக்கொள். அவர்கள்தான் உன்னை அந்த உயரத்துக்கு இட்டுச் செல்லப் போகிறவர்கள். இதில் வெற்றியடைய நீ ஓரளவுக்கு உழைக்கத் தயாராக இருக்க வேண்டும். உன்னை மேம்படுத்திக்கொள்ள வேண்டும். அவர்களோடு உனக்கு இணக்கமான வகையில் தொடர்புகொள்ளத் தெரிந்திருக்க வேண்டும். இரண்டாவது இடத்திலேயே இருப்பதை விடுத்து எப்போதும் அடுத்த

தாக்கங்கள்

மேல்நிலைக்குத் தாவிச் செல்லத் தயாராக இருந்துவிடு. மகிழ்ச்சியாக இருப்பவர்களும் ஆக்கபூர்வமானவர்களும் அவரவர் இயல்புக்குத் தோதானவர்களைத் தேடிச்சென்று சேர்வார்கள். அப்படிப்பட்டவர்களோடு சேர்ந்திருப்பதுதான் உன் இலக்காக இருக்க வேண்டும்.

எதிர்மறையான மனப்பாங்குடையவர்கள் வாழ்க்கை எவ்வளவு மோசமாக இருக்கிறது என்று நொந்துகொண்டே இருப்பார்கள். என்ன துரதிருஷ்டம் இது என்று வருந்திக்கொண்டே இருப்பார்கள். துயரத்துக்குத் துணை தேவை என்ற வாசகத்தைச் சொல்லிப் பிரபலமானவர் டெனிஸ் வெய்ட்லீ. இது உண்மைதான். தம்மைப் போன்ற மனப்பாங்குடையவர்கள் தம்மைச் சுற்றியிருப்பது அவர்களுக்கு ஒரு வகை ஆறுதலைத் தருகிறது. அப்படிப்பட்டவர்கள் என்ன சொல்கிறார்கள் தெரியுமா? என்ன சிரமம் என்கிறாய். நம்ப முடியவில்லை என்றால் என் நண்பர்களைக் கேட்டுப் பார் என்பார்கள். எதிர்மறையான மனப்பாங்குகொண்டவர்கள் அவர்களுடைய நிலைக்கு உன்னையும் தாழ்த்திவிடத்தான் பார்ப்பார்கள். ஓர் அழுகிப்போன ஆப்பிள் பிற பழங்களையும் அழுக வைத்துவிடும். அழுகிப்போன ஆப்பிள்களோடு சேர்ந்துவிடாதே. ஏனென்றால் அவர்கள் தொட்டதையெல்லாம் அழுக வைத்துவிடுவார்கள்.

உன்னுடைய லட்சியங்களைக் குறை சொல்கிறவரோடு சேராதே.
சின்னப் புத்தி கொண்டவர்கள் செய்வது அதுதான்.
ஆனால் உண்மையில் சிறந்தவர்கள் நீயும் சிறந்தவனாக முடியும்
என்பதை உனக்குத் தெளிவாக்குவார்கள்.

— மார்க் ட்வெயின்

எனவே உறுதியான முடிவெடுக்க வேண்டிய கட்டத்துக்கு வந்துவிட்டாய். உன்னை மேலே இழுத்துப் போகும் நண்பர்களோடு இருக்கப் போகிறாயா? அல்லது உன்னைக் கீழே இழுத்துப் போடத் துடிக்கிறவர்களோடு இருக்கப் போகிறாயா? இதைத் தெரிந்து கொள்ளாமலேயே வாழ்வில்

பக்கம் 161

அன்றாடம் பல முடிவுகளை எடுத்துக்கொண்டிருக்கிறோம். இந்தக் கணத்திலிருந்து இந்த முடிவை உறுதியாக எடுத்துவிடு. ஏனென்றால் நீ போகப்போகும் திசையை நிர்ணயிப்பதில் இந்த முடிவுக்குப் பெரும் பங்கு இருக்கிறது.

நல்ல துணைவர்கள்

நம் துணைவர்கள் இன்றியமையாதவர்கள். நம்மில் சிலர் ஆக்கபூர்வமான சிந்தனை கொண்டவர்களோடு தொடர்பு வைத்திருக்க ஏதுவான சூழ்நிலையில் இருப்பது சாத்தியமில்லை என்றிருப்பார்கள். இப்போது நம்மைச் சுற்றியிருப்பவர்கள் சரியான துணைவர்கள் அல்லர் என்பதைத் தெளிவாகத் தெரிந்து வைத்திருப்பார்கள். எங்கே போய் ஒளிந்துகொண்டார்கள் நல்லவர்கள் எல்லோரும்? எங்கே அவர்களைக் கண்டுபிடிப்பது? இதற்கான பதில்களை நம்மில் பலரும் தெரிந்து வைத்திருக்கிறோம்தான். ஆனால் சரியானவர்கள் சுற்றியிருக்கவில்லையென்றால் இந்தப் பதில்கள் ஏறக்குறைய சாத்தியமற்றுப் போகின்றன.

உன்னைப் போலவே மேலும் சிறந்தவனாக வேண்டும் என்றிருப்போரைக் கண்டுபிடிப்பதுதான் குறிக்கோள். தம் நிலையை மேம்படுத்தத் துடிக்கிறவர்கள் சுய முன்னேற்றத்துக்கான வித்தியாசமான பல வழிகளையும் முயன்று பார்ப்பர். அது உடலளவில் இருக்கலாம். அல்லது ஆத்ம வித்தையாக இருக்கலாம். அல்லது அறிவார்ந்ததாக இருக்கலாம். அல்லது சமூகத்தைச் சார்ந்ததாக இருக்கலாம். எந்த வகையான குழுக்கள் இந்த வகையில் மேம்பாட்டுக்கு உதவியாக இருப்பார்கள் என்று பார். கம்யூனிட்டிக் குழுக்கள் இருக்கின்றன. ஸ்போர்ட்ஸ் கிளப்புகள் இருக்கின்றன. சமயச் சங்கங்கள் இருக்கின்றன. பல்வேறுவிதமான பயிற்சிகளும் செயல் முறைகளும் சொல்லித் தருகிறார்கள். பட்டியல் நீண்டுகொண்டே போகும். சற்றே உட்கார்ந்து ஆராய்ந்து பார்த்தால் போதும். யெல்லோ பேஜஸைப் பார். கம்யூனிட்டி டைரக்டரிகளைப் பார். கல்வி நிறுவனங்கள் பற்றிய விவரங்களைப் படித்துப் பார். பல்வேறு பத்திரிகைகளைப் படித்துப்பார். புத்தகங்களைப் படித்துப்பார். சந்திக்கிறவர்களோடு பேசிப் பார். அவர்களுடைய ஆர்வம் எதில் இருக்கிறது என்று

தாக்கங்கள்

கேட்டுத் தெரிந்துகொள். அவர்களுடைய பொழுதுபோக்கு என்ன என்று தெரிந்துகொள். உன்னைச் சுற்றியிருப்பவர்களோடு ஈடுபட்டிரு. உன்னுடைய சமுதாயத்தில் ஒன்றிப் பழகு. என்னவெல்லாம் அங்கே இருக்கின்றன என்பதைப் பார்த்தால் அசந்து போய்விடுவாய். முன்முயற்சி எடுத்தால் போதும். நன்றாகக் கவனித்துப் பார்க்கத் தெரிந்தால் போதும்.

ஆக்கபூர்வமானவர்களோடும் செயல்திறன் மிக்கவர்களோடும் பேசும்போது அவர்களுடைய வாழ்வின் கூறுகள் எல்லாவற்றையும் புரிந்துகொள்வாய். அவர்களுடைய ஆர்வமும் ஈடுபாடுமே அவற்றை அந்த அளவுக்குச் சிறப்பாக அமைத்து வைத்திருக்கின்றன என்பதைத் தெரிந்துகொள்வாய். ஆக்கபூர்வமான சிந்தனை கொண்டவர்களோடு தொடர்பு கொண்டிருப்பதாலேயே தமது வாழ்வைச் சிறப்பாக்கிக்கொண்ட பலரை நான் அறிவேன். டோஸ்ட் மாஸ்டர்கள், லயன்ஸ், ரோட்டரி, சர்ச் என்று பலவிதமான குழுக்கள் இருக்கின்றன. பழகுவதற்கு அருமையானவர்களை ஒன்றாகச் சேர்க்கும் அரங்குகள். சர்வ சாதாரணமாக நீ மேம்பட்டுப் போவாய்.

மீள்பார்வை

1. யாரோடு நம் நேரத்தைச் செலவழிக்கிறோமோ அவர்களைப் போலவே மாறிப் போய்விடுகிறோம்.

2. எந்த வகையானவனாக வேண்டும் என்பது நமக்குத் தெரிந்திருக்க வேண்டும்.

3. நமது இன்றைய செயல்கள் இன்று நாமிருக்கும் நிலைமையை நிர்ணயித்து வைத்திருக்கின்றன. மாற வேண்டுமானால் நம் செயல்பாடுகளை மாற்றியமைத்துக்கொள்ள வேண்டும்.

4. வெற்றியடைந்தவர் அனைவரும் அவருக்கு உத்வேகம் அளித்தவர்களைக் கொண்டவர்களாக இருக்கிறார்கள். அவர்கள் பிறருடைய வெற்றியிலிருந்து பாடம் கற்றுக்கொண்டவர்கள்.

5. பலரிடமும் நாம் பாராட்டும் குணநலன்களை நம்முடையதாக்கிக் கொள்ளலாம். அவர்களிடமிருந்து கற்றுக்கொள்ளலாம். அமானுஷ்ய சக்திகொண்டவராகிப் போகலாம். நிலையுயர்த்த உதவியாக இருப்பவர்களோடு தொடர்புகொள்ள முயற்சி செய்தவாறிரு.

6. முட்டாள்தனமாகத் தோன்றுவோமோ என்ற பயத்தை விட்டுவிடு. எவ்வளவு கேள்விகள் கேட்க வேண்டுமோ அவ்வளவும் கேட்டுவிடு. இதுதான் கற்றுக்கொள்வதற்கான மிகச் சிறந்த வழி.

தாக்கங்கள்

செயற்படிகள்

1. தற்போது பெரும்பாலான நேரத்தை யாரோடு கழிக்கிறாயோ அவர்களில் ஆறுபேர் பெயர்களை எழுது.

   _____
   _____
   _____
   _____
   _____

2. யாரோடு இருக்க வேண்டும் என்று நினைக்கிறாயோ அவர்களில் ஆறுபேர் பெயர்களை எழுது. உன்னை மேலும் சிறந்தவனாக்குவார்கள் என்று நினைக்கிறாயோ அவர்களுடைய பெயர்கள்.

   _____
   _____
   _____
   _____
   _____

3. எதிர்காலத்தில் எப்படியிருக்க வேண்டும் என்று உன்னையே பார்த்துக்கொண்டு அதை விரிவாக விவரி. என்ன மாதிரியான குணநலன்கள் வேண்டும் என்கிறாய்?

   _____
   _____
   _____
   _____
   _____

9

இறை நம்பிக்கை: சாதிப்பேன் என்று நம்பு

வெற்றி வேண்டுமென்றல்ல நான் பிரார்த்திப்பது.
திட நம்பிக்கைதான் நான் கேட்பது.

— அன்னை தெரஸா

எதை உண்மை என்றும் எதார்த்தமானது என்றும் பார்க்கிறோமோ அதை ஏற்றுக்கொள்வதுதான் நம்பிக்கை. எல்லோரும் நம்பிக்கை வைத்திருக்கிறார்கள் என்பதற்காக ஒன்றன் மீது நம்பிக்கை வைத்திருப்பதில் ஏதும் தனிச் சிறப்பு இல்லை. நம் நம்பிக்கைகள் எந்த அளவுக்குத் திடமானவையாக இருக்கின்றன என்பதுதான் முக்கியமானது. புற உலகை நாம் எப்படிப் பார்க்கிறோம் என்பதை நமக்குள் பிரதிபலித்துக்கொள்வதுதான் நம்பிக்கை. சமய நம்பிக்கை என்பது முழுக்க வேறுபட்டது. பிரத்தியேகமானது. தெரியாத கடவுள் மீது அபாிமிதமான பற்றும் நம்பிக்கையும் கொண்டிருப்பது.

சமய நம்பிக்கை தனிப்பட்ட நம்பிக்கையைப் போல உணர்ந்தறிவதல்ல. என்றாலும் இந்தப் பிரத்தியேகமான குணநலன் உடையவர்கள் உலகத்தை வித்தியாசமான ஒளியில் பார்க்கிறார்கள். ஆக்கபூர்வமான எதிர்பார்ப்போடும் நிறைந்த நம்பிக்கையோடும் எதிர்காலத்தைப் பார்க்கிறார்கள். நம் ஆற்றல்களைக் கையகப்படுத்திக்கொள்ள இந்த நம்பிக்கை தேவையான குணநலனாகும். மகிழ்ச்சியையும் நிறைவான வாழ்க்கையையும் அளிப்பது.

பலரும் ஐயப்பாடுகளோடும் நல்லதே நடக்கும் என்ற நம்பிக்கை இல்லாமலும்தான் வாழ்க்கையைப் பார்க்கிறார்கள். இன்றைய உலகத்தில் அறிவு பிரமாதமாக அபிவிருத்தி அடைந்திருக்கிறதல்லவா! அதனால் சிலர் தமக்கு எல்லாம் தெரியும் என்று நினைத்திருக்கிறார்கள். வாழ்வின் மிகப் பெரிய கேள்விகளுக்கெல்லாம் தம்மிடம் பதில்கள் இருக்கின்றன என்று நினைக்கிறார்கள். எப்போதும் உலகைப் பற்றியும் நம்மைப் பற்றியும் மேன்மேலும் விவரங்களைத் தெரிந்துகொண்டிருக்கிறோம். எனவே இன்னும் தெரிந்துகொள்ள நிறைய இருக்கிறது என்பது நிரூபணமாகிறது. "தன்னை நாத்திகன் என்று காட்டிக்கொள்வதே புத்திசாலித்தனம்" என்ற கூற்றை அறிவு ஜீவிகள் சற்றே நீட்டிவிட்டுவிடுகிறார்கள். "தொட்டுப் பார்த்து உணர்ந்தாலன்றி எதன் மீதும் நம்பிக்கை வைக்கக்கூடாது," என்பதையும்தான். பரிசோதித்துப் பார்த்திராத எதுவும் அல்லது விஞ்ஞான விளக்கம் பெறாத எதுவும் அவர்களுக்குப் பொருட்டாவதில்லை. விஞ்ஞான ரீதியான இந்தப் பகுத்தறிவுச் சிந்தனைக்கென்று சில நியாயங்களைக் கற்பிக்கலாம்தான். வாழ்வின் பல புதிர்களுக்கான விடைகளை விஞ்ஞான பூர்வமான சிந்தனை விளக்கங்களைத் தருகிறது. ஆனாலும் நாம் ஒவ்வொருவரும் சில கணங்கள் இவற்றைத் தாண்டிய ஒரு நம்பிக்கை வைக்க வேண்டியதை உணர்ந்திருக்கிறோம். திடமான நம்பிக்கை வைக்க வேண்டியதன் அவசியத்தை உணர்கிறோம். நமது லட்சியங்களுக்கு நம்மை அர்ப்பணித்துக்கொள்ள வேண்டியதன் அவசியத்தை உணர்கிறோம். நம்பிக்கை இல்லாமல் எந்த அளவுக்கும் வெற்றிபெற முடியாது.

ஒன்றைச் செய்து முடிக்க முடியும் என்ற நம்பிக்கை எந்தப் பெரிய சாதனைக்கும் ஓர் அடிப்படைத் தேவையாக அமைகிறது.

-- தாமஸ் எஸ். காருத்தர்

பார்க்காததை விளக்க முடியாததை நம்புவதுதான் நம்பிக்கை. அப்படிப்பட்ட நம்பிக்கை இருப்பது மனித மனம் ஆக்கபூர்வமான எதிர்பார்ப்போடு இருக்க வேண்டியதன் அவசியத்தைச் சுட்டிக்காட்டுகிறது. நல்லதொன்றின் மீது நம்பிக்கை வைப்பது. அவரவர் மீது வைக்கும் நம்பிக்கையானாலும்

சரி. அல்லது இன்னொருவர் இன்னொன்றின் மீது வைக்கும் நம்பிக்கையானாலும் சரியே.

நம்பிக்கையைப் பல வடிவங்களிலும் வெளிப்படுத்தலாம்.

1. கடவுள் நம்பிக்கை
2. தன்னம்பிக்கை
3. பிறர் மீது வைக்கும் நம்பிக்கை
4. தெரியாத ஒன்றின் மீது வைக்கும் நம்பிக்கை.

நம்பிக்கையை வழக்கமாக இறைநம்பிக்கையோடு இணைத்தே பார்க்கிறார்கள். ஆத்திகம் சார்ந்ததாக வைத்துப் பார்க்கிறார்கள். ஒருவர் வைத்திருக்கும் சில நம்பிக்கைகளே ஒன்றுக்கொன்று முரண்பட்டு இருக்கலாம். ஆனால் அது அவ்வளவாக முக்கியமான விஷயமல்ல. எது முக்கியம் என்றால் நம்பிக்கை என்பது ஆத்மார்த்தமானது என்பதையும் மகிழ்ச்சியான மற்றும் திருப்தியான மனநிலைக்கு அவசியமானது என்பதையும் உணர்ந்திருப்பதுதான். எந்தக் காரியத்துக்கும் அதைப் பயன்படுத்திக்கொள்வது எப்படி என்பதைக் கற்றுக்கொள்வாய்.

விக்டர் ஃப்ராங்கிள் என்பவர் ஒரு மனோதத்துவ மேதை. இரண்டாவது உலக யுத்தத்தின் பயங்கரங்களை அனுபவித்துப் பிழைத்தவர். ஆஸ்க்விட்ஸ் நகரில் சிறைப்பட்டு வாடியவர். சிறைவாசத்திலிருந்து பிழைத்து வந்தவர். தன் குடும்பத்தினர் அனைவரும் இறந்துவிட்டனர் என்பதைத் தெரிந்துகொள்ள வந்தார். தன்னுடைய அனுபவத்தின் அடிப்படையில்ஒரு கோட்பாட்டை வகுத்தார். ஆங்கிலத்தில் அதற்கு logotherapy என்று பெயர். மனிதனை முழுமையாகப் பார்ப்பதும் வாழ்வில் அர்த்தம் தேடும் ஏக்கத்தையும் விளக்குவது அந்தக் கொள்கை. தன்னுடைய நம்பிக்கையைக் கைவிடாமல் சிறைவாசத்தைத் தாக்குப்பிடித்தவர் அவர். மீண்டு வரும்போது உலகுக்குத் தம் கண்டுபிடிப்பைத் தந்து உதவ வேண்டும் என்று விரும்பியவர். எப்படித் தன்னால் அந்தச் சிறைக் கொடுமையிலிருந்து உயிரோடு மீண்டு வர முடிந்தது என்பதை உலகுக்கு அறிவிக்க வந்தவர்.

நீயும் ஏன் சாதிக்கக் கூடாது?

அந்தப் பயங்கரம் ஒரு நாள் முடிவுக்கு வரும் என்று ஆழமாக நம்பினார். அப்படிப்பட்ட பயங்கரங்கள் மீண்டும் நிகழக்கூடாது என்று நிச்சயப்படுத்திக்கொள்ள வேண்டும் என்று விரும்பினார். அதைப் பற்றிய உண்மைகளை உலகம் உணர வேண்டும், தான் அதை எடுத்துச் செல்ல வேண்டும் என்று நினைத்தார். எதிர்காலத்தைப் பற்றிய நம்பிக்கை மனிதனுக்கு அவசியம் என்பதை உணர்ந்திருந்தார். தடைகளைத் தாண்டிப் போவதற்கு ஏதோ ஒன்றின் மீது வைத்த நம்பிக்கை அந்த அளவுக்கு முக்கியமானதாக இருக்க வேண்டும் என்பதை உணர வைத்தார்.

மலைகளைப் புரட்டுவது

கடுகளவு நம்பிக்கை இருந்தால் போதும். மலையைக் கூடப் புரட்டிவிடலாம் என்பார்கள். இறை நம்பிக்கை இருந்தால் போதும். மாபெரும் காரியங்களைச் சாதிக்க முடியும் என்ற நம்பிக்கையை மக்கள் மனதில் விதைப்பதற்காகத்தான் பைபிள் காலத்திலிருந்து இந்தக் கூற்று வழக்கத்தில் இருந்து வந்திருக்கிறது. ஆச்சரியப்படும் அளவுக்கு அவரவரிடம் ஆற்றல்கள் பொதிந்திருக்கின்றன என்பதைத்தான் இப்படிச் சொல்லிக்காட்டினார்கள். தன்னால் முடியும் என்று நினைத்தால் போதும், இந்த இருபத்தொன்றாம் நூற்றாண்டில் மனிதன் இதைவிட நம்ப முடியாத சாதனைகளைப் புரிய முடியும். மலைகளைப் புரட்டுவது சர்வசாதாரணமாகி விட்டது. ஹாங்காங் போய்விட்டு வந்தவர்களுக்குத் தெரியும். அவர்கள் மலைகளை அப்புறப்படுத்திவிட்டுக் கட்டடங்களைக் கட்டி வைத்திருக்கிறார்கள் என்பதை நேரில் பார்த்து வந்திருக்கிறார்கள். நவீனப் பொறியியல் மற்றும் கட்டடவியல் சாதனைகள் மிகப் பிரம்மாண்டமானவை. கடலில் இருந்து நிலத்தை மீட்டிருக்கிறார்கள். நெதர்லாந்து மற்றும் மாண்ட்கார்லோவில் இதைப் பார்க்கலாம். இங்கிலாந்தையும் பிரான்சையும் இணைக்கக் கடல் வழியே ஒரு சுரங்கமே இருக்கிறது.

பொறியியல் இன்று வியக்கத்தக்க அளவில் முன்னேறியிருக்கிறது. ஒரு காலத்தில் கற்பனை, கதை என்று

பக்கம் 170

நினைத்ததெல்லாம் இன்று நிதரிசனமாகிக்கொண்டு வருகின்றன. ஒரு நூறு ஆண்டுகளுக்கு முன் நிலவில் மனிதன் காலடி வைக்க முடியும் என்பதைக் கற்பனை செய்தாவது பார்த்திருப்பார்களா? செயற்கைக் கிரகங்கள் பூமியைச் சுற்றி வரும் என்று கனவிலாவது நினைத்திருப்பார்களா? தூரக் கோள்களை ஆராய வானூர்திகளை அனுப்ப முடியும் என்று நினைத்துப் பார்த்திருப்பார்களா? இத்தனையும் எப்படிச் சாத்தியமானது? மனிதன் இந்த எண்ணங்களைத் தனக்குள் விதைத்துக்கொண்டிருந்தான். அவற்றை ஒன்றாகத் திரட்ட அசைக்க முடியாத திடமான நம்பிக்கையைப் பயன்படுத்திக் கொண்டான். பிறகு அவற்றை நனவாக்கத் துணிந்தான்.

ஆக்கபூர்வமான சிந்தனையை நமக்குக் கடவுள் தந்திருப்பதே நமது கனவுகளை நாம் மெய்ப்பட வைப்பதற்காகத்தான். சரியான முறையில் பயன்படுத்த முடியாது என்றால் ஆக்கபூர்வமான சிந்தனை நம்மிடம் ஏன் இருக்க வேண்டும்? செய்து முடிக்க முடியும் என்ற நம்பிக்கை வை. நம் எல்லோருக்கும் சில வரையறைகள் இருக்கின்றனதான். ஆனால் மனமார நாம் இதைச் செய்ய முடியும் என்று நினைத்தால் எதையும் செய்து முடிக்க முடியும் என்கிறேன்.

முடியும் என்றாலும் சரி, முடியாது என்றாலும் சரி, நீ
சரியாகத்தான் நினைத்திருக்கிறாய்.

— ஹென்றி போர்டு

நம்பிக்கையின் வலிமை

நம்பிக்கை எந்த அளவுக்கு வலிமையானது என்று காட்ட நமக்கு நிறையவே உதாரணங்கள் இருக்கின்றன. மகிழ்ச்சியையும் திருப்தியையும் தருகிறது. நம்பிக்கை இல்லாதவரைக்கும் சோகமாகத்தான் இருந்திருக்கிறோம். வலியைத்தான் உணர்ந்திருக்கிறோம். நம்பிக்கை ஆக்கவும் அழிக்கவும் வல்லது. வாழ வைப்பது, சாகடிப்பது. எல்லாம் அதை எப்படிப் பயன்படுத்துகிறாய் என்பதைப் பொறுத்தது.

நீயும் ஏன் சாதிக்கக் கூடாது?

அதி அற்புத நிகழ்ச்சிகள் நம்பிக்கையின் பாற்பட்டு நடந்ததைப் பற்றிய ஆவணச் சான்றுகள் இருக்கின்றன. பிரான்ஸில் லூர்து நகரில் மட்டும் நம்பிக்கையால் சரியாகிப்போன 600 வியாதிகளைப் பற்றிய விவரங்களைக் குறித்து வைத்திருக்கிறார்கள். பெர்னடாட் சூபினஸ் என்ற இளம்பெண். மலைமேலிருந்த ஓர் ஓடைக் கரையில் அவளுக்கு கன்னிமேரி தோற்றம் தந்தாராம். இந்த இடத்துக்கு ஒவ்வொரு வருடமும் பத்து லட்சம் பேர் புனித யாத்திரை மேற்கொள்கிறார்கள். அந்த ஓடையின் நீர் தமது நோயை நீக்கிவிடும் என்ற நம்பிக்கையோடுதான் அத்தனை பேரும் அங்கே போகிறார்கள். அங்கே போனால் தமக்கு நிவாரணம் கிடைக்கும் என்ற திடமான நம்பிக்கை அத்தனை பேருக்கும் இருக்கிறது. அப்படி தமது நோயிலிருந்து விடுபட்டவர்கள் பல லட்சம் பேர்.

இதற்கு இன்னொரு பக்கமும் உண்டு. நம்பிக்கை நோயையும் மரணத்தையும் கொண்டுவருவதும் உண்டு. ஆஸ்திரேலியப் பழங்குடியினர் மத்தியில் தங்கள் கூட்டத்தைச் சேர்ந்த சிலரிடம் அசாத்தியமான சக்திகள் இருப்பதான நம்பிக்கை இருக்கிறது. வயதில் மிக மூத்த சிலர் அசாத்தியமான சக்திகளைப் பெற்றிருக்கிறார்கள் என்று நம்புகிறார்கள். அப்படிப்பட்டவர்கள் தவறு செய்கிறவர் பக்கம் ஒரு எலும்பைக் காட்டினால் போதும். வெகு சீக்கிரம் அவன் செத்துப்போவான் என்று நம்புகிறார்கள். அப்படிப்பட்ட சாபங்கள் மீது மனிதன் நம்பிக்கை வைத்திருக்கும் வரை உடலளவில் அவற்றின் தாக்கம் இருக்கத்தான் செய்யும்.

தமக்கு எல்லாம் சரியாகிப் போகும் என்ற நம்பிக்கையே எந்த வியாதியிலிருந்தும் மீண்டுவருவதற்கு அடிப்படையான தேவை என்பது பலருக்கும் தெரிந்திருக்கிறது. தனக்குச் சரியாகிப்போகும் என்ற நம்பிக்கை இல்லாத நோயாளிக்கு உலகத்திலேயே மிகச் சிறந்த மருந்து மாத்திரை கொடுத்தும் எந்தப் பலனும் இருப்பதில்லை.

மருத்துவ உலகில் நம்பிக்கை புரியும் விந்தைகள் பற்றிப் பல ஆராய்ச்சிகள் செய்திருக்கிறார்கள். தொண்டை வீக்கம் பீடித்த இரண்டு குழுவினரை வைத்துக்கொண்டு ஓர் ஆராய்ச்சி

செய்திருக்கிறார்கள். பிளேஸ்போஸ் என்ற மாத்திரையை அனைவருக்கும் தந்தார்கள். அதில் எந்த மருந்தும் இல்லை. அதைச் சாப்பிட்டால் போதும் வலியிலிருந்து நிவாரணம் கிடைக்கும் என்று சொல்லி அனுப்பிவிட்டார்கள். ஆச்சரியம்தான். எண்பது சதவிகிதம் பேர் தமக்கு நோய் குணமாகிவிட்டது என்று வந்து சொன்னார்கள். மருந்தல்ல அவர்களைக் குணமாக்கியது. நம்பிக்கையே அவர்களுக்கு மருந்தாகிவிட்டிருந்தது.

நம்பிக்கையை வளர்த்துக்கொள்வது

கண்ணுக்குத் தெரியாத ஒன்று அல்லது நிரூபிக்க முடியாத ஒன்று - அதன் மீது நம்பிக்கை வைப்பது நம் சமய நம்பிக்கைக்குத் திடமான ஒரு வடிவம் தருகிறது. முதலில் சற்றே பயமாகத்தான் இருக்கும். ஆனால் நன்கு வேர் கொண்டுவிட்டால் இறைநம்பிக்கை ஒரு மந்திர விளைவைத் தருகிறது. உன் நம்பிக்கைகள் நம்பகத்தன்மை கொள்ளும்போது, நீ செய்வது சரியான காரியம்தான் என்று நினைக்கும்போது உன்னுடைய இறை நம்பிக்கை வலுவானதும் முகிழ்த்ததும்தான் என்பது தெளிவாகப் புரிகிறது. தெரியாத ஒன்றின் மீது நம்பிக்கை வைப்பதற்குத் தைரியம் வேண்டும். நான் குப்புற விழுகிறேன் பிடித்துக்கொள் என்று உனக்குப்பின்னால் எவரையாவது நிறுத்தி வைத்து அவர்மீது முழு நம்பிக்கையோடு அப்படியே பின்னால் சாய்ந்து பார்த்திருக்கிறாயா? முதல் முறை முயன்று பார்க்கும்போது பயமாகத்தான் இருக்கும். மனதில் வெகுவாக எதிர்மறை எண்ணங்களே தோன்றும். பிடித்துக்கொள்வானா விட்டுவிடுவானா என்ற சந்தேகம் இருந்துகொண்டே இருக்கும். அவன் பிடிக்காமல் விட்டுவிட்டால் காயமாகிப் போகுமே என்ற பயம் இருந்துகொண்டே இருக்கும்.

செய்து பார்த்தால் அதன் விளைவு எவ்வளவு ஆச்சரியமாக இருக்கும் என்கிறாய்! ஒரு முறை அல்லது இருமுறை அவன் உன்னைத் தாங்கிப் பிடித்துவிட்டால் போதும். உனக்கும் அவனுக்குமிடையே ஆழ்ந்த நம்பிக்கை வேர்கொண்டுவிடும். எந்த அளவுக்கு நம்பிக்கையைக் கைக்கொள்கிறாயோ அந்த அளவுக்கு நம்பிக்கை நியாயப்பட்டுப் போகும். நம்பிக்கையை

ஊட்டி வளர்ப்பதற்கான பிள்ளையார் சுழியைப் போட்டிருப்பாய். இதற்குக் காரணம் அனுபவ வாயிலாக நாம் அறிந்து கொள்வதுதான். அப்படித் தெரிந்துகொள்வது நம் நம்பிக்கை மேல் நமக்கு ஒரு நம்பிக்கையைத் தருகிறது. நம்பிக்கையை வளர்த்துக்கொள்ள முயற்சி செய். வாழ்வின் ஒவ்வொரு விஷயத்திலும் அதை உதவிக்கு வைத்துக்கொள். பலன்கள் உன்னை ஆச்சரியப்படுத்தும்.

பயம்

பயமும் சந்தேகமும் நம்பிக்கையைப் பாதிக்கின்ற விஷயங்கள். பயம் என்பதே நம்பிக்கையில்லாமல் போயிருப்பதுதான். பயம் ஒருவனைப் பீடிக்கும்போது அதனால் ஏற்படும் சேதம் மிக அதிகம். எல்லாச் செயல்பாடுகளையும் தடுத்துவிடும். சில சமயம் பயம் சரியான காரண காரியங்கள்பாற்பட்டிருக்கும். என்றாலும் பெரும்பாலும் பயத்துக்கு அறியாமையே அடிப்படையாக இருக்கிறது. எதையாவது சரியாகப் புரிந்துகொள்ள முடியாமல் போகும்போது பயம் பிறக்கிறது. பெரிய படத்தை வரைந்து பார்த்துக்கொள். தீர்க்கமான திருஷ்டியோடு எதையும் பார். குருட்டுத்தனமாக எதன் மீதாவது நம்பிக்கை வைக்கும் போதுதான் பயத்தை வெல்ல முடிகிறது. இதுதான் சரியான காரியம் என்ற நம்பிக்கையோடு எதையும் செய்யும்போது அந்த நம்பிக்கை நியாயமான நம்பிக்கைதான் என்பது தெளிவாகிறது.

தீர்க்கமான திருஷ்டியும் நம்பிக்கையுமே பயத்தை விலக்கி வைக்கின்றன.

அவரவருக்கான இலக்குகளைச் சரியாக வகுத்து வைத்துக்கொள்ளும்போது மட்டுமே எவரொருவரும் மனக்கண்கொண்டு எதையும் தீர்க்கமாகப் பார்க்க முடிகிறது. தன்னம்பிக்கைகொள்ள முடிகிறது. எதிர்மறை உணர்வுகளான பயம், பேராசை, பொறாமை ஆகியவற்றைக் கழித்துக் கட்டுவதற்கு ஆக்கபூர்வமான சிந்தனை அவசியமாகிறது. நம்பிக்கையின் பலத்தையெல்லாம் ஒருங்கு திரட்டக் கற்றுக்கொள்ள வேண்டும். ஏனென்றால் பயம், சந்தேகம் போன்ற எதிர்மறை உணர்வுகளால் ஏற்படும் நன்மைகளை

விடப் பல மடங்கு நன்மைகளை நாம் நம்பிக்கையிலிருந்து பெறலாம். நம்பிக்கையை நம் மனதோடு வைத்துப் பிணைக்கும்போது சிறந்ததெல்லாம் நடப்பதற்கு உத்தரவாதம் கிடைத்துவிடுகிறது.

அனைத்திலும் சிறந்தது

நானே அனைவரையும் விடச் சிறந்தவன் என்று முகம்மது அலி கூறிக்கொள்வது உலகுக்கே தெரியும். அதற்காகவே அவரை உலகம் பாராட்டுகிறது. உலகத்திலேயே சிறந்த குத்துச் சண்டை வீரராக வருவதற்குத் தன்னிடம் இருந்த ஆற்றல்கள் என்னென்ன என்பதைப் பற்றி எவரிடமும் விலாவாரியாகப் பேசுவதற்கு அவர் தயங்கியதே இல்லை. மிகச் சிறந்த வீரர் மட்டுமல்ல. அவருடைய தன்னம்பிக்கையும் தன் ஆற்றல்கள் மீது அவர் கொண்டிருந்த அபரிமித நம்பிக்கையும் அவரை எதிர்த்து நின்றவ்ருடைய தன்னம்பிக்கையைத் தகர்த்தெறிந்தன. நான் சொல்லும்போது அவன் சுருண்டு விழுகின்றான் பார் என்று சொல்லிச் சொல்லி வீழ்த்துவார் தன் எதிரிகளை.

என்னதான் அருமையாகக் குத்துச் சண்டைப் பயிற்சி செய்தவர் என்றாலும் அந்த வீர விளையாட்டை முறையாகப் பயின்றவர் என்றாலும் அவரது வெற்றிக்கு அடிப்படையான காரணம் அவர் தன்மீதும் தன் ஆற்றல்கள் மீதும் வைத்திருந்த நம்பிக்கைதான். ஏகாக்கிரக சிந்தையோடு குத்துச் சண்டைக்குத் தன்னை அர்ப்பணித்துக்கொண்டவர். இதுதான் அவரை உலகக் குத்துச் சண்டை சாம்பியனாக்கியது. உலகிலேயே மிகச் சிறந்த குத்துச் சண்டை வீரர்களில் ஒருவராக்கியது.

இதில் விந்தை என்னவென்றால் அவருடைய நம்பிக்கையே அவருடைய குத்துச் சண்டைத் தொழிலை இரண்டாவது நிலைக்குத் தள்ளியது. தீவிரமாக முஸ்லிம் மதத்தைத் தழுவினார். அப்போது அவரால் வியட்நாம் போரை ஏற்றுக்கொள்ள முடியவில்லை. எதிர்த்துக் குரல் கொடுத்தார். பல முறை எதிர்க்குரல் கொடுக்கவும் அவரைப் பிடித்துச் சிறையில் அடைத்தார்கள். அவர் வென்றெடுத்த பட்டங்களைப் பறித்துக்கொண்டார்கள். என்னதான் தன் அருமையான

காலகட்டத்தில் குத்துச்சண்டை செய்ய முடியாமல் போயிருந்தாலும் தன் நம்பிக்கைகளைக் கைவிட அவர் தயாராக இருக்கவில்லை. குத்துச் சண்டையின்போது எந்த அளவுக்கு ஆழ்ந்த நம்பிக்கையைக் கைக்கொண்டிருந்தாரோ அதற்குச் சிறிதும் குறைவில்லாத நம்பிக்கையை ஓர் இஸ்லாமியன் என்ற முறையிலும் கைக்கொண்டிருந்தார்.

வயதானபோது அவருடைய புகழ் வளர்ந்தது. பார்கின்ஸன் நோயினால் பாதிக்கப்பட்டார். என்றாலும் கேட்கத் தயாராக யாரிருந்தாலும் சரி. அன்பைப் போதிக்க அவர் தயாராக இருக்கிறார். அவர் கற்றுக்கொடுத்ததில் மிகவும் முக்கியமான பாடம் எதுவென்று கேட்டால் இதைத்தான் சொல்வேன். உன்மீது அல்லது இன்னொருவர் மீது அல்லது கடவுள் மீது நம்பிக்கை வைக்கும்போது எதுவும் சாத்தியமாகிப் போகிறது. நம்பிக்கைதான் அனைத்துக்கும் காரணமாகிப் போகிறது.

தன்னம்பிக்கை

நம்மளவிலும் பிறரோடு இருப்பதிலும் ஒரு தன்னம்பிக்கையும் சௌஜன்யமும் இருக்க வேண்டும் என்றுதான் நாம் விரும்புகிறோம். இந்தக் குணநலன் இருக்கும் எவரும் இவற்றைத் தன் நிரந்தரத் தோழர்களாகப் பெற்றிருக்கும் எவரும் யாரோடு இருந்தாலும் சரியே அவர்களை எந்த விதத்திலும் அசௌகரியப்படுத்துவதில்லை. தம் பேச்சைக்கொண்டும் செயல்களைக்கொண்டும் தம்மைச் சுற்றியிருப்பவர்களுக்கு ஓர் உத்வேகம் அளிக்கிறவர்களை நாம் பார்த்திருக்கிறோம் அல்லவா? அவர்களோடு சில கணங்கள் இருந்தாலே போதும், அவர்கள் விதி அவர்களுடைய கட்டுப்பாட்டில் இருக்கிறது என்பதைத் தெரிந்துகொள்கிறோம்.

வலுவான நம்பிக்கைகள் வலிமையானவர்களாக உருவாக்குகிறது. அவர்களை மேலும் வலியவர்களாக்குகிறது.

— வால்டர் பேஜ்ஹாட்

தன்னம்பிக்கையும் கவர்ச்சியும் உள்ளவரைச் சுற்றி அந்த நம்பிக்கையைத் தமதாக்கிக்கொள்ளத் துடிக்கும் ஒரு கூட்டம் எப்போதும் இருந்துகொண்டே இருக்கிறது. இதற்குக் காரணம் நம்பிக்கை. நம்பிக்கை குட்டிகளை ஈன்றுவிடுகிறது என்பதுதான். தம் மீதும் பிறர் மீதும் அபரிமித நம்பிக்கை கொண்டவர்கள் பிறரை வசீகரிக்கிறார்கள். வெற்றுப் பேச்சு வீரர்களையல்ல நான் குறிப்பிடுவது. செயல் ஊக்கம் கொண்டவர்களைப் பற்றித்தான் நான் குறிப்பிடுகிறேன். தாம் யார் என்பதையும் எதை நோக்கிப் போய்க்கொண்டிருக்கிறோம் என்பதையும் உணர்ந்திருப்பவர் பற்றித்தான் குறிப்பிடுகிறேன்.

அசலான தன்னம்பிக்கையை யாரும் பாசாங்காகக் காட்ட முடியாது. அதை ஓர் அங்கியைப் போல அணிந்து திரிய முடியாது. நமது ஐயப்பாடுகளையும் பயங்களையும் மறைக்க ஒரு திரையைப் போட்டுக்கொள்ளலாம்தான். ஆனால் நேரம் வரும்போது நம்மைப் பரிசோதிக்கும்போது நம்மிடம் தன்னம்பிக்கை இல்லை என்பது தெரிந்துவிடும். இரண்டு குத்துச்சண்டை வீரர்கள் ஒருவரை ஒருவர் எதிர்கொள்ளும்போது தன்னம்பிக்கைதான் எல்லாவற்றையும் நிர்ணயிக்கிறது. நடுவர் அவர்களை மேடையின் நடுவில் நிறுத்தி ஆட்ட விதிகளை விளக்கும்போது தன்னம்பிக்கைதான் எல்லாவற்றையும் நிர்ணயிக்கப் போகிறது. அப்போதுதான் விளையாட்டு ஆரம்பமாகிறது. ஒருவரை ஒருவர் முறைத்துப் பார்த்துக் கொள்கிறார்கள். அப்போதுதான் வெற்றி தோல்வி நிர்ணயிக்கப்படுகிறது.

வெற்றியடைவதைப் பற்றிச் சிறிதளவு சந்தேகம் இருந்தாலும் போதும். எதிரில் இருப்பவன் அதைத் தெரிந்து கொள்வான். தாக்குதலை ஆரம்பித்துவிடுவான். எந்த மிகப் பெரிய காரியத்தையும் சந்தேகத்தோடும் பயத்தோடும் எதிர்கொள்ளும்போது துண்டுத் துண்டாகக் கிழித்தெறியப்படுகிறோம். நமது இலட்சியங்களுக்குக் கடப்பாடு கொண்டவர்களாக இல்லை என்பதை உலகம் தெரிந்துகொள்ளும்போது, தன்னம்பிக்கை நமக்குத் துணையில்லை என்பதைத் தெரிந்துகொள்ளும் போது நமது கனவுகளை யாரும் வினயமாக எடுத்துக் கொள்ளமாட்டார்கள்.

நீயும் ஏன் சாதிக்கக் கூடாது?

பெரிய சவால்களை எதிர்கொள்ளும் போது தன்னம்பிக்கையே முழு ஆதாரம். குறைந்த அளவிலான தன்னம்பிக்கையே தோல்விக்குக் காரணம். அல்லது நம்பிக்கையே இல்லாமல் இருப்பது. நம்பிக்கையில்லாத போது ஒருவரைத் துவண்டுவிடச் செய்வது சுலபம்.

கீழ்காண்பவற்றை வைத்துக்கொண்டு தன்னம்பிக்கையைப் பெற்று வளர்த்துக்கொள்ளலாம்.

அ. நம் ஆற்றல்கள் சார்ந்ததாக மற்றும் அறிவார்ந்ததாக இருக்க வேண்டும்.

ஆ. நம்பிக்கை கொண்டு நம்பிக்கைக்கு மேலும் ஊட்டமளிக்க வேண்டும்.

நமது லட்சியத்தை அடையத் தேவைப்படும் திறமைகளையும் அறிவையும் பெற்றானபின் அவற்றைத் தொடர்ந்து செயல்படுவதுதான் ஒரே வழி.

செயல் துணையிருக்க நம்பிக்கையோடு இருத்தல்

செயல்களற்ற நம்பிக்கை செத்துக்கிடக்கிறது என்பார்கள். நாம் எப்படி நடந்துகொள்கிறோம் என்பதே நம் நம்பிக்கைகள் எப்படிப்பட்டவை என்பதைக் காட்டுகின்றது. நம் நம்பிக்கைகள் பற்றி யாரிடம் வேண்டுமானாலும் தொண்டை கிழியப் பேசிக் கொண்டிருந்துவிடலாம். ஆனால் அதனால் எந்தப் பயனும் இருக்கப்போவதில்லை. அதைப் பற்றி எதையாவது செய்யும்வரை வெற்றுப் பேச்சாகத்தான் இருக்கும். நம்பிக்கை மட்டுமே சாதனைகளுக்கு இட்டுச் சென்றுவிடுவதில்லை. நம்பிக்கைகளைத் தொடர்ந்து செயல்படுவதும் முக்கியமாகிறது.

நம்பிக்கையும் செயலும் சேரும்போது பயன்கள் கிடைக்கின்றன.

நம்பிக்கையும் செயல்பாடும் வெற்றிக்கான கதவுகளைத் திறந்துவிடுகின்றன. செயல்பாடே அதிகபட்சப் பலன்களுக்கான சாவி என்பார்கள். உண்மைதான். ஏனென்றால் எதுவும் தானாக நடந்தேறுவதில்லை. நாம் நடத்திக் காட்ட வேண்டியிருக்கிறது.

இறை நம்பிக்கை – சாதிப்பேன் என்று நம்பு

என்றாலும் எந்தச் செயலும் கடப்பாட்டோடும் நம்பிக்கையோடும் எடுத்துச் செய்ய வேண்டியிருக்கிறது. சந்தேகத்தோடும் அரைகுறை மனத்தோடும் செய்யும் எந்தக் காரியமும் பெரிய காரியமாக முடியாது.

நம்பிக்கையும் செயல்பாடும் ஒன்றோடொன்று கைகோர்த்துப் போகிறவை. தம்மளவில் இரண்டுமே சக்தி வாய்ந்தவைதான். என்றாலும் ஒருங்கிணையும்போது அவை ஒரு சாதனையாளனைப் படைக்கின்றன.

ஒருவருக்குள் இருக்கும் நம்பிக்கை கையகப்படுத்தக்கூடிய பலன்களைத் தருகிறது. தன்னம்பிக்கை கொண்டவர்களே சாதனைகள் புரிகிறார்கள். இந்த நம்பிக்கைக்கு எப்போதும் சரியான வெகுமதிகள் கிடைக்கத்தான் செய்கிறது. நம்மால் என்ன செய்ய முடியும் என்பது நம் ஆற்றல். நம்மிடம் வெகுவான ஆற்றல்கள் மறைந்திருக்கின்றன. அதிலிருந்து எது வேண்டுமோ அதைத் தேர்ந்தெடுத்துக்கொள்ளலாம். எந்த அளவுக்குப் பயன்படுத்துகிறோம் என்பது எந்த அளவுக்கு நம்மிடம் நம்பிக்கை இருக்கிறது என்பதைப் பொறுத்து அமைகிறது.

இன்னல்களை உனக்குச் சாதகமாக்கிக்கொள்

சந்தேகங்கள் பீடித்தவன் தன் கனவுகளையும் லட்சியங்களையும் நிறைவேற்றிக்கொள்ள எந்த அளவுக்குச் சாத்தியம் இருக்கிறது? எதிர்காலத்தைப் பற்றிய பல திட்டங்களைக் குறிப்பாக இளைஞர்கள் வைத்திருக்கிறார்கள். விளையாட்டில் ஒரு சேம்பியனாக வேண்டும். ஒரு டாக்டராக வேண்டும். ஒரு வக்கீலாக வேண்டும். கலைஞனாக வேண்டும். இசையமைப்பாளராக வேண்டும். விவேகமான வியாபாரியாக வேண்டும். இப்படி எத்தனையோ கனவுகள். எதிர்காலத்தில் என்ன செய்ய வேண்டும் என்று நினைத்திருந்தாலும் சரி. பயம் மற்றும் தன்னைப் பற்றிய சந்தேகங்களை வென்றெடுக்க வேண்டியிருக்கிறது. இந்த இரண்டு எதிரிகள் நமது கனவுகளையும் லட்சியங்களையும் சுக்கல் சுக்கலாக உடைத்துப் போட்டுவிடுவார்கள். அப்படிப் பயத்தையும் சந்தேகத்தையும் வென்றெடுத்துவிடும் போது இன்னல்களையும் நமக்குச் சாதகமாக்கிக்கொள்கிறோம்.

வெற்றிக்கும் சாதனைகளுக்கும் இட்டுச் செல்லும் பல காரணிகளை ஆராய்ந்து பார்த்தபோது வெற்றி பெற்றவர்களிடமிருந்து பல்வேறு வகையான கதைகளைக் கேட்க நேர்ந்தது. பிரமாதமான லட்சியங்களை வைத்திருந்தவர்களிடம் பிறர் வந்து இதையெல்லாம் ஓரம் கட்டி வைத்துவிட்டு நடப்பதைப் பாரப்பா என்று சொன்னதாகத்தான் பலர் சொல்லக் கேட்டேன். நீயாவது இதைச் செய்து சாதிப்பதாவது என்றுதான் அவர்கள் சொன்னார்களாம். ஒரு குறிப்பிட்ட நிகழ்ச்சி ஒரு விளையாட்டு வீரரைப் பற்றியது. உருவத்தில் சின்னவர். நிதானமானவர். தேவையான திறமைகள் ஏதுமில்லை என்று பிறரால் ஒதுக்கி வைக்கப்பட்டவர். அனைத்துப் பாதகமான அமைப்புகளையும் ஓரம்கட்டி வைத்துவிட்டு பிறருடைய எதிர்மறையான விமரிசனங்களைப் பொருட்படுத்தாமல் தன்னம்பிக்கை மட்டுமே தனக்குத் துணையாகப் பெரும் சாதனை படைத்தார்.

இந்த விளையாட்டு வீரர் ஓர் இதிகாசமாகிப் போனார். அவர் பெயர் மைக்கேல் ஜோர்டன். நம்புகிறாயோ இல்லையோ இப்படிப்பட்ட கதாநாயகர்கள் எல்லாத் துறைகளிலும் இருக்கின்றனர். இந்தக் கதைகளை நமக்கு உதாரணமாகக்கொள்ள வேண்டும். அவர்கள் நமக்கு உதாரண புருஷர்கள். அப்படிப்பட்ட உதாரண புருஷர்கள் ஒவ்வொருவரும் ஓர் அற்புதத்துக்குச் சாட்சியாகிறார்கள். நம்மிடம் என்ன சொல்கிறார்கள் தெரியுமா?

நம்பிக்கை இருக்கிறதென்றால் நீயும்கூட இதைச் செய்து சாதிக்க முடியும்.

— ஜேகோபி

சால்ஜாப்புகள் சொல்லாமல் நான் எப்படியெல்லாம் வெற்றியடைய முடியும் என்று நினைக்கிறவன் எப்போதும் வெற்றியடைகிறவனாக இருக்கிறான். பெரும்பாலும் நாம் எதைச் சாதிக்க முடியும் என்பதை நமக்காகப் பிறர் முடிவெடுக்க விட்டுவிடுகிறோம். நமது வெற்றிக்கான காரணங்களை நிர்ணயிப்பதும் நம் ஆற்றல்கள் மீது நம்பிக்கை

வைத்திருப்பதற்கான காரணங்களையும் நாமே வகுத்துக்கொள்ள வேண்டும்.

யாரிடமிருந்தாவது அதிகபட்சம் பெறவேண்டும் என்று நினைத்தால் அவரிடம் நம்பிக்கை வைக்க வேண்டும். யாராவது குரங்கைப்போல நடந்துகொள்ள வேண்டும் என்பது உன் விருப்பம் என்றால் அவரை ஒரு குரங்காக நடத்து என்பது ஒரு பழைய வாக்கு. பிறர் ஒருவரிடமிருந்து என்ன எதிர்பார்க்கிறார்கள் என்பதைப் பொறுத்துத் தம்மை அமைத்துக்கொள்கிறவர்கள் அதிகம்பேர் இருக்கிறார்கள். வெற்றிக்கான பாடங்களைக் கற்றுக்கொள்ள வருகிறவருக்கு இதில் இரண்டு விஷயங்கள் இருக்கின்றன.

அ. உன்னைச் சுற்றியிருப்பவர்கள் நீ நம்புகிறவர்களாக இருக்கட்டும்.

ஆ. உன்னைச் சுற்றியிருப்பவர்களுக்கு உன் மீது நம்பிக்கை இருக்கட்டும்.

பிறர்மீது நம்பிக்கை வைக்கும்போது அவர்கள் நமக்கு என்ன செய்ய முடியுமோ அதைச் செய்ய ஒரு சந்தர்ப்பம் தருகிறோம். அப்போது அவர்கள் தம் ஆற்றலை முழுக்க உணர வழி வகுத்துத் தருகிறோம்.

இதனால் நமக்கு என்ன லாபம் என்றால் நம்மைச் சுற்றி மதிப்பு வாய்ந்த நண்பர்களைப் பெற்றிருப்பதுதான். நாமும் சிறந்தவர்களாகிப் போகிறோம். வேண்டிய துணையும் நமக்குக் கிடைக்கிறது. செய்ய வேண்டிய காரியத்தில் குறியாக இருக்க முடிகிறது. நம் செயல் திறன்பாற்பட்டு இருக்க முடிகிறது. நம்மைச் சுற்றியிருப்பவர்களை அவநம்பிக்கையோடு பார்த்துக் கொண்டிருப்பதில் காலமும் சக்தியும்தான் விரயமாகின்றன.

அருமையான தலைவர்கள் தம்மைச் சுற்றி ஆமாம் சாமிகளை வைத்துக்கொண்டிருப்பதில்லை. அவர்கள் சொல்வதற்கெல்லாம் தலையாட்டுகிறவர்கள் அவர்களுக்குத் தேவையில்லை. மாறாக

அவர்களைவிடச் சுறுசுறுப்பானவர்கள். விவரமானவர்களைத் தம்மைச் சுற்றி வைத்துக்கொள்கிறார்கள். அவர்களைவிட ஆற்றலில் சிறந்தவர்களை தம்மோடு வைத்துக்கொள்கிறார்கள். பிரமாதமான ஆற்றல் கொண்டவர்களைத் தேடிப் பிடித்துச் சேர்த்துக்கொள்கிறார்கள். இதன் விளைவு என்ன என்கிறாயா? தம்மோடு இருப்பவர்களை அவர்கள் நம்ப முடிகிறது. அவர்களுடைய திறமைகள் மீது நம்பிக்கை வருகிறது.

நம்மிடம் யாருக்காவது நம்பிக்கை இல்லையென்றால் இந்தப் பிரச்சினையைத் தீர்த்து வைக்க வேண்டும். அப்படி முடியாது எனும்போது அவர்களிடமிருந்து விலகிப் போய்விட வேண்டும். எங்கே நமது திறமைகளும் பாண்டித்தியமும் அங்கீகரிக்கப்படுமோ அங்கே போய்ச் சேர்ந்துவிட வேண்டும்.

பணி புரியும் இடத்தில் உன்னுடைய ஆற்றல்களை வெளிப்படுத்தச் சந்தர்ப்பங்கள் இருக்க வேண்டும். மேலும் வளர்வதற்கான சாத்தியங்கள் இருக்க வேண்டும். உன் திறமைகள் மீது நம்பிக்கை இல்லையென்றால் இடத்தைக் காலி செய்துவிடு. அதுதான் இருவருக்கும் நன்மை தரும் செயல். உன் மீது நம்பிக்கை வைத்திருப்பவர்கள் மத்தியிலன்றி உன்னுடைய ஆற்றல்கள் முழுமையாக வெளிப்பட வேறு எந்த இடத்திலும் சாத்தியமில்லை.

இவன் வெற்றியடையப் போகிறான் என்று பிறரால் வாக்களிக்கப்பட்டவன்

ஒருவருடைய நம்பிக்கையைச் சரியாக அளந்தெடுக்க முடியும் என்றால் அவரால் என்ன செய்ய முடியும் என்பதைத் துல்லியமாகக் கணித்துவிட முடியும். வெகு குறைவான அளவில் தன்னம்பிக்கை கொண்டவர்கள் அல்லது தன்னம்பிக்கை எள்ளளவும் இல்லாதவர்கள் ஆகியோரிடம் அவர்களது முயற்சியைக்கொண்டு சாதிப்பது ஏதுமிருக்காது. மாறாக வலுவான தன்னம்பிக்கைகொண்டவர், அதீத அளவில் நம்பிக்கை வைத்திருப்பவர்கள் சாதனைகளுக்கு எல்லையே இருக்காது. ஆரிஸன் மார்டன் எழுதுவார்

நம் வாழ்க்கை சாதாரணமானதாவதும் பிரமாதமானதாவதும் சிறந்ததும் சிறப்பற்றதும் ஆவதும் எந்த அளவுக்கு நம் நம்பிக்கை ஆழ்ந்தும் வலிமையாகவும் இருக்கிறது என்பதைப் பொறுத்தது.

— ஆரிஸன் ஸ்வெட் மார்டன்

இவன் தேர்ந்துவிடுவான் என்று உயர்நிலைப் பள்ளியில் ஆசிரியர்கள் மாணவர்களைப் பற்றிச் சொல்வதைக் கேட்டிருக்கிறோம். அவர்களுடைய எதிர்காலம் பிரகாசமாக இருக்கிறது என்பது அதன் பொருள். சரியான தோற்றம், விளையாட்டில் திறமை, கூடவே படிப்பில் சுட்டியாக இருப்பவர்களைப் பார்த்துச் சொல்வது அது. ஆனாலும் இது யாருக்கு மிகச் சரியாகப் பொருந்தும் என்பதற்கான என் விடை வேறு. யாரொருவர் அதிகம் தன்னம்பிக்கை வைத்திருக்கிறாரோ யாரொருவர் பின்வாங்க மாட்டாரோ அவர்தான் தேறப் போகிறார். எனவே யார் தேறப் போவது என்பதைப் பற்றிய வாக்கெடுப்பு நடக்குமானால் உனக்கே உன் வாக்கை அளித்துக்கொள். ஏன் என்கிறாயா?

நம்பிக்கை இருந்தால் நீ வெற்றியடைவதற்கான சாத்தியங்கள் அதிகம்.

மீள்பார்வை

1. நம்பிக்கை என்பது காணாததையும் விளக்க முடியாததையும் நம்புவது.

2. நம்பிக்கை ஆத்மீகமானது. மகிழ்வான திருப்தியான வாழ்வுக்கும் நிறைவான மனதுக்கும் இன்றியமையாதது.

3. நம்பிக்கை வாழ்வுக்குப் பொருள் தருவது. திசை காட்டுவது.

4. மனம் எதைப் பார்க்க முடியுமோ அதை நான் அடைய முடியும்.

5. நம்பிக்கை வலுவான சக்தி. அது ஆக்கவும் செய்யும். அழிக்கவும் செய்யும். பலம் தரும். பலவீனமும் தரும். ஆரோக்கியம் தரும். வியாதியும் தரும். நாம் எதன் மீது நம்பிக்கை வைக்கிறோமோ அது எந்த அளவுக்குச் சாத்தியம் என்பதைப் பொறுத்தது அது.

6. கடப்பாட்டோடு இருப்பது நம் செயல்கள் மீது நமக்கு நம்பிக்கை வைத்திருப்பது.

7. நம்பிக்கையை வளர்த்துக்கொள்ள வேண்டுமானால் அதைப் பயன்படுத்திக்கொள்ள வேண்டும். பழக்கத்துக்குக் கொண்டுவர வேண்டும்.

8. தன்னம்பிக்கை இருந்தால் நம்மை யாரும் எதுவும் தடுத்து நிறுத்த முடியாது. உள்ளார்ந்த நம்பிக்கை புற உலகில் சாதனைகளாக வடிவெடுக்கிறது.

9. நம்பிக்கையும் செயலாற்றலும் பயமெனும் நோய்க்கு நிவாரணம்.

10. நம்பிக்கை + செயல் = பலன்கள்

11. உன் மீது நம்பிக்கை வைத்திருப்பவரோடு பழகு. நீ யார் மீது நம்பிக்கை வைத்திருக்கிறாயோ அவர்களோடு இரு.

12. நம் நம்பிக்கையும் எந்த அளவுக்கு வெற்றியடையப் போகிறோம் என்பதற்கும் இடையே ஒரு நேர்விகிதம் இருக்கிறது.

செயற்படிகள்

1. நம்மை நாமே எடை போட்டுக்கொள்வோம். நீ நம்பிக்கை கொள்ளக்கூடியவனா?

2. நம்பிக்கையை உன் வாழ்வில் எப்படியெல்லாம் பயன்படுத்திக்கொள்ள முடியும் என்று எழுதிப் பார். நம்பிக்கையை வழக்கமாகக்கொள்ளும்போது அதன் பயன்கள் என்னவாக இருக்க முடியும் என்று நினைத்துப்பார். உன் விடையைக் கீழ்க்காணும் தலைப்புகளுக்குப் பொருத்தமாகப் பகுத்துக்கொள்.

   அ. கடவுள் நம்பிக்கை
   _____
   _____
   _____
   _____

   ஆ. உன் மீதே வைத்திருக்கும் நம்பிக்கை
   _____
   _____
   _____
   _____

   இ. பிறர் மீது வைத்திருக்கும் நம்பிக்கை.
   _____
   _____
   _____
   _____

10
தருவதன் மாயம்

கொடைத் தன்மையே செல்வந்தனாக்கிக்கொள்கிறது.
கஞ்சத்தனம் ஏழையாக்கிக்கொள்கிறது.

—— அமாஸ் லாரென்ஸ்

தருவதற்குக் கற்றுக்கொள்வதால் நமக்கும் பிறருக்கும் வியத்தகு பலன்கள் விளைகின்றன. நம்மையே தந்துவிட முடிவது நாம் தருவதில் பிரமாதமானதாகும். நம்மைச் சிறந்தவர்களாக்குகிறது. அதே சமயம் வேறு சில சாதகங்களும் இதில் இருக்கின்றன. நம்மை முன்னேற்றிக் கொள்ள முயற்சிசெய்து கொண்டிருக்கும் போது பிறருக்கு உதவி செய்யவும் பெற்றுக்கொள்ளுமுன் கொடுக்கத் தெரிந்து கொள்வதும் மிக முக்கியமான கோட்பாடுகளாகும்.

தன்னலம் கொண்டவராக இருந்து கொண்டு தான் என்ற அகந்தையோடு இருப்பதை விடுத்துப் பிறருக்கு நாம் என்ன தர முடியும் என்று கூர்ந்து கவனிப்பது வாழ்விலிருந்து அதிக பட்சம் நாம் என்ன பெற்றுக்கொள்ள முடியும் என்பதற்கான சீரிய வழியாகும். வியாபாரமாகட்டும், உறவு முறைகளாகட்டும், கல்வியாகட்டும் அல்லது வேறு எந்தத் துறையாக இருந்தாலும் சரியே முதலில் தந்து பார். பலன்கள் தானாகப் பிறகு வந்து சேர்கின்றன.

தருவதன் விதிகள்

தருவதன் விதிகளை முழுக்கப் புரிந்துகொள்ள வேண்டுமெனில் சம்பந்தப்பட்ட கொள்கைகளை விவரிக்கிறேனே. எங்கே

எப்போது தருவது என்று வருகிறதோ அப்போதெல்லாம் இந்த விதிகள் பொருத்தமானவையாகின்றன.

முதல் விதி பரிவர்த்தனை விதியாகும். காரணம், விளைவு ஆகியன விதியின் இன்னொரு வடிவம். எதைத் தருகிறோமோ அதைத் திரும்பப் பெற்றுக்கொள்கிறோம் என்பதுதான் இந்த விதியின் அடிப்படை. விவிலியத்தில் பழமொழிகள் என்ற பகுதியில் இந்த வாசகம் அமைந்திருக்கிறது. யாரொருவன் விதைக்கிறானோ அவனே அறுவடையும் செய்கிறான். அன்பைத் தந்தால் அன்பைப் பெற்றுக்கொள்கிறோம். வெறுப்பைக் காட்டினால் வெறுப்பைச் சம்பாதித்துக் கொள்கிறோம். எனவே நல்லது எதையாவது பெற்றுக்கொள்ள வேண்டும் என்றால் முதலில் நல்லது எதையாவது தர வேண்டியிருக்கிறது. அதிக பட்சம் சாதிக்க விரும்புகிறவனுக்கு இது மிக முக்கியமாகிப்போகிறது. ஏனென்றால் எந்த அளவுக்கு அதிகம் தருகிறானோ அந்த அளவுக்கு அதிகம் பெற்றுக்கொள்ளப் போகிறான். எந்த அளவுக்கு முயற்சியைத் தருகிறோமோ அந்த அளவுக்குப் பலன்களை அனுபவிக்கப் போகிறோம். வெயின் பெர்ரி என்பவர் ஆஸ்திரேலியாவின் விற்பனைச் சித்தாந்த மேதை. இதைத்தான் தன் சித்தாந்தத்துக்கு அடிப்படையாக வைத்திருக்கிறார். முதலில் வாடிக்கையாளருடைய அனைத்துத் தேவைகளையும் கவனிக்க வேண்டும் என்பார். அப்போது நமக்குக் கிடைக்க வேண்டிய பலன்கள் தாமாகக் கிடைத்துவிடுகின்றன என்கிறார்.

இரண்டாவது விதி அதிகரிக்கும் லாபம் என்பதாகும். அதாவது எதையாவது தருகிறாய் என்றால் திரும்பி வரும்போது அது பல மடங்காகிப் போய் வருகிறது என்பதாகும். உன்னிடம் திரும்பி வருவது நீ தந்ததைப்போலப் பல மடங்கு. வளமான மண்ணில் ஒரு தானிய மணியை விதைத்தால் அதற்குச் சரியான நீர்விட்டுப் பராமரித்தால் அதற்குச் சரியான சூரிய ஒளியும் கிடைக்கும்போது திரும்ப அது பல மடங்காகிப் போகிறதல்லவவா? முயற்சி மெய்வருத்தக் கூலி தரும். சரியான செயல்கள் எண்ணங்களின் விதைகளை விதைப்போர் அப்படியே சரியான அறுவடையைப் பெறுவார்கள்.

இவை மனிதன் செய்த விதிகள் அல்ல. இவை இயற்கையின் விதிகள். எல்லா ஜீவன்களுக்கும் பொதுவானவை. எளிமையாகத் தெரியலாம். வெளிப்படையாகத் தெரியலாம். ஆனாலும் வாழ்வில் பல பாகங்களில் அவற்றைப் பின்பற்றும்போது பலன்களோ வியப்பைத் தருகின்றன. அவற்றைப் பின்பற்றும் போது பலன்கள் நமக்கு மட்டுமேயன்றி நம்மோடு தொடர்பு கொள்ள வரும் அனைவரும் பெற்றுக்கொள்கிறார்கள். இந்த விதிகளைப் பின்பற்றும்போது விதைத்ததையே அறுவடை செய்கிறோம். அதுவும் பல மடங்காக.

நாம் எந்த அளவுக்குத் தகுதியானவர்களோ அந்த அளவுக்குப் பலன்கள் கிடைக்காமல் போகலாம். எந்தப் பலனும் இல்லாமல் கடும் உழைப்பைத் தருகிறோமே என்று நினைத்திருக்கலாம். அப்படித்தான் என்றால் முதலில் நமது செயல்திட்டம் சரியானதுதானா என்பதைப் பரிசீலித்துப் பார்க்க வேண்டும். சரிதான் என்றால் தொடர்ந்து உழைக்க வேண்டும். போகப் போக எந்த வித்தகு பலன்களை எதிர்பார்க்கிறோமோ அது கையகப்படுகிறது. ஒரு விவசாயி ஒரு சமயத்தில் குறைவான அறுவடை பெறுகிறான். கால நிலை மோசமானதாயிருக்கலாம். ஆனாலும் சரியான காரியத்தைச் சரியான காலத்தில் செய்தால் முடிவில் பெரும் அறுவடை பெறுவான். முயற்சியைச் செலுத்தும்போது நமக்கு வெகுமதி நிச்சயம் என்பதை உண்மையாக நம்ப வேண்டும்.

பல விஷயங்களிலும் நம் முயற்சிகள் கனிந்து பலன் தரக் கால அவகாசம் தேவைப்படுகிறது. எனவே உடனடியான பலன்கள் கிடைக்கின்றனவா என்று பார்க்காமல் தொடர்ந்து உழைக்க வேண்டும். சில சமயம் பலன்கள் வெளிப்படையாகத் தெரியாமல் போய்விடலாம். அல்லது கண்ணுக்குத் தெரியாதவையாக இருக்கலாம். உதாரணமாக இளைஞர்களோடு இணைந்து அவர்களுக்குத் துணையாக சமூகப் பணியாற்றும் போது சில பலன்கள் வெளிப்படையாகத் தெரியலாம். ஓர் இளைஞனுடைய உடனடிப் பிரச்சினையைத் தீர்த்து வைத்திருக்கலாம். எதிர்காலத்தில் இந்த உதவி அவனுக்கு எந்த அளவுக்கு பெரியதொரு சாதகமாக அமைகிறது என்பது அப்போது

நமக்குத் தெரியாமல் போகலாம். வெகு சுலபத்தில் ஒருவர் வாழ்க்கைப் பாதையைச் சரியான திசையில் செலுத்தியிருக்கலாம். அது நமக்குத் தெரியாமலேயே போய்விடலாம். சரியான காரியத்தைச் செய்வதன் மூலமும் உழைப்பைத் தருவதன் மூலமும் விலை மதிப்பற்ற வெகுமதிகளைச் சம்பாதித்திருப்பாய். உனக்கே சிரமம் என்று வரும் வரை கொடுத்துக்கொண்டே இரு. பிறகு சிறிய காத்திருப்புப் போதும். சற்றே எதிர்பார்ப்பு இருந்தால் போதும். வெகுமதிகள் வெள்ளமெனப் பாய ஆரம்பித்துவிடும். நன்றியோடு கொடுத்துக்கொண்டிரு. எப்படி அது தாமாகத் தம்மைப் பார்த்துக் கொள்கின்றன என்பதைப் பார்ப்பாய்.

வாழ்விலிருந்து மேலும் மேலும் பெற்றுக்கொள்வது

எந்த அளவுக்குப் போடுகிறாயோ அந்த அளவுக்குத் திரும்பப் பெற்றுக்கொள்கிறாய். இது வெகு காலமாகச் சொல்லிக் கொண்டிருப்பதுதான். நிறைய அர்த்தம் பொதிந்த வார்த்தைகள். பரிவர்த்தனை விதியை நினைவில் வைத்திரு. வாழ்விலிருந்து அதிகம் பெற வேண்டும். என்றால் வாழ்வுக்குள் அதிகம் கொட்ட வேண்டும்.

எதைத் தந்தாலும் சரியே, அது உனக்குத் திரும்ப வந்து சேர்கிறது.

— எஸ்டீ. லாடர்

உன்னுடைய உலகைச் சரியாகப் பார்த்துக்கொள். உன் வாழ்விலிருந்து கிடைக்க வேண்டியது கிடைக்கிறதா? இல்லையென்றால் மனமார அதில் ஈடுபாடு உனக்கு இல்லையென்றுதான் பொருள். 100 சதவிகிதம் ஈடுபாட்டோடு நீ காரியமாற்றவில்லை. பலரும் தம் வாழ்வில் அதிருப்தி கொண்டிருப்பதைப் பார்க்கிறேன். அவர்கள் திட்டமிட்டபடி ஏன் எதுவும் நடப்பதில்லை என வியந்து நிற்கிறார்கள். என்ன தவறு செய்கிறோம் என்பதைத் தெரிந்துகொள்ளத் துடிக்கிறார்கள்.

வாழ்வின் எந்தப் பகுதியிலிருந்தாவது சரியான பலன்கள் கிடைக்கவில்லை என்றால் அந்தப் பகுதியில் எந்த அளவுக்குச் சிரத்தையும் உழைப்பும் தேவையோ அந்த அளவுக்கு நீ

செலுத்துவதில்லை என்றுதான் பொருள்படுகிறது. சில உதாரணங்களைப் பார்க்கலாமே.

1. பணி

தினமும் வேலைக்குப் போவது. குறைந்த பட்சம் எந்த அளவுக்கு வேலை செய்ய வேண்டுமோ அந்த அளவுக்குச் செய்வது என்றிருந்தால் பணியிலிருந்து கிடைக்கும் பலன்களும் குறைந்தபட்ச அளவில்தான் இருக்கும். செய்ய வேண்டியதை மட்டுமே செய்வது என்பதில் கவனமாக இருக்கிறார்கள். கடிகாரத்தைப் பார்த்து வேலை செய்வது, கூடுதல் வேலையைத் தவிர்த்துவிடுவது என்றிருப்பவர்கள் தோல்வி அடைகிறவர்கள். எப்போதும் தன்னால் முடிந்த அளவுக்குச் சிறப்பான பங்களிப்பு அளிக்கிறவர்கள். எப்போதும் முன்னேற்றத்தில் கவனம் வைத்திருப்பவர்கள். என்றிவர்கள் மேலும் மேலும் திறமைகளை வளர்த்துக் கொள்கிறார்கள். போகப் போகப் பலன்களை அதிக அளவில் பெறுகிறார்கள்.

முடிந்த அளவுக்கு மேலும் சிறப்பாகப் பணியாற்றிக் கொண்டிருக்கிறோம் என்று தெரிந்து வைத்திருப்பதே ஒரு பெருமிதத்தைத் தருகிறது. திருப்தியைத் தருகிறது. நம் அறிவும் திறன்களும் அபிவிருத்தி அடைகின்றன. பணி சுவையான அனுபவமாகிறது. மற்றவர்களை விட நமது பணி நமக்கு ஏற்புடையதாக அமைந்துவிடுகிறது. யாரும் தம்மால் முடிந்த அளவு சிறப்பாகப் பணி புரியும் போது பணத்தளவிலும் மனத்தளவிலும் அதிகம் பெற முடிகிறது.

சராசரியான எவரும் தம் திறமையில் 25 சதவிகிதத்தை மட்டுமே தம் பணியிடத்தில் செலுத்துகிறார்கள். 50 சதவிகிதத்துக்கு மேல் தருகிறவர்களை உலகம் மதித்து வணங்குகிறது. வெகு சிலரே 100 சதவிகிதம் திறனைப் பணியில் ஈடுபடுத்துகிறார்கள். அவர்கள் அரிதானவர்களாகவே இருக்கிறார்கள். அப்படிப்பட்டவரைத் தலைமேல் வைத்துக்கொண்டாடுகிறார்கள்.

-- ஆண்ட்ரூ கார்னஜீ

2. மக்கள் தொடர்பு

மக்கள் தொடர்புத் துறையில் பணியாற்றுகிறவர்கள் பிறரோடான உறவிலிருந்து அதிகப் பலன் பெற வேண்டுமானால் தருவதற்குத் தயாராக இருக்க வேண்டும் என்று சொல்வார்கள். பரஸ்பரம் தந்து பெற்றுக்கொள்ளும் உறவுதான் மிகப் பலமான உறவாக அமைகிறது. மாறாக, இருவரும் மற்றவரிடமிருந்து பெற்றுக்கொள்வதிலேயே குறியாக இருந்தால் அந்த உறவு வெகு சீக்கிரத்தில் கசந்து போய்விடுகிறது. சுயநலம் உறவைக் கெடுத்துவிடுகிறது. இதில் எனக்கு என்ன கிடைக்கும் என்பதுதான் அவர்கள் நோக்கமாக இருக்கிறது. அதுதான் காரணம்.

நண்பர்கள், குடும்பத்தினர், வாழ்க்கைத் துணைவர் என்று எல்லோருக்கும் நாம் தருவது அதிகம் என்றிருந்தால் அதன் பயன்கள் எந்த அளவுக்கு இருக்கும் என்பதை நினைத்துப் பார். பிறரோடான உறவும் நட்பும் வாழ்வில் முக்கியமான அம்சங்கள். பலருக்கு அதன் அருமை தெரிந்திருப்பதில்லை. அவற்றை உதாசீனம் செய்கிறார்கள். அதைப் பராமரித்து வைக்கவோ முன்னேற்றிவைக்கவோ முயற்சிகள் ஏதும் எடுத்துக்கொள்வதில்லை. பிறர் மீது இன்னும் கொஞ்சம் கவனம் செலுத்தி அவர்களுக்காகச் சில முயற்சிகளை மேற்கொண்டால் அவர்களோடான உறவு எந்த அளவுக்குப் பலன் தருவதாக அமையும் என்பதை நினைத்துப் பார். எந்த அளவுக்கு அந்த உறவில் சௌகரியமும் சௌஜன்யமும் இருக்கும் என்பதை நினைத்துப் பார். வாழ்விலிருந்து அதிகம் கிடைக்குமல்லவா? கண்டிப்பாகக் கிடைக்கும்தான். நெருங்கிய நண்பர்கள் பலர் வந்து சேர்வார்கள். உடன் பணியாற்றுகிறவர்கள் அனுசரணையாக இருப்பார்கள். திருமண வாழ்க்கை மகிழ்ச்சியாக அமையும்.

3. ஆரோக்கியமும் உடல் நலமும்

உடல் நலத்தையும் ஆரோக்கியத்தையும் சிறப்பாக வைத்துக் கொள்வதற்கான உழைப்பைத் தந்துவிடும்போது என்னென்ன நன்மைகள் கிடைக்கும் என்கிறாய்? சக்தி பல மடங்கு பெருகும். ஆர்வம் பெருகும். வாழ்வின் எல்லாப் பகுதிகளிலும் நலன்கள் பல விளையும்.

நோயும் பிணியும் கடந்த காலச் சமாச்சாரமாகிப் போகும். உடல் அதன் அருமையான இயல்போடு இயங்க ஆரம்பித்துவிடும். வாழும் முறையில் ஆரோக்கியம் ததும்பி வழியும். மகிழ்ச்சி நிறையும். ஆரோக்கியம் உடல் நலம் பற்றிக் கருத்துச் செலுத்தும் போது உன்னை யாரும் எதுவும் தடுத்து நிறுத்திவிட முடியாது. உணவிலும் உடற்பயிற்சியிலும் சற்றே கூடுதல் கவனம் செலுத்தினால் அது போதும்.

ஆரோக்கியக் குறைவே வாழ்வில் நிறைவு காண்பதற்குப் பெரும் தடையாகப் பலருக்கும் அமைந்துவிடுகிறது. அவர்களுடைய கவலைகள் பலவற்றுக்கும் காரணமாகிப் போகிறது. இவற்றைச் சரியான முறையில் கவனித்துக்கொண்டால் அதன் பலன்கள் பல தரப்பட்டதாகவும் நீடித்தும் அமைந்துவிடும்.

இப்படி பணி, பிறரோடான இணக்கம். ஆரோக்கியம் ஆகிய மூன்று விஷயங்களில் சற்றே கவனம் செலுத்தினால் வாழ்விலிருந்து அநேகம் பயன்களைப் பெற்றுக்கொள்ள முடியும். அப்படியே வாழ்வின் பல கூறுகளிலும் சற்றே கூடுதல் கவனம் செலுத்தினால் அதன் விளைவாக எந்த அளவுக்குத் திருப்தியும் மகிழ்ச்சியும் கொள்வாய் என்பதைச் சற்றே நினைத்துப் பார். வேண்டியதெல்லாம் சற்றே கூடுதல் கவனம் மட்டுமே. சற்றே கூடுதல் முயற்சிகள் மட்டுமே. சற்றே கூடுதல் உழைப்பு மட்டுமே. கொஞ்சம் கூடக் கொடுத்தால் வியத்தகு அளவில் சாதிக்க முடியும்.

சரியான காரணத்துக்காகக் கொடு

Life is Tremendous என்ற புத்தகத்தில் சார்லி ஜோன்ஸ் எழுதுகிறார். "தலைமைப் பண்பு என்பது எதிர்பார்ப்பில்லாது கொடுப்பதில்தான் இருக்கிறது. ஏதாவது கிடைக்க வேண்டும் என்ற எதிர்பார்ப்போடு எதையும் தரும்போது உண்மையாக எதையும் நீ தருவதில்லை. வியாபாரம்தான் நடக்கிறது."

கொடுப்பதையும் பெற்றுக்கொள்வதையும் பற்றிப் பேசும்போது இதைப் பற்றி விவாதிப்பது சுவையாக இருக்கும். கொடுப்பதற்காகவே கொடுப்பது என்பது அதனளவில் மிக

நன்மையான விஷயம். கொடுப்பதே நல்ல காரியமாகிப் போகிறது. பங்களிப்பாளர்களாகிப் போகிறோம். நண்பர்கள் மற்றும் உறவினர்களைப் பற்றி அக்கறை கொண்டவர்களாகிப் போகிறோம். முன்பின் தெரியாதவர்களைப் பற்றிய அக்கறையும் கொண்டவர்களாகிப் போகிறோம். சார்லி சொல்வதைப் போலத் தலைமைப் பண்பு கொண்டவர்களாகிப் போகிறோம்.

அப்படிக் கொடுக்கும்போது சரியான காரணங்களுக்காகக் கொடுப்பவர்களாக இருக்க வேண்டும்.

கொடுப்பவனாக இருந்துவிடு. பெற்றுக் கொள்கிறவனாக இருக்காதே. உன்னுடைய உலகத்துக்குப் புதியதொரு அர்த்தம் கிடைத்துவிடும். மகிழ்ச்சி நிறைந்த உலகம். ஆனந்தமான உலகமாகிப் போகும். பிறர் மீது அக்கறை கொண்டவர்களாகிப் போய்விட வேண்டும். மற்றவர்களைப் பற்றியும் அவர்களுக்கு என்ன தரலாம் என்பதைப் பற்றியும் நினைக்கிறவர்களாகிப் போவோம். நம்மைப் பற்றி நினைக்கமாட்டோம். பிறகே தருவதன் மாயம் புரியும்.

உண்மையாக, சுயநலமில்லாமல் தருகிற சக்தியுடையவர்களுக்கே வாழ்வில் ஆழ்ந்த ஆனந்தம் இன்னதெனத் தெரியும். உண்மையான நிறைவேற்றம்.

-- ஆந்தனி ராபின்ஸ்

உடனடியாகப் பலன்களை எதிர்பார்க்கும் வகையில் ஏமாற்றம்தான் மிஞ்சும். உதாரணமாக எப்போதும் பிறருக்குச் சகாயமான காரியம் என்று நினைப்பவற்றையே செய்கிறார் என்று வைத்துக் கொள். அப்படி நல்லதையே செய்கிறவருக்குப் பாராட்டுகள் உடனடியாகக் கிடைப்பதில்லை. தன்னை எடுப்பார் கைப்பிள்ளையாக எடுத்துக்கொண்டுவிட்டார்களோ என்ற சந்தேகம் வந்துவிடுகிறது. யாரும் தன் கடும்உழைப்பைப் பாராட்டுவதில்லையே என்ற விரக்தி வந்துவிடுகிறது. இந்தப் பொறிக்குள் சிக்கிக்கொள்ளாதே. எப்போதும் உடனடியாக அங்கீகாரத்தையும் பாராட்டையும் எதிர்பார்க்காதே. மகிழ்வோடு வாழ்வுக்குப் பங்களிப்பவனாக இருந்துவிடு.

பிறருக்குக் கொடுப்பதில் மிகுந்த மகிழ்ச்சியைப் பெறுவாய். அப்படியே வாழ்வில் சாதிப்பதைக் கொண்டும் மகிழ்ச்சியைப் பெறுவாய்.

தாராள மனோபாவம்

இப்போதெல்லாம் பலருக்கும் ஒருவிதமான பற்றாக்குறை மனோபாவம்தான் இருக்கிறது. வாழ்வில் எதுவும் சுலபத்தில் கிடைப்பதில்லை என்றுதான் நினைக்கிறார்கள். குண்டுச் சட்டிக்குள் குதிரை ஓட்ட வேண்டியிருக்கிறது என்றுதான் நினைக்கிறார்கள். உன்னைப் பிடி என்னைப் பிடி என்று எங்கே பார்த்தாலும் ஒரே போட்டியும் பொறாமையும் என்கிறார்கள். கிடைத்ததைப் பிடித்து வைத்துக்கொள்ள வேண்டும் என்கிறார்கள். அவரவருக்குக் கிடைப்பதை அப்படியே பிடித்து வைத்துக்கொள்ள வேண்டும் என்ற மனப்பாங்குதான் இருக்கிறது. அவர்களுடைய நோக்கமே தப்பிப் போவதற்கு முன் என் பங்கை எடுத்துக்கொள்ள வேண்டும் என்பதுதான். எதுவும் அளவாகவே இருக்கிறது என்ற மனப்பான்மை ஆத்மா, நெஞ்சம், மனத்தளவில் ஏழ்மையைத்தான் கொண்டு வருகிறது. இப்படிக் கிடைத்ததைத் தொற்றிக்கொள்ள வேண்டும் என்ற நவீன மனப்பான்மை நமக்கும் தொற்றிக்கொள்ளாமல் இருக்க மிகவும் கவனமாக இருக்க வேண்டியிருக்கிறது.

இப்படிப்பட்ட, பற்றாக்குறை மனப்பான்மை உள்ளவர்களுக்கு இந்த உலகம் செல்வம் சேர்ப்பதற்குக் குறைவான சந்தர்ப்பங்கள் கொண்டதாகத்தான் இருக்கிறது. அந்தச் சந்தர்ப்பங்களும் அன்றாடம் குறைந்துகொண்டே இருப்பதாகத் தெரிகிறது. அவர்கள் அடிக்கடி சொல்வதைத்தான் கேட்டிருக்கிறோமே! "பணம் சம்பாதிப்பது நாளுக்கு நாள் சிரமமாகிக் கொண்டே இருக்கிறது." என்கிறார்கள். "சந்தர்ப்பமே கிடைப்பதில்லை" என்கிறார்கள். இதை விட உண்மைக்குப் புறம்பானது வேறு எதுவும் இல்லை. இப்படியெல்லாம் சொல்லித் திரிகிறவர்கள் குகைப் பார்வை பார்க்கிறவர்கள். தம்மைச் சுற்றிச் சந்தர்ப்பங்கள் எத்தனை அநேகம் இருக்கின்றன என்பது அவர்களுக்குத் தெரிவதே இல்லை. போட்டியின்

போக்கில் தத்தளித்துக் கொண்டிருக்கிறார்கள். அன்றாட வாழ்வின் சலிப்பில் சிக்கித் தவிக்கிறார்கள். வெற்றிபெறுகிறவர்கள் தம்மைச் சுற்றிலும் எத்தனை சந்தர்ப்பங்கள் இருக்கின்றன என்றுதான் பார்க்கிறார்கள்.

உலக அளவில் பணமதிப்பு வீழ்ச்சி அவர்களுக்கு ஒரு சால்ஜாப்பு. அல்லது மிதமான வளர்ச்சிதான் எங்கும் என்கிறார்கள். ஆனால் எப்போது சிரமங்கள் அதிகமோ அப்போது சரியான திருஷ்டி கொண்டவர்கள் தமக்குச் சாதகமான சந்தர்ப்பங்களைத் தெளிவாகப் பார்க்கிறார்கள். பிறரோ சுற்றிலும் சூழும் இருட்டைத்தான் பார்க்கிறார்கள். பணவீக்கம் அதிகமோ குறைவோ அது பொருட்டில்லை. இவையெல்லாம் சாக்கு போக்கைத் தேடுகிறவர்களுக்கு வசதியாகக் கிடைக்கும் சாக்கு போக்குகள்தான். ஏதோ ஒரு சுவர் மறைப்புத் தெரிந்தால் போதும் அதற்குப் பின்னால் போய் ஒண்டி மறைந்துகொள்ளலாம் என்று நினைக்கிறவர்கள். ஏதாவது ஒரு சாக்குக் கிடைக்க வேண்டும் என்று திரிந்தால் எத்தனையோ கிடைக்கும்தான். அது வெற்றிக்கான சாக்காக இருக்கலாம். அல்லது தோல்விக்கானதாக இருக்கலாம்.

இந்தப் பொருளாதாரக் கொள்கைகள் எல்லாம் எப்படித் தருவதன் மாயத்தோடு தொடர்புடையவையாகின்றன?

எளிமையாகச் சொல்ல வேண்டுமானால் செய்வதற்கு எத்தனையோ காரியங்கள் இருக்கின்றன என்பதைத் தெரிந்துகொள்ள வேண்டும். பிறரோடு பங்கிட்டுக்கொள்ள எத்தனையோ இருக்கின்றன என்பதைத் தெரிந்துகொள்ள வேண்டும். இந்த உலகத்தில் சந்தர்ப்பங்கள் அநேகம் என்பதையும் செல்வம் எல்லையற்றது என்பதையும் தெரிந்து வைத்திருப்பவர்கள் கொடுப்பதற்குத் தயங்கமாட்டார்கள். தம்மிடம் இருப்பதைப் பிறரோடு பகிர்ந்து கொள்வார்கள். அவர்களுடைய உலகம் வெற்றி - வெற்றி உலகம். செய்வதற்கு எத்தனையோ இருக்கின்றன. பிறருக்குத் தருவதை வழக்கமாகக் கொண்டிருப்பவர்கள் அப்படித் தருவதற்கு இன்னும் இன்னும் வந்துகொண்டே இருக்கும் என்பதை உணர்ந்திருப்பவர்கள். எந்த அளவுக்குத் தருகிறோமோ அந்த அளவுக்குப்

பெற்றுக்கொள்கிறோம் என்பது அவர்களைப் பொறுத்த அளவில் வெகு நிதரிசனம்.

தாராள சிந்தனையின் விதைகளை ஏராளமாக விதைக்கும்போது வளத்தையே அறுவடை செய்வோம். ஆனால் நீசத்தனமான கஞ்சத்தனமான கிள்ளிப் போடுகிற சிந்தனை விதைகளை விதைத்தால் அறுவடையும் மிக ஏழ்மையானதாகத்தான் இருக்கும்.

-- அரிஸன் ஸ்வெட் மார்டன்

எல்லாம் ஒரு சமநிலைதான்

தருவதும் பெற்றுக்கொள்வதும் சமன்படும்போதுதான் இந்த உலகம் இயங்க முடியும். நம் சுற்றுச் சூழலிலிருந்து எடுத்துக்கொள்வது மட்டுமே என்றிருந்தால் விளைவுகள் மோசமாகத்தான் இருக்கும். தாக்குப் பிடிக்க முடியாது. மண்ணிலிருந்து எப்படி எடுத்துக்கொள்கிறோமோ அப்படித் தந்துவிடவும் வேண்டும். எடுத்ததைத் திரும்பத் தர வேண்டும். வருடா வருடம் அறுவடை செய்கிற விவசாயி அவ்வப்போது சரியான ஊட்டத்தை மண்ணுக்குத் தர வேண்டும் என்பதைத் தெரிந்துதான் வைத்திருக்கிறான். அப்படி மண்ணை வளமாக்காவிட்டால் வருடா வருடம் கிடைப்பது குறைந்து போய்க்கொண்டே இருக்கும் என்பது அவனுக்குத் தெரியும். மண்ணுக்கு எப்படியோ அப்படியேதான் வாழ்வுக்கும்.

உறவுகள் தொடர்புகள் பற்றிஏற்கனவே சொல்லியிருக்கிறேன். என்றாலும் இன்னும் சில விவரங்களைச் சொல்ல வேண்டியிருக்கிறது. ஒன்றாக வாழ்கிறவர்கள், ஒன்றாகப் பணியாற்றுகிறவர்கள் ஒருவருக்கொருவர் கொடுக்கவும் ஒருவரிடமிருந்து மற்றவர் பெற்றுக்கொள்ளவும் செய்யத்தான் வேண்டும். ஒரு பக்கத்தில் எடுத்துக்கொள்வது மட்டுமே, தருவது ஏதுமில்லை எனும்போது மறுபக்கத்தில் இருப்பவர்கள் அவர்களை விட்டு விலகிப் போய்விடுவார்கள். எப்போதும் வசவுதான். எப்போதும் உதாசீனம்தான் என்றால் அந்த உறவு அவர்களுக்கு எதற்கு? கடைசியில் தந்துகொண்டிருப்பவர் அலுத்துப் போய்விடுவார். எப்போது பார்த்தாலும்

கண்டுகொள்ளாமலேயே இருந்தால் அப்படித்தான் நடக்கும். உறவு முறிந்துவிடும். ஒருவரிடமிருந்து எப்போதும் எடுத்துக்கொண்டே இருப்பது என்று வந்துவிட்டால் அவர்களுடைய தொட்டி வற்றிப்போகும். அவ்வப்போது தொட்டியில் கொட்டி நிறைத்துக்கொண்டே இருக்க வேண்டும். அதாவது மற்றவருக்கு நாமும் அவ்வப்போது கொடுத்துக்கொண்டிருக்க வேண்டும்.

எப்போதும் எடுத்துக்கொண்டே இருப்பவர்கள் - எதையும் தராதவர்கள் - அவர்களைப் பற்றி எண்ணிப் பார். அவர்கள் எப்போதும் கோபத்திலேயே உழல்கிறார்கள். கசந்த மனத்தராக இருப்பார்கள். இவை அவர்களுடைய அடையாளங்களாகிப் போகின்றன. எதுவும் தராமல் எடுத்துக்கொண்டே இருப்பதன் இறுதி விளைவு அதுதான். இப்படிப்பட்டவர்களை நாம் அடிக்கடி சந்திக்கிறோம்தான்.

நம்மிடம் இருப்பதை விட அதிகம் கழித்துக்கொண்டு வந்தாலோ அல்லது எடுத்துக்கொண்டிருந்துவிட்டாலோ நம்மிடம் கழித்தல்குறிதான் மிஞ்சும். எதுவும் தராமல் எடுத்துக்கொண்டே இருப்பவர் தம்மிடமும் தம்மோடு தொடர்புகொள்ள வருகிறவர்களிடமும் ஓர் எதிர்மறை நிகழ்வுத் தொடருக்குக் காரணமாகிப் போகிறார்கள். திருடர்கள் மோசமானவர்கள்தாம். என்றாலும் இன்னொரு வகையில் அவர்கள் சிறந்த உதாரணமாகிப் போகிறார்கள். திருடுகிறவன் தீமையே விளைவிக்கிறான். அவனால் மற்றவர்களிடம் விளைவது இழப்பும் விதிமீறலும் அவநம்பிக்கையும் மட்டுமே.

ஏந்த ஒரு தொடர்பிலும் உறவிலும் எடுத்துக்கொள்வது மட்டும்தான். தருவது ஏதுமில்லை என்றால் நம்பிக்கை இழந்து போய்விடுகிறது. அவரோடு தொடர்பு கொண்டவர்களிடமிருந்து எந்த உதவியும் கிடைக்காது போய்விடுகிறது. விளைவாக அவர்கள் தமக்கென ஒரு பொந்தைப் படைத்துக்கொண்டு அதற்குள் சுருங்கிப் போய்விடுகிறார்கள். அவர்களுக்கு உதவி செய்ய யாரும் முன்வருவதில்லை. அவர்கள் தனிமைப்படுத்தப் படுகிறார்கள்.

தருவது எனும் வெற்றிக்கான வழக்கம்

ஒட்டு மொத்தமாகப் பார்த்தால் சாதனையாளர்கள் அனைவரும் தருகிறவர்கள்தான். எவ்வளவு வாழ்விடம் தருகிறோமோ அதற்கு மேலும் வாழ்விடமிருந்து பெற்றுக் கொள்ளலாம் என்பதைப் பார்த்தோம். எனவே சாதனையாளர்கள் வாழ்வின் பல துறைகளிலும் தருகிறவர்களாக இருக்கிறார்கள் என்பதில் எந்த வியப்பும் இல்லைதான். தருவது எனும் வெற்றிக்கான பழக்கத்தைக் கைக்கொள்கிறார்கள். தமது இலக்குகளை அடைவதற்காக எதைத் தரவேண்டுமோ அதைத் தருவதுடன் மற்றவர்களுக்கும் உதவியாக இருக்கிறார்கள். முக்கியமான காரியங்களுக்காக அவர்கள் எவ்வளவு முடியுமோ அவ்வளவு நேரத்தையும் பணத்தையும் தருகிறார்கள். அப்படிப்பட்ட காரியங்கள் அவர்களுக்கு மனதுக்குப் பிடித்திருந்தால் அதுவே போதும் என்பார்கள்.

CNN Worldwide டெட் டர்னர் என்பவருக்குச் சொந்தமானது. 1997-ல் அவர் ஐக்கிய நாடுகள் அமைப்புக்கு ஒரு பில்லியன் டாலர் நன்கொடையாகத் தந்தார். எதற்காக அவ்வளவு பெரிய தொகையைத் தந்தீர்கள் என்று பத்திரிகையாளர் ஒருவர் அவரைக் கேட்டார். "தருவதற்குக் கற்றுக் கொண்டிருக்கிறேன்." என்பதுதான் அவருடைய பதில். பில் கேட்ஸ் இன்று உலகின் மிகப் பெரிய பணக்காரர்களில் ஒருவர். 15 பில்லியன் அமெரிக்க டாலர்களை பல்வேறு காரியங்களுக்காக நன்கொடையாக அளித்தார். மாணவர்களுக்கு உதவித்தொகை, மருத்துவ ஆராய்ச்சிக்கு நன்கொடை, கல்விக்கான மான்யம் என்றிப்படிப் பல வகைகளிலும் அவர் தந்திருக்கிறார். நல்ல காரியங்களுக்காக ஏராளமான பணத்தை இப்படித் தந்தவர்கள் அநேகம் பேர். ஆன்ட்ரூ கார்னஜி மிகப் பெரிய வியாபார நிறுவனத்தை நடத்தியவர். கடைசியில் சம்பாதித்தது முழுவதையும் தந்துவிட்டவர். அவர் இறந்து பல ஆண்டுகள் ஆயின என்றாலும் அவருடைய தர்ம ஸ்தாபனங்களிலிருந்து இன்றும் பலருக்கு உதவிகள் கிடைத்துக்கொண்டுதான் இருக்கின்றன. 2811 பொது நூலகங்கள் இதில் அடக்கம். ஆசிரியர்களுக்கான ஓய்வூதியத்

தொகையும் அடக்கம். திஹேக் நகரில் சர்வதேச நீதி மன்றம் கட்டுவதற்கும் அவர் நிதியுதவி செய்திருக்கிறார். நமது நாட்டிலும் இப்படியான தர்ம பாரம்பரியம் இருக்கிறது. தேவைப்படுகிறவர்களுக்கு உதவிசெய்த, செய்துகொண்டிருக்கிற பிரபல தொழிலதிபர்கள் பலர் இருக்கிறார்கள். குடும்பங்கள் பல இருக்கின்றன. சமீபத்தில் பல விளையாட்டு வீரர்கள் இந்த வரிசையில் சேர்ந்திருக்கிறார்கள். தம் நேரத்தையும் பணத்தையும் வெகு தாராளமாகவே பிறருக்குத் தந்துதவுகிறார்கள். பார்ப்பதற்கு வெகு நிறைவாக இருக்கிறது. இளைஞர்களுக்குச் சரியான முன்னுதாரணமாக இருக்கிறார்கள்.

தருவதற்கு ஏதுமில்லை எனும் அளவுக்கு யாரும் ஏழையில்லை. பெற்றுக்கொள்ள ஏதுமில்லை எனும் அளவுக்கு யாரும் செல்வந்தரில்லை.

-- போப் ஜான் பால் II

தாராளமானவர்கள் ஒவ்வொருவரும் தம் கனவுகள் மெய்ப்படச் சாதகமான சந்தர்ப்பங்களையும் உதவிகளையும் பெற்றிருப்பதற்கான அதிர்ஷ்டம் தமக்கு இருக்கிறது என்பதை உணர்ந்திருக்கிறார்கள். தாம் பெற்றுக்கொண்ட வெகுமதிகள் சிலவற்றைத் தம்மோடு இருப்போருக்குத் திருப்பி அளிப்பது தம் கடமை என்று நினைக்கிறார்கள். தாராள மனமுள்ளவர்களுக்குச் சரியான அங்கீகாரமும் விளம்பரமும் தர வேண்டும் என்பதுதான் என் தனிப்பட்ட கருத்தாகும். அதிர்ஷ்டம் இல்லாதவர்களுக்கு அல்லது இன்னும் சரியான சந்தர்ப்பம் கிடைக்காதவர்களுக்கு இப்படி உதவிசெய்கிறவர்களைப் பற்றிப் பிறர் தெரிந்துகொள்வதால் எந்தப் பாதகமும் ஏற்பட்டுவிடாது. டெலிவிஷனிலும் பத்திரிகைகளிலும் ஏகப்பட்ட எதிர்மறையான விஷயங்களைப் பார்க்கிறோம், படிக்கிறோம். எனவே இப்படிப்பட்ட ஆக்கபூர்வமான விஷயங்களை வெளிச்சத்துக்குக் கொண்டுவருவது சரியான செயலாகத்தான் இருக்கும். நீ என்ன நினைக்கிறாய்?

எனக்கு ஒரு நண்பன். அவன் பெயர் ஜார்ஜ் என்று வைத்துக்கொள்வோம். நல்ல காரியங்களுக்காகத் தன்

நேரத்தில் பெரும்பகுதியைச் செலவழிக்கிறவன். ஏகப்பட்ட முயற்சிகளை மேற்கொள்கிறவன். தன் முயற்சிகளைப் பற்றி ஒரு நாள் என்னோடு பேசிக்கொண்டிருந்தான்.

"பிரமாதமப்பா! தேவைப்படுகிறவர்களுக்கு உதவுகிறபோது என் வாழ்வில் விநோதமானதெல்லாம் நடக்கிறது. பணம் வெகு சுலபமாகக் கிடைக்கிறது. தேடி அலைய வேண்டியதில்லை. என்னவோ ஒரு தேவதை வந்து கொட்டிவிட்டுப் போவதைப் போலத்தான். எந்த அளவுக்குத் தருகிறேனோ அதற்கு மேலும் வந்து சேர்கிறது."

வியப்பான விஷயம்தான். சந்தர்ப்பவசமாக அப்படி நடந்திருக்கலாம். அல்லது ஜார்ஜ் அது அப்படித்தான் என்று நினைத்துக்கொண்டிருக்கலாம். எப்படியானாலும் சரியே! அது ஒன்றும் மோசமான கொள்கையில்லையே. மோசமான மனோபாவம் அல்லவே. நீ சம்பாதிப்பதில் ஒரு பகுதியை நல்ல காரியம் ஒன்றுக்காகச் செலவழித்துப் பார். என்ன விளைவுகள் இருக்கின்றன என்று பார். பிறருக்கு உதவி செய்வதோடு இது முடிந்து போவதில்லை. கொடுக்கிறோம் என்ற திருப்தியைப் பெற்றுக்கொள்வதும்தான் இதில் இருக்கிறது.

கொடு. பெறுவாய். உன் கோப்பைத் ததும்பி வழியும் அளவுக்குப்
பெற்றுக்கொள்வாய். அப்படித்தான் நீ ஊட்டம் பெறுவது.
நீ கொடுப்பதை எதைக்கொண்டு அளக்கிறாயோ
அதைக்கொண்டே நீயும் அளக்கப்படுகிறாய்.

— பாயர்ட் டீ. ஸ்பால்டிங்

அசலான வள்ளல்கள்

தம்மிடம் இருப்பது அனைத்தையும் தம் காரியத்துக்குத் தந்துவிடுகிறவர்கள்தான் அசலான வள்ளல்கள். தம் திறமைகள், நேரம், சக்தி, ஆர்வம் என்று இவற்றை முழுமையாகத் தந்துவிடுகிறார்கள். அப்படியான வள்ளல்கள் பலரை இந்த உலகம் கண்டிருக்கிறது. எந்த அளவுக்குச் சிறந்த பங்களிப்பைத் தர முடியுமோ அந்த அளவுக்குத் தருகிறவர்கள். தம் திறமைகள்,

நேரம், சக்தி, ஆர்வம் என்று அனைத்தையும் தாம் சரியென நினைக்கும் காரியத்துக்காகத் தரச் சித்தமாக இருக்கிறவர்கள். இப்படிப்பட்டவர்களை நமக்கு உதாரண புருஷர்களாகக் கொள்வது நல்லது. தனியொருவன் கூடச் சரித்திரம் படைக்க முடியும் என்பதை இவர்கள் உணர்த்துகிறார்கள்.

தத்தம் குடும்பத்தில், அக்கம் பக்கத்தில் இருப்பவர்களுக்கு உதவுதல் தூரத்தில் இருப்பவர்களுக்கு, முன்பின் தெரியாதவர்களுக்கு உதவுவதைப் போலவே மிக முக்கியமானதாகும். 1935-ல் மதுப் பழக்கத்துக்கு அடிமையானவர்களுக்கு உதவத் தோன்றிய அமைப்பு Alcoholics Anonymous என்பதாகும். அதனுடைய முதல் கூட்டத்தைத் தொடங்கியபோது அதன் அமைப்பாளரான பில் வில்ஸன் என்ன சொன்னார் தெரியுமா? "என் பெயர் பில் டபிள்யூ. நான் ஒரு குடிகாரன்." தன் வாழ்வில் நம்பிக்கையைத் துளிரவிட விரும்பிய இந்தக் குடிகாரர் தன்னார்வ அமைப்பு ஒன்றை இப்படிச் சொல்லித்தான் ஆரம்பித்தார். இன்று இந்த அமைப்பின் உறுப்பினர் தொகை இரண்டு மில்லியன் பேர். 150 நாடுகளில் இந்த அமைப்பு இயங்கி வருகிறது.

1920-1930களில் ஒரு ஸ்டாக் புரோக்கராக இருந்தவர் வில்ஸன். பங்கு மார்க்கெட் ஏறுமுகமும் இறங்குமுகமும் அவரைச் சரியான குடிகாரனாக்கிவிட்டது. அனைத்தையும் இழந்தார். நண்பர்கள், பணம், தொழில், வீடு, ஆரோக்கியம், பிறருடைய நம்பிக்கை என்று அத்தனையும் இந்தக் குடியால் அவர் இழந்துவிட்டார். ஒரு கால கட்டத்தில் தன் குடும்பத்தைக் காப்பாற்றவும் குடிப்பதற்காகவும் பிச்சையெடுக்க ஆரம்பித்தார். அப்போது தன் மாமனார் வீட்டுக்கு அடைக்கலமாகப் போக வேண்டி வந்தது. தன் வீட்டைத்தான் இழந்துவிட்டாரே. ஒரு காலத்தில் கொடிகட்டிப் பறந்தவர் இப்போது முடங்கிப் போய்கிடந்தார். மீண்டு வருவதற்கு எந்த வழியும் இருக்கவில்லை. நான்கு முறை ஆஸ்பத்திரியில் சேர்க்கப்பட்டார். அந்த அளவுக்கு மோசமான குடிப்பழக்கம். மோசமான உடல்நிலை.

வில்ஸனுக்கு அப்போது ஒருவிதமான ஞானம் ஏற்பட்டது. பிற குடிகாரர்களுக்கு உதவி செய்வதன் மூலம் தனக்கே உதவி

செய்துகொள்ளலாம் என்று தோன்றியது. குடிகாரர்களைக் குடியிலிருந்து மீட்க 12 படிகள் கொண்ட ஒரு திட்டத்தை வகுத்தார். பிறகு தனது அமைப்புக்கென 12 நெறிகளை வகுத்தார். சககாலத்திய சமூக சேவகர்களில் மிகச் சிறந்தவர் என்று ஆல்டஸ் ஹக்ஸ்லி அவரைப் புகழ்ந்தார்.

தன்னைப் போலவே மீள முடியாத குடிப்பழக்கத்தைக் கொண்டிருந்த டாக்டர் ராபர்ட் ஸ்மித் என்பரோடு இணைந்து 1935-ல் Alcoholics Anonymous என்ற அமைப்பைத் தொடங்கினார்.

நம் நாட்டிலும் வள்ளல்கள் இருக்கிறார்கள். சில உதாரணங்களைப் பார்ப்போமா? எட்வர்ட்டன்லப் - போர்க்கைதி. ஜாவாவில் சிக்கிக்கொண்டவர். அப்போது பர்மா - சயாம் ரயில்வேயில் பணிசெய்துகொண்டிருந்தார். அப்போது பிற கைதிகள் காலரா, மலேரியா, டைபாய்ட் மற்றும் வெப்ப நோய்களால் தாக்குண்ட பிற கைதிகளுக்கு மருத்துவ உதவி செய்தார். அந்தக் கடுமையான சூழலிலும் பிறருக்கு உதவிய அவர் மாபெரும் மனிதராகக் கருதப்பட்டார். எப்போது உதவி மிக மோசமாகத் தேவைப்பட்டதோ அப்போது செய்த உதவி.

ஃப்ரெட் ஹாலோஸ் - National Trachoma and Eye Health Program என்ற திட்டத்தை ஆஸ்திரேலியாவில் ஆரம்பித்து வைத்தவர். Aboriginal Medical Service என்ற திட்டத்தையும் தொடங்கி நடத்தியவர். பார்வையிழந்த பலருக்கும் பார்வையை மீட்க உதவியவர். அவர்கள் வாழ்வில் ஒளி பாய்ச்சியவர். அவருடைய மரணத்துக்குப் பின்னரும் அவர் ஏற்படுத்திச் சென்றுள்ள நிதியங்கள் ஆஸ்திரேலியாவில் பல்லாயிரக் கணக்கானோருக்குப் பார்வைக் குறைபாடுகள் நீங்க இன்றளவும் உதவியாக இருக்கின்றன.

பிறருக்குத் தருவதும் உதவி செய்வதும் மிக முக்கியமான முன்னுரிமை பெற வேண்டும் என்பதை உணர்த்தியவர்கள் இந்த இருவரும். இதைச் சரியாகவே சொல்லிப் போயிருக்கிறார்கள்.

பிறர் மீது அக்கறை கொண்டிருப்பது மனிதப் பண்புகளிலேயே மிகச் சிறந்த பண்பாகும்.

-- ஃப்ரெட் ஹாலோஸ்

நம்மைச் சுற்றியிருப்போருக்கு நாம் என்ன தருகிறோம் என்பதைப் பார்ப்பதற்கான தருணம் வந்துவிட்டது என்று நினைக்கிறேன். நம் நேரமும் பணமும் தரக்கூடிய எந்த நலமானாலும் சரியே. எங்கே எதில் பிறருக்கு நன்மை தரக்கூடிய உதவி செய்யலாம் என்று பார்த்துக்கொன்டேயிரு. நமக்கு உதவியாக இருந்தவர்களுக்குத் திருப்பி ஏதேனும் செய்ய நேரமும் சந்தர்ப்பமும் கிடைக்கிறதா என்று பார்த்துக்கொண்டேயிரு. இது நம் வாழ்வின் முக்கியமான ஒரு பகுதியாகிப் போய்விட வேண்டும். தருவதும் பங்களிப்பதும் அனைவருக்கும் நல்லதுதான். பிறருக்கு உதவியாக இருக்கிறோம். போனஸாக நமக்கே பல வகைகளில் உதவி செய்துகொள்கிறோம்.

தனக்கு உதவியாக எதையாவது செய்துகொள்ள முடியாதவன் பிறருக்கு உதவியாக எதையும் ஈடுபாட்டோடு செய்ய முடியாது. இது வாழ்வு நமக்குத் தரும் அருமையான ஈடாகும்.

-- ரால்ஃப் வால்டோ எமர்ஸன்

வாழ்வில் நாம் எதைப் போடுகிறோம் எதைப் பெறுகிறோம் என்பதைக் கவனி. எப்போதும் இந்த முக்கியமான விதியை மறந்துவிடாதே - எந்த அளவுக்குத் தருகிறாயோ அந்த அளவுக்குப் பெற்றுக்கொள்கிறாய்.

மீள்பார்வை

1. மிக எளிய உண்மை என்னவென்றால் எந்த அளவுக்குத் தருகிறாயோ அந்த அளவுக்குப் பெற்றுக்கொள்கிறாய் என்பதாகும்.

2. இயற்கை விதியை நம்ப வேண்டும். முதலில் விதைத்துவிடு. அறுவடை நிச்சயம்தான்.

3. எந்த அளவுக்கு வாழ்வில் போடுகிறோமோ அந்த அளவுக்கு அதிலிருந்து எடுத்துக்கொள்ளலாம்.

4. சரியான காரணங்களுக்காகத் தர வேண்டும். தருவது தன்னளவில் நமக்கு நன்மை செய்வதாக இருக்கிறது. தருகிறவனாக இருந்து என்ன நன்மை கிடைக்கிறது என்று பார்.

5. தாராள மனப்பாங்கை வளர்த்துக்கொள். உலகில் ஏராளமான செல்வம் இருக்கிறது. ஏராளமான சந்தர்ப்பங்கள் இருக்கின்றன. வேண்டும் என்று நினைக்கிறவர்களுக்கு ஏராளமானவை இருக்கின்றன.

6. உறவுகள், சுற்றுச் சூழல், ஆரோக்கியம் என்ற இவற்றில் மெல்லிய சமநிலைதான் உலகைப் பராமரித்து வைத்திருக்கிறது. எதை எடுத்துக்கொள்கிறோமோ அதைத் திருப்பித் தருவது முக்கியமானதாகும்.

7. வெற்றியடைகிறவர்கள் வள்ளல்கள். சாதிக்கிறவர்கள் சமூகத்துக்குப் பணமாகவும் உழைப்பாகவும் திருப்பித் தந்துவிடுகிறார்கள். பிறருக்குத் தருவது தமது கடமை என்று நினைக்கிறார்கள்.

நீயும் ஏன் சாதிக்கக் கூடாது?

செயற்படிகள்

1. எங்கே கொடுத்துப் பெற்றுக்கொண்டிருக்கிறாயோ அதில் மூன்று நிகழ்ச்சிகள் பற்றி எழுது.

   அ. _____
   _____
   _____

   ஆ. _____
   _____
   _____

   இ. _____
   _____
   _____

2. உன் வாழ்வில் கீழ்க்காண்பவற்றைக் கவனித்துப் பார். எங்கே இன்னும் கொஞ்சம் கொடுத்து வாழ்வை மேலும் நிறைவானதாக்கிக்கொள்ள முடியும்?

   அ. பணியில் _____
   _____

   ஆ. குடும்ப வாழ்வில் _____
   _____

   இ. ஆரோக்கியம் பொழுது போக்கு ஆகியவற்றில் ___
   _____

3. உனக்குப் பிடித்தமான நற்காரியங்கள் தரும காரியங்கள் பற்றி எழுது. அவற்றுக்காகப் பணத்தளவிலும் நேரத்தளவிலும் எந்தவிதமான பங்களிப்புத் தருகிறாய் என்பதைப் பற்றிய தீர்மானம்கொள்.

   _____
   _____
   _____
   _____

11

சிந்தனைகளே இந்த உலகைச் செயல்பட வைக்கின்றன

அதனதன் நேரம் வந்துவிடும்போது சிந்தனைகளைத் தவிர
வேறு ஏதும் அந்த அளவுக்குச் சக்தி வாய்ந்ததாக இருப்பதில்லை.

-- விக்டர் ஹியூகோ

தம் பிரமாதமான சிந்தனைகள் மூலம் சரித்திரத்தின் போக்கையே மாற்றி அமைத்த படைப்பாளிகள் கடந்த காலத்தில் மிகப் பலர் இருந்திருக்கிறார்கள். ஹெச். ஜி. வெல்ஸ் The Outline of History என்ற நூலில் எழுதுகிறார்: "மனிதனின் சரித்திரம் சிந்தனைகளின் சரித்திரமே!" பித்தாகோரஸ், கலிலியோ, டாவின்சி, கூடன்பர்க், பாஸ்டியூர், எடிஸன் போன்றோர் இல்லாமல் போயிருந்தால் நாம் வாழ்ந்து கொண்டிருக்கும் உலகம் எப்படியிருக்கும் என்பதை நினைத்துப் பார். இன்றைய உலகம் இன்று இருக்கும் நிலைமைக்கு அதை வடிவமைத்தவர்கள் சிலருடைய பெயரைத்தான் குறித்திருக்கிறேன். மனித குலம் தன் முன்னேற்றத்தை நோக்கி வைத்திருக்கும் ஒவ்வோர் அடியும் படைப்புச் சிந்தனையின் விளைவாகும். "சிந்தனையாளர்கள்" முன்னேற்றத்துக்குக் காரணமாயிருந்திருக்கிறார்கள். நம் ஞானத்துக்கும் எழுச்சிக்கும் காரணமாக இருந்திருக்கிறார்கள்.

தீர்க்க தரிசனம் கொண்டவர்களே அறிவியல், தொழில்நுட்பம், தொடர்பியல், கலைகள் மற்றும் எல்லாத் துறைகளிலும் புரட்சிகரமான மாற்றங்களை ஏற்படுத்தியிருக்கிறார்கள்.

தெரிந்த எல்லைகளைத் தாண்டிப் போகத் துணிந்தவர்கள், சம்பிரதாயமான எண்ணங்களுக்குச் சவாலிட்டவர்கள். இந்தப் படைப்புச் சிந்தனை கொண்டவர்கள் இல்லாமலிருந்தால் இன்றைய உலகத்திலிருந்து மிக வித்தியாசமான உலகத்தில்தான் வாழ்ந்து கொண்டிருப்போம். இந்த அளவுக்கு முன்னேறியிருக்க மாட்டோம். இந்த அளவுக்குச் சிறந்திருக்கமாட்டோம். மயக்க மருந்து இல்லாத உலகை நினைத்துப் பார். ஆன்டிஸெப்டிக் அல்லது பெனிசிலின் இல்லாத உலகத்தை நினைத்துப் பார். பிரிண்டிங் பிரஸ், மின்சாரம், பிளாஸ்டிக், அகதகன எஞ்சின், விஞ்ஞான முறையிலான விவசாயம் என்று முடிவில்லாத ஒரு பட்டியல் போட்டுக்கொண்டு இவையெல்லாம் இல்லாத உலகம் எப்படி இருக்கும் என்று யோசித்துப் பார். வெகு சுவாதீனமாக நவீனத் தொழில்நுட்பம், சௌகரியங்கள், விஷயஞானம் ஆகியவற்றை எடுத்துக்கொள்கிறோம். ஆனால் அவை இல்லாமல் இருந்தால் எப்படியிருக்கும் என்று ஒரு கணம் நினைத்துப் பார். அவற்றின் தாத்பரியம் உனக்குப் புலப்படும். பல நாடுகளிலும் மக்கள் கடுங்குளிரில் குகைகளுக்குள் பதுங்கிக் கிடப்பார்கள்.

இத்தனை அருமையான முன்னேற்றங்கள் எப்படி வந்தன. எங்கேயிருந்து இவற்றுக்கான சிந்தனைகள் உதித்தன? கனவு காணத் துணிந்தவர்களிடமிருந்து வந்தன. தம் காலத்தை விட இன்னும் சிறந்த எதிர்காலத்தைப் பற்றி நினைத்துப் பார்த்தவர்களிடமிருந்து வந்தன. இன்னும் சிறந்த வகையில் காரியமாற்ற என்ன வழிகள் இருக்கின்றன என்று நினைத்துப் பார்த்தவர்களிடமிருந்து வந்தன. வாழ்க்கைத் தரத்தை எப்படி உயர்த்துவது என்று நினைத்துப் பார்த்தவர்களிடமிருந்து வந்தன. சிக்கல்களை எப்படி அவிழ்ப்பது என்று நினைத்துப் பார்த்தவர்களிடமிருந்து வந்தன. சிரமங்களை எப்படி எதிர்கொள்வது, எப்படி வெற்றிகொள்வது என்பதே சிலருடைய வாழ்வுக்கு ஊட்டமாக இருந்திருக்கின்றன. தம் சக மனிதருக்குச் சிறந்ததோர் உலகத்தைப் படைப்பது எப்படி என்ற சிந்தனையே சிலருக்கும் உண்ணும் உணவும் பருகும் நீருமாக இருந்திருக்கின்றன. அப்படிப்பட்ட தீர்க்க தரிசனமும் கற்பனையும் கொண்டவர்களுடைய தயவாலேயே நாம் முன்னேறிக் கொண்டிருந்திருக்கிறோம்.

நமது கற்பனையே எதிர்காலத்தில் எதை நாம் பெறப் போகிறோம் என்ற நம்பிக்கையின் ஒரே எல்லையாக அமைகிறது.

-- சார்லஸ் கெட்டரிங்

படைப்புச் சிந்தனை என்பதென்ன?

புதிய அல்லது சிறந்த முறையில் காரியமாற்றுவது எப்படி என்று நினைத்துப் பார்க்கும்போது புதிய சிந்தனை அல்லது கோட்பாட்டைப் படைக்கிறோம். ஏதுமற்றதில் இருந்து ஏதோ ஒன்றைப் படைப்பதுதான் அது. சராசரி மனிதர்கள் வாழ்வில் தமக்கு எது கிடைக்கிறதோ அதை வைத்துக்கொண்டு திருப்தியடைகிறவர்கள். அசாதாரணமானவர்கள் ஆரம்பத்தில் தம்மிடம் இருப்பதன் மதிப்பை அதிகரிக்கிறார்கள். தம்மிடம் இருப்பதை அதிகமாக்குகிறார்கள். பல துறைகளிலும் இது பொருத்தமானதுதான். வியாபாரம் அல்லது உற்பத்தி என்று எடுத்துக் கொண்டால் தம் தயாரிப்பு அல்லது சேவையில் சற்றே அதிகம் சாதிக்கிறவர்கள் பிரத்தியேகமான ஒன்றைப் படைக்கிறார்கள். அவர்கள் தருவது வாடிக்கையாளருக்கு மதிப்புக் கூடியதாக இருக்கிறது. அவற்றை நாடி வந்து பெற்றுக் கொள்கிறார்கள். இதைத்தான் மதிப்பூட்டல் என்கிறோம்.

படைப்பு என்றால் உடனே பிரமாதமான ஓவியம் வரைவது, உலகையே மாற்றி அமைக்கக் கூடிய கண்டுபிடிப்புகள் அல்லது சிந்தனைகளைப் படைப்பது என்று பொருள்படவேண்டும் என்ற அவசியம் இல்லை. நமது படைப்புத் திறனை நாம் அனைவரும்தான் பயன்படுத்திக் கொள்ளலாம். அதைப் பயன்படுத்தி நம் வாழ்வை இன்னும் சிறிது சிறந்ததாக்கிக் கொள்ளலாம். வழக்கமாக அறிவியல் தொழில் நுட்பம் கலைகள் போன்றவற்றோடு தொடர்புபடுத்தியே படைப்புத் திறனை அனைவரும் காண்கிறார்கள். மாறாகப் படைப்புத் திறன் நம் அன்றாட வாழ்வில்தான் மிகப் பெரிய வித்தியாசங்களைக் கொண்டுவருகிறது. சொந்தமாகச் சிந்தனை செய்கிறவர்கள், சுய சிந்தனைகளைக் கொண்டவர்கள் என்ற இவர்கள் அரிதாகிக்கொண்டே இருக்கிறார்கள். அவர்களையே பலரும்தேடிக் கொண்டிருக்கிறார்கள். இந்தச் சிந்தனையாளர்களுக்கே எதிர்காலம் உரியது.

வாழ்விலிருந்து அதிகபட்சம் பெற்றுக்கொள்வது எப்படி என்று சிந்தித்துப் பெற்றுக்கொள்வதுதான் படைப்புச் சிந்தனை. அந்த வாரம் குறைந்த செலவில் குடும்பத்தின் நிறைவான உணவைச் சமைப்பது எப்படி என்று சிந்திக்கும் தாய் ஒரு படைப்பாளி. சந்தையில் தன், பொருட்கள் போய்ச்சேர புதிய பாதைகளைக் கண்டுபிடிக்கும் சேல்ஸ்மேன் ஒரு படைப்பாளி. தொழிற்சாலையில் தடங்கலற்ற உற்பத்தி முறையை வகுக்கும். போர்மேன் ஒரு படைப்பாளி. சலிப்புத் தரும் பணி கூட ஒரு தொழிலாளிக்கு உற்சாகமூட்டுவதாக அமைவது ஒரு படைப்பாளியின் சாதனை. சற்றே வழக்கத்துக்கு மாறான பொருட்களை அன்றாடச் சமையலில் பயன்படுத்தி உணவை ஆரோக்கியமானதாகவும் சுவையானதாகவும் ஆக்கும் பெண்மணி ஒரு படைப்பாளி. வேண்டியது சற்றே கற்பனை வளம் மட்டுமே. இவை படைப்புச் சிந்தனைக்கு உதாரணங்களாகின்றன. புதிய வித்தியாசமான சாத்தியங்களைத் தேடிக் கண்டுபிடிக்கும்போது வாழ்க்கை சுலபமாவது மட்டுமில்லை. உற்சாகம் மிக்கதாகவும் ஆகிப்போகிறது. நமது பணியிடத்திலும் வீட்டிலும் செயல்படும்போது மாற்று வழிகளை அனைவரும்தான் கண்டுபிடிக்க முடியும். நாம் செய்யும் காரியங்கள் அனைத்தையும் தலைகீழாக மாற்றும் வல்லமை படைப்புச் சிந்தனைக்கு உண்டு.

ஒன்றுக்கு மாற்று என்ன என்று சிந்திப்பதே நமது மிகப் பெரிய வளமாகும். அது நமது வாழ்வுக்குப் புதிய நிறம் தருகிறது. என்ன நடக்கப் போகிறதோ என்ற எதிர்பார்ப்போடு கூடிய சஸ்பென்ஸைத் தருகிறது.

-- டேவிட் ஜே. பூர்ஸ்டின்

சிந்தனைகளின் தொழிற்சாலை

இந்தப் படைப்புச் சிந்தனையைக் கையகப்படுத்தவும் நடைமுறை வாழ்வில் பயன்படுத்திக்கொள்ளவும் சிந்தனைகளின் தொழிற்சாலைக்கான அடிப்படைச் செயல் முறை எப்படி அமைந்திருக்கிறது என்பதைப் புரிந்துகொள்ள வேண்டும். சிந்தனைகளின் தொழிற்சாலை எது என்கிறீர்களா? நமது மூளைதான். நமது உணர்வுகள் செயல்கள் என்று அனைத்தையும் நிர்வகிக்கிறது என்பதால் நம் மூளையின் செயல்பாட்டைப் பற்றித்

தெரிந்துகொள்ளத்தான் வேண்டும். நமது சிந்தனைகளின் தொழிற்சாலைக்கு எஞ்சின் ரூம் மூளை, நம்முடைய அனைத்துச் சிறந்த சிந்தனைகளையும் நமக்குத் தருவது இந்த மூளைதான்.

ஏறக்குறைய நாற்பது ஆண்டுகளுக்கு முன் மனித மூளையில் பல்வேறு பகுதிகள் இருக்கின்றன என்பதைத் தெரிந்து கொள்ள வந்தார்கள். ஒவ்வொரு பகுதியும் சிறப்பான ஒரு பணிக்கான பொறுப்பை ஏற்றுக்கொண்டிருக்கிறது என்பதைத் தெரிந்து கொண்டார்கள். தமது கண்டுபிடிப்பை மேலும் ஒரு படி முன்னேற்றினார்கள். மூளையின் வலது, இடது பக்கங்கள் தனித்தனியாகச் செயல்படுகின்றன என்பதைப் புரிந்து கொண்டார்கள். அவ்வப்பகுதிக்கெனத் தனித்தனியான நினைவாற்றலும் உணர்வுபூர்வமான எண்ணங்களும் இருக்கின்றன என்பதைக் கண்டுபிடித்தார்கள்.

மூளையின் இரண்டு பகுதிகளும் வெவ்வேறு விதங்களில் சிந்திக்கின்றன. இடது பகுதி உடலின் வலப்பகுதியைத் தன் கட்டுப்பாட்டில் வைத்திருக்கிறது. தர்க்கபூர்வ சிந்தனை, ஒழுங்குமுறை விலாவாரியான சிந்தனை, நடைமுறை சாத்தியமான நெறிகள் பற்றிய சிந்தனை, மொழித்திறன் ஆகியவற்றுக்கு இந்த இடப்பகுதியே பொறுப்பு. வலப்பகுதியோ உடலின் இடப்பகுதியைத் தன் கட்டுப்பாட்டில் வைத்திருக்கிறது. உள்ளுணர்வு, உணர்வுகள் தளையற்ற சிந்தனை, பார்வை போன்றவற்றுக்குப் பொறுப்பாக இருக்கிறது.

இடப்பகுதிச் செயல்பாடுகள்	வலப்பகுதிச் செயல்பாடுகள்
காரண காரியம் பாற்பட்ட சிந்தனை	உள்ளுணர்வு
முறைவைப்பான சிந்தனை	தளையற்ற இயல்பான சிந்தனை
பொருள்வயப்பட்ட சிந்தனை	தன்வயப்பட்ட சிந்தனை
மொழித்திறன்	காட்சித்திறன்
விலாவாரியான சிந்தனை	முழுக்காட்சிச் சிந்தனை
உண்மைகள் பாற்பட்ட சிந்தனை	உணர்வுபூர்வமான சிந்தனை
உணர்வோடு கூடியது	அடியாழத்து உணர்வு பாற்பட்டது

வழக்கமாக மூளையின் வலப்பகுதியே படைப்புத் திறனுக்குக் காரணமாக அமைகிறது என்று நம்புகிறார்கள். அது தளையற்ற

இயல்பான உள்ளுணர்வு சார்ந்த காட்சித்திறன்கொண்ட சிந்தனையின் தோற்றுவாய் என்ற நம்பிக்கையே இதற்குக் காரணம். புதிய சிந்தனைகளுக்கு வலப்பகுதி காரணம் என்பது பலவகையிலும் உண்மைதான். என்றாலும் அசலாகவே படைப்பாளியாக இருப்பது என்பது மூளையின் இட, வலப் பகுதிகளின் திறன்களை அலசி சிந்தனைகளை வாழ்வோடு தொடர்புபடுத்துவது என்றுதான் சொல்வேன். நம் சிந்தனைகள் புதியவையாக இருக்க வேண்டும். ஆனாலும் அவை நடைமுறை சாத்தியமாகவும் இருக்க வேண்டியிருக்கிறது.

நாம் அனைவரும் இந்த இடவலப் பகுதிகளில் ஒன்றின் மேலாதிக்கத்துக்கு உட்பட்டவர்கள். எனவே படைப்புச் சிந்தனை என்பது நமது படைப்புத் திறன்கள் அனைத்தையும் ஒருங்கு திரட்டி நம் சிந்தனைகளை வாழ்வோடு பொருந்தச் செய்வது என்றுதான் சொல்வேன். பெரிய சாதனையாளர்கள் பலரும் கனவு கண்டவர்களாகவே இருந்திருக்கிறார்கள். தம்முடைய மூளையின் இருபக்கச் செயலாற்றல்களை ஒருமுகப்படுத்தித் தத்தம் சிந்தனைகளை வாழ்வோடு பொருத்திப் பார்த்தவர்களாகவும் இருந்திருக்கிறார்கள். கனவொன்று கண்ட அவர்கள் அதை நனவாக்கக் காரியமாற்றப் புறப்பட்டிருக்கிறார்கள். சாய்ஷிரோ ஹோண்டா போன்ற ஒருவரைத்தான் இந்தக் கூட்டத்தில் நினைத்துப் பார்க்க வேண்டியிருக்கிறது. தொழிலதிபரான அவர் ஒரு ஐடியா மனிதராக மட்டுமல்லாமல் திறமையான டெக்னீஷியனாகவும் இருந்தார்.

தம்முடைய பதினாறாவது வயதில் பயிற்சிமெக்கானிக்காகத் தம் வாழ்வை ஆரம்பித்தவர் சாய்ஷிரோ ஹோண்டா. பிரமாதமான மெக்கானிக்கல் மைண்ட் கொண்டவர் என்று வெகு சீக்கிரத்தில் புகழ் பெற்றார். எதைப்பற்றியும் விலாவாரியாகத் தெரிந்துகொள்ள வேண்டும் என்றிருந்தவர். ஒவ்வொரு சிறிய விவரத்தையும் வசப்படுத்தி வைத்திருந்தார். செயல்பாட்டில் முறையான வழியைப் பின்பற்றியவர். துல்லியமாக எதையும் செய்யத் தெரிந்திருந்த தொழிலாளியாக இருந்தார்.

சிறு வயதிலிருந்தே பெரிய ஐடியாக்களை வைத்திருந்தார் சாய்ஷிரோ ஹோண்டா. சிறப்பான பெரியதொரு கம்பெனியைப் படைக்க வேண்டும் என்ற சிந்தனை இருந்தது. அவருக்கு வயது முப்பது. அதுவரை ஜப்பானியக்காரர்களின் மரத்தாலான ஸ்போக்ஸ்கள்தான் பயன்படுத்திக்கொண்டிருந்தார்கள். தம்முடைய முப்பதாவது வயதில் உலோக ஸ்போக்ஸ்களுக்கான முதல் பேடன்ட் உரிமைக்கான பத்திரத்தில் கையெழுத்திட்டார். பிஸ்டன் ரிங்குகள் உற்பத்தி செய்யும் ஒரு கம்பெனியை ஆரம்பித்தார். அது எந்த அளவுக்குப் பெரிய வெற்றி பெற வேண்டும் என்று நினைத்தாரோ அதைச் சாதித்தார். 1948இல் ஹோண்டா மோட்டார் கம்பெனியை நிறுவினார்.

ஒரு மோட்டார் சைக்கிளை வடிவமைக்கவேண்டும் என்ற எண்ணம் அவருடைய மனதில் உதித்தது. வெகு சீக்கிரத்தில் அவர் தயாரித்த மோட்டர் சைக்கிள் ஆசியப் பகுதிகளில் போக்குவரத்துச் சரித்திரத்தில் புரட்சியை எற்படுத்தியது. வாங்குவதற்கு மலிவான விலையில் பராமரிக்க எளிதான வகையில் ஒரு மோட்டார் சைக்கிளை அவர் வடிவமைத்தார். மிகப் பெரிய வெற்றியை அவருக்குச் சம்பாதித்துத் தந்தது. பிறகு மிகப் பெரிய வாகன உற்பத்தி சாம்ராஜ்ஜியத்தை உருவாக்கினார். அவருடைய படைப்பு புதுமையிலும் வடிவமைப்பிலும் உலகுக்கே ஒரு முன்னுதாரணமாக அமைந்தது.

சாய்ஷிரோ ஹோண்டா ஒரு தீர்க்கதரிசி. வழக்கத்துக்கு மாறான சிந்தனை கொண்டவராகத் தம் உள்ளுணர்வு காட்டிய பாதையில் சென்றார். இவை மூளையின் வலப்பகுதித் திறன்கள். இப்படியாகப் பல சாதனையாளர்களைப் போலவே சாய்ஷிரோ ஹோண்டாவும் படைப்புத் திறனையும் நடைமுறைச் சாத்தியமான சிந்தனைத் திறனையும் ஒருங்கிணைத்தார். அப்படிச் செய்த போது ஐடியாக்களைப் படைத்து அவற்றுக்கு உயிரூட்டவும் செய்தார். இப்படிச் செயல்படுவதற்குக் கற்றுக் கொள்வது நமக்கும் மிக முக்கியமாகும். நம் படைப்புச் சிந்தனையிலிருந்து உயர்ந்தபட்சப் பயனைப் பெற்றுக்கொண்டேயாக வேண்டும்.

செயலில் படைப்புச் சிந்தனை

ஆரோக்கியமான மனம் வேண்டுமா? மனதுக்குப் பயிற்சிகள் தந்துகொண்டே இருக்க வேண்டும். நம் உடலின் செயல்திறன் அதன் உச்ச கட்டத்தில் இருக்க வேண்டும் என்றால் உடற்பயிற்சிகள் செய்கிறோம் அல்லவா? அப்படியே மனதுக்கும் பயிற்சிகள் தந்து கொண்டே இருக்க வேண்டும். எப்போதும் நம் படைப்புச் சிந்தனைக்குப் பயிற்சி தந்துகொண்டே இருக்கும்போது அதன் செயல்திறன் சரியான அளவில் அமைகிறது. பயன்படுத்து, இல்லையேல் இழந்துவிடுவாய் என்று சொல்லக் கேட்டிருக்கிறாயல்லவா? சாதனையாளர்களை அனைவரும் ஒன்றைக் கண்டுகொண்டவர்கள். அதைக் கண்டு கொண்டவனாக நீயும் இருக்க வேண்டும். அது என்ன என்கிறாயா? படைப்புத் திறனை எந்த அளவுக்குப் பயன்படுத்திக்கொள்கிறாயோ அந்த அளவுக்குப் படைப்பதில் சிறந்தவனாகப் போகிறாய். எனவே நம் படைப்புத் திறனை அடிக்கடி பயன்படுத்திக்கொள்ளக் கற்றுக்கொள்ள வேண்டும்.

> சாத்தியம் சார்ந்த சிந்தனையைப் பயன்படுத்தக் கற்றுக்கொள். இதை இன்னும் சிறப்பாகச் செய்ய வேறு ஏதாவது வழி இருக்கிறதா என்று எப்போதும் கேட்டுக்கொண்டே இரு.

எல்லாச் சாத்தியங்களையும் பார்க்க முயற்சி செய். உன் படைப்பு ஊற்றைக் கலக்கிவிட்டுக்கொண்டே இரு. கற்பனையைக் கைக் கோலாக்கு. சிறிது முயற்சி செய்தால் போதும். எந்த அளவுக்கு உனக்குள் படைப்புத் திறன் இருக்கிறது என்பதைத் தெரிந்துகொள்வாய். புதிய எழுச்சி மிக்க சாத்தியங்கள் உன்னைச் சுற்றி இருக்கின்றன என்பதைக் கண்டு கொள்வாய்.

படைப்புத் திறன் கொண்டவர்கள் பிறர் பார்க்காததைப் பார்க்கிறவர்கள். பழைய பாழடைந்த கட்டடம் ஒன்று விற்பனைக்கு இருக்கிறது என்று வைத்துக்கொள். அந்த வழியாகப் போகும் பலரும் "For sale" என்ற அறிவிப்பைப் பார்க்காமலேயே போவார்கள். கவனிப்பில்லாது கிடக்கும்

முற்றத்துத் தோட்டத்தையும் சாயம் போன சுவர்களையும் மட்டுமே பார்ப்பார்கள். முகத்தைச் சுளித்துக் கொள்வார்கள். ஆனால் தீர்க்க தரிசனம் கொண்டவன் அதில் ஒரு சாத்தியத்தைப் பார்ப்பான். அதை வாங்கி, பழையபடி, அதை உபயோகமானதாகவும் அழகானதாகவும் சீரமைப்பான். அல்லது இருக்கும் கட்டடத்தை இடித்துத் தள்ளிவிட்டு புதியதாக ஒன்றை அந்த இடத்தில் கட்டுவான். அப்படிச் செய்து அதில் ஓரளவு லாபமும் பார்ப்பான்.

எப்போதும் சந்தர்ப்பங்களை எதிர்பார்த்துக்கொண்டே இரு. பிறர் செய்ய நினைக்காத காரியங்களை நிறைவேற்றுவதைப் பற்றி எப்போதும் சிந்தித்துக்கொண்டே இரு. படைப்புச் சிந்தனை கொண்டவனுக்கு வாழ்க்கை ஓர் அற்புதப் பயணம். தன் கற்பனையும் தீர்க்க தரிசனமும் கொண்டு பலவற்றைச் சாதிக்கலாம் என்று தெரிந்து வைத்திருப்பான்.

விஷய ஞானத்தை விடக் கற்பனை முக்கியமானது.

-- ஆல்பர்ட் ஐன்ஸ்டீன்

ஆட்களுக்கோ, வளத்துக்கோ என்றும் பற்றாக்குறையே கிடையாது. எண்ணங்களுக்குத்தான் பற்றாக்குறை. பிரமாதமான யோசனை ஒன்று கைவசம் என்றால் அதைச் சாதிப்பதற்கான வளங்களை மிகச் சுலபமாகக் கண்டு கொள்ளலாம். நமக்கு முதலில் வேண்டியது சிந்தனைதான். பிறகு நம் இலக்கை நோக்கி நகர்வது சாத்தியம்.

படைப்பின் திறவுகோல்

படைப்பை நோக்கிய கதவுகள் தம்மளவில் மூடிக்கிடக்கின்றன என்பார்கள் சிலர். தள்ளிப் பார்ப்பார்கள். மரியாதையோடு தட்டிப் பார்ப்பார்கள். ஆனால் இதனாலெல்லாம் எந்தப் பயனும் இருப்பதில்லை. எவ்வளவுதான் முயன்று பார்த்தாலும் ஒன்றும் நடப்பதாகத் தெரியவில்லை என்று சில முயற்சிகள் செய்து பின் வாங்கிவிடுவார்கள். அவர்களைப் பொறுத்த அளவில் அந்தக் கதவுகள் திறக்கப் போவதே இல்லை. இதில் சோகமான சமாச்சாரம் என்னவென்றால் தீர்மான

சிந்தனைகளே சாதனைகளுக்கு இட்டுச் செல்கின்றன என்பதை அவர்கள் தெளிவாகத் தெரிந்து வைத்திருக்கிறார்கள் என்ன செய்வது என்பது தெரிந்திருக்கும் அதை எப்படிச் செய்வது என்று தெரியாமல் திகைக்கிறவர்கள் இவர்கள்.

படைப்புச் சாத்தியம் எப்போது மெய்ப்படுகிறது என்றால் அது சாத்தியம் என்று நம்பும் போதுதான். வெகு எளிமையாகத் தோன்றும் இந்த விஷயம் முதன்மையானதும் மிக முக்கியமானதும் ஆகும். இதுவே முதலாவதாக எடுத்து வைக்க வேண்டிய காலடி. எதையும் செய்து முடிக்க வேண்டும் என்றாலும் அதைச் செய்ய முடியும் என்று நம்ப வேண்டும். உஷ்ணத்தைத் தொடர்ந்து போகும் ஏவுகணையைப் போன்றது இந்த மனம். எதையாவது சிறப்பாக்க வழி காண முடியும் என்று நம்பும்போது, எதையாவது செய்ய இன்னும் சிறப்பான வழியொன்று இருக்கத்தான் செய்கிறது என்று நம்பும்போது சரியான இலக்கை அடித்து வீழ்த்திவிடுவாய்.

சில சமயம் ஒரு சிந்தனை ஒருவருடைய பிரார்த்தனைக்குப் பதிலாக அமைவதுண்டு. அல்லது அவனைப் பாக்கியசாலியாக்குவதுண்டு. தாம் விரும்பியதை அடைய இடையறாத ஆசை இருக்கும் போது அது பலிதமாவதுண்டு. எப்படியானாலும் சரியே. எங்கோ தமது கேள்விக்கான பதில் இருக்கிறது என்ற நம்பிக்கை இருக்க வேண்டும். சற்றே கைக்கெட்டாத தூரத்தில் இருக்கிறது. அவ்வளவுதான். ஆனால் நிச்சயமாக இருக்கிறது என்ற நம்பிக்கை வேண்டும். செய்ய வேண்டியதெல்லாம் அவரவர் மீது நம்பிக்கை வைத்துப் பதிலைத் தேடிப் போகவேண்டியது மட்டுமே.

ஏதோ ஒரு உத்வேகத்தில் புதிய சிந்தனைகள் தோன்றலாம். அப்படித் தோன்றும் சிந்தனை பிரத்தியேகமான கோட்பாடாக அமைந்து போகலாம். ஆனால் பல நேரத்திலும் அப்படி அமைவதில்லை. ஒரு சிந்தனை முழுக்கப் புதிதாக வித்தியாசமானதாக இருந்தேயாக வேண்டும் என்பதில்லை. பலருடைய சிந்தனையில் திரட்சியாக அமையலாம். பிறருடைய சிந்தனைகளின் முகிழ்த்த வடிவமாக அமையலாம். அப்போது ஒரு செயல்திட்டம் பழமாகிறது. பெனிஸிலினை உதாரணமாக எடுத்துக்கொள்ளலாமே.

பெனிஸிலின் கண்டுபிடிப்பு

லண்டனில் சின்னஞ்சிறியதொரு பரிசோதனைக் கூடம். அலெக்ஸாண்டர் ஃபிளெமிங் என்றொரு மருத்துவர். பாக்டீரியாக்களைக் கொல்லும் ஒரு பூஞ்சக் காளானைக் கண்டார். அதற்கு பெனிஸிலின் என்று பெயரிட்டார். "ஏதோ அசாதாரணமான ஒன்றை நோக்கிப் போய்க் கொண்டிருந்தேன் என்பதைப் பற்றி எனக்கு எந்தச் சந்தேகமும் இருக்கவில்லை." என்று எழுதுகிறார். அந்தப் பூஞ்சக் காளானைப் பற்றிய தம் ஆராய்ச்சியை அவர் ஒரு காலகட்டத்தில் நிறுத்திவிடுகிறார். பெனிஸிலினை அதிலிருந்து எடுக்கும் முறை அவருக்குப் புரிபடவில்லை. தவிரவும் பிற மருத்துவர்களும் ஆராய்ச்சியாளர்களும் அவருடைய கண்டுபிடிப்பில் எந்த ஆர்வமும் காட்டவில்லை.

பத்து வருடங்கள் கழிந்தன. ஆக்ஸ்போர்டு பல்கலைக் கழகத்தில் ஓர் ஆராய்ச்சிக்குழு. பாக்டீரியாவைத் தாக்கும் பொருட்களைப் பற்றிய விளக்கமான ஆராய்ச்சியில் ஈடுபட்டனர். 1939ஆம் வருடம், டாக்டர் ஹேவார்ட் ஃப்ளோரி மற்றும் எர்ன்ஸ்ட் செயின் என்ற இருவருடைய தலைமையில் அந்தக் குழுவினர் ஃபிளெமிங்கின் பூஞ்சக்காளானைத் தீவிரமாகப் பரிசோதித்தனர். அதைச் சுத்தமாக்கி பெனிஸிலினை அதிலிருந்து வடித்தெடுப்பதற்கான வழியைக் கண்டுபிடித்தார்கள். விலைமதிப்புள்ள அப்பொருளை அதிக அளவில் பெறவும் புதிய நுட்பங்களைக் கண்டுபிடித்தார்கள்.

அந்தக் குழுவினர் பாக்டீரியாவால் பாதிக்கப்பட்ட எலிகளை இரண்டு அணிகளாகப் பிரித்து வைத்துக்கொண்டார்கள். புதிதாகப் பிரித்தெடுத்த பெனிஸிலினை ஓர் அணியைச் சேர்ந்த எலிகளுக்குச் செலுத்தினார்கள். அவர்களுக்கு ஒரே ஆச்சரியம். பெனிஸிலின் தரப்படாத எலிகள் இறந்தன. பெனிஸிலின் ஊசி போட்ட எலிகள் தப்பித்துப் பிழைத்தன. இனி மனிதர்களுக்குத் தந்து பார்க்க வேண்டியதுதான். அவர்களுடைய ஆரம்பப் பரிசோதனைகள்தான் வெற்றிகரமாக அமைந்துவிட்டனவே! ஆனால் அதில் சில சிக்கல்கள், மனிதர்களுக்குத் தர வேண்டிய அளவுக்கு பெனிஸிலினை அவர்களால் பிரித்தெடுக்க முடியவில்லை. நிதி உதவி பெறுவதும் அவ்வளவு சுலபமான

காரியமாக இருக்கவில்லை. இரண்டாவது உலகப் போரின் விளைவாக அனைத்து ஐரோப்பிய நாடுகளும் கடன் சுமையில் தத்தளித்துக்கொண்டிருந்தன. இருந்த நிதியும் போரில் செலவழிந்து கொண்டிருந்தது. குண்டுப் பொழிவின் இடையே ஃப்ளோரியும் அவருடைய குழுவினரும் தமது பணியைச் செய்ய வேண்டியிருந்தது. ஹேவார்ட் ஃப்ளோரி அமெரிக்காவுக்குப் போவதென்று முடிவெடுத்தார். அங்கேயிருந்த பெரிய மருந்துக் கம்பெனிகளிடம் இந்த மருந்தைப் பற்றிச் சொல்லி பெருமளவில் அதைத் தயாரிக்கலாம் என்று நினைத்தார். ஆக்ஸ்போர்டு குழுவினர் கண்டுபிடித்திருந்த முறை மெதுவானதாகவும் காலம் பிடிப்பதாகவும் இருந்தது. அமெரிக்காவில் இந்த ஆராய்ச்சிக்கு முன்னுரிமை தரப் பலரையும் ஏற்றுக்கொள்ள வைத்தார். வெகு சீக்கிரத்திலேயே பெனிஸிலின் பெருமளவில் இங்கிலாந்திலும் அமெரிக்காவிலும் தயாரிக்கப்பட்டது. அது 1944ஆம் வருடம்.

அதிசய மருந்தாக பெனிஸிலின் வெளியிடப்பட்டது. இந்தக் கண்டுபிடிப்பின் மூலம் ஏறத்தாழ 50 மில்லியன் பேருடைய உயிர் காக்கப்பட்டது என்று மதிப்பிடப்பட்டது. 1945ல் ஹேவார்ட் ஃப்ளோரி நோபல் பரிசை ஃபிளெமிங் செயின் ஆகியோரோடு பகிர்ந்து வாங்கிக் கொண்டார்.

நம் சக காலத்திய சாதனைச் சரித்திரத்தில் பெனிஸிலின் கண்டுபிடிப்பு மிகப் பெரிய வெற்றிகளில் ஒன்று என்றுதான் சொல்ல வேண்டும். இதிலிருந்து தெரிந்துகொள்வதற்கு நிறைய இருக்கின்றன. இந்தப் புத்தகத்தில் குறிப்பிட்டுள்ள பல கோட்பாடுகளும் இந்த நிகழ்ச்சிக்கு ஏற்புடையதாகவே அமைந்துள்ளன. ஃப்ளோரி மற்றும் அவருடைய குழுவினரின் தீர்க்க தரிசனம் இதில் முக்கியமான ஒரு பகுதி. பிறர் பார்க்கத் தவறிய சாத்தியக் கூறுகளை அவர்கள் கண்டனர். ஃபிளெமிங்கின் கண்டுபிடிப்பை ஃப்ளோரி தன் ஆராய்ச்சிக்கு எடுத்துக் கொண்டார். மனிதர்களுக்குத் தீங்கு விளைவிக்கும் பாக்டீரியாக்களைப் பற்றிய தன் ஆராய்ச்சி முயற்சிகளில் இதை எப்படிப் பயன்படுத்திக்கொள்வது என்று பார்த்தார். பிறகு ஓரளவுக்குக் கட்டுப்படியாகிற முறையில் பெனிஸிலினை எப்படிப் பிரித்தெடுப்பது என்று கண்டார்.

முடிவாக, ஃப்ளோரியும் அவருடைய குழுவினரும் உலக அளவில் விநியோகிக்கப் பெரும் அளவில் இந்த மருந்தை எப்படிச் செய்வது என்று திட்டமிட்டனர். ஆராய்ச்சிக்கு வேண்டிய நிதி ஆதாரங்களைப் பெற்றனர். அதிசய மருந்தை உற்பத்தி செய்யும் வழிவகைகளைத் தம்மால் கண்டுபிடிக்க முடியும் என்று அவர் ஆழமாக நம்பினார். பின் தன்னுடைய படைப்புச் சிந்தனையின் ஒவ்வொரு துளியையும் அந்த அதிசயத்தை நிகழ்த்திக் காட்டப் பயன்படுத்திக்கொண்டார்

யூரேகா

பிரமாதமான ஆழ்சிந்தனை தோன்றிவிட்டதென்றால் அதை இழந்துவிட யார் சம்மதிப்பார்கள்? ஆழ்சிந்தனை மீன்களைப் போல, பிடிப்பது சிரமம். பிடித்த பின்னும் நழுவிப் போகத் துடிக்கும். பிடித்து வைப்பதைச் சிரமமாக்கும் அளவுக்கு வழுக்கலாகவே இருக்கும். பிரமாதமான சிந்தனைகளைப் பெறுவது அடிக்கடி நிகழக் கூடியதல்ல. அப்படி ஒரு சிந்தனை கிடைத்துவிட்டது என்றால் அதை நழுவ விட்டுவிடாதே. எதிர்பார்க்காத நேரத்தில் விரோதமான முறைகளில் அப்படிப்பட்ட பிரமாதமான சிந்தனைகள் உதிக்கும். பெரிய இசைக் கலைஞர்கள் பாதித் தூக்கத்தில் எழுந்து மிகப் பிரமாதமான இசையமைப்புக்கான குறிப்புகளை எழுதி வைத்ததாகச் சொல்வார்கள். சம்பந்தா சம்பந்தமில்லாத காரியங்களைச் செய்துகொண்டிருக்கும்போது பிரமாதமான ஐடியாக்கள் வந்து விழுவதுண்டு. வாக்கிங் போய்க் கொண்டிருக்கும்போது, டெலிவிஷன் பார்த்துக்கொண்டிருக்கும் போது அல்லது எதையாவது படித்துக்கொண்டிருக்கும்போது அப்படி நிகழலாம். பிரபலமான கண்டுபிடிப்பாளர்கள் சிலர் இருட்டில் உட்கார்ந்து யோசனை செய்வது வழக்கம் என்று சொல்வார்கள். எனக்குத் தெரிந்த ஒருவருக்கு ஐடியாக்கள் உதிப்பதே அவர் கடற்கரையில் உட்கார்ந்திருக்கும்போதுதான். இன்னொருவருக்கு அவரைச் சுற்றிப் பரபரப்பான நிகழ்ச்சிகள் நடந்து கொண்டிருக்கும்போது பிரமாதமான ஐடியாக்கள் உதித்திருக்கின்றன. அந்த ஆரவாரத்துக்கிடையேதான் அவருக்குப் படைப்புச் சிந்தனை சாத்தியம் என்கிறார். எனவே இதெல்லாம் தனிப்பட்ட விஷயங்கள். உனக்கு எப்படியோ

நீயும் ஏன் சாதிக்கக் கூடாது?

அப்படித்தான் எனக்கு. பிறருக்கு நடப்பது உனக்கு நடக்க வேண்டும் என்பதில்லை.

ஆர்க்கிமிடீஸை உதாரணத்துக்கு எடுத்துக்கொள்ளலாம். கணிதமேதை பல கண்டுபிடிப்புகளைத் தந்தவர். கி.மு. 287க்கும் 212க்கும் இடையே வாழ்ந்தவர். பளுச்சக்கரங்கள் பற்றியும் நெம்புகோல்கள்பற்றியும் வரைகணிதம் பற்றியுமான அவருடைய கோட்பாடுகள் உலகறிந்தவை. அவருடையதுதான் இன்னுமொரு பெரிய கண்டுபிடிப்பு.

அதைப் பற்றிய கதையொன்று உண்டு. குளித்துக் கொண்டிருந்தாராம். தண்ணீருக்குள் அமிழ்ந்து படுத்தவர் தண்ணீர் அளவு உயர்வதற்கும் தண்ணீரில் ஆழ்ந்த தன் உடலின் பகுதிக்குமிடையே ஏதோ தொடர்பு இருக்கிறது என்பதைத் திடீரென உணர்ந்தாராம். இடம்பெயர்ந்த நீரில் அளவைக் கொண்டு அதில் அமிழும் பொருளின் கனஅளவைக் கண்டுபிடிக்க முடியும் என்ற கொள்கையை வகுத்தார். மகிழ்ச்சியில் மெய்மறந்தார். குளியல் தொட்டியிலிருந்து துள்ளிக் குதித்து வெளியே வந்தார். தான் நிர்வாணமாக இருக்கிறோம் என்பதே அவருக்கு மறந்து போயிற்று. யூரேகா என்று கத்திக்கொண்டு வீதி வழியே ஓடினாராம். மிகப் பெரிய கண்டுபிடிப்புத்தான். சந்தேகமே இல்லை.

ஆர்க்கிமிடீஸின் கண்டுபிடிப்புகளைப் போலப் புரட்சிகரமானவை அல்ல என்றாலும் நமது படைப்புச் சிந்தனை தம்மளவில் முக்கியமானவை. நமது வெற்றிக்குத் திருப்புமுனையாக அமைபவை. நமது ஐடியாக்களை எதிர்கொள்ளவும் குறித்து வைத்துக் கொள்ளவும் நாம் தயாராக இருக்கவேண்டும். ஒவ்வோர் ஐடியாவும் நடைமுறைச் சாத்தியமானதாக இருக்கவேண்டும் என்பதில்லை. தோன்றிய அந்தக் கணம் அது உபயோகமானதாக இருக்க வேண்டும் என்பதில்லை. ஆனால் விழித்திருக்க வேண்டியிருக்கிறது. சில சமயம் பெரிய பெரிய ஐடியாக்கள் சின்னச் சின்னதில் ஆரம்பிக்கலாம். ஏதோ ஒரு சமயம் பயனுள்ளதாக அமையலாம். ஒரு ஸ்பார்க் பிளக்கைப் போலத்தான். இன்னுமோர் ஐடியாவைப் பற்றிச் சிந்திக்க ஒரு பொறிகிளப்புவதாக அமையலாம்.

ஐடியாக்களைக் குறித்துக் கொள்ளுதல்

சிலர் டேப்ரிக்கார்டர்களைப் பயன்படுத்தித் தம் ஐடியாக்களைத் தக்க வைத்துக் கொள்கின்றனர். பிற்பாடு எழுதி வைத்துக் கொள்கிறார்கள். தனிப்பட்ட கம்ப்யூட்டர்களைப் பயன்படுத்திக்கொள்ளலாம். எந்த முறையைப் பயன்படுத்தினாலும் சரியே ஐடியாக்களைக் குறித்து வைத்துக் கொள்ள, தக்க வைத்துக் கொள்ள இன்றே ஆரம்பித்துவிடு.

எப்போதும் பேனா ஒன்றையும் சில தாள்களையும் தயாராக வைத்திரு. உன் ஐடியாக்களைக் குறித்து வைத்துக் கொள்ள வசதியாக இருக்கும். இதுதான் இன்றளவும் மிக எளிமையானதும் சிறந்ததுமான வழி. தம் படைப்புச் சிந்தனைக்கென ஒரு டயரியை ஒவ்வொருவரும் தனியாக வைத்துக் கொள்ள வேண்டும். ஜிம்ரான் ஓர் எழுத்தாளர். தத்துவ மேதை. தொழிலதிபர். தன் எண்ணங்களையும் ஐடியாக்களையும் குறித்து வைத்திருக்கும் குறிப்பேடுகளைத் தம் மதிப்புயர்ந்த சொத்து என்று சொல்வார். பத்திரிகைகளைப் படித்து ஒரு ஐடியா வங்கியைத் தயாரித்துக் கொள்ளலாம். போட்டோக்கள், கட்டுரைகள், விளம்பரங்கள் என்று எதெல்லாம் உன்னுடைய லட்சியத்துக்குத் தொடர்புடையதாக இருக்கிறதோ அதையெல்லாம் பற்றிய குறிப்புகளை எழுதி வைத்துக் கொள்ளலாம். அல்லது கத்தரித்து வைத்துக் கொள்ளலாம். இவற்றைச் சரியான முறைவைப்பில் பாதுகாத்து வைத்துத் திருப்பிப் பார்க்கும் போது பிரமாதமான ஐடியாக்கள் தோன்றுவதைத் தெரிந்துகொள்வாய். பிரமாதமான படங்களாக உன் சிந்தனை விரியும்.

இன்னும் குறிப்பான பல விஷயங்களுக்காகவும் இப்பழக்கத்தை நான் பயன்படுத்திக் கொள்வதுண்டு. நானும் என் மனைவியும் எங்கள் கனவு இல்லத்தைத் திட்டமிட்டுக் கொண்டிருந்தோம். இதற்கென அப்போது ஓர் ஐடியாக் குறிப்பேட்டை வைத்திருந்தேன். எங்களுக்கு ஏதோ ஒரு வகையில் பிடித்திருந்த ஒவ்வொரு வீட்டையும் புகைப்படம் எடுத்தோம். பல்வேறு கண்காட்சிகளைப் பார்த்தோம். கைக்குக் கிடைத்த விவரங்கள் அத்தனையும் சேகரித்தோம். எந்தப் பத்திரிகை எடுத்தாலும் வெட்டி எடுத்து வைத்துக்

கொள்ள அதில் ஏதாவது படம் அல்லது விவரம் இருந்தது. எது எங்களுக்குப் பிடித்திருந்தாலும் சரியே, வெட்டி எடுத்து வைத்துக் கொள்ள வேண்டியதுதான். பயன்படுமல்லவா! இது ஆகாது என்று நிச்சயமாகத் தோன்றிய விவரம் தவிர வேறு அத்தனை விவரங்களும் எங்கள் வசம் இருந்தன என்றால் பார்த்துக் கொள்ளுங்கள்.

இதையெல்லாம் முடிக்கும்போது எங்களுக்கென்று பிரத்தியேகமான ஒரு வீட்டின் காட்சியை மனதில் எழுதிக் கொண்டோம். தள வரைபடத்திலிருந்து சுவர் வர்ணங்கள் வரையிலும், ஃபிட்டிங்குகள், சுவர்களில் ஒட்டும் படங்கள், பர்னிச்சர் என்று எல்லாமும்தான். எங்களுக்கு எது வேண்டும் என்பதைப் பற்றி நிச்சயமாகத் தெரிந்துகொண்டோம். எங்களுடைய கட்டட அமைப்பாளரைச் சந்தித்தபோது எவ்வளவு தெளிவாக இருக்கிறீர்கள் என்று வியந்தார். ஒரே முயற்சியில் எங்களுக்கு வேண்டிய கட்டடத்தை வடிவமைத்துவிட்டார். என்றாலும் வீடு கட்ட வேண்டும் என்று நினைக்க ஆரம்பித்த போது எங்களுக்கு எந்த விவரமும் தெரிந்திருக்கவே இல்லைதான். எங்கள் ஐடியாக்களும் குறிப்பேடும் எல்லா ஐடியாக்களையும் அவியலாக்கி எல்லாவற்றையும் அலசி ஆராய்ந்து தெளிவான முடிவெடுக்க உதவியாக இருந்தன என்பதைச் சொல்லவும் வேண்டுமா?

உன் கொள்கைகள் ஐடியாக்கள் அனைத்தையும் குறித்து வைத்துக் கொள்ள ஆரம்பித்துவிடு. படைப்புச் சிந்தனைக்கு இது எந்த அளவுக்கு அடித்தளமாக ஆகிப்போகிறது என்பதைக் கண்டு நீயே வியந்துபோவாய். குறித்து வைத்தாயிற்று என்றால் எப்படி எண்ணங்கள் பிற எண்ணங்களின் தோற்றுவாயாக அமைகின்றன என்பதையும் அவை நடைமுறை சாத்தியமாக அமைகின்றன என்பதையும் தெரிந்துகொள்வாய். வெற்றிகரமான பலரும் ஏதோ ஒரு வகையான குறிப்புப் புத்தகத்தைப் பராமரித்து வைத்திருப்பவர்கள்தான். அவர்கள் தொழிலதிபர்களாக இருந்தாலும் சரி. விளையாட்டு வீரர்களாக இருந்தாலும் சரியே. மார்கஸ் ஔரீலியஸ் என்ற ரோமப் பேரரசனுடைய குறிப்புகள் உலகப் புகழ் வாய்ந்தவை. தன்

சிந்தனைகளே இந்த உலகை செயல்பட வைக்கின்றன

எண்ணங்கள் உணர்வுகள் என்று எல்லாவற்றையும் குறித்து வைத்திருந்தானாம். பல்லாண்டுகள் கழித்து அவை அச்சுக்கு வந்தன. திட மனதும் எளிமையானவனுமான அந்த ரோமப் பேரரசனின் குணவியல்புகளைத் தெரிந்துகொள்ள அந்தக் குறிப்புகள் மிக உதவியாக இருக்கின்றன.

வெற்றி பெற்ற மனிதர்கள் பலருக்கும் பொதுவான பழக்கம் இந்தக் குறிப்பேடு பராமரித்தல். ஏதோ ஒரு வடிவத்தில் இவை இருந்திருக்கின்றன. எனவே நீயும் முயன்று பார். உன்னுடைய குறிப்பேடு அல்லது ஐடியாஸ் டயரியை இன்றே ஆரம்பித்துவிடு.

படைப்பாளிகளின் இயல்புகள்

தம் படைப்புத் திறன்களை முழுக்கப் பயன்படுத்துவோர்க்கென சில பொதுவான இயல்புகள் இருக்கின்றன. சராசரி மனிதர்களிடமிருந்து அவை அவர்களை இனம் பிரித்துக் காட்டுகின்றன. புதிய ஐடியாக்கள் தோன்றவும் தம் வாழ்வை வெற்றியுடையதாக்கிக் கொள்ளவும் அவர்கள் வழக்கமாக இந்த இயல்புகளைப் பயன்படுத்திக் கொள்கிறார்கள். அவ்வப்போது புதிய புதிய கோணங்களில் சிந்திக்கிறார்கள்.

1. *சரியான கேள்விகளைக் கேட்டுக்கொள்*

சரியான கேள்விகளைக் கேட்டுக்கொள்வதும் அவற்றுக்குச் சரியான பதில்களைக் கண்டுபிடிப்பதும் வாழ்க்கையிலிருந்து அதிக பட்சம் பெற்றுக்கொள்வதாக அமைகிறது. கேள்வி கேட்பதன் மகிமை ஆல்பர்ட் ஐன்ஸ்டீனுக்குத் தெரிந்திருந்தது. எந்த ஒரு கேள்வியும் ஒரு காகிதத்தில் எழுதிக்கொள்வார். பின்னரே அதைப் பற்றிச் சிந்திக்க ஆரம்பிப்பார். அந்தக் கேள்விக்கான பதிலைத் தேடுவார். தாமஸ் எடிஸனுக்கும் சரியான கேள்விகள் கேட்டுக்கொள்வதன் மகிமை தெரிந்திருந்தது. அவர் பள்ளிக்கூடத்தில் படித்துக்கொண்டிருக்கும்போது இவனுக்கு யாரும் எதுவும் சொல்லித் தர முடியாது என்று வெளியேற்றி விட்டார்கள். காரணம் அவர் எக்கச்சக்கமாக கேள்விகளைக் கேட்டதுதான். அப்படி என்ன ஏது என்று தெரிந்துகொள்வதற்காகக் கேள்விகள் கேட்டுக்கொண்டிருந்ததால்தான் எடிஸன்

உலகத்தின் தலைசிறந்த கண்டுபிடிப்பாளர்களில் ஒருவராக முடிந்தது.

சரித்திரம் மிகவும் ஆக்கப்பூர்வமான சிந்தனையாளர் என்று அடையாளப்படுத்தி வைத்திருக்கும் ஒரிருவருடைய வாழ்க்கை ஏடுகளைப் புரட்டிப் பார். சரியான கேள்விகளைக் கேட்டுப்பார். வியப்பான பதில்கள் பல கிடைக்கும். பிரமாதமான சாத்தியங்களைத் தன்னகத்தே கொண்டிருக்கிறது உலகம் என்பதைப் புரிந்து கொள்வாய். எப்படி, ஏன், எது,எங்கே, எப்போது என்று தொடங்கும் சில கேள்விகளைக் கேட்டுத்தான் பாரேன்.

2. புழக்கத்தில் இருக்கும் விஷய ஞானத்துக்குச் சவாலிடு

தற்போது எல்லாமும் எப்படிச் செய்யப்படுகின்றனவோ அதை ஏற்றுக்கொள்ள ஆரம்பித்துவிட்டோம் என்றால், நாம் இப்போது செய்துகொண்டிருப்பதே சாத்தியமான சிறந்த முறைகள் என்று நினைக்க ஆரம்பித்துவிட்டால் நாம் முன்னேறப் போவதே இல்லை. முன்னோக்கி ஒரடி கூட எடுத்து வைக்கப்போவதில்லை. புதிய,இன்னும் திறனுடைய செயல்களையும் ஐடியாக்களையும் தேடுவதென்றால் புழக்கத்தில் இருக்கும் முறைகளுக்கும் ஐடியாக்களுக்கும் சவால்விடுகிறவர்களாக இருக்க வேண்டும்.

இன்னும் சிறப்பான வகையில் ஒரு காரியத்தைச் செய்யலாம் என்று தெரிந்துகொள்ள ஆயிரக்கணக்கான வழிகள் இருக்கின்றன. புழக்கத்தில் இருக்கும் விஷய ஞானத்தை அப்படியே ஏற்றுக்கொள்ளாமல் என்ன ஏது என்று கேட்க ஆரம்பித்தால் நடைமுறைக்கு பொருத்தமான புதிய ஐடியாக்கள் கொள்கைகள் ஆகியன தோன்றி வருவதைக் காண்பாய். உடையவில்லை என்றால் ஒட்ட வைக்க நினைக்காதே என்ற பழமொழி படைப்பாளிகளுக்கு அவ்வளவாக ஏற்புடையதல்ல.

படைப்பாளிகள் எப்போதும் எதையும் இன்னும் சிறப்பாகச் செய்வதெப்படி என்று பார்த்துக்கொண்டே இருக்கிறார்கள். மாறுதலுக்காகவே மாறுதல் என்றில்லாமல் வாழ்வைச் சிறக்கச் செய்யவும் தமக்கும் பிறருக்கும் நன்மை பயப்பதாக இருக்கச்

செய்யவும் அவர்கள் ஆக்கப்பூர்வமாகச் செயல்படுகிறார்கள். ஆக்கபூர்வமாகச் சிந்தனை செய்யாது பிறர் ஏற்றுக்கொள்வதை எந்தக் கேள்வியும் இல்லாமல் ஏற்றுக்கொள்ளும் வரை உலகம் தட்டையானது என்று சொல்லிக்கொண்டு உட்கார்ந்திருக்கத்தான் போகிறோம்.

3. புதிய சிந்தனைகளுக்கு மனதைத் திறந்து வை

எவரிடமிருந்தானாலும் சரியே எங்கிருந்தென்றாலும் சரியே, புதிய சிந்தனைகளுக்கு நம் மனதைத் திறந்து வைத்திருக்க வேண்டும். மனதை மூடி மட்டும் வைத்துவிடாதே. எங்கிருந்து பிரமாதமான ஐடியா வரப்போகிறது என்பது யாருக்கும் தெரியவே தெரியாது. தெளிவும் ஞானமும் மிக்கவர்களுக்குக் கவனித்திருப்பதன் அருமை தெரியும். அவர்கள் எப்போதும் தம்மைச் சுற்றியும் கவனித்திருப்பவர்கள். இதனால் பல சாத்தியங்கள் பல சந்தர்ப்பங்கள் நமக்குத் திறந்து கொள்கின்றன. பலரும் இவற்றைத் தவறவிட்டுவிடுகிறார்கள்.

நம்முடைய ஐடியாக்களுக்கு மாறுபட்டவைகளை நம்முடையவற்றோடு முரண்பட்டு நிற்பனவற்றைக் கவனிப்பதென்பது மிகவும் முக்கியமானதாகும். பிறருடைய ஐடியாக்களும் கொள்கைகளும் நம்மை வந்தடையாமல் மறுத்துவிடும்போது மதிப்பு வாய்ந்த மூலத்தைத் தவறவிட்டுவிடுகிறோம்.

நமக்குச் சரியான வகையில் அமைந்தது எது என்று பார்க்கும்போது பலவற்றையும் பார்க்கவேண்டியிருக்கிறது. அப்படியானால் நம்மைத் தவிர்த்துப் பிறரிடமிருந்து எந்த அளவுக்கு நமக்கு உதவி கிடைக்கும் என்பதைப் பார்த்தாக வேண்டும் என்றாகிறது. புதிய கொள்கைகள் கோட்பாடுகளைத் தெரிந்துகொள்ள உன் எல்லை தாண்டிப் போக அஞ்ச வேண்டியதில்லை. எப்போதும் திறந்த மனத்தனாக இருப்பதை மறந்துவிடாதே.

4. முடிவைத் தள்ளிப் போடு

ஆக்கபூர்வமாகச் சிந்திக்கும் போது தகவல்கள் எங்கிருந்து வந்தாலும் ஏற்றுக்கொள்ள மனதைத் திறந்து வைத்துக்கொள்ள

வேண்டும் என்பதைப் பார்த்தோம். பின் முடிவைத் தள்ளிப் போடுதல் என்ற முறையைக் கடைப்பிடிக்க வேண்டும். அப்போதுதான் நாம் அப்படிப் பல திசைகளிலிருந்தும் பெற்ற தகவல்களைச் சரியான முறையில் பயன்படுத்திக்கொள்ள முடியும்.

முதல் பார்வைக்கு எந்த அளவுக்கும் முக்கியமானதல்ல என்று தோன்றும் தகவலைக் கூட வாங்கி வைத்துக் கொள்வதே முடிவைத் தள்ளிப் போடுவதாக அமைகிறது. சில தகவல்கள் முட்டாள்தனமாகக் கூடத் தெரியலாம். புதியதொரு ஐடியாவைப் பற்றிய தீர்மானத்தை அவ்வளவு எளிதில் செய்துவிடக் கூடாது. சில சமயம் மிக முட்டாள்தனமாகத் தெரியும் ஐடியாக்கள் முடிவில் மிகச் சிறந்தவையாக மாறிப் போவதுமுண்டு. வெகு சீக்கிரத்தில் ஓர் ஐடியாவைக் குப்பையில் எறிந்துவிட்டால் நாம் தேடிக் கொண்டிருக்கும் விடையைத் தவற விட்டுவிடலாம்.

எந்த ஒரு விஷயத்தையும் அலசி ஆராயும்போது முடிவைத் தள்ளிப்போடுவது மிகவும் உதவியாக இருக்கிறது. அலசி ஆராயும்போது எல்லாவிதமான மாற்றுக் கருத்துக்களையும் சாத்தியங்களையும் விவாதிக்கிறோம். அப்படி எல்லாச் சாத்தியமான வழிகளையும் ஆராய்ந்த பின்னரே முடிவெடுக்க அமர்கிறோம். இம்முறை ஆக்கபூர்வமான சிந்தனைக்கு மிகவும் உதவியாக இருக்கிறது. ஏனென்றால் நாம்தான் எந்தவொரு கட்டுப்பாடும் வரையறையும் விதித்துக்கொள்ளாமல் எல்லாவற்றையும் கணக்கில் எடுத்து அலசி ஆராய்கிறோமே! இரண்டு எண்ணங்கள் ஒன்று சேர்ந்து ஒரு கேள்விக்கு விடையாக அமைவதும் உண்டு. முடிவைத் தள்ளிப் போடுவதால் நமது பிரச்சினைகளுக்கு ஆக்கப்பூர்வமான தீர்வுகளைக் காண்பதற்கான நிச்சயமான வழியைக் காண அதிகபட்சச் சாத்தியங்கள் இருக்க வருகின்றன.

5. உள்ளுணர்வைப் பயன்படுத்து

மனம் சில சமயம் குறக்களிகொட்டும். அதைக் கவனமாகக் கேள். ஏனென்றால் அதில் பெரும்பான்மையானவை வெகு துல்லியமாக இருக்கும். நமக்குள் ஏதோ ஒரு குரல் அடிக்கடி மிக முக்கியமானவற்றைச் சொல்லக் கேட்டிருக்கிறோம். இந்தச்

திசையில் போ என்று மனம் சொல்லக் கேட்டிருக்கிறோம். சில சமயம் நான் ஏதாவது தவறு செய்தபின் அப்படி உள்மனம் எதையாவது சொல்லியிருக்க அதை உதாசீனம் செய்திருக்கிறேனோ என்று திரும்பிப் பார்ப்பது உண்டு. எங்கோ எதுவோ சரியில்லை என்று மெல்லிய ஒரு குரல் எனக்குள் ஒலித்திருக்கவேண்டும். இப்படி நடக்கும் என்று எனக்குத் தெரியும். இப்படித்தான் நடக்கப்போகிறது என்று எனக்குள் ஓர் உணர்வு இருந்தது என்று பலரும் சொல்லக் கேட்டிருக்கிறாயல்லவா? இது அடிக்கடி நடப்பதுதான்.

இப்படி உள்ளிருந்து ஒரு குரல் கேட்கும்போது நம் ஆழ்மனம் நமக்கு எதையோ சொல்லத் துடிக்கிறது. நமது ஆழ்மனம் பல தவகல்களைச் சேர்த்து வைத்திருக்கிறது. நமக்கு அவை தெரிவதில்லை. ஆக்கபூர்வமான சிந்தனையும் மனக்குரலும் இணை சேர்ந்தே நடக்கின்றன. இந்தக் குறக்களிகளைக் கேட்பதற்கு நம்மைப் பழக்கப்படுத்திக்கொள்ள வேண்டும். அவற்றினூடு போகத் தெரிந்துகொள்ள வேண்டும். இந்த முக்கியமான வளத்தைப் பயன்படுத்தினால் நீ எந்த அளவுக்கு வெற்றி பெறலாம் என்பதைத் தெரிந்துகொள்வாய். உனக்கே ஆச்சரியமாக இருக்கும்.

6. எடைபோடு

எந்த ஒரு பிரமாதமான ஐடியாவையும் பயன்பாட்டுக்குக் கொண்டுவருமுன் அதைச் சரியாக எடைபோட வேண்டும். ஒரு குறிப்பிட்ட சூழலுக்குச் சரியான சிந்தனையோடு பல நூறு சிந்தனைகள் சேர்ந்தே தோன்றுகின்றன. அப்படித் தோன்றும் பல சிந்தனைகளையும் சலித்தெடுத்தே நெல்லை உமியிலிருந்து இனம் காண வேண்டும். சிந்தனைகளை ஒரு வடிகட்டி வழியாக அனுப்ப வேண்டும்.

சிந்தனைகளை எடை போடும்போது கேட்டுக்கொள்ள வேண்டிய கேள்விகளில் மிக முக்கியமான இரண்டு.

> நம் சிந்தனைகள் நடைமுறை சாத்தியமானவைதானா? சாதிக்கலாம்படியாக இருக்கின்றனவா?
>
> நம் சிந்தனைகள் சரியான முறையில் நடந்தேறுமா?

இந்த இரண்டு கேள்விகளையும் கேட்டுப் பார்க்க வேண்டும். இந்த இரண்டு கேள்விகளுக்கும் சாதகமான பதில்கள் கிடைக்கும் என்றால் அடுத்த முக்கியமான கடைசிச் செயலை மேற்கொள்ள வேண்டும். அவற்றை நிதரிசனமாக்குவது.

7. செயல்கள் சிந்தனைகளைத் தொடர்கின்றன

எந்த ஓர் சிந்தனையும் உண்மையில் ஆக்கபூர்வமாக அமைவது அவற்றுக்குப் பின் செயல்கள் நிகழும்போதுதான். ஒரு சிந்தனைக்கு உயிர் தரும்போதுதான் நாம் எதையாவது படைக்கிறோம் என்றாகிறது. செயல்படுவதென்பது நம் சிந்தனைகளை நிதரிசனமாக்குவது. இதுதான் இந்தச் சமன்பாட்டில் உண்மையான ஆக்கபூர்வமான பகுதியாக அமைகிறது.

நல்லதோர் சிந்தனையைச் செயல்படுத்தும்போது தோல்வி வெற்றியாகிறது. துயரம் மகிழ்ச்சியாகிறது. செயல்படுத்தப்பட்ட சிந்தனை பிரச்சினைகளைத் தீர்க்கிறது. எனவே உன்னுடைய சிந்தனைகளைப் பயன்படுத்தத் தவறிவிடாதே. பயன்படுத்தாமல் ஊசிப்போய்விட விட்டுவிடாதே. செயலைக்கொண்டு அவற்றுக்கு உயிர் கொடு.

பிரமாதமான சிந்தனைகள் தம் வசம் இருக்கின்றன என்று சொல்லும் பலர் இந்த உலகில் இருக்கிறார்கள். ஆனால் அவர்கள் கடைசியில் ஏமாந்து போய் நிற்கிறார்கள். இதற்குக் காரணம் அவர்கள் அவற்றைச் செயல்படுத்தத் தவறியவர்கள். இப்படியாகிப் போனால் என்று சொல்லித் தயங்கும் வழக்கத்தைக் கைவிடு.

இப்போதே செயல்பட ஆரம்பித்துவிடு.

கற்பனையே படைப்பின் ஆரம்பம். எதை விரும்புகிறாயோ அதைக் கற்பனை செய்துகொள்கிறாய். எதைக் கற்பனை செய்து கொள்கிறாயோ அதைப் பெறத் தீர்மானிக்கிறாய். எதைத் தீர்மானித்துக் கொள்கிறாயோ அதைக் கடைசியில் சாதிக்கிறாய்.

-- ஜார்ஜ் பெர்னார்ட் ஷா

மீள்பார்வை

1. படைப்பாளிகள் ஏதுமற்றதிலிருந்து எதையோ ஒன்றைப் படைக்கிறார்கள். தம்மிடம் இருப்பதிலிருந்து அதிக பட்சம் பெற்றுக் கொள்கிறார்கள். பிறகு மேலும் கொஞ்சம் ஆக்கி வைக்கிறார்கள்.

2. படைப்புச் சிந்தனை என்பது மூளையின் இடது மற்றும் வலப்பகுதிகளைப் பயன்படுத்திக்கொள்வது படைப்புத் திறனோடு நடைமுறைத் திறனையும் பயன்படுத்திக்கொள்ள வேண்டும்.

3. படைப்பதற்கான திறவுகோல் சாதிக்க முடியும் என்ற நம்பிக்கை. பாதை தெரியும் என்றால் இலக்கை அடையத்தான் போகிறாய் என்று பொருள்.

4. ஓர் உத்வேகத்தில் சிந்தனைகள் தோன்றலாம். அல்லது தொடர்ந்த முயற்சிகள் மூலம் அவற்றைச் சாதிக்கலாம்.

5. எந்த ஒரு சிந்தனையும் முழுக்கத் தனிச்சிறப்புடையதாக இருக்க வேண்டுமென்பதில்லை. இன்னோர் சிந்தனையின் அடுத்த கட்டமாக இருக்கலாம். அல்லது சில சிந்தனைகளின் முகிழ்வாக இருக்கலாம்.

6. சிந்தனைகள் எப்போது வேண்டுமானாலும் எங்கு வேண்டுமானாலும் தோன்றலாம் சுலபமாக ஒருவர் அவற்றை மறந்துவிடலாம். எனவே உன் சிந்தனைகளைக் குறிப்பெடுக்கத் தவறாதே.

7. படைப்பாளிகளின் இயல்புகள்

   அ. சரியான கேள்விகளைக் கேட்டுக் கொள்கிறார்கள்.

   ஆ. புழக்கத்தில் இருக்கும் விஷய ஞானத்துக்குச் சவாலிடுகிறார்கள்.

   இ. புதிய சிந்தனைகளுக்குத் தம் மனதைத் திறந்து வைக்கிறார்கள்.

   ஈ. ஆழ்மனதின் குறக்களிகளுக்குச் செவிமடுக்கிறார்கள்.

   உ. முடிவைத் தள்ளிப் போடுகிறார்கள்.

   ஊ. தம் சிந்தனைகளை எடை போடுகிறார்கள்.

   எ. செயல்படுத்துகிறார்கள்.

நீயும் ஏன் சாதிக்கக் கூடாது?

செயற்படிகள்

1. நமக்குத் தெரியுமோ தெரியாதோ நம் அனைவருக்கும் ஆக்கபூர்வமாகச் சிந்திக்கும் திறன் இருக்கிறது. உன்னுடைய ஆக்கபூர்வச் சிந்தனையைப் பயன்படுத்தும்போது உன் வாழ்வில் அது பயனளிக்கக் கூடியது என்று நினைக்கும் பகுதிகளைப் பட்டியலிடு.

   _____
   _____
   _____
   _____
   _____
   _____
   _____
   _____
   _____

2. பிரமாதமான சிந்தனைகளை வீணாக்கிவிடாதே. ஒரு நோட்டுப் புத்தகம் அல்லது குறிப்பேட்டை வாங்கிக் கொண்டு உன் ஆக்கபூர்வமான சிந்தனைகளை எழுதி வைத்துக் கொள்ள மட்டுமே அதைப் பயன்படுத்து. தாமதம் செய்ய வேண்டாம். இப்போதிருந்தே ஒரு குறிப்பேட்டைப் பராமரிப்பது என்று தீர்மானம் செய்து கொண்டு செயல்படு.

12

உனது மிகச் சிறந்த முதலீடு

அறிவுமணி மிகப் பெரிய செல்வம். உறவினர்கள் கொள்ளையடித்துப் போகமுடியாதது. திருடர்கள் எடுத்துப் போக முடியாதது. கொடுப்பதால் குறையாதது.

-- பாவபூதி

மிகச் சிறந்த முதலீடு பொருளாதாரம் சார்ந்தது என்று நினைக்கிறோம். சொத்து, பங்குகள், பத்திரங்கள் என்று இவற்றையே நமது முதலீடாகக் கருதுகிறோம். ஆனால் உண்மை என்னவென்றால் முதலீட்டைப் பற்றி நினைக்கும் போது நம்மைப் பற்றி நினைத்துப் பார்க்க வேண்டும். பொருட்சார்புடையதன்றி அதிக மதிப்புள்ள ஒரு முதலீடு எதுவாக இருக்கும் என்று நினைத்துப் பார்க்கவேண்டும்.

உன்னுடைய மிக முக்கியமான சொத்து நீயேதான்.

இந்தப் புத்தகம் முழுக்க நம்மை முன்னேற்றிக் கொள்வதைப் பற்றியது. நம் தனிப்பட்ட திறன்களை வளர்த்து வாழ்விலிருந்து எவ்வளவு அதிகம் பெற்றுக்கொள்ள முடியும் என்பதைப் பற்றியது. எனவே இப்போது பொருத்தமான அறிவை வளர்த்துக் கொள்ளும் முறையின் அடிப்படைக் கருவிகள் பற்றித் தெரிந்து கொள்வோம். தேவைப்பட்ட தகவல்களை எங்கே பெறுவது? தேவைப்படும் திறன்களை எப்படி வளர்த்துக்கொள்வது? இந்தக் கேள்விகளுக்கான விடைகளைக் காணலாம். மாஸ்டர் ஆவதற்கு முதலில் மாணவனாக வேண்டியிருக்கிறது.

நாம் எப்படிப்பட்டவராக இருக்கிறோமோ எப்படிப் பட்டவராக வர வேண்டும் என்று நினைக்கிறோமோ அப்படிப்பட்டவர் நம்மிடம் இருப்பனவற்றில் மதிப்பு வாய்ந்தவை. உன்னிடம் இருப்பதன் அதிகபட்சப் பலன்களைப் பெற வேண்டும் . அதற்கு மதிப்பூட்ட வேண்டும். ஏனென்றால் உன்னுடைய முதலீடுகளிலேயே மிகச் சிறந்த முதலீடு உன் மீது போடும் முதலீடுதான். எல்லாச் சாத்தியமான வழிகளிலும் உன் நிலையுயர்த்த முயற்சி செய்துகொண்டேயிரு. இன்னும் சிறந்தவனாவதற்கு இது உதவும். கடைசியில் உன்னுடைய லட்சியங்களைச் சாதிக்கவும் கனவுகளை நனவாக்கவும் உதவும்.

உன்னை இன்னும் மதிப்புள்ளவனாக்கிக் கொள். பிற தாமாகவே தம்மைக் கவனித்துக் கொள்ளும். செல்வந்தர்கள் பலருக்கும் பொதுவான முக்கியமான குணம் ஒன்று உண்டு. அவர்கள் தம் சொத்தைப் பெருக்கிக் கொண்டே இருக்கிறார்கள். அதே சமயம் முதலீட்டை எந்த அளவும் குறையாமல் பார்த்துக் கொள்கிறார்கள். இருக்கும் சொத்து அடிப்படை குறைய விடுவதில்லை. நம்முடைய தனிப்பட்ட சொத்திலும் இதையே செய்ய வேண்டும். மேலும் சேர்ந்துகொண்டே இருக்க வேண்டும். அதன் செல்வத்தை அதிகப்படுத்திக்கொண்டே இருக்க வேண்டும். செல்வம் ததும்பி வழியும் களஞ்சியம் நம்முடையதாக இருக்க வேண்டும். அது வைர வைடுரியங்களை விட மதிப்புள்ளதாக இருக்க வேண்டும்.

முன்னேறிக் கொண்டேயிரு

மாற்றத்தை விட நிச்சயமானது இந்த உலகில் ஏதுமில்லை. வாழ்வின் ஒரு பகுதியே மாற்றம். ஒவ்வொரு வருடமும் மாற்றத்தின் வேகம் அதிகரித்துக்கொண்டேயிருக்கிறது. அதனோடு நாமும் நகர்ந்து போய்க் கொண்டிருக்கலாம். அல்லது பின்தங்கிவிடலாம். அது நாம் எதைத் தேர்ந்தெடுக்கிறோம் என்பதைப் பொறுத்தது. ஆனால் தேங்கி நிற்பது மட்டும் கூடாது. சிறியதொரு, காலகட்டத்துக்குக் கூட நாம் நகராமல் நின்றுபோய்விட்டால் நம்மைப் பின்நிறுத்திப் பிறர் போய்விடுவார்கள். காலந்தப்பிப் போய்விடும். நவீனத் தொழில்

நுட்ப மாற்றங்கள் இதற்கு வெகு சிறந்த உதாரணங்கள் மிகச் சிறந்த மாற்றங்களாக முன்னேற்றங்களாகக் கருதப்பட்டவை இன்று நினைவுச் சின்னங்களாகிப் போய்விட்டன. ஐம்பது வருடங்களுக்கு முன் செயற்கைக் கோள்களைப் பயன்படுத்துவது மனித மனித DNAவின் ரகசியங்களைத் தெரிந்துகொள்வதும் அதீதக் கற்பனைகளாகத்தான் இருந்தன. அல்லது அறிவியல் சினிமாவின் காட்சிகளாக இருந்தன. அறிவியல் தொழில்நுட்பம் என்றிவற்றின் எல்லா அங்கங்களும் பயங்கரமாக முன்னேறிக் கொண்டிருக்கின்றன. மனித வள மேம்பாடும் அப்படியே. எதிர்காலத்தில் இன்னும் என்னென்ன வரப்போகின்றன என்று சற்றே நினைத்துப் பார்.

தம்மை ஆயத்தம் செய்து கொள்கிறவர்களுக்கே எதிர்காலம் உரியது என்பதை மறந்து போவது மிகச் சுலபம். எனவே நம்மைத் தயார்ப்படுத்திக்கொண்டு எதிர்காலத்துக்கு ஆயத்தப்படுத்திக் கொள்வதற்கான தருணம் வந்துவிட்டது. சிலர் தம்மை மித வேகத்தில் போய்க்கொண்டேயிருக்கப் பக்குவப்படுத்தி வைத்திருக்கிறார்கள். அப்படியே சாய்ந்து உட்கார்ந்து கொண்டு தம்மைத் தாண்டி உலகம் போவதை வேடிக்கை பார்க்கிறார்கள். எதிர்காலத்திய நன்மைகள் அனைத்தையும் யாரோ எப்படியோ அப்படியே தட்டில் ஏந்திக் கொண்டு வந்து தமக்குத் தரப் போகிறார்கள் என்ற நினைப்புத்தான் அவர்களுக்கு. வளர்வதற்கு எந்த முயற்சியும் செய்வதில்லை. தம்மைச் சிறந்தவராக்கிக்கொள்ள எந்த முயற்சியும் செய்வதில்லை. எதிரே விரிந்து கிடக்கும் சந்தர்ப்பங்களுக்காகத் தம்மை ஆயத்தம் செய்து கொள்வதில்லை.

வளரவும் சிறக்கவும் தவறிவிடும்போது காலந் தப்பிப் போய்விடுகிறோம். இதுதான் வாழ்வியல் உண்மை. ஐம்பது வருடங்களுக்கு முன் பல்வேறு பணிகள் இருந்தன. இருபது வருடங்களுக்கு முன் கூட இருந்தன. அவற்றில் பல இன்று இல்லாமல் போய்விட்டன. தத்தமது தொழில் நிரந்தரமானது என்று நினைத்துக்கொண்டிருந்தவர்கள் பலர். என்றாலும் தொழில்நுட்ப வளர்ச்சி அவற்றை இல்லாமல் செய்துவிட்டது. நமக்கு வேண்டியது தெரியும் என்று நினைத்துக்கொள்கிறோம்.

நீயும் ஏன் சாதிக்கக் கூடாது?

பாதுகாப்பாக இருக்கிறோம். என்றும் நினைத்திருக்கிறோம். எனவே மேலும் கற்பதை நிறுத்திவிடுகிறோம். முட்டாள்தனம். இப்படி நினைக்கிறவர்களைக் கால ஓட்டம் ஓரங்கட்டி வைத்துவிட்டுப் போய்விடுகிறது. குப்பை மேட்டில் தாம் கிடப்பதை அவர்கள் பார்க்கிறார்கள். எப்படி இத்தனையும் நடந்தது என்று மலைத்துப் போய்க் கிடக்கிறார்கள்.

உன்னை மேலும் சிறந்தவனாக்கிக் கொண்டிருந்திருக்கிறாயா? மாற்றத்தின் நகர்வுக்கு ஏற்ப நீயும் நகர்ந்திருக்கிறாயா?

இன்னும் சிறந்தவனாக உன்னை ஆக்கிக்கொள்ள முயற்சிகள் செய்திருக்கிறாயா?

முக்கியமான திறன்களையும் அறிவையும் பெற்று உன்னை மேலும் வல்லவனாக்கிக் கொண்டிருக்கிறாயா?

இந்தக் கேள்விகளில் ஏதாவது ஒன்றுக்கு இல்லை என்று பதில் தந்தால் நீ பின்தங்கிக் கொண்டிருக்கிறாய் என்று பொருள். அவ்வளவு எளிதாகப் புரிந்து கொள்ளக் கூடியது இந்த உண்மை.

ஐம்பது வருடங்களுக்கு முன் ஐரோப்பாவிலிருந்து ஆஸ்திரேலியாவுக்குப் புலம் பெயர்ந்த டோனி என்பவரைப் பற்றி எனக்குத் தெரியும். கையில் காசே இல்லாமல்தான் அவரும் அவருடைய மனைவி நெல் என்பவரும் வந்தார்கள். அவர்களிடம் இருந்ததெல்லாம் புதியதொரு நாட்டில் சந்தர்ப்பங்கள் நிறைந்த சூழலில் புதிய வாழ்க்கை அமைத்துக் கொள்ள வேண்டும் என்ற கனவுகள்தான். ஆங்கிலம் சுத்தமாக வராது. என்றாலும் இந்த மிகப் பெரிய தடை அவர்களுக்கு ஒரு பொருட்டாகவே தெரியவில்லை. வெற்றிபெற வேண்டும் என்ற தாகமும் வேகமும் எந்த அளவுக்கும் பாதிக்கவில்லை. புதிய நாட்டில் பிழைக்க அவர்கள் தம்மை அனுசரித்துகொள்ளக் கற்றுக்கொள்ள வேண்டியிருந்தது. விநோதமான நாடாகவும் இருந்தது. கற்றுக் கொண்டேயிருப்பதில் துவளாமல் இருப்பதே வெற்றிக்கு அடிப்படை என்பது டோனிக்குத் தெரிந்திருந்தது. இந்த அறிவுரையை எனக்கும் தன் குழந்தைகளுக்கும் அவர் போதித்து வைத்திருந்தார். உன் வாழ்வுக்கு உதவியாக ஏதாவது

ஆலோசனை தர வேண்டும் என்றால் அது கல்வியைத் தொடர்ந்து கொண்டேயிரு என்பதாகத்தான் இருக்கும். எப்போதும் மேலும்மேலும் கற்றுக் கொண்டேயிரு. இதைத்தான் அவர் சொல்வார்.

ஆயத்தமாக இருக்க வேண்டும்

பயன்கள் நிச்சயம் தரும் ஒரு சமன்பாட்டை உனக்குத் தருகிறேனே!

சந்தர்ப்பம் + ஆயத்தம் = வெற்றி

ஆயத்தமாக இருக்கும் ஒருவர் சந்தர்ப்பத்தைச் சந்திக்கும்போது வெற்றி கிடைக்கிறது. அதைக் கைக்கொள்ள ஆயத்தமாக இல்லாதவரையிலும் எந்த ஒரு மிகப் பெரிய சந்தர்ப்பம் கிடைத்தாலும் அதனால் எந்தப் பயனும் விளையப் போவதில்லை. தேடுகிறவர்களுக்குச் சந்தர்ப்பங்கள் அநேகம் கிடைக்கும். அதே சமயம் நாம் தயாராக இருக்கிறோமா என்பதையும் நிச்சயப்படுத்திக்கொள்ள வேண்டும்.

எதிர்காலத்தை எதிர்நோக்குகிறவராக இருக்க வேண்டும். இல்லையேல் கவனமின்மைக்கான விலையைத் தந்தேயாக வேண்டும்.

திறமைகளுக்கு எப்போதும் சந்தர்ப்பங்களுக்குப் பஞ்சமில்லை.

— பூர்க் கோஷ்ரேன்

சரியான சந்தர்ப்பம் கிடைக்கும்போது அதைச் சரியாகப் பயன்படுத்திக்கொள்ளக் கூடியவர்கள் நாம் என்பதை நிச்சயப்படுத்திக்கொள்ள வேண்டும். அப்படிப்பட்டவராவதற்கான உழைப்பைச் செலுத்தத் தயாராக இருக்க வேண்டும். எதிர்காலத்தைச் சரியாகப் பன்படுத்திக்கொள்ளச் சரியான உபாயங்கள் தெரிந்தவராக இருக்க வேண்டும். அதற்கான உபகரணங்கள் நம்மிடம் இருக்க வேண்டும். ரம்பம், சுத்தி மட்டுமே கைக்கொண்டிருக்கும் பல் மருத்துவர் உன் பற்களைச் சரியாகக் கவனித்துக்கொள்ள முடியாது. பற்களைக் கவனித்துக்கொள்ளச் சரியான உபகரணங்கள் அனைத்தும் அவரிடம் இருக்க வேண்டும். அப்படியே பெரும் வெற்றிக்கென,

நீயும் ஏன் சாதிக்கக் கூடாது?

உயர்ந்த சாதனைக்கென உழைக்கும் எவரொருவரிடமும் சரியான உபகரணங்களும் உபாயங்களும் இருக்க வேண்டும்.

எனவே வெற்றிக்கான போர்க்களத்தில் உன் ஆயுதங்கள் என்ன என்பதைப் பார்க்கலாம்.

வெற்றிப் பயில்மனையில் உனக்கு வேண்டியது அறிவும் திறன்களும். நேரடியாக அவற்றைப் பயன்படுத்த ஏதுவாக இருக்க வேண்டும். லட்சியங்களை நோக்கி ஒருமித்த கவனத்தோடு போகும் போது கைக்கொள்ள ஏதுவாக இருக்க வேண்டும். எந்த நேரம்கேட்டாலும் டக்கென்று நினைவிலிருந்து எடுத்துப்போடும் அளவுக்குப் பரந்த பொது அறிவு அவ்வளவாகத் தேவையில்லை. டெலிவிஷன் வினாடிவினாப் போட்டியில் வெற்றியடைவதற்கு வேண்டுமானால் அது உதவியாக இருக்கலாம். நம் அறிவுக் களஞ்சியம் நம் முடிவான லட்சியத்தை நோக்கியதாக இருக்க வேண்டும். எதிர்காலத்தை எப்படிப் பார்க்கிறோமோ அதற்குப் பொருத்தமானதாக இருக்க வேண்டும். நமது இலக்கை அடைய உதவியாக இருக்க வேண்டும்.

கண்ணெதிரே விரியும் வெற்றியைச் சென்று சேரத் தயாராக இருக்கவும் ஆயத்தமாக இருக்கவும் எதிர்காலத்துக்கு மிக முக்கியமான இரண்டு விஷயங்களில் கவனம் செலுத்த வேண்டும். அவை

1. அறிவு
2. திறமைகளும் ஆகும்.

> தன் கனவைச் சென்று சேர்வது எப்படி என்பதற்குப் பொருத்தமான தகவல் அறிவு கைக்கொண்டவனும் அவற்றைச் சரியாகப் பயன்படுத்த வேண்டிய திறமைகள் பெற்றவனும் தம் திட்டங்களைச் செயல்படுத்த முனையும்போது யாரும் எதுவும் அவனை நிறுத்தி வைக்க முடியாது.

தகவலறிவு விரிய நாம் படிக்க வேண்டும். கற்றுக்கொள்ள வேண்டும். முறையான நோக்கம் சார்ந்த அறிவுத்தேடலில் நேரத்தையும் உழைப்பையும் ஈடுபடுத்துவாயாக.

அறிவைத் தேடி

வாழ்க்கை அறிவைத் தொடர்ந்து தேடுவதில்தான் இருக்கிறது என்பது புத்திசாலிக்குத் தெரியும். இன்று தெரிவது நேற்றுத் தெரிந்திருந்தால் எவ்வளவு நன்றாக இருந்திருக்கும் என்று சொல்கிறவர்களை நாம் அடிக்கடி பார்க்கிறோம். நான் அங்கேயிருந்திருப்பேன் இங்கேயிருந்திருப்பேன் என்றெல்லாம் வெற்று வார்த்தைகள் பேசிப் பொழுது போக்கும் நேரமல்ல இது. கடிகாரத்தின் முட்களைப் பின்னால் திருப்பி வைக்க முடியாது. எனவே இப்படியிருந்திருக்க வேண்டும். அப்படியிருந்திருக்க வேண்டும் என்று நினைப்பதில் பயன் ஏதும் இல்லை. அதைவிடுத்து நேற்றைய அனுபவத்திலிருந்து கற்றுக்கொண்டதை இன்றைய, நாளைய வாழ்வுக்குப் பயன்படுத்திக்கொள்ள வேண்டும். ஏற்கனவே பெற்றிருக்கும் அறிவைப் புதிதாகப் பெற்றுக்கொண்ட அறிவோடு இணைத்து எதிர்காலத்தைத் தேடி எடுத்துச் சமைக்க வேண்டும். அன்றாட வாழ்வுக்குத் தேவையான திறன்களையும் வளர்த்துக்கொள்ள வேண்டும். நம்முடைய முக்கிய குறிக்கோள்களை அடைய அவை உதவியாகவும் இருக்க வேண்டும்.

தெர்மா மீட்டர் காட்டும் டிகிரிகளைவிட அதிகம் டிகிரிகள் (பட்டங்கள்) வாங்கிவிட வேண்டும் என்ற ஆசை இருக்கத்தான் செய்யும். பல நிர்வாகிகளும் ஒரு பட்டத்துக்குப் பின் இன்னொரு பட்டம் என்று படித்துப் பெற்றுக்கொண்டு பணி ஏணியில் உயரப் போகலாம் என்று நினைக்கிறார்கள். இந்தப் பட்டங்கள் எல்லாமும் ஆரம்பப் படிகள் எடுத்து வைக்கத் தேவைதான். பல சந்தர்ப்பங்களிலும் அவற்றை எதிர்பார்க்கிறார்கள்தான். என்றாலும் முறைசார்ந்த கல்வி ஓரளவுக்கு மேல் முக்கியமில்லை என்றுதான் நினைக்கிறேன். அதில் செலவிடும் நேரமும் விரயம் என்றுதான் நினைக்கிறேன். பெயருக்குப் பின்னால்போட்டுக் கொள்வதற்கு என்றில்லாமல் கற்றெடுத்துக்கொள்ளும் அறிவு நடைமுறை வாழ்க்கைக்கு உதவியாக இருக்க வேண்டும். வெறுமனே விசிட்டங் கார்டில் போட்டுக்கொள்வதற்கு அல்லது தன்னைப் பற்றிய குறிப்பில்போட்டுக்கொண்டு அழகு பார்ப்பதற்கு என்றில்லாமல் இருக்க வேண்டும் என்பேன்.

ஆராய்ச்சிகளின் முடிவுகள் என்ன சொல்கின்றன. தெரியுமா? 80 சதவிகிதம் பெற்ற பட்டங்களுக்கும் செய்யும் வேலைக்கும் சம்பந்தமில்லை என்பதுதான். மேலும் தொழில் மேலாண்மையில் பெறும் பட்டங்களின் பகுதியாகப் படிக்கும் பல கோட்பாடுகளை யாரும் தத்தமது பணியில் பயன்படுத்துவதில்லை என்பதும் உண்மை. சூசன் என்று எனக்கொரு தோழி. ஒரு குறிப்பிட்ட பணியில் சேர அவருக்கு ஒரு பிஸினஸ் மார்க்கெட்டிங் பட்டம் தேவைப்பட்டது. அவர் என்ன சொல்கிறார் தெரியுமா? "நான் படித்ததில் மிகக் குறைந்த அளவே என் இன்றைய பணிக்குத் தேவைப்படுகிறது. என் பணிக்குத் தேவையானதில் 90 சதவிகிதத்தை நான் பணிபுரியும் இடத்திலேயே கற்றுக்கொண்டேன்." இது ஒன்றும் அவ்வளவு அரியதோர் உதாரணமல்ல.

முறையான கல்வி மோசமானது என்று நான் சொல்வதாக எடுத்துக் கொள்ளக் கூடாது. அப்படிச் சொல்லவில்லை. சில துறைகளில் நுழையச் சில கல்வித் தகுதிகள் தேவைதான். முறையான கல்விவழியாக முக்கியமான செய்திகளைத் தெரிந்து கொள்ளலாம்தான். ஆனால் என்ன வம்பு என்றால் சில உயர்படிப்புகளை மேற்கொள்ளும் போது படிக்க வேண்டும் என்பதற்காகவே சிலர் படிக்கிறார்கள். நீ இளைஞன் என்றால் நீ தேர்ந்தெடுத்து வைத்திருக்கும் பாதையில் உன் கவனத்தை வைத்திரு. எதிர்காலத்தில் பயனற்றதாகப் போகும் படிப்பில் உன் நேரத்தை வீணடிக்காதே. தேர்ந்தெடுத்துப் படி.

முறையான கல்வி ஓர் ஆரம்பம் மட்டுமே. கட்டடம் கட்டுவதற்கான அடித்தளம். அதில் எல்லாக் கேள்விகளுக்கும் பதில்கள் இருப்பதில்லை.

வெற்றிகரமானவர்கள் வாழ்வைக் கற்றுக்கொள்ளும் ஒரு யாத்திரையாக எடுத்துக்கொள்கிறார்கள். புதிய தகவல்களை நாளும் தெரிந்துகொண்டு அவற்றைத் தம் பணிக்கும் வாழ்வுக்கும் பயன்படுத்திக்கொள்கிறார்கள். அதுதான் சரியான தகவலறிவின் ரகசியம். உண்மையான கல்விவகுப்பறையிலிருந்து வெளியேறும்போது ஆரம்பமாகிறது என்பது வாஸ்தவமான வார்த்தைதான். அடியும் உதையும் பெறும் பல்கலைக் கழகத்தில்

உனது மிகச் சிறந்த முதலீடு

நுழையும்போதுதான் நாம் உண்மையாகக் கற்றுக்கொள்ள ஆரம்பிக்கிறோம். வாழ்வதே முடிவான அனுபவம்.

உன்னைச் சுற்றிலும் பார்த்துக்கொள். வெற்றிக்கான தொழிலதிபர்கள் பலருக்கும் என்ன முறையான கல்வித் தகுதிகள் இருக்கின்றன? அவர்களின் பெரும்பான்மையோர் முறையான கல்வியை அதிகம் பெற்றவர்களல்ல. முறையான கல்வியே வெற்றிக்கு அடித்தளம் என்று நினைப்பவர்களை நான் பழம்பெருச்சாளிகள் என்றுதான் சொல்வதுண்டு. பள்ளிப் படிப்பை முடிக்குமுன்னர் தம் தொழிலை ஆரம்பித்தவர்கள் பலருண்டு. என்றாலும் தம்மைச் சுற்றியிருப்போரை விட அதிகம் தெரிந்தவர்களாகவே இருந்திருக்கிறார்கள். முறையான கல்வி கற்றிருப்பவரை விட அதிகம் தெரிந்து வைத்திருக்கிறார்கள்.

பள்ளிப் படிப்பு என் கல்வியில் குறுக்கிட
நான் ஒருபோதும் அனுமதித்ததில்லை.

-- மார்க் ட்வெயின்

எனக்குத் தெரிந்த பிஸினஸ்மேன் ஒருவர். பெயர் டிம். பத்தாவது வகுப்பு மட்டுமே படித்தவர். இதற்கு மேல் தனக்கு அவர்கள் கற்பிக்க ஒன்றுமில்லை என்று நினைத்ததால்தான் பள்ளியை விட்டுப் போய்விட்டதாக அவர் என்னிடம் அடிக்கடி சொல்வார். தனக்கு எல்லாமும் தெரியாது என்பது அவருக்குத் தெரிந்திருந்தது. ஆனால் அவர் தெரிந்துகொள்ள விரும்பியதைப் பள்ளியில் கற்றுக் கொடுக்கப் போவதில்லை என்பதையும் தெரிந்து வைத்திருந்தார். அது உலகத்தில் இருக்கிறது என்றார். எனவே இந்தப் புத்தகத்தைப் படிப்பவர்களில் யாராவது மெத்தப் படித்தவர்கள் இருந்தால் அவரவருடைய தகவல் களஞ்சியத்தை அவரவர் பணிக்கு எந்த அளவுக்குப் பயன்படுத்திக் கொள்ளலாம் என்பதில் குறியாக இருங்கள். அந்த அளவுக்குப் படிப்பில்லாதவன் என்று நினைப்பவர்கள் அதுவே கிடைக்கும் ஒவ்வொரு சந்தர்ப்பத்திலும் மேலும் தெரிந்துகொள்வதற்குத் தடையாக இருக்காமல் பார்த்துக்கொள்ளுங்கள். நாம் யாராக இருந்தாலும் சரி, எங்கே இருந்தாலும் சரி, நமது அறிவை அகலப்படுத்திக் கொள்ள முடியும்.

நீயும் ஏன் சாதிக்கக் கூடாது?

அறிவு என்பது என்ன எது என்று தெரிந்து வைத்திருப்பதுதான். அது ஒரு தொழில்நுட்பம். உயர்ந்தபட்சமாக எதைச் செய்ய முடியும் என்பதற்குத் தேவையான தகவல்களே அறிவு சராசரியானவர்களை விட அதிகம் தகவல்கள் தெரிந்து வைத்திருப்பவர்களே வெற்றியடைகிறார்கள். பார்க்கப்போனால் நம் அனைவருக்குமே தகவல்கள் கைக்கெட்டும் தூரத்தில்தான் இருக்கின்றன. வெற்றியடைகிறவர்கள் அதை எடுத்துக் கொள்கிறார்கள். பயன்படுத்திக் கொள்கிறார்கள்.

நமது செயல்பாட்டில் நமக்குத் தெரிந்திருக்கும் தகவல்கள் மிக முக்கியமான பங்கு வகிக்கின்றன. தாக்கத்தை ஏற்படுத்துகின்றன. சாதனையாளர்கள் தமக்குத் தேவையான தகவல்களைச் சேகரித்துக் கொள்கின்றனர். அல்லது தெரிந்து வைத்திருப்பவர்களைப் பக்கத்தில் வைத்துக் கொள்கிறார்கள். ஹென்றி போர்டு இதற்கு மிகச் சிறந்த உதாரணம். அவருக்கு எல்லாமும் தெரிந்திருக்கவில்லை. ஆனால் அப்படித் தெரிந்து வைத்திருந்தவர்களைத் தன்னைச் சுற்றிவைத்துக்கொண்டிருந்தார். அவருடைய மேசையின் பல அழைப்பு மணிகளுக்கான பொத்தான்கள் இருந்தன. ஏதாவது தகவல் தேவை என்றால் குறிப்பிட்ட டிசைனர் அல்லது மெக்கானிக் அல்லது என்ஜினீயரை அழைப்பார். சில நிமிட நேரத்தில் அவருக்குத் தேவையான தகவலைச் சுமந்துகொண்டு யாராவது ஒருவர் அவரைச் சென்று சேர்வார்.

போர்டு ஒரு முறை ஒரு வழக்கில் சிக்கிக்கொண்டார். அவருக்கு எதிராக வாதாடிய வக்கீல் அவரை ஒன்றும் தெரியாத லட்சியவாதி என்று விவரித்து வாதிட்டார். அவ்வளவு பெரிய நிறுவனத்தை நடத்தப் போதுமான திறமையற்றவர் என்றார். அவருடைய பொது அறிவைச் சோதிக்க எத்தனையோ கேள்விகளைக் கேட்டார்கள். எதிர்க்கட்சி வக்கீல்களுக்கு மகிழ்ச்சிதான். அவர் எத்தனையோ கேள்விகளுக்குப் பதில் தெரியாமல் விழித்தார். ஆனால் எல்லாமும் தெரிந்து வைத்திருப்பது முக்கியமானதல்ல என்று போர்டு கட்சியினரே நிரூபித்தார்கள். கேள்விகளுக்குப் பதில்களைத் தெரிந்துகொள்ளத் தெரிந்து வைத்திருப்பதுதான் முக்கியம்.

நாம் இப்போது தகவல் யுகத்தில் நடுமத்தில் இருக்கிறோம். எந்தத் துறையிலும் தகவல்கள் வேண்டும் என்கிறவர்கள் அவ்வத்துறையின் நிபுணர்களை முதலில் அணுகுகிறார்கள். இந்தப் புதுயுகத்தில் உண்மையான செல்வம் தகவல்களே. நடைமுறைக்கு ஒத்த பயனுள்ள தகவல்கள் எனவே நாம் ஈடுபட்டுள்ள துறைக்குத் தேவையான அனைத்துத் தகவல்களையும் தெரிந்து வைத்திருக்க வேண்டும். ஹென்றி போர்டைப் போல நாமும் தேவையான தகவல்கள் அனைத்தையும் கைவசம் வைத்திருக்க முயலலாம். அப்படிப்பட்ட தகவல்கள் யாரிடம் இருக்கின்றன என்று தெரிந்துகொண்டு அவர்களுடைய நிபுணத்துவமும் அனுபவமும் நமக்கு உதவியாக இருக்குமாறு பார்த்துக் கொள்ள வேண்டும்.

மனதுக்கு தீனி போடு

தகவலுக்கு மூலங்கள் நம்மைச் சுற்றி எங்கும் வலைவிரித்துப் படர்ந்து கிடக்கின்றன. பல வகையிலிருந்தும் தேவையான தகவல்களை நாம் பெற்றுக்கொள்ள முடியும். நம் அனுபவம் ஒரு நல்ல பாட்டு அல்லது ஒரு சினிமா அல்லது ஒரு கதை போன்ற எதுவும் நமக்குத் தேவையான தகவலைத் தன்னகத்தே கொண்டிருக்கலாம். இவையெல்லாம் நாம் தெரிந்துகொள்வதற்கும் வளர்வதற்குமான சந்தர்ப்பங்களைத் தருகின்றன. இன்னும் சிறப்பான தகவல்கள், குறிப்பான தகவல்கள் வேண்டும் என்றால் அதற்கும் இன்று பல மூலங்கள் இருக்கின்றன. இன்டர்நெட், பத்திரிகைகள், செய்தி வெளியீடுகள், வீடியோ மற்றும் ஆடியோ டேப்புகள் இவற்றோடு புத்தகங்களும் இருக்கவே இருக்கின்றன. மனம் வளர்வதற்கும் வளர்ந்து செழிக்கத் தேவையான தீனியைப் போட்டுக் கொண்டே இரு.

உனக்கென ஒரு வெற்றி நூலகத்தை ஆரம்பித்து வைத்துக் கொள். அதிக பட்சம் சாதனைக்குப் போகும் பாதையில் எதுவெல்லாம் பயனுள்ளதாக இருக்குமோ அதையெல்லாம் திரட்டி வைத்துக்கொள். ஒரு குறிப்பேட்டில் இப்படிக் கத்தரித்து வைக்கும் விவரங்களை ஒட்டி வைத்துக்கொள். ஏதாவது ஒரு வகையில் உன் ஆர்வத்தைக் கவர்ந்த விவரம் அல்லது பயனுள்ளதாக இருக்கும் விவரம் என்று அனைத்தையும்

சேகரித்து வைத்துக்கொள். கூடவே நீ எந்த அளவுக்கு முன்னேறியிருக்கிறாய் என்பதற்கான ஒரு தேர்ச்சித் தாளையும் வைத்திரு.

சுய முன்னேற்றம் பற்றிய புத்தகங்கள் பலவற்றை நான் சேகரித்து வைத்திருக்கிறேன். வாழ்க்கைச் சரித்திரங்கள் இதில் மிக முக்கியமானவை. அவை எழுச்சியையும் ஆர்வத்தையும் தூண்டுகின்றன. வெற்றியடைய வேண்டுமானால் வெற்றியடைந்தவர்களைப் பற்றிப் படித்துத் தெரிந்துகொள். அவர்களிடமிருந்து கற்றுக்கொள். மிக உயர்ந்த நிலைக்குப் போனவர்கள் அனைவருமே தமக்குத் தேவையான தகவல்கள் எங்கே இருக்கின்றன என்று தெரிந்து வைத்திருந்தவர்கள்தான். தனக்குத் தேவைப்படும் தகவலை எப்படிப் பெறுவது என்பது நெப்போலியனுக்கு நன்றாகவே தெரிந்திருந்தது. "போரைப் பற்றித் தெரிந்து கொள்ள வேண்டும் என்றால் பெரும் பெரும் தளபதிகளைப் பற்றிப் படித்துத் தெரிந்து கொள்." என்று எழுதுவான். தாமஸ் கார்லைல் ஓர் ஆங்கிலேய வரலாற்றாசிரியர். அவர் எழுதுகிறார், "மனிதகுலம் செய்திருப்பது, நினைத்திருப்பது, பெற்றுக்கொண்டிருப்பது, இருப்பது என்று அனைத்தும் புத்தகங்கள் எனும் மந்திரப் பேழைகளில் கிடக்கின்றன."

உன்னைப் போன்ற ஈடுபாடுகள் உடைய சக பணியாளர் அல்லது நண்பர்களை அடையாளம் கண்டுகொள். எனக்கு ஈடுபாடுள்ள விஷயங்களில் ஈடுபாடு கொண்டுள்ள பல நண்பர்கள் எனக்கு இருக்கிறார்கள். அவர்களோடு விவாதிப்பது மிகவும் பயனுடையதாக இருக்கிறது. பயனுள்ள புத்தகங்கள். டேப்புகள், கருத்தரங்குகள், செய்திப் பத்திரிகைகள் போன்ற விவரங்களை நாங்கள் பகிர்ந்துகொள்கிறோம். இதனால் எங்கள் தகவலறிவு பரந்து விரிகிறது. இதில் இன்னொரு விளைவும் இருக்கிறது. உன்னுடைய புத்தக வங்கி பிறருடைய புத்தக வங்கியோடு இணைந்து இருமடங்காகிப் போகிறது.

உன்னுடைய சம்பாத்தியத்தில் ஒரு பகுதியை மேலும் மேலும் தகவல்களைப் பெற்றுக்கொள்வதற்கென ஒதுக்கி வை. என்

உனது மிகச் சிறந்த முதலீடு

மனைவிதான் எனக்கு நிதி மந்திரி. அவ்வப்போது என்னுடைய நூலகத்துக்கென ஒதுக்கீடுகள் செய்கிறார். அவ்வளவாகப் படிப்பதில் ஆர்வம் இல்லையென்றால் பரவாயில்லை. மாதத்துக்கு ஒரு புத்தகம் வாங்குவது என்றாவது வைத்துக் கொள். உன் லட்சியங்களை அடைவதற்கு உதவியாக இருக்கும். புத்தகங்களை மட்டும் படி. உன் லட்சியங்கள் பற்றி, உன்னைப் பற்றி, உன்னைச் சுற்றி இருப்பவர்கள் பற்றி மேலும் தெரிந்து கொள்வதற்கு உதவியாக இருக்கும் புத்தகங்களைப் படி. அடுத்த பத்தாவது வருடம் நீ யாராக இருக்கப் போகிறாய் என்பதை நீ படிக்கும் புத்தகங்களும் உன்னோடு இருப்பவர்களுமே நிர்ணயிக்கிறார்கள் என்று சொல்வது உண்மைதான்.

> தன் பணப்பையைத் தன் மண்டைக்குள் கொட்டிவிடுகிற வனிடமிருந்து யாரும் எதையும் எடுத்துக்கொண்டு போய்விட முடியாது. அறிவுக்காகச் செய்யும் முதலீடு தகுந்த லாபத்தைத் தந்தே தீரும்.
>
> -- பெஞ்சமின் ஃப்ராங்லின்

தகவலறிவு தேடும்போது எந்தத் துறைகளில் தேடலாம் என்பதற்கு இந்தப் பட்டியல் உனக்கு உதவியாக இருக்கும்.

1. வெற்றி
2. காரியத்தை நோக்கிய எழுச்சி
3. மேடைப் பேச்சு
4. மனோதத்துவம்
5. பேரம் பேசுதல்
6. கால நிர்வாகம்
7. படைப்புச் சிந்தனை
8. ஆரோக்கியம்
9. வாழ்க்கைச் சரிதங்கள்
10. பிஸினஸ்
11. ஆன்மீகம்
12. குழந்தை வளர்ப்பு

13. சம்பாத்தியம்
14. விற்பனை
15. ஓய்வெடுத்துக் கொள்ளுதல்
16. தொடர்புத் திறன்கள்
17. மார்கெட்டிங்
18. முதலீடுகள்

உன் தாகம் எந்த அளவுக்குப் போகிறதோ அந்த அளவுக்குப் பட்டியலும் நீளும். எல்லாவிதமான துறைகளிலும் எண்ணிறந்த புத்தகங்கள் இருக்கின்றன. அவையே உனக்கு வழித்துணை.

தேடிப் பார்க்கும் போது எவ்வளவு தகவல்கள் கைக்கெட்டும் தூரத்திலேயே இருக்கின்றன என்பதைப் பார்ப்பாய். வியந்து போவாய். இதைச் சார்ந்த பெரிய இண்டஸ்ட்ரியே இருக்கிறது. இன்டர்நெட் மட்டுமல்ல தகவல்களுக்கான மூலம். பிற மூலங்களும் அதைப் போன்றே எளிதாகக் கையாளக் கூடியவைதான். தகவல்களைப் பரப்புவதற்கென்றே நிபுணர்கள் இருக்கிறார்கள். அவர்கள் கருத்தரங்குகளை ஏற்பாடு செய்கிறார்கள். ஒவ்வொரு பெரிய நகரத்திலும் குறிப்பிட்ட துறைகளில் நிபுணர்களாக இருப்பவர்கள் பேசும் கூட்டங்களை நடத்துகிறார்கள். பழைய நாவல்களை மறந்துவிடாதே. கடந்த காலத்திய எழுத்தாளர்களிடமிருந்து தெரிந்துகொள்ள வேண்டியவை நிறையவே இருக்கின்றன. அவர்கள் எழுதியிருக்கும் வரிகளுக்கு இடையே ஊடும் பாவுமாக ஆர்வத்தைத் தூண்டும் தகவல்கள் இருக்கின்றன. கற்றுக் கொள்ள பாடங்கள் இருக்கின்றன.

படிப்பு மூலதனம் - செலவு அல்ல

எந்த எழுத்தாளராவது உனக்குள் ஏதோ ஒரு நரம்பைத் தன் சித்தாந்தம் அல்லது கொள்கையைக்கொண்டு வருடிவிடுகிறார் என்றால் அவருடைய புத்தகங்கள் மேலும் சிலவற்றைப் படி. பிற புத்தகங்கள், டேப்புகள், கட்டுரைகள் ஆகியவற்றை எப்படிப் பெற்றுக்கொள்வது என்று பார். இதை நான் செய்து கொண்டிருக்கிறேன். பயன்களோ மிக அதிகம். என் மீது

ஆக்கபூர்வமான தாக்கங்களை ஏற்படுத்திய பலரையும் நான் சந்தித்திருக்கிறேன்.

சில வருடங்களுக்கு முன் ஒரு புத்தகம் படித்தேன். "பணக்காரத் தந்தை. ஏழைத் தந்தை" என்று தலைப்பு. ராபர்ட் கியோஸாகி எழுதியது. அதில் இருந்த பல கொள்கைகள் என் கற்பனைக் குதிரையைத் தட்டிவிட்டன. எனவே அவருடைய புத்தகங்கள் வெளியாகும்போதெல்லாம் அவற்றை வாங்கிப் படித்தேன். பல போன் கால்களுக்குப் பின், பல விசாரிப்புகளுக்கு பின் அந்த எழுத்தாளரை ஒருவர் ஆஸ்திரேலியாவுக்கு அழைத்து வரப் போகிறார் என்பதைத் தெரிந்துகொண்டேன். அவர் சில கூட்டங்களில் உரையாற்றப் போகிறார் என்பதைத் தெரிந்து கொண்டேன். அப்போது எனக்குச் சற்றே பணமுடை. எனவே அந்தக் கூட்டங்களை ஏற்பாடு செய்தவருக்கு ஒரு கடிதம் எழுதினேன்.

அந்தக் கடிதத்தில் அப்போது எப்படிப் பங்கு மார்க்கெட்டில் என் பணத்தையெல்லாம் ஏறக்குறைய இழந்துவிட்டிருந்தேன் என்பதை விவரித்தேன். சிரமப்பட்டுச் சம்பாதித்ததெல்லாம் போய்விட்டது. என்றாலும் அவர் கலந்துகொள்ளும் கருத்தரங்கில் பங்கெடுக்க வேண்டும் என்ற பெரிய ஆர்வத்தோடு இருக்கிறேன். அதற்கான கட்டணம் அப்போது என்னால் செலுத்த முடியாது. இதையெல்லாம் குறிப்பிட்டிருந்தேன். சில நாட்கள் கழித்து ஒரு தொலைபேசி அழைப்பு வந்தது. நான் எழுதிய கடிதத்தில் இருந்த விவரங்கள் பற்றி கியோஸாகியிடம் பேசினாராம். அடிப்படையில் அந்தக் கருத்தரங்குக்கான கட்டணத்தைச் செலுத்த முடியாதவன். அந்த நிலையில் இருப்பதே அந்தக் கருத்தரங்கு எனக்கு மிகவும் தேவையாகிப் போன ஒன்று. அவருடைய கருத்துக்களில் இருந்து கற்றுக்கொள்ள வேண்டிய அவசியம் எனக்கிருக்கிறது. இதையெல்லாம் அந்த எழுத்தாளரிடம் அவர் சொல்லியிருக்கிறார். எப்படியோ கட்டணத்தைக் கட்டுவதற்கான வழியொன்றைக் காண்பித்தார். அப்போதிருந்து எனக்கு மிக நெருங்கிய நண்பர் ஒருவரைச் சம்பாதித்துக்கொண்ட பாக்கியம் எனக்குக் கிடைத்தது.

இருவரும் ஒன்றாகப் பல விஷயங்களையும் அந்த வார இறுதியில் கற்றுக்கொண்டோம். இருவருக்கும் மிகவும்

பயனுள்ளதாக இருந்தது. அதற்கென நான் செலவழித்ததை அதிலிருந்து நான் பெற்றுக் கொண்டதோடு ஒப்பிடும்போது அது ஒன்றுமே இல்லை என்பதைத் தெரிந்துகொண்டேன். அந்த அளவுக்குப் பல மடங்கு பலன்களைத் தருவதாக இருந்தது. அந்த வார இறுதிக் கூட்டத்தில் விவாதிக்கப்பட்ட விஷயங்கள் தவிரவும் மிக முக்கியமானதொரு பாடத்தையும் கற்றுக் கொண்டேன்.

கல்வி மற்றும் கற்றுக்கொள்வது என்று வரும்போது அதை ஒரு முதலீடாகப் பார்க்க வேண்டுமேயொழியச் செலவாகப் பார்க்கக் கூடாது.

முதலீட்டிலிருந்து பெற்றுக் கொள்ள ஏதாவது இருக்கும். செலவு என்றால் பில் மட்டும்தான் மிஞ்சும். சில சமயம் நமக்குள் சொல்லிக் கொள்வதுண்டு. "எனக்குக் கட்டுப்படியாகாதப்பா!" அப்போதெல்லாம் சரியாகச் சொல்ல வேண்டியது என்னவென்றால் "கட்டுப்படியாகாது என்று சொல்வது எனக்குக் கட்டுப்படியாகாது." என்பதுதான்.

திறன்கள்

நம் லட்சியங்களைச் சாதிப்பதற்குத் தகவலறிவைப் போலவே திறன்களும் மிக முக்கியமானவை. விளையாட்டு வீரர்கள் வீராங்கனைகளைப் பார்க்கும்போது வியப்பாக இருக்கிறது. அவர்களுடைய திறமைகளைப் பார்த்து அசந்து போய்விடுகிறோம். கால்பந்து விளையாட்டுக்கென நமது நாட்டில் பல விதிமுறைகள் இருக்கின்றன. ஆனால் அதில் மிகவும் பிரபலமான வகை ஸாக்கர் விளையாட்டுத்தான். இங்கே மட்டுமல்ல. உலகளவிலும் அப்படித்தான். வேறு எந்த விளையாட்டும் மக்களை அதைப் போலக் கவர்வதில்லை.

இந்த விளையாட்டின் சரித்திரத்தில் மிகப் பிரபலமான பெயர் ஒருவருடையது. அவர்தான் எடிஸன் அரான்டஸ் டோ நாஸ்ஸினென்டோ - பிலே என்பது அனைவருக்கும் தெரிந்த பெயர்.. மைதானத்தில் அவருடைய பார்வைக்கோணம் ஓர் இதிகாசமாகிப் போயிருக்கிறது. எந்த ஒரு கணத்திலும் யார் யார் எங்கெங்கே இருக்கிறார்கள் என்பதை முழுக்கப் பார்க்கும்

கண்கள் அவருடையவை. விளையாட்டு வீரர் என்ற வகையில் அவரைப்போல இன்னொருவர் இல்லை எனலாம். பத்து வினாடிக்கும் குறைவான நேரத்தில் நூறு மீட்டர் தூரம் ஓடுவார். வலுவான கால்கள். எனவே குதித்துத் தலையால் பந்தைத் தட்டிவிடுவதில் கில்லாடியாக இருந்தார். அவரைச் சமாளிக்க மூவர், நால்வர் என்று அணிவகுத்த போதும் அவர்களிடமிருந்து நழுவி ஓடிப் பந்தை அவர் எடுத்துச் செல்லும் விதமே அலாதியானது. அவருடைய விளையாட்டிலேயே மிகச் சிறந்தது அவருடைய திறமைதான். ஒன்பது பேரைத் தாண்டிப் பந்தை கோலுக்கு உதைத்துச் செலுத்துவது இந்த திறமைகளில் ஒன்று. வியப்பில் ஆழ்த்திய அந்தக் காட்சியை பிரேஸில் நாட்டு டெலிவிஷனில் ஒரு மாதம் விடாமல் காட்டிக் கொண்டிருந்தார்கள் என்றால் பார்த்துக்கொள்ளேன்.

பாரு என்பது பிரேஸில் நகரங்களில் ஒன்று. அதில்தான் அவர் வளர்ந்தார். அப்போது துணிப்பந்தைத் தட்டித் தட்டித் தன் திறமையை வளர்த்துக்கொண்டார். மணிக்கணக்கில் பழைய காலுறைகளைப் பந்தாகக் கட்டிக் கொண்டு உதைத்துப் பயிற்சி செய்தார். பந்தைத் தன் கால்களில் கொஞ்சி விளையாட வைக்கும் அளவுக்குத் திறன் பெறும் வரை பயிற்சியில் சளைக்காது ஈடுபட்டார்.

அவருக்குப் பத்து வயதான போது வால்டமர் டி பிரிட்டோ என்ற குடும்ப நண்பர். கால்பந்து விளையாட்டு வீரர். அவரைத் தன் ஆதரவில் வைத்துக்கொண்டார். அவருடைய இயல்பான திறமைகளை வளர்த்துக்கொள்ள உதவினார். இப்படியாகத்தான் அவர் அவ்வளவு சிறந்த விளையாட்டு வீரரானார்.

அவரைப் போன்ற விளையாட்டு வீரரிடமிருந்து நாம் கற்றுக் கொள்ள வேண்டியது. நிறையவே இருக்கிறது. அவர்களுக்கு அடிப்படைத் திறமைகள் இருந்தன. ஆனால் அதைத் தீர்மானத்தோடு ஒருங்கிணைத்திருக்கிறார்கள். குறிப்பிட்ட லட்சியத்தை நோக்கித் திசை திருப்பியிருக்கிறார்கள். தாம் தேர்ந்தெடுத்த விளையாட்டில் உச்சிக்குப் போக எதைக் கற்றுக்கொள்ள வேண்டும் என்பதைத் தெரிந்து வைத்திருந்தார்கள். அவர்கள் அந்த அளவுக்குச் சிறந்தவர்களானதற்கு மிக முக்கியமான காரணம் தொய்வின்றி அவர்கள் பயிற்சிகளை

மேற்கொண்டதுதான். அந்தப் பயிற்சிகள் வழியாக அவர்கள் தத்தம் திறமைகளை வளர்த்துக்கொண்டிருந்திருக்கிறார்கள்.

பயிற்சியே மிகச் சிறந்த பயிற்சியாளர்.

— **ஸைரஸ்**

அவர்களுடைய வாழ்விலிருந்து நாமும் கற்றுக்கொள்ள வேண்டும். நாம் எங்கே போக வேண்டும் என்பதைப் பற்றிய தெளிவு இருக்க வேண்டும். நாம் என்னவாக ஆக வேண்டும் என்பதைப் பற்றிய தெளிவு இருக்க வேண்டும். இரண்டாவதாக நமது இலக்கை அடையத் தேவையான திறமைகள் என்னவென்று தெரிந்துகொள்ளவேண்டும். என்ன மாதிரியான ஆளாக நான் வரவேண்டும்? இது அவரவருடைய சொந்த முடிவின்பாற்பட்டது. என்னுடைய துறையில் சிறந்தவனாக எந்தத் திறமைகள் தேவை என்று நான் சொல்ல முடியும். ஆனால் உனக்கு அதனால் எந்தப் பெரிய பயனும் இருக்காது. உனக்கு எந்தத் திறமைகள் வேண்டும் என்பதை நீயேதான் முடிவு செய்துகொள்ள வேண்டும். நீ தான் உன் எதிர்காலத்தைச் சமைக்கப் போகிறாய். பிறகு அந்தத் திறமைகளை எப்படி எப்போது கற்றுக் கொள்ளப் போகிறாய் என்பதைத் தீர்மானித்துக் கொள்ள வேண்டும். ஒரு குறிப்பிட்ட கணத்தில் ஒன்றை மட்டுமே கவனித்துக் கொள். உனக்குத் தெரிய வருமுன்னரே பல திறமைகளை வளர்த்துக் கொண்டிருப்பாய். அவை உன் எதிர்காலத்துக்கு மிகவும் உதவியாக அமையும்.

திறமைகள் பற்றிக் கடைசியாக ஒரு குறிப்பு. பீலே போன்ற பெரிய விளையாட்டு வீரரைப் போல நீயிருக்க வேண்டும். பயிற்சி, பயிற்சி, பயிற்சி. அப்போதுதான் உன் திறமைகள் இயல்பாகிப் போகும். என்ன செய்கிறாய் என்று யோசித்து எதையும் செய்ய வேண்டியதில்லை. இயல்பாக என்றாலும் வெகு திறமையாகச் செயலாற்றப் போகிறாய். இதைத்தான் உள்ளுணர்வு சார்ந்த திறமை என்பர். நமது திறமைகளை இந்த அளவுக்குக் கொண்டு செல்ல வேண்டும்.

எல்லாமும் பயிற்சிதான்.

— **பீலே**

மீள்பார்வை

1. உன்னை மேலும் மதிப்புள்ளவனாக்கிக்கொள். உன் மதிப்பு உன்னளவிலும் பிறரளவிலும் மேம்படட்டும்.

2. மாறிக்கொண்டேயிருக்கும் உலகில் வாழ்கிறோம். வளர்வதற்கும் முன்னேறுவதற்கும் ஒப்ப நாம் போய்க் கொண்டிருக்காவிட்டால் பின்தங்கிப் போவோம். காலந்தவறிப் போய்விடுவோம்.

3. ஆயத்தமாக இருப்பவன் சந்தர்ப்பத்தைச் சந்திப்பதே வெற்றி.

4. ஆயத்தமாக இருக்கத் தேவையான தகவலறிவும் திறமைகளும் பெற்றிருக்க வேண்டும்.

5. வெற்றிக்கான எவ்வகைத் தகவலறிவு நமக்குத் தேவை என்பது தெரிந்திருக்க வேண்டும்.

6. லட்சியத்தை அடையத் தேவையான தகவலறிவும் திறமைகளும் பெற்றுக் கொள்வதை நோக்கியே உன் உழைப்பும் நேரமும் செலவழிக்கப்படுவதாக.

7. உனக்கு வேண்டிய தகவலை உன்னால் பெற்றுக்கொள்ள முடியாதென்றால் அவ்வகைப்பட்ட பிரத்தியேகத் தகவல்களைத் தம்மிடம் வைத்திருப்பவர் உதவியை நாடு.

8. உனக்குத் தேவையான தகவல்கள் எங்கிருந்தெல்லாம் கிடைக்குமோ அவற்றுக்கான கதவுகளைத் திறந்தே வைத்திரு. புத்தகங்கள், டேப்புகள், பத்திரிகைகள் கருத்தரங்குகள், கம்ப்யூட்டர் என்று எல்லாவற்றையும் பயன்படுத்து. உன்னுடைய சொந்த புத்தக வங்கியை ஆரம்பித்துவை.

9. பயிற்சி, பயிற்சி, பயிற்சி என்று எப்போதும் ஈடுபடும்போது திறமைகள் இயல்பாகிப் போகின்றன.

நீயும் ஏன் சாதிக்கக் கூடாது?

செயற்படிகள்

1. உன் லட்சியத்தை அடைய உனக்கு எந்தவகையான தகவலறிவும் திறமைகளும் தேவைப்படுகின்றன?

   _____
   _____
   _____
   _____
   _____
   _____

2. உனக்கு ஏற்ற புத்தகம் ஒரு மாதத்துக்கு ஒன்றாவது படி. ஒவ்வொரு நாளும் குறைந்தது 30 நிமிட நேரம் படி.

3. வெற்றிக்குத் தேவையான தகவலறிவு திறமைகளும் வசப்பட ஒரு செயல்திட்டத்தை வகுத்துக் கொள்.

   _____
   _____
   _____
   _____
   _____
   _____

13

தானே உருவானவர் எவரையும் நான் சந்தித்ததே இல்லை

இந்தக் காலத்தில் தானே தன்னை ஆக்கியவன் என்று சொல்லிக்கொள்வது வெற்று வார்த்தை. திமிரான வார்த்தை. யாருடைய உதவியும் இல்லாமல் சுய முயற்சியின் மூலமே தன் வெற்றியைச் சாதித்திருப்பதாகச் சொல்வதும் அப்படியே. எந்த ஒருவருடைய குறிப்பிடத்தக்க சாதனைக்கும் பல கரங்களும் நெஞ்சங்களும் அறிவும் தம் பங்கை அளித்தே இருக்கின்றன.

-- வால்ட் டிஸ்னி

வாழ்க்கை தனி ஆவர்த்தனமல்ல. அது ஒரு கூட்டு முயற்சி கச்சேரி என்றால் ஒன்றுக்கு மேற்பட்ட இசைவாணர் தேவை. தனி ஆவர்த்தனம் கச்சேரியாகாது. மேடையில் ஒரு நிகழ்ச்சியை அரங்கேற்ற வேண்டும் என்றால் அதற்குப் பலருடைய பங்களிப்பும் தேவைப்படுகிறது. பலரும் ஒருங்கே பணியாற்ற வேண்டியிருக்கிறது. சேர்ந்து செய்யும்போது சிறந்த காரியங்கள் நடக்க வருகின்றன. நமக்குப் பிறர் உதவும்போதும் நாம் பிறருக்கு உதவும்போதும் வாழ்விலிருந்து அதிகம் பெற முடிகிறது. பிறரோடு இசைந்து பணியாற்றும்போது பெரும் சாதனைகளைப் படைக்க முடிகிறது. ஏனென்றால் எந்தச் சாதனையும் பெரும் பகுதி ஒருவருடைய செயலின் விளைவாக இருப்பதில்லை. நம் அனைவருக்கும்தான் உதவிதேவைப்படுகிறது.

எனது இன்றைய நிலைமைக்கு நானே காரணம் என்று சொல்லிக்கொள்கிறவர்களைப் பார்த்திருக்கிறாய். அவர்கள் சொல்வதை நம்பாதே. அவர்களுடைய வாழ்க்கைப் பாதையைச் சற்றே கவனித்துப் பார்த்தால் யாரோ ஒருவர் ஏதோ ஒரு சமயம் ஏதோ ஒரு வகையில் அவருக்கு உதவி செய்திருக்கிறார் என்பதைத் தெரிந்துகொள்வாய். அப்படிப் பெற்ற உதவி ஓர் ஆலோசனையாக இருக்கலாம். பொருளாதார உதவியாக இருக்கலாம். அல்லது உணர்வுப் பூர்வமான துணையாக இருந்திருக்கலாம். அல்லது வெறுமனே ஓர் எடுத்துக்காட்டாக அல்லது ஓர் ஊக்கம் தந்தவராக இருக்கலாம். எப்படியாவது, ஏதாவது ஒரு வழியில் உதவி அவருக்குக் கிடைத்திருக்க வேண்டும் என்பதில் நிச்சயமாக இரு. இதைக் கேட்க உனக்கு வியப்பாக இருக்கலாம் என்றாலும் வெற்றியைச் சாதிக்க முழுக்க முழுக்க நீயே உழைத்திருக்க வேண்டும் என்பதில்லை என்பதைச் சொல்லித்தான் ஆகவேண்டும்.

தானே உருவானவர் என்று யாருமே இல்லை. நம் அனைவருக்கும் ஏதோ ஒரு வகையில் உதவி தேவைப்படுகிறதுதான்.

பில் கேட்ஸ் பற்றி அனைவரும் கேள்விப்பட்டிருக்கிறோம். ஒவ்வொரு வருடமும் பில்லியன் கணக்கில் சம்பாதிக்கும் நிறுவனத்துக்குப் பின் இருப்பவர். அந்த நிறுவனம் மைக்ரோஸாப்ட். அவருடைய Dos (Disk Operating System) கம்ப்யூட்டர் உலகத்தில் தர நிர்ணயத்துக்கு ஓர் உரைகல்லாக இருக்கிறது. அவருடைய சாஃப்ட்வேர் தயாரிப்புகள் அந்தத் தொழிலில் புரட்சிகரமான மாற்றங்களை ஏற்படுத்தியிருக்கின்றன. இந்த யுகத்தின் பரபரப்புக்கான காரணமானவர்களில் முதல் வரிசையில் இருப்பவர்களில் பில்கேட்ஸ் ஒருவர். அவருடைய தயாரிப்புகள் நம் அனைவரையும் ஏதோ ஒரு வகையில் தொட்டுவிட்டுப் போகின்றன. பால் ஆலன் என்பவரைப் பற்றி எப்போதாவது கேள்விப்பட்டதுண்டா? மைக்ரோசாஃப்ட் நிறுவனத்தை பில் கேட்ஸோடு சேர்ந்து தொடங்கியது பால் ஆலன்தான்.

பால் ஆலன் இல்லாமல் மைக்ரோஸாஃப்ட் நிறுவனம் வந்திருக்கவே முடியாது என்று வாதிக்கலாம்தான். கம்ப்யூட்டர்களின் ஆரம்ப காலத்தில் இந்த இருவரும் பள்ளித் தோழர்களாக இருந்தவர்கள். முதன் முதலாகத் தோன்றிய பெர்சனல் கம்ப்யூட்டர்கள் மற்றும் மைக்ரோ கம்ப்யூட்டர்களுக்கான செயலணைத் தொடர் மொழியை இருவருமாகச் சேர்ந்து வடிவமைத்தார்கள். தங்கள் திறமைகளின் எல்லைகளைத் தொட ஒருவருக்கு ஒருவர் ஊக்கமாக இருந்தார்கள். இருவருக்கும் கம்ப்யூட்டர் என்றால் அவ்வளவு வெறித்தனமான ஈடுபாடு இருந்தது. பில்கேட்ஸ் போன்ற புத்திசாலித் தொழிலதிபர் கூட எதையும் தனியே சாதிக்க முடியாதுதான்.

இந்தச் சாதனையாளர்களுடைய வாழ்க்கையைச் சற்றே அணுகிப் பார்த்தால் அவர்களுக்குப் பலர் பலவிதங்களில் உதவியிருக்கிறார்கள் என்பது புலப்படும். பில்கேட்ஸின் வாழ்வின் மீது தாக்கம் செலுத்தியவர்களில் பால் ஆலன் ஒருவர். இன்னும் சற்று விவரங்களைப் பார்த்தால் அவரைத் தவிரப் பலரும் பில்கேட்ஸின் வெற்றிக்குத் தன்னிச்சையாகச் செயல்படக் கூடியவராக இருந்தாலும் சரி. சுயம்பு என்று யாருமே இல்லைதான்.

லாஸ் ஏஞ்சல்ஸ் நகரத்திலிருந்து லண்டன் ஹீத்தோ விமான நிலையத்துக்கு வான் பயணம் செய்த அந்த நாளை என்னால் மறக்கவே முடியாது. எனக்குப் பக்கத்து இருக்கையில் ஒருவர், விவரம் தெரிந்தவர், சாதனையாளர். வியாபாரத்திலும் சொந்த வாழ்க்கையிலும் குறிப்பிடத்தக்க சாதனைகளுக்குச் சொந்தக்காரர். இருவருக்கும் பரிச்சயமானவர்கள் பற்றிப் பேசிக் கொண்டிருந்தோம். அப்போது ஒருவர் பெயரை இவர் சொன்னார். அவர் பெயர் ஜோ என்று வைத்துக் கொள்ளலாமே. ஜோவும் தன் துறையிலும் வாழ்விலும் மிகப் பெரிய சாதனைகள் படைத்தவர் என்றாலும் அன்று என்னோடு பேசிக்கொண்டவருக்கும் ஜோவுக்கும் இடையே பெருத்த வித்தியாசங்கள் இருந்தன. "ஜோவுக்கு மரியாதை தருவதில் எனக்கு உடன்பாடில்லை. ஏனென்றால் அவருடைய வெற்றிக்கு அவரே முழுக்காரணம் இல்லை பார்." என்றார்.

"என்ன சொல்கிறீர்கள்?" என்றேன். வியக்க வைத்த அவருடைய பேச்சுக்கு என்ன காரணம் என்று தெரிந்து கொள்ள மிகவும்தான் ஆவலாக இருந்தேன்.

"அவனுடைய அப்பா ஆரம்பித்த பிஸினஸ். பல வருடத்து பிஸினஸ். அப்படியே கொடுத்துவிட்டார். இவரும் நடத்திக் கொண்டிருக்கிறார்."

அவர் சொன்னது எனக்கு ஏற்புடையதாக இல்லை. அவருடைய தந்தை ஓய்வெடுக்க விரும்பியபோது ஜோ அவருடைய பிஸினஸைக் கவனித்துக் கொள்ள வந்தார். ஆனால் இதற்கு இப்போது ஜோவிடம் இருக்கும் அனைத்தையும் அவருடைய தந்தை ஒரு தட்டில் வைத்து அப்படியே கொடுத்துவிட்டுப் போனதாகப் பொருள் கொள்ளக் கூடாது. எனக்கு ஜோவை மிக நன்றாகத் தெரியும். அவருடைய தொழிலைப்பற்றியும் தெரியும். அடிப்படையிலிருந்து தொழிலைக் கற்றுக்கொண்டு வந்தவர். கைகளில் அழுக்குப்படிய வேலை செய்வது என்றால் என்ன என்று அவருக்குத் தெரியும். கம்பெனியில் அவருடைய அனுபவ ஆண்டுகள் கூடக்கூட கம்பெனியின் வளர்ச்சியும் கூடிக்கொண்டே வந்திருக்கிறது. விற்று முதல் கூடிக்கொண்டே வந்திருக்கிறது. மாநிலத்திலேயே அந்தத் தொழிலில் அவருடையதே மிகப் பெரிய கம்பெனி. மேலும் வேறு துறைகளிலும் நுழைந்தவர். பல துறைகளில் தம் வியாபாரத்தைப் பெருக்கிக் கம்பெனியைப் பலமானதாக வளர்த்து வைத்திருந்தார். இந்த வெற்றி அவருடைய தந்தை அவருக்குத் தாரை வார்த்துவிட்டுப் போனதல்ல.

விமானத்தில் சந்தித்த அந்த நண்பர் பற்றியும் கொஞ்சம் சொல்ல வேண்டும்தானே! தன் சாதனைக்குத் தானே காரணம் என்றார் அல்லவா? அடிமட்டத்தில் இருந்து ஆரம்பித்துப் பெரியதொரு நிறுவனமாக வளர்த்து வைத்திருந்தார். அவரோடு பேச்சு கொடுப்பதற்கு முன்பே அவரைப் பற்றித் தெரிந்து வைத்திருந்தேன். எனவே அவர் மிகவும் திறமைசாலி என்பதையும் பெரிய ஐடியாக்களை வைத்திருந்த புத்திசாலி என்பதையும் தெரிந்து கொண்டுதான் பேச்சுக் கொடுத்தேன். மிக இளம் வயதிலேயே தன்னுடைய தொழிலை ஆரம்பிக்க இந்த

இயல்புகளே காரணமாக இருந்திருக்கின்றன. என்றாலும் அவருடைய ஆரம்ப காலத்தில் சிலர் அவருக்கு முதலீட்டுக்காகப் பணஉதவி செய்திருக்கிறார்கள் என்பதையும் அவருடையச் வளர்ச்சிக்குத் துணையாக இருந்திருக்கிறார்கள் என்பதும் எனக்குத் தெரிந்துதான் இருந்தது. அவ்வளவுதான் இந்தச் சுயம்பு.

இரண்டு பேரைப் பற்றியும் கடைசியாக ஒரு குறிப்பு. பிற்பாடு அவர்கள் ஒருவரை ஒருவர் தெரிந்துகொள்ள வந்தார்கள். நண்பர்களாகத் தொடர்ந்தார்கள். ஒருவருக்கொருவர் மரியாதை கொண்டார்கள். அவரவர் சாதனைகளை மதித்தார்கள். அப்படிச் சந்தித்துக்கொண்டபோதுதான் அவர்களுக்கிடையே எத்தனை ஒற்றுமைகள் இருந்தன என்பது அவர்களுக்குப் புலப்பட்டது.

நீ வெல்கிறாய் நானும் வெல்கிறேன்

தனிமையில் இருப்பவர்கள் அல்ல மனிதர்கள். சில நேரம் தனிமையை விரும்புகிறோம்தான். அவ்வப்போது நமக்கே நமக்கென்று சற்று நேரத்தை ஒதுக்கி வைத்துக்கொள்கிறோம். ஆனால் பொதுவாகப் பிறரோடு இருப்பதே நம் விருப்பமும் தேவையும். பிறரோடு உறவாடும்போதுதான் நம் மனம் உத்வேகம் பெறுகிறது. ஆர்வமாக ஒருவருக்கொருவர் பேசிக்கொள்ளும்போது சிந்தனைகள் உதிக்கின்றன. அப்போது நமக்கென வகுத்துக்கொள்ளும் திட்டங்களில் அல்லது லட்சியங்களில் பிறரையும் இணைத்துக்கொள்வது நல்லது என்று தோன்றுகிறது.

நம் திட்டங்களிலும் லட்சியங்களிலும் பிறரை இணைத்துக் கொள்வதற்கு இரண்டு காரணங்கள் இருக்கின்றன. முதல் காரணம் நம் லட்சியங்களை விரைவில் சென்று சேர அவர்கள் உதவியாக இருப்பார்கள் என்பது. Alcoholics Anonymous மற்றும் Weight Loss Group போன்ற குழுக்களில் ஒருவருக்கொருவர் பெருமளவில் ஒத்தாசையாக இருந்து அவரவர் இலக்கை அடைகிறார்கள் எந்தச் சாதனையிலும் பிறருடைய உதவியும் உற்சாகமூட்டலும் பலமானதொரு பங்கு வகிக்கின்றன. இரண்டாவது காரணம் சாதனையை எட்டும்போது ஏற்படும் திருப்தி மற்றும் லாபத்தைப் பிறரோடு பகிர்ந்துகொள்வது மன

நிறைவை அளிக்கிறது. நண்பர்கள் மற்றும் உடன் பணியாற்றுகிறவர்களோடான இந்தப் பகிர்வு மிகச் சிறந்தது. சாதனைகளைப் பிறரோடு பகிர்ந்துகொள்வது நமக்குக் கிடைக்கும் வெகுமதிகளில் மிகச் சிறந்த ஒன்றாகும்.

ஒருவருக்கொருவர் ஒத்தாசையாக இருக்கும் சூழலில் பணிபுரிவது அருமையானதொரு உறவை ஏற்படுத்திவிடுகிறது. குறிப்பாக விற்பனைத் தளத்தில் இது சர்வ சாதாரணம். பார்க்கப் போனால் அந்தத் துறையில் இது அவசியமும் கூட. அப்போதுதான் வெற்றியடைய முடிகிறது. நல்ல விற்பனைப் பிரதிநிதிக்கென ஓர் இலக்கணம் உண்டு. அவர் தான் விற்கும் பொருட்களை எந்த அளவுக்கு அதிகம் விற்க முடியுமோ அந்த அளவுக்கு விற்கிறார். தவிரவும் தம் வாடிக்கையாளருக்குத் தாம் தரும் பொருளிலிருந்தோ சேவையிலிருந்தோ முழு திருப்தி கிடைக்க வேண்டும் என்பதிலும் குறியாக இருக்கிறார். இது நடந்துவிடும் போது விற்பனையாளரும் வாடிக்கையாளரும் தம் இலக்குக்கு நெருங்கி வந்துவிடுகிறார்கள். வாடிக்கையாளருக்கு வெற்றி எனும்போதுதான் விற்கிறவனுக்கு வெற்றி என்றாகிறது. உனக்கும் வெற்றி எனக்கும் வெற்றி என்பதுதான் எல்லோருக்கும் உகந்த சூழ்நிலை என்பதில் எந்தச் சந்தேகமும் இல்லை.

ஓர் உதாரணம் காண்போம். ஒருவர் காலணிகளை விற்கிறார். பிரமாதமான காலணிகள். கடைகளுக்கு நியாயமான விலையில் தந்துகொண்டிருக்கிறார்கள். ஆனால் ஒரு சிக்கல். அவற்றின் மூலப் பொருட்கள் அவ்வளவாகத் தரம் வாய்ந்தவை அல்ல. சில முறை போட்டுப் பயன்படுத்திய உடனே தையல்கள் பிரிந்துபோய்விடுகின்றன. மேற்பகுதி தனியாகக் கழன்று வந்துவிடுகிறது. என்னதான் விற்பனையைப் பொறுத்த அளவில் வெற்றி என்றாலும் திரும்ப விற்க முடியாமல் போய்விடுகிறது. வாடிக்கையாளருடைய தேவைக்கு ஈடு கொடுக்க முடியாமல் போய்விட்டதுதான் காரணம். வாடிக்கையாளருக்கு வேண்டியது தரம், நம்பகத்தன்மை, நியாயமான விலை. குறுகிய கால லாபம் விற்பவனுக்குக் கிடைத்திருக்கலாம். ஆனால் போகப் போக அவனுக்குப் படுதோல்விதான்.

ஒரு லட்சியத்தைச் சாதிக்கப் பிறரோடு பணியாற்றும்போது அங்கே உனக்கும் வெற்றி எனக்கும் வெற்றி என்ற நிலைமை இருக்கிறதா என்பதை நிச்சயப்படுத்திக்கொள். பிறருடைய தேவையை முதலில் கவனிக்கக் கற்றுக்கொள். உன்னுடைய தேவை தானாக நிறைவேறிவிடும்.

இதில்தான் எவ்வளவு தருகிறாயோ அவ்வளவு பெறுகிறாய் என்ற விதி செயல்படுவதைக் காண்கிறாய். இதைத் தெரிந்து கொள்ளாமல் பிறர் உதவி செய்திருந்தும் தமக்கென ஒரு கணக்கை வைத்துக் கொண்டிருக்கிறார்கள். உதவிசெய்யும்போது அதன் சாதகங்கள் நீண்ட காலத்துக்கு உன்னோடு வருகின்றன. எந்தவிதமான ஆரோக்கியமான உறவுக்கும் உனக்கும் வெற்றி, எனக்கும் வெற்றி என்ற சூழலே பொருத்தமானதாக இருக்கும் என்பதை உணர்ந்திருக்க வேண்டும்.

கேட்பதே இல்லை என்றால் பதில் இல்லை என்பதுதான்

உதவி கேட்கத் தயங்கவே வேண்டாம். பெரிய சாதனையாளர்கள். தமக்கு வேண்டியது அனைத்தையும் பெற்றிருப்பவர்கள் என்று இவர்களுக்கெனப் பொதுவான ஓர் இயல்பு இருக்கிறது. அவர்கள் கேட்டுப் பெற்றுக் கொள்கிறவர்கள். குறிப்பிட்ட கனவு என்று வரும்போது அவர்கள் கேட்டு விடுவார்கள். "எப்படி நான் அங்கே போய்ச் சேர்வது? எனக்கு வேண்டியதை எப்படி நான் பெற்றுக்கொள்வது? எங்கே போக வேண்டுமோ அங்கே போய்ச் சேர நான் என்ன செய்ய வேண்டும்?"

மேலும் இரண்டு கேள்விகளைக் கூட அவர்கள் கேட்பார்கள். வழக்கமாக அப்படிக் கேட்கும் கேள்விகள். "என் லட்சியத்தை அடைய யார் எனக்கு உதவுவார்கள்?" "அவர்கள் எப்படி எனக்கு உதவ முடியும்?"

கேட்பதே இல்லை என்றால் பதில் இல்லை என்பதுதான்.

-- அனாய்மவுஸ்

என் நண்பர் ஒருவர் பிரமாதமானவர். அவர் பல வாயில்களைக்கொண்டவர். ஒரு டிபார்ட்மெண்ட் ஸ்டோரில்

கூட அவ்வளவு திறப்புகள் இருக்காது. அவருக்கென எத்தனை கதவுகள் விரியத் திறக்கின்றன தெரியுமா? காரணம் அவர் பல கதவுகளைத் தட்டுகிறார் என்பதுதான். உள்ளே வரலாமா என்று கேட்டுக்கொண்டு எப்போதும் ஏதோ ஒரு கதவைத் தட்டிக்கொண்டே இருக்கிறார். இதற்கென ஒரு தைரியத்தை நாம் வளர்த்துக்கொள்ள வேண்டும். பெரிய சாதனைகளைப் படைத்தவர்களைப் பார்த்துப் பிறர் பயந்து கொள்கிறார்கள். மற்றவரை மட்டமாக நினைக்கிறவர் என்று நினைக்கிறார்கள். அவர் அளவுக்குச் சாதனை செய்யாதவர்கள் தம்மைவிடக் குறைந்தவர்கள் என்று பார்ப்பார்கள் என்று நினைக்கிறார்கள். ஆனால் பெரும்பாலும் இது தவறான அனுமானமாகத்தான் இருக்கிறது. வெற்றியைச் சாதிக்கிறவர்கள் பிறருக்கு எந்த வகையிலும் உதவத் தயாராகவே இருக்கிறார்கள். தம்முடைய அறிவைப் பிறரோடு பங்கிட்டுக் கொள்கிறார்கள். எப்படிக் கேட்பது என்று உனக்கு நீயே கற்றுக் கொடுத்துவிடு. அது போதும்.

எந்த உறவிலும் நீயும் நானும் இருவருமே வெல்கிறோம் என்ற நிலை இருக்க வேண்டும் என்று சொன்னேன். ஒரு சாதனையாளன் தன்னிடம் இருக்கும் தகவல்களைப் பிறருக்குத் தரும்போது எப்படி லாபமடைகிறான்? பெரும்பாலும் உதவி செய்கிறோம் என்ற திருப்தியடைகிறான். அதே சமயம் அப்படித் தனக்கு யாருமே உதவி செய்யாமல் இருந்திருந்தால் தான் சாதித்திருக்க முடியாதே என்பதை உணர்ந்திருக்கிறான். இன்னொருவன் எழுந்து நின்று தன் பாதையில் நடைபோட உதவி செய்ய வேண்டியது இப்போது தன் முறை என்பதை உணர்கிறான். நம்புங்கள், இப்படித்தான் சாதனையாளர்களுடைய சிந்தனையும் செயல்பாடும் அமைந்திருக்கின்றன.

இந்த இயல்பை வெளிக்காட்ட ஒருவருக்குச் சந்தர்ப்பம் கொடுத்தால் அவர் என்னென்னவெல்லாம் செய்வார் என்பது வியப்பையே தரும். அவர்களுடைய உதவி உனக்குத் தேவை என்பதைப் பிறருக்கு உணர்த்தினால் அவர் உனக்காக எதை வேண்டுமானாலும் செய்வார். உதவிசெய்யப் பிறரை அனுமதிக்கும் போது அவர்கள் உனக்குத் தேவை என்ற உணர்வு தோன்றிவிடுகிறது. அப்படிப்பட்ட உணர்வு வாழ்வில் பெருத்த மாற்றங்களுக்குக்

காரணமாக அமைந்துவிடுகிறது. சரியானவர்களுக்கு உன் இலக்குகள் லட்சியங்கள் என்பதைத் தெரியப்படுத்து. அவர்கள் உனக்கு உதவக் கூடிய நிலையில் இருந்தால் கண்டிப்பாக உதவுவார்கள். உன் பிரார்த்தனைகள் கனவுகள் ஆகியவற்றுக்கான பதில்கள் உனக்கு நேர் எதிரில் இருக்கலாம். ஆனால் உனக்குத் தெரியாமலேயே போய்விடலாம். அப்படித்தான் என்றால் சரியானவரிடம் பொருத்தமான கேள்வியைக் கேட்கும்வரை உன் பதில்களை உன்னால் கண்டுபிடிக்கவே முடியாமல் போய்விடுகிறது.

முயற்சி செய்வதில் இழப்பதற்கு ஒன்றுமில்லை. பெற்றுக் கொள்வதற்கு அனைத்தும் இருக்கின்றன எனும்போது முயன்றுதான் பாரேன். உதவிகேட்கும்போது மிக மோசமாக ஏதாவது நடக்கும் என்றால் அது என்னவாக இருக்கப் போகிறது? சற்றே தர்மசங்கடத்தில் நெளியப் போகிறாய். இதிலென்ன அப்படியிருக்கிறது? அதுதான் மிக மோசமான விளைவாக இருக்கப் போகிறது என்றார். அதையும்தான் பார்த்துவிடேன்.

பிறர் உனக்கு உதவிசெய்ய முடியாத நிலையில் இருக்கலாம். அல்லது உதவிசெய்யப் பிரியம் இல்லாதவர்களாக இருக்கலாம். பரவாயில்லை. வேறு எங்காவது உதவி கிடைக்குமா என்று பார்க்க வேண்டியிருக்கும். எல்லோரும் எல்லோருக்கும் உதவ முடியாததுதான். உதவிசெய்வார்கள் என்பதும் இல்லைதான். யாருக்கு முடியும் யார் செய்வார்கள் என்பதைக் கண்டுபிடிக்க வேண்டியதுதான்.

துணைவரைத் தேர்ந்தெடுப்பது-
சத்தியத்தைத் தேடு

உன்னோடு இருப்பவர்கள் யார் என்று தேர்ந்தெடுப்பதில் மிகக் கவனமாக இருந்துவிடு. வெற்றியைச் சாதித்தவர்கள் எல்லோரிடமும் கற்றுக்கொள்ள வேண்டிய பாடம் இருக்கிறது என்பதில்லை. காலிப் பாத்திரம்தான் அதிகம் சத்தம் போடும் என்பதைக் கேட்டிருக்கிறாய் அல்லவா? வெளியே பார்ப்பதற்கு வெற்றியடைந்தவர்களைப் போலத் தெரிவிக்கிறவர்கள் பலர். தமக்கு எல்லாம் தெரியும் என்ற பாவனையோடு இருப்பவர்கள்

பலர். இவர்களைத் தவிர்த்துவிடு. கவனித்துப் பார். ஆரவாரம் செய்கிறவர்களுக்கும் உண்மையில் சாதிக்கிறவர்களுக்கும் இடையே பெருத்த வித்தியாசங்கள் இருக்கத்தான் செய்கின்றன.

"The Millionnaire Next Door" என்ற புத்தகம் தாமஸ் ஜே.ஸ்டான்லி, வில்லியம் டீ. டாங்கோ ஆகியோர் எழுதியது. அதில் தம் செல்வத்தைப் பிறர் காணப் பகட்டாகக் காண்பிக்கிறவர்கள் கழுத்துவரை கடனில் ஆழ்ந்து கிடக்கிறார்கள் என்று சொல்லியிருக்கிறார்கள். உண்மையான வெற்றி பெற்றவர்கள் பொருள் பொதிந்தவர்கள் தம் செல்வத்தைப் பற்றிப் பெரிதாகப் பேசாதவர்கள். பிற துறைகளிலும் அப்படித்தான் யாராவது தன்னை எந்த அளவுக்குச் சிறந்தவன் என்று காட்டிக் கொண்டான் என்றால் அவனுடைய அடியாழத்தில் ஏதோ ஒருவகையான பாதுகாப்பற்ற மனநிலை இருக்கிறது என்பதைத் தெரிந்துகொள். வெற்றியடைகிறவர்கள் தம் வெற்றியைப் பறைசாற்றிக் கொள்ள வேண்டிய அவசியம் இல்லாதவர்கள். அவர்களுடைய சாதனை அவர்களுக்காகப் பேசட்டும் என்று விட்டுவிடுகிறார்கள்.

யாரோடாவது சேர்ந்து செயல்பட வேண்டும் என்றால் அவருடைய கடந்த காலத்தைக் கவனமாகப் பரிசீலிப்பேன். அவர்களுடைய நடத்தை சரியானதாக இருக்கிறதா என்று பார்ப்பேன்.

எவரொருவரும் எந்த அளவுக்குச் சத்தியமாக இருக்கிறார்கள் என்று பார். அவர்களுடைய வார்த்தைகளில் செயல்களில் எந்த அளவுக்கு உண்மையும் நேர்மையும் இருக்கிறது என்று பார். ஒருவன் பேசுவதும் நடந்துகொள்வதும் அவனைப் பற்றி உனக்குத் தெரிந்துகொள்ள என்ன தேவையோ அதைத் தெரிவித்துவிடும்.

உன் மிக முக்கியமான கூட்டு

தாக்கங்கள் என்ற எட்டாவது அத்தியாயத்தில் யாரோடு நாம் அதிக நேரத்தைச் செலவிடுகிறோம் யார் நம் மீது அதிக தாக்கத்தை ஏற்படுத்துகிறார்கள் என்பதைப்பற்றிச் சொல்லியிருக்கிறேன். ஆனால் வேண்டுமென்றே அப்போது நம் மீது தனியொன்றானதும் மிகப் பெரியதுமான தாக்கத்தை

ஏற்படுத்துவதைப் பற்றிச் சொல்லாமல் விட்டிருக்கிறேன். ஏனென்றால் அவர்களைப் பற்றி இந்த அத்தியாயத்தில் சொல்வது பொருத்தமாக இருக்கும் என்று எனக்குத் தோன்றியதுதான். அவர்கள் நம் வாழ்வின் மகிழ்ச்சிக்கும் வெற்றிக்கும் மிக முக்கியமானவர்கள்.

யாரைப் பற்றிப் பேசுகிறேன் என்கிறாயா? உன் கணவன் அல்லது மனைவி பற்றித்தான். நம் நம்பிக்கைகள் மெய்ப்பட கனவுகள் நனவாக நம் மீது தனிப்பட்ட மிகப் பெரிய அளவில் தாக்கம் ஏற்படுவது வாழ்க்கைத் துணைவர்தான். காதலின் பெயரால் பேரரசுகள் நிறுவப்பட்டிருக்கின்றன. அழிக்கப் பட்டிருக்கின்றன. காதல் மனிதனின் மிகச் சிறந்த அனுபவம். மனித ஆன்மாவைக் கொழுந்துவிட்டு எரியச் செய்யும் தீப்பொறி காதல். அதுவே ஒருவருடைய ஆக்கபூர்வமான முயற்சிகளுக்கும் தீர்மானமான வாழ்வுக்கும் காரணமாக அமைகிறது.

உலகின் மிகப் பெரிய சக்தி காதல் என்பதை
எப்போதும் மறந்துவிடாதே.

--- நெல்ஸன் ராக்ஃபெல்லர்

ஒருவருடைய இலட்சியத்தை நோக்கி அவருடைய காதல் அவரைச் செலுத்துமானால் தகர்த்தெறிய முடியாத தடை என்று எதும் இல்லாமல் போய்விடுகிறது.

காதல் ஊக்கம் தருகிறது. உத்வேகம் தருகிறது. புதிய உயரங்களுக்குப் போக வைக்கிறது. தம்முடைய பல கண்டுபிடிப்புகளுக்கும் தம் மனைவியே ஊக்கமும் உத்வேகமும் தந்தவர் என்பதை தாமஸ் எடிஸன் சொல்லிப் போயிருக்கிறார். தினமும் எந்த அளவுக்கு முன்னேற்றம் என்பதைப் பற்றித் தன் மனைவியிடம் அவர் சொல்லாமல் இருந்ததில்லை. எதனுடைய நீள அகலத்தையும் தெரிந்துகொள்ள அவரோடு பேசுவதே அவருக்கு ஓர் அளவு கோலாக இருந்திருக்கிறதாம்.

இதைத் தெரிந்து கொள்ளாமலேயே வாழ்க்கைத் துணைவர் ஒருவர் மீது மற்றவர் பெரும் தாக்கங்களை ஏற்படுத்திக் கொண்டிருந்துவிடுகிறார்கள். அப்படிப்பட்ட தாக்கம் எதிர்மறை விளைவுகளை ஏற்படுத்தலாம் அல்லது ஆக்கபூர்வமானதாக

அமைந்துவிடலாம். கணவனோ மனைவியோ மற்றவரை வெகு உயரத்துக்குத் தூக்கிப் போய்விடலாம். நம் திறமைகள் மீது அவர் பெரும் நம்பிக்கை வைத்திருப்பதைக் காணும்போது சாதனைகளின் உச்சத்தை வெகு சுலபமாகச் சென்று சேர்கிறோம். எந்தக் காரியத்தில் என்றாலும் சரியே. சரியான வாழ்க்கைத் துணை துயரத்தைப் பாதியாக்குகிறார். இன்பத்தை இரட்டிப்பாக்குகிறார்.

மார்கரெட் தாட்சர் தம் சககாலத்திய பெண்மணிகளில் சக்தி வாய்ந்தவராக இருந்திருக்கிறார். அவருடைய பலம் மற்றும் தீர்மானம் ஆகியவை அவரை இரும்புப் பெண்மணி என்று அடையாளம் காட்டின. பிரிட்டனின் பிரதம மந்திரியாக 11 ஆண்டுகள் இருந்தார். உலகத் தலைவர்கள் பலரோடு மேடைகளைப் பகிர்ந்துகொண்டவர். தன் காலத்தில் பல சீர்திருத்தங்களைக் கொண்டு வந்தவர். தன்னுடைய குடும்பத்தினருடைய பாசமும் துணையும் இல்லாமல் அந்த அளவுக்குத் தான் சாதித்திருக்க முடியாது என்று சொல்லியிருக்கிறார். குறிப்பாகத் தம் கணவரான டெனிஸ் இல்லாமல் அவரால் எதுவுமே செய்திருக்க முடியாது என்பார்.

டெனிஸ் ராணுவத்தில் பணியாற்றியவர். பிறகு தன் தந்தையின் இரசாயனத் தொழிற்சாலையை ஏற்று நடத்தினார். பிரதமராக இருந்தபோது தன் மனைவி மார்கரெட்டுக்கு அவர் பெரியதோர் ஆலோசகராக இருந்தார். துணையாக இருந்தார். "The Downing Street Years" என்ற நூலின் மார்கரெட் சொன்னதாக எழுதியிருக்கும் வார்த்தைகள். "என் கணவருடைய துணையில்லாமல் நான் பதினொரு வருடங்களுக்கு மேல் பிரதமராக இருந்திருக்கவே முடியாது. எப்போதும் உறுதியானவராக இருந்து எதைச் செய்ய வேண்டும் எதைச் செய்யக் கூடாது என்பதைப் பற்றிய தீர்மானங்கள் கொண்டவராக இருந்திருக்கிறார்." தன் மீது புகழ் வெளிச்சம் படாமல் ஒதுங்கியிருந்த இந்த மனிதர் பிரிட்டனின் பிரதம மந்திரிக்குச் சக்தி வாய்ந்த துணையாக இருந்திருக்கிறார்.

வாழ்க்கைத் துணைவர் தம்மை ஆக்கவும் முடியும் அழிக்கவும் முடியும் என்பதால் தேர்ந்தெடுக்கும்போது மிகக் கவனமாக இருக்க வேண்டும். நமது தனிப்பட்ட அல்லது

தானே உருவானவர் எவரையும் நான் சந்தித்ததே இல்லை

பொருளாதாரச் சாதனைகளை எட்டி நின்று பார்க்கிறார் என்றால் நம் திறன்களின் முழுமையை உணரத் திணற வேண்டியிருக்கும். ஆனால் இரண்டு பேர் பொதுவான லட்சியத்தை முன்னிறுத்தி இயைந்து முழுமுயற்சியுடன் செயலாற்றும்போது விளைவுகள் அதிசயிக்கத்தக்க அளவில் அமையும்.

தனியாக உழைப்பதை விட இருவர் ஒன்றாகச் சேர்ந்து பொதுவான லட்சியத்துக்காக உழைக்கும்போது பெரும் பயன்களை அடையமுடியும். எந்தப் பணியிலும் இது முக்கியம் என்றாலும் கணவன் மனைவி இடையே இது அதிக முக்கியத்துவம் பெறுகிறது. ஒற்றுமையில்லாத கணவர் மனைவியரின் செயல்பாட்டால் வெறும் சமன்பாடு எப்படியிருக்கும் தெரியுமா? $1-1=0$. ஒருவருக்கொருவர் துணையாக இருந்து ஒரு குழுவாகச் செயல்படவில்லை யென்றால் எதையும் சாதிக்க முடியாது.

நல்லவொருவன் எதையும் சாதிக்க முடியாமல் போய்விடுவது மட்டுமில்லாமல் கணவன் அல்லது மனைவி மோசமான தாக்கத்தை ஏற்படுத்தும்போது ஒருவன் அழிந்தே போகிறான். நவீன உலகில் இதற்குப் பலர் உதாரணமாக இருக்கிறார்கள். ஆனால் சொன்னால் நன்றாக இருக்காது என்பதால் அதைப் பற்றி மேலும் விவரமாகப் பேசுவதைத் தவிர்த்தல் நல்லது. இருந்தாலும் ஒரு பிரபலமான உதாரணத்தை மட்டும் சொல்லிப் போகிறேன்.

மார்க் ஆண்டனி, கவர்ச்சிகரமானவன். அழகன், நல்லவன். புகழ்மிக்க ரோமானியத் தளபதி. அரசியல்வாதி. அப்போது ஜீலியஸ் சீசர் ரோமாபுரியை ஆண்டுவந்தார். அவர் இருக்கும்வரை மார்க் ஆண்டனிக்கு எதைத் தொட்டாலும் வெற்றிதான். அவர் இறந்தபின் ரோமாபுரியை ஆண்ட மூவரில் ஒருவனானவன். கிழக்கத்திய பிரதேசத்துக்கு அதிபதியானான். எகிப்து அதில் அடக்கம்.

அப்போதுதான் அவனுக்குத் திருமணம் ஆகியிருந்தது என்றாலும் கிளியோபாட்ராவின் அழகில் மயங்கிப் போனான். அவளுடைய சகோதரனை முறியடித்து அவளோடு சேர்ந்து

எகிப்தை ஆண்டான். கிளியோபாட்ராவின் மீது கொண்ட காதல் அவனை மற்ற பிரதேசங்களில் கவனம் செலுத்த முடியாதவனாக்கிவிட்டது. கடைசியில் தோற்றுப் போனான். அதிகாரத்தை இழந்தான். தற்கொலை செய்துகொண்டான். தொடர்ச்சியாகத் தவறான முடிவுகளை எடுத்தான். தன் வாழ்வைத் தானே அழித்துக்கொண்டான்.

சரியான வாழ்க்கைத் துணையைத் தேர்ந்தெடுப்பது ஒன்று மட்டுமே வாழ்வில் மகிழ்ச்சிக்கான ஒரே காரணியாக அமைகிறது என்பதை மறந்துவிடாதே. வாழ்க்கைத் துணையைத் தேர்ந்தெடுக்கும் போது உன்னைப் போலவே மற்றவர் இருக்க வேண்டும் என்பதில்லை. சரியான திசையில் போகக் கூடியவராக இருக்க வேண்டும். அவ்வளவுதான்.

குடும்பம்

குடும்பத்திலிருந்து ஏராளமான உதவிகள் கிடைக்கும் சாத்தியங்கள் இருக்கின்றன. மனைவி கணவன் தவிரக் குடும்பத்தின் பிற உறுப்பினர்கள் ஒருவருக்குப் பெரும் துணையாக அமைகிறார்கள். நம் நம்பிக்கைகளையும் கனவுகளையும் அவர்களோடு பகிர்ந்துகொள்ள வேண்டும். சந்தர்ப்பங்களை அவர்களோடு பகிர்ந்து கொள்ள வேண்டும். இரத்தம் நீரைவிட அடர்ந்தது என்பார்கள். எனவே எந்தத் தொழிலிலும் உறுதியான கூட்டாளிகள் குடும்பத்திலிருந்து வருகிறவர்கள்தான். மேடு பள்ளம் என்று பலவற்றைக் குடும்பத்தோடு கடந்து வந்திருக்கிறோம். எனவே குடும்பத்தினருடைய துணையும் ஆலோசனைகளும் வெகுவாக உதவியாக இருக்க வேண்டும்.

குடும்ப அடிப்படையில்லாத கூட்டுக்களும் நன்கு செயல்படுகின்றன. ஆனாலும் சிறு கருத்து வேறுபாடு வந்தாலும் கூட்டாளிகள் பிரிந்து போய்விடுவது சுலபமாக நடந்துவிடுகிறது. மிக முக்கியமான விஷயங்களிலும் கருத்து வேறுபாடுகள் ஏற்படுகின்றன. வியாபாரம் எந்தத் திசை நோக்கியிருக்க வேண்டும் அல்லது எதிர்காலத்திட்டங்கள் எப்படியிருக்கவேண்டும் என்பதைப் பற்றிய கருத்து

வேறுபாடுகள் ஏற்படலாம். என்னைப் பொறுத்த அளவில் குடும்பச் சொத்தாக வியாபாரம் இருக்கிறது. அதனால் குடும்பத்தின் ஒட்டு மொத்த நலனைக் கருத்தில்கொண்டு தனிப்பட்ட கருத்து வேறுபாடுகளை உதாசீனம் செய்வதைத்தான் பார்த்திருக்கிறேன்.

நமது நாட்டில் முதல் வரிசைச் செல்வந்தர்கள் பட்டியலில் 75 சதவிகிதம் குடும்பச் சொத்தாக இருக்கிறது. குடும்பம் சிறந்த திறமை வங்கியாக இருக்கும் என்பதைத்தான் இது காட்டுகிறது. பொதுவான குடும்ப நலனை நோக்கியே அனைவருடைய செயல்களும் அமைவதால் செல்வம் கொழிக்கிறது.

கூட்டாளியிடம் தேவையான 3 இயல்புகள் என்ன என்பதைப் பார்ப்போமா? அது தோழமையாக இருந்தாலும் சரி. குடும்பமாக இருந்தாலும் சரி. வேறு எப்படியிருந்தாலும் சரியே.

1. பொதுவான இலட்சியங்களைப் பங்கிட்டுக் கொள்ள வேண்டும்.

2. அவரவர் இயல்புக்கும் திறமைகளுக்கும் இட்டு நிரப்பும் வகையில் அமைந்திருக்க வேண்டும்.

3. பரஸ்பர நம்பிக்கை வேண்டும்.

இந்த இயல்புகள் இருக்குமேயானால் எந்த உறவிலும் வெற்றி கைக்கெட்டும் தூரத்தில் இருக்கும். ஏனென்றால் மிகச் சிறந்த பயன்களைப் பெற வேண்டும் என்றால் ஒருவருக்கொருவர் தேவையாகிப் போகிறோம்.

மீள்பார்வை

1. சுயம்பு என்று யாரும் இல்லை. சற்றே கவனித்துப் பார்த்தால் ஒவ்வொரு வெற்றிக்கும் பின்னால் பலருடைய பங்களிப்பு இருப்பது தெரியவரும்.

2. ஏதோ ஒரு வகை துணை வேண்டியிருக்கிறது. நல்ல அறிவுரையாக இருக்கலாம். உணர்வுபூர்வமான அல்லது பணத்தாலான உதவியாக இருக்கலாம். ஆனால் எப்படியும் அது தேவை.

3. ஒவ்வொருவருக்கும் இன்னொருவர் தேவையாகிறார். பிறரை நம் திட்டங்களோடு இணைத்துக் கொள்வதில் பொருள் இருக்கிறது. நம் இலட்சியத்தை அடைய அவர்கள் உதவியாக இருப்பார்கள். வெற்றியின் பலன்களைப் பகிர்ந்து கொள்வதில் ஒரு திருப்தி இருக்கிறது.

4. உதவிகேட்கப் பயந்துவிடாதே. பெரும்பான்மையோருக்கு உதவுவதில் உவப்பு இருக்கிறது.

5. குடும்பத்தில் அறிவும் திறமையும் நிறையவே இருக்கின்றன.

6. கூட்டாளி அல்லது துணையைத் தேர்ந்தெடுக்கும்போது மூன்று முக்கிய இயல்புகளைக் கவனிக்க வேண்டும்.

   அ. லட்சியங்களைப் பங்கிடுதல்

   ஆ. ஒருவருக்கொருவர் இட்டு நிரப்புதல்

   இ. பரஸ்பர நம்பிக்கை.

தானே உருவானவர் எவரையும் நான் சந்தித்ததே இல்லை

செயற்படிகள்

1. உனக்கென வகுத்து வைத்திருக்கும் இலக்குகளைப் பரிசீலித்துப் பார். அவற்றை நோக்கிய உன் உழைப்பின்போது யாருடைய உதவி உனக்குத் தேவை என்று தீர்மானித்துவிடு.

இலக்கு	இலக்கை அடைய உதவியாக இருக்கக் கூடியவர்கள்.
1.	அ
	ஆ
	இ
2.	அ
	ஆ
	இ
3.	அ
	ஆ
	இ
4.	அ
	ஆ
	இ

14

நோயற்ற வாழ்வே குறைவற்ற செல்வம்

யாரிடம் நல்ல ஆரோக்கியம் இருக்கிறதோ அவனே செல்வந்தன். அவனுக்கு அது தெரியாது என்றாலும் கூடத்தான்.

— ஓர் இத்தாலியப் பழமொழி

நல்ல ஆரோக்கியத்தோடு இருப்பதென்பது வாழ்வில் எந்த இலக்கையும் மகிழ்வையும் அடைவதற்கான பாதையில் மிக முக்கியமான பங்கு வகிக்கிறது. அப்படிப்பட்ட ஆரோக்கிய உணர்வோடு இருக்க வேண்டும் என்றால் உயர்ந்த பட்சத் திறனோடு உடல் இயங்கும் நிலையில் இருக்க வேண்டும். மனம் மற்றும் உடலின் சிறந்த ஆற்றல்களை வெளிக்கொணரும் வகையில் இருக்க வேண்டும். ஆரோக்கியமான உடலே ஆரோக்கியமான மனம் என்று சொல்வதைக் கேள்விப் பட்டிருக்கிறோம் அல்லவா? மனமும் உடலும் இரண்டும் சுருதி சேர இயங்கும்போதுதான் நம் ஆற்றல் முழு அளவில் வெளிப்படுகிறது. வாழ்விலிருந்து அதிக பட்சம் எதையும் பெற்றுக்கொள்வது சாத்தியமாகிறது. இதுதான் நாம் சாதிக்க நினைக்கும் முடிவான இலக்காகிறது. எல்லாமும் இதற்குத்தானே!

சுய முன்னேற்றத்துக்கான நம் பயணம் பல ஒழுக்க விதிகள், இயல்புகள், பழக்கங்கள் பாற்பட்டது. அவை ஒவ்வொன்றும் தம்மளவில் முக்கியமானவை. என்றாலும் ஆரோக்கியம் வெற்றிக்கான காரணிகளில் சிறப்பான ஓரிடத்தைப்

பெற்றிருக்கிறது. ஆரோக்கியம் இல்லாமல் செல்வத்தின் முழுப்பயனைப் பெற்றுக்கொள்ள முடியாது. மகிழ்ச்சி மதிப்பிழந்து போகும். ஆரோக்கியமான சக்தி ததும்பும் நிலையைப் பெறுவது பயனுள்ள சமச்சீரான வாழ்வை வாழ்வதில் முக்கியமானதாக இருக்கிறது.

அலைன்மெண்ட் தப்பிய சக்கரங்களோடு காரை ஓட்டினால் என்னவாகும்? பயணம் சிரமமாகிவிடும். சரியான திசையில் காரைச் செலுத்துவது சிரமமாகிப் போகும். நம் வாழ்விலும் சமச்சீர் கெட்டுவிடுமானால் சரியான பாதையில் நம்மை நிலைநிறுத்துவது பெரிய பிரச்சினையாகிப் போகும்.

உறுதியான அடித்தளம்

ஆரோக்கியமான உடல் பல முக்கியமான குணங்கள் அதிலிருந்து பீறிடும் ஒரு தளத்தைப் போல இயங்குகிறது. உறுதியான அந்த அடித்தளத்திலிருந்து சிறந்ததோர் எதிர்காலத்தை நாம் கட்டிக்கொள்ள முடியும். அதுவும் அதிகரித்த சக்தியோடும் எழுச்சியோடும். எவ்வளவு காலத்துக்கு முடியுமோ அவ்வளவு காலத்துக்குத் தம் அதிகபட்சத் திறனோடு இயங்கும் உடலும் மனமும் நமக்குத் தேவை. சுய முன்னேற்றப் பாதையில் எழுந்து நின்று நடக்கவும் அப்படி நடக்கும்போது தொய்வில்லாமல் போவதற்கும் ஏதுவாக நாம் மனத்தளவிலும் உடலளவிலும் உறுதியாக இருக்க வேண்டும்.

உடலளவிலும் மனத்தளவிலும் சமூக அளவிலும் நலமாக இருப்பதே ஆரோக்கியம். நோய் நொடி இல்லாமல் இருப்பது மட்டுமே ஆரோக்கியம் ஆகாது.

— ஹீவ்

நம் உழைப்பின் பயனை அனுபவிக்க முடியாமல் போகும்போது எவ்வளவுதான் பொருட்செல்வம் சேர்த்தும் என்ன பயன்? மண்ணுக்கடியில் ஆறடிப் பெட்டியில் கிடத்தப்படும் போதோ அல்லது வலியில் துடித்துக்கொண்டு நோய்ப்படுக்கையில் கிடக்கும்போதோ உலகத்தின் அனைத்துச் செல்வத்தாலும் எந்த உதவியும் இருக்கப் போவதில்லை. உன்

ஆரோக்கியம் கெடும்போது உன்னுடைய உறவினர்களுக்குத்தான் தொல்லை. வாழ்க்கை சிரமமானதாகிப் போகிறது. அதுதான் உண்மை. ஆரோக்கியமான வாழ்வு மகிழ்ச்சியான வாழ்வு. முழு வெற்றிக்கு ஆரோக்கியம் மிக அவசியம்.

எல்லா சிலிண்டர்களிலும் எரிவது

ஆரோக்கியம் பற்றிய விஞ்ஞானம் சிக்கலானதும் சமயத்துக்குக் குழப்பமானதாகவும் இருக்கிறது. அவ்வப்போது புதுப்புதுக்கொள்கைகள் கண்டுபிடித்துக் கொண்டிருக்கிறார்கள். அதுவன்றியும் எக்கச் சக்கத்துக்குத் தவறான தகவல்களைப் பரப்பியும் வைத்திருக்கிறார்கள். என்னைப் பொறுத்த அளவில் எதையும் நேரிடையாகவே சொல்லிப் போகப் போகிறேன். இந்த விஷயத்துக்காக ஒரே ஓர் அத்தியாயத்தைத் தந்திருப்பதால் அடிப்படைகள் பற்றி மட்டுமே என் கவனத்தைச் செலுத்தியிருக்கிறேன்.

எந்த அளவுக்கு ஆரோக்கியமாகவும் சுறுசுறுப்பாகவும் இருக்கிறாயோ அந்த அளவுக்கு உன் உடல் நன்கு உழைக்கிறது. எல்லாமும் சரிவர இயங்குகின்றன. நோய் எதிர்ப்புச் சக்தி நன்றாகச் செயல்படுகிறது. சுலபமாக நோய் நொடி வந்து சேர்வதில்லை. மூளை சரியாக இயங்குகிறது. எனவே வேகமாகவும் தெளிவாகவும் சிந்திக்கிறாய். நீண்ட நேரத்துக்கு மனதை ஒருமுகப்படுத்த முடிகிறது. முழு இயக்கத்தில் இருக்கிறாய். முழு விழிப்பில் இருக்கிறாய். என்ன வந்தாலும் சந்திக்கத் தயாராக இருக்கிறாய் தசைகள் உறுதியாகவும் தாக்குப்பிடிக்கக் கூடியதாகவும் இருக்கின்றன. எனவே நீண்ட நேரத்துக்குத் திறமையாக உழைக்க முடிகிறது. ஒவ்வொரு நாளும் எவ்வளவு அதிகம் செயலாற்ற முடியுமோ அவ்வளவு அதிகம் செயலாற்றுகிறாய். களைப்பு வென்றெடுக்க வேண்டிய ஒரு தடையாக இருப்பதில்லை. உன்னைத் தடுத்து நிறுத்த ஏதும் இருப்பதில்லை.

ஒரு கார் என்ஜினுக்கும் நமது என்ஜினுக்கும் இடையே பல ஒற்றுமைகளை நான் காண்கிறேன். ஆரோக்கியமாக இருக்கும்போது எல்லா சிலிண்டர்களிலும் எரிபொருள் எரிய

உன்னை நிதானமாக்க ஏதுமிருப்பதில்லை. அல்லது உன்னைத் தடுத்து நிறுத்தவும் ஏதுமிருப்பதில்லை.

நமக்கு இருப்பது ஒரே உடல்தான். அதைத் தந்துவிட்டுப் புதிய ஒன்றைப் பெற்றுக் கொள்ள முடியாது. சரியாகக் காரை ஓட்டாவிட்டால், கண்டபடி ஓட்டினால் சரியான எரிபொருளைப் பயன்படுத்தாவிட்டால், சரியாகப் பராமரிக்காவிட்டால் அது சரியாக ஓடாது. அதிலிருந்து சிறந்த சேவை பெற முடியாது. நீண்ட காலத்துக்குப் பயன்படுத்தவும் முடியாது. ஒரு கார் சில ஆயிரம் டாலர்கள் மதிப்புள்ளது. ஆனால் உடலோ விலை மதிப்பில்லாதது. என்றாலும் நம்மில் சிலர் நமது காரைக் கவனிக்கும் அளவுக்குக் கூட உடலைக் கவனித்து வைத்திருப்பதில்லை.

நல்ல ஆரோக்கியத்தின் சாதகங்கள் அநேகம். இந்த உண்மையைப் பலரும் உதாசீனம் செய்வதை நம்பவே முடிவதில்லை.

மதிப்பிழப்பு

நம்மைச் சரியாகக் கவனித்துக்கொள்ளாவிட்டால் சரியாகச் செயல்பட முடியாமல் போவதற்கு நம் மதிப்பும் குறைந்து போகிறது. நம்மைப் பற்றிப் பிறர் தாழ்வாக எண்ண ஆரம்பித்துவிடுகிறார்கள். சோம்பேறிகள் என்று எடுத்துக் கொள்கிறார்கள். சரியான அக்கறையில்லாமல் போய்விடுகிறது. செயல் ஊக்கம் இல்லாமல் போய்விடுகிறது. நிமிர்ந்து எழுந்து இயங்க முடிவதில்லை. நாமாக எதையும் ஆரம்பித்துச் செய்வதில்லை. சில சமயம் ஆரோக்கியக் குறைபாடு தவிர்க்க முடியாததாகவும் நமது கட்டுப்பாட்டுக்கு அப்பாற்பட்டதாகவும் அமைந்துவிடுகிறது. ஆனால் பெரும்பாலும் ஆரோக்கியக் குறைபாடுகள் நம் வாழ்முறைகளின் விளைவுகளாகத்தான் இருக்கின்றன.

சுயமரியாதை உள்ளவர்களாக இருப்பதில்லை. அதனால் நமக்கு நாமே மதிப்புத் தருவதில்லை. நம் உடலைத் தவறாகப் பயன்படுத்திக்கொண்டு உதாசீனமும் செய்தால் சுயக்கட்டுப்பாடு இல்லை என்றுதான் பொருளாகும். அல்லது விவரம் தெரியாதவர்கள் என்று பொருள்படும் அல்லது அதைப்பற்றிய கவலை இல்லாதவர்கள் என்று பொருள்படும். வெற்றி

பெறுகிறவர்கள் இப்படிச் சிந்திப்பதில்லை. அப்படிச் சிந்திப்பவர்களோடு அவர்கள் பழக்கமும் வைத்துக் கொள்வதில்லை. ஆரோக்கியமாக இருந்தால் உன்னிடம் ஒரு பிரகாசமிருக்கும். உனக்குள் இருக்கும் சக்தி புறத்தே ஒளிரும். இதைப் பிறரிடமிருந்து மறைத்து வைக்க முடியாது.

தம்மைச் சுற்றி சோம்பேறிகளும் ஒழுங்கற்றவர்களும் இருப்பதை யாரும் விரும்புவதில்லை. அவர்களுக்கு உத்வேகம் வேண்டும். அவர்களை உயர்த்திவிடக் கூடியவர்களோடுதான் இருக்கப் பிரியப்படுகிறார்கள். எனவே நமக்குச் சுயமரியாதை இருக்க வேண்டும். அதனோடு நல்ல ஆரோக்கியமும் தோற்றமும்வேண்டும்.

ஆரோக்கியத்துக்கு முன்னுரிமை தர வேண்டும் என்பதை மேலும் பலர் உணர்ந்துகொண்டிருக்கிறார்கள். அன்றாட வாழ்வைச் சுவைத்து அனுபவிக்க ஆரோக்கியம் பயனுள்ளதாக இருக்கிறது. நண்பர் ஒருவர், பார் டர்க் என்பது அவர் பெயர். டாப் ஃபிட்னஸ் நிபுணர். குடும்பப் பெண்மணிகளிலிருந்து ஒலிம்பிக் வீரர்கள் வரை பலருக்கும் வாழ்வைச் சுவைக்கக் கற்றுக் கொடுத்திருக்கிறார். என்னிடம் சொன்னார். "ஆரோக்கியத்தைச் சரிசெய்துகொள்ளும்போது வெகுவாக வாழ்க்கை மாறிப் போயிருக்கிறது. புதியதோர் அர்த்தம் கூடக் கிடைத்துவிடுகிறது. சுயமதிப்பு கூடிப் போகிறது. தன்னம்பிக்கை அதிகரிக்கிறது. வாழ்க்கையில் பல புதிய சந்தர்ப்பங்களைக் காண்கிறார்கள்."

ஆரோக்கியம் ஃபிட்னஸ் போன்றவற்றைப் போகிற போக்கில் எடுத்துக்கொள்ளக்கூடாது. என்னவோ அது ஒரு எக்ஸ்ட்ரா என்ற எண்ணம் மாற வேண்டும். அன்றாட வாழ்வின் ஒரு பகுதியாகிப் போக வேண்டும். வெற்றிக்கான ஆயுதச் சாலையில் முக்கியமான கருவியாக இருக்க வேண்டும். சுய முன்னேற்றத் திட்டத்துக்கு அவசியமானதாக இருக்க வேண்டும். உன்னை மேலும் சிறந்தவனாக்க வேண்டும். முன்னுரிமை தர வேண்டியதில்லை என்றாலும் சரியே. பரபரப்பான வாழ்க்கை வாழும் போது எக்ஸ்ட்ரா என்று எதை நினைக்கிறோமோ அதுவும் அவ்வப்போதைய பழக்கங்கள் சிலவும்தான் முதலில் கைவிடப்படுக்ன்றன. சரியான நோக்கத்தோடு உடற்பயிற்சிகளை

நீயும் ஏன் சாதிக்கக் கூடாது?

ஆரம்பிக்கிறார்கள். பிறகு மெதுவாக ஆர்வத்தை இழந்து விடுகிறார்கள். உனக்கு இப்படி நடக்கவிடாதே. ஆரோக்கியமான சக்தியுள்ள உடலின் சாதகங்களைத் தெரிந்துகொள்ளும்போது அதைக்கொண்டு வாழ்வில் எந்த அளவுக்குப் பயன் பெறலாம் என்பதைத் தெரிந்துகொள்ளும்போது அது உன் அன்றாட வாழ்வின் தவிர்க்க முடியாத ஒரு பகுதியாகிப் போய்விட வேண்டும்.

மீண்டும் வரும் பாதை

ஆரோக்கியம் குறைவு கவனத்தைத் திசை திருப்பிவிடும். நம் வாழ்க்கையை நிதானப்படுத்திவிடும். நமது இலட்சியங்களைச் சென்று சேர முடியாமல் கூடச் செய்துவிடும். பல முறையும் இதை நான் பார்த்திருக்கிறேன். மனதை அலைக்கழிக்கும் காட்சியாக இருக்கும். மிகப் பெரியவர்களும் உறுதியானவர்களும் கூடப் பல்வேறு வகையான நோய்களால் நிலையிழந்து போய்விடுகிறார்கள். பல மாதங்கள் படுக்கையில் கிடக்க வேண்டும் என்று வரும்போது வாழ்வில் முன்னேறுவது சிரமமாகிப் போகும். பார்க்கப் போனால் மருத்துவமனைச் செலவும் பிழைத்திருப்பதும் வாழ்வின் ஒரே சவாலாகிப் போய்விடும்.

சாதாரண விபத்துகளில் சிக்கிக்கொள்கிறார்கள். அப்படியே தடுக்கி விழுந்துவிடுவது அல்லது மோதிக் கீழே விழுவது என்ற சாதாரண விபத்துக்கள் கூட நீண்ட காலத்துப் பிரச்சினைகளைத் தந்துவிடலாம். சிறிய கார் விபத்துக்கள்தான், அல்லது விளையாடும் போது நடந்த விபத்து. இவற்றின் விளைவுகள் வாழ்க்கை முழுக்கத் தொடர்வதைப் பார்த்திருக்கிறேன். சின்னச் சின்ன நிகழ்ச்சிகள் சிலருடைய வாழ்வைப் பெரிய அளவுக்குப் பாதிக்கின்றன. கவலைப்படுவதில் ஆரம்பித்துப் பயந்து போய் நிலைகுலைந்து போய்விடுகிறார்கள். தங்களுடைய நோயிலிருந்து விடுபடத் துடிக்கிறார்கள். அவர்களுடைய வாழ்வின் பெரும்பகுதி சாதாரண நிலைக்குத் திரும்புவதற்கான முயற்சிகளில் கழிகிறது. பொதுவாக அவர்கள் முன்பிருந்த நிலைக்கு வந்து சேர்வதே இல்லை.

சிலர் இந்தப் பிரச்சினைகளைத் தைரியமாக எதிர் கொள்கிறார்கள். எவ்வளவு சீக்கிரத்தில் முடியுமோ அவ்வளவு சீக்கிரம் சாதாரண நிலைக்குத் திரும்பிவிடுகிறார்கள். முக்கியமானது என்னவென்றால் இதைப்போன்ற அபாக்கியமான நிலைக்குத் தள்ளப்படுவதைத் தவிர்த்துக் கொள்ள வேண்டும் என்பதுதான்.

முதுகுத் தண்டைச் சரியாகக் கவனித்துக்கொள்ளத் தவறிவிடாதே. அவ்வப்போது சரியான முதுகெலும்பு நிபுணரைச் சந்திப்பதை வழக்கமாக்கிக்கொள். ஆரோக்கியமான முதுகெலும்பே ஆரோக்கியமான நரம்பு மண்டலத்துக்கு உறுதி. உடலுக்கும் தெம்பு. சரியான ஆரோக்கியத்தைப் பராமரிக்க என்னென்ன செய்ய வேண்டும் என்பதைத் தெரிந்து கொண்டு அதன்படி நடந்துகொள்.

ஆரோக்கியத்தைப் பாராட்டு. அதில் சரியான கவனம் வை. அதைச் சரியான நிலையில் பராமரிக்க என்னென்ன செய்ய வேண்டுமோ அதையெல்லாம் தவறாது செய்திரு.

லான்ஸ் ஆம்ஸ்ட்ராங் தவிர வேறு யாருக்கும் சரியான ஆரோக்கியத்தில் முக்கியத்துவம் தெரியாது என்பேன்.

1971ல் பிறந்தவன். இயல்பாகவே விளையாட்டில் தேர்ந்திருந்தவன். பல விளையாட்டுக்களிலும் பங்கெடுக்கிறவன். 16ஆம் வயதில் டிரைஅத்தலான் போட்டியைத் தொழிலாக எடுத்துக்கொண்டவன். பிறகு நீந்துவதையும் ஓடுவதையும் கைவிட்டுவிட்டு சைக்கிள் பந்தயத்தில் குறியாக இருந்தான். முதலாண்டு ஏமாற்றமாகத்தான் இருந்தது. ஆனால் தீர்மானமாக முயற்சிகள் மேற்கொண்டான். எதிர்காலத்துக்குத் தன்னை ஆயத்தப்படுத்திக் கொண்டான். அடுத்த சீசனுக்காகக் கடுமையாக உழைத்தான்.

அந்த வருடம் பத்துப் போட்டிகளில் வென்றான். உலக சாம்பியன் ஆகலாம் என்று பெயர் பெற்றான். இதைத் தவிர பிரான்சு நாட்டில் நடந்த போட்டியிலும் வென்றான். மிகவும் ஆவலோடு கவனிக்கப்படும் போட்டி. 1996ல் நம்பர் 1 சைக்கிள் வீரன் என்று பெயரெடுத்தான். அனைத்தும் பிரமாதமாக

இருந்தது. உலகத்தின் உச்சிக்கே போய்விட்டான். ஐரோப்பாவில் அந்த வருடத்தின் பெரும்பகுதியைப் போட்டிகளில் பங்கெடுத்துக் கழித்தான். மிச்ச நேரத்தைத் தன் குடும்பத்தோடும் நண்பர்களோடும் டெக்ஸாஸில் செலவழித்தான்.

அந்த வருடம் அக்டோபர் மாதம் ஒரு நாள் சைக்கிளை விட்டு இறங்கியவனுக்குத் தாங்க முடியாத வலி. மருத்துவப் பரிசோதனையில் அவனுக்குக் கான்சர் வியாதி இருந்தது தெரியவந்தது. நுரையீரலிலும் மூளையிலும் முற்றிய கான்சர். அதுவரை எல்லாம் தன்னுடையது என்றிருந்தவனுக்கு உயிர்க்கொல்லி நோய். மீண்டு வருவதற்கான சாத்தியம் 50-50 என்றிருந்தது. மூளையில் ஓர் அறுவைச் சிகிச்சை, கெமோதெரபி. தாங்க முடியாத வலி.. காலக்கட்டத்தில் வாழ்க்கையை அவன் பார்த்த பார்வை மாறியது. அவனுடைய முன்னுரிமைகள் மாறிப் போயின. ஆரோக்கியத்தின் முக்கியத்துவத்தை உணர்ந்தான். உயிரோடு இருந்த ஒவ்வொரு நாளுக்கும் நன்றி சொல்லிக் கொண்டான். கான்சரோடான தன் போராட்டத்தை அவன் Wake-up call என்று எடுத்துக்கொண்டான். 1998 மே மாதம் திரும்ப சைக்கிள் போட்டிக்கு வந்து சேர்ந்துவிட்டான். அவனுடைய தீர்மானமும் ஆரோக்கியத்தைப் பற்றிய விழிப்புணர்வும் ஆட்கொல்லி நோயை எதிர்த்துப் போராடி மீண்டுவர அவனுக்கு உதவியாக இருந்தன.

தன்னுடைய மோசமான வியாதியை மட்டும் அவன் வென்றெடுக்கவில்லை. பன்னாட்டு சைக்கிள் போட்டியில் மீண்டும் சாதனை படைக்க வந்தான். அந்த பிரான்சு நாட்டுப் பந்தயத்துக்கு மீண்டும் வருவான் என்பதைக் கற்பனை செய்துகூடப் பார்த்திருக்க முடியாது. ஆனாலும் வரத்தான் செய்தான். 1999, 2000, 2001 ஆண்டுகளில் வென்றான். நம்ப முடியாத மனிதன்தான். அவன் கேக் மேல் வைத்த சர்க்கரைப் பாகாக இந்த வெற்றிகள் அமைந்தன. கொடுமையான போராட்டத்தை என்னவோ பூங்காவில் நடைபழகுவதைப் போல எடுத்துக் கொண்டவன். தன் குடும்பத்தார் துணையோடு நம்ப முடியாததைச் சாதித்தான்.

லான்ஸைப் போல நாம் சூப்பர்மேன்களாக இல்லாமல் இருக்கலாம். ஆனாலும் ஆரோக்கியத்தின் முக்கியத்துவத்தை

உணர்ந்தவர்களாக இருக்க வேண்டும். உயிர் பிழைத்திருக்கவும் வெற்றி பெறவும் ஆரோக்கியம் எவ்வளவு முக்கியமானது என்பதைத் தெரிந்தவர்களாக இருக்க வேண்டும்.

அடிப்படைகள்

ஆரோக்கியமான உடலைப் பராமரிப்பது மூன்று பகுதிகளைக் கொண்ட சமன்பாடாகும். மூன்றும் முக்கியமானவை என்றாலும் தனித்தனியான பகுதிகளைக் கொண்டது. அவையாவன -

அ. உடற்பயிற்சி

ஆ. சத்துள்ள உணவு

இ. ஓய்வு

இது சமன்பாட்டைப் பராமரிக்கும் ஒரு சமாச்சாரம். நல்ல ஆரோக்கியத்துக்கு இவை மூன்றும் வேண்டும். எந்த ஒன்றையும் அலட்சியம் செய்யக் கூடாது. அதே சமயம் எதிலும் அளவு மீறவும் கூடாது. உடற்பயிற்சி முக்கியமானதுதான். என்றாலும் அளவுக்கதிகமாகிப் போனால் அதுவே தீமையாகிப் போகும். கேரட் போன்ற சத்தான பண்டங்களை மட்டுமே உண்பதும் சரியானதாகாது. சலிப்புத்தான் மிஞ்சும். அர்த்தமான பழக்க வழக்கங்களே தேவை. உடலின் தேவைகளுக்குச் செவிமடுத்துச் செயல்பட வேண்டும். நமக்குத் தெரிய வேண்டியதையெல்லாம் நம் உடல் நமக்குச் சொல்லிவிடும்.

உடற்பயிற்சி, சத்துணவு, ஓய்வு ஆகியவற்றின் அடிப்படைகளைத் தெரிந்துகொள்ள வேண்டும். வேறு எதையாவது தெரிந்து கொள்ள வேண்டுமானால் அதை நமது உடலே நமக்கு உணர்த்திவிடும். பெரும்பான்மையான நோய்களுக்குக் காரணம் தவறான உணவும் பழக்க வழக்கங்களும்தான். உடல் நமக்குச் சொல்வதைக் கவனித்துக் கேட்டால் போதும். சரியானவற்றைத் தேர்ந்தெடுத்துக் கொண்டால் போதும். ஆரோக்கியத்தைப் பொறுத்த அளவில் வாழ்க்கை சிறப்பாகவும் நீண்டதாகவும் அமைந்துவிடும்.

உடற்பயிற்சியின் நன்மைகள்

நம் தாய்-தந்தையர், பாட்டன்-பாட்டி வாழ்க்கை முறையிலிருந்து நவீன வாழ்க்கை முறை முழுக்க மாறுபட்டுப் போயிருக்கிறது. நவீன சௌகரியங்கள் வாழ்க்கையைச் சுலபமாக்கிவிட்டன. ஆனால் உண்மையில் அவை நமக்குச் சேவை செய்வதாக அமையவில்லை. எங்கேயாவது போக வேண்டும் என்றால் காரில் போகிறோம். நடந்து போவதில்லை. அல்லது சைக்கிள் ஓட்டுவதில்லை. கார்களில் கூடச் சிரமத்தைக் குறைக்க பவர் ஸ்டியரிங்குகள், மின்சாரத்தால் இயங்கும் சன்னல் கண்ணாடிகள் வந்துவிட்டன. விறகு வெட்டிக் கொண்டிருந்தோம்., தரையைத் துடைத்துச் சுத்தப்படுத்திக் கொண்டிருந்தோம், ஆடுமாடு வளர்த்துக்கொண்டிருந்தோம்., தோட்டம் போட்டுப் பயிர் செய்து வந்தோம்., துவைத்துக் கொண்டிருந்தோம். இத்தனை வேலைகள் செய்து கொண்டிருந்தோம் என்பதை நம்புவதே சிரமமாகத்தான் இருக்கிறது. வீட்டில் ஒவ்வொருவரும் ஒரு வேலை செய்து கொண்டிருந்தோம். ஒருவருக்கொருவர் ஒத்தாசையாகப் பங்கிட்டு வேலை செய்து வந்தோம். ஆனால் இப்போதோ சோபாவில் சரிந்து உட்கார்ந்து டெலிவிஷன் பார்த்துக் கொண்டிருக்கிறோம். அதுவும் கையில் ரிமோட் கண்ட்ரோலை வைத்துக்கொண்டு-எவ்வளவு மாறிப் போயிருக்கிறது எல்லாமும்!

இப்படியாக அவ்வப்போது உடலுக்குத் தந்துகொண்டிருந்த பயிற்சியெல்லாம் இன்று நம் வாழ்க்கை முறையில் இல்லாமல் போய்விட்டன. அதனால்தான் உடற்பயிற்சி செய்வது நம் ஆரோக்கியத்தைப் பராமரிப்பதற்கு அத்தியாவசியமான ஒன்றாகிப் போய்விட்டது.

அன்றாட உடற்பயிற்சியின் சில கூறுகள் இருக்கின்றன.

அ. நுரையீரல் இதயத்துக்கான உடற்பயிற்சிகள்

ஆ. பளு தாங்கும் பயிற்சிகள்

1. நுரையீரல் இதயத்துக்கான பயிற்சி

ஆரோக்கியமான இதயமும் நுரையீரல்களும் மிக முக்கியமானவை. பிராணவாயு நிறைந்த இரத்தத்தை உடல் முழுக்கச் செலுத்துவது இதயம். அங்கங்குத் தசைகளும் மூளையும் ஜீரண உறுப்புகளும் மற்ற எல்லாத் திசுக்களும் இந்தப் பிராணவாயுவைப் பயன்படுத்திச் செயலாற்றுகின்றன. உயிர்த்திருக்கின்றன. எந்த அளவுக்கு இதயம் பலமாக இருக்கிறதோ அந்த அளவுக்குப் பிராணவாயு நிறைந்த இரத்தத்தை உடல் முழுக்கச் செலுத்துகிறது. அந்த அளவுக்கு உடல் சீராக இயங்குகிறது.

அன்றாட உடற்பயிற்சியில் இதயத்துக்கும் நுரையீரல்களுக்கும் நன்மையான சில பயிற்சிகளை மேற்கொள்வது மிகவும் அவசியம். 20 அல்லது 30 நிமிட நேரத்துக்குத் தொடர்ச்சியாக இதயத் துடிப்பின் வேகத்தை அதிகரிக்கும் எந்த உடற்பயிற்சியானாலும் சரி. இதனால் உடல் தாக்குப் பிடிக்கும் சக்தி பெறுகிறது. இரத்த அழுத்தம் குறைகிறது. சில வகைக் கான்சர் நோய்கள் வரும் சாத்தியங்கள் குறைகின்றன. சர்க்கரை நோய் மற்றும் இதய நோய் வராமல் போகின்றன. புறத்தில் எந்த அடையாளமும் தெரிவதில்லை என்பதால் இதய மற்றும் நுரையீரலுக்கான பயிற்சிகளின் முக்கியத்துவத்தை உணராமல் போவது சாதாரணமாக நாம் செய்யும் தவறாகும். எல்லாம் சரியாக இருப்பதாகத்தான் தெரியும். என்றாலும் இதயம் தடுமாறித் துடித்துக் கொண்டிருக்கும். நுரையீரல்கள் சிரமப்பட்டுச் சுவாசித்துக் கொண்டிருக்கும். வெளியே தெரியாது.

பயிற்சிகள் மூலமாக உடலுக்கு வேலை தரும்போதுதான் நம் ஆரோக்கியம் எந்த அளவுக்கு இருக்கிறது என்பது தெரிகிறது. எனவே நுரையீரல்களும் இதயமும் ஆரோக்கியமாக இருக்கின்றனவா என்பதை உறுதி செய்துகொள். வாழ்வின் எந்தப் பகுதியிலும் அருமையாகப் பணிசெய்ய இது மிக முக்கியம்.

2. பளு தாங்கும் பயிற்சிகள்

ஏதாவது ஒரு தடைக்கு எதிராக உடல் இயக்கத்தைச் செய்வதே பளு தாங்கும் பயிற்சியாகிறது. நடை பழகுவதிலிருந்து

பளு தூக்குவது வரை இந்த வகைப் பயிற்சிகள் பல இருக்கின்றன. நம் உடலைக் கட்டுக்கோப்பாக வைத்திருக்க இவை மிகவும் உதவியாக இருக்கின்றன. இது அநாவசியம் என்று சிலர் நினைக்கிறார்கள். தோற்றப் பொலிவு பற்றிக் கவலைப் படுகிறவர்களே இவை போன்ற பயிற்சிகளை மேற்கொள்கிறார்கள் என்பார்கள். ஆனால் உண்மைக்குப் புறம்பான மொழிகளில் இதைவிட மோசமானது ஏதுமில்லை. இதயம் நுரையீரலுக்கான பயிற்சிகளோடு பளு தாங்கும் பயிற்சிகளையும் மேற்கொள்ளும் போது உடல் இயக்கம் வெகு சீராக இருக்கிறது.

தொடர்ந்து இத்தகைய பயிற்சிகள் செய்து வந்தால் செரித்த உணவு சரியான முறையில் தசைகளுக்குப் போய்ச் சேருகிறது. நிற்பதிலும் நடப்பதிலும் சரியான முறைகள் பயில்கின்றன. தசைநார்கள் இறுகி உறுதி பெறுகின்றன. தடுமாற்றம் இல்லாத அசைவுகள் சாத்தியமாகின்றன. நரம்பு மண்டலம் திறமையாக இயங்குகிறது.

வயதாக ஆக இத்தகைய பயிற்சிகள் மிகவும் அவசியமாகின்றன. வயதாவதால் தசை நார்கள் தம் உறுதியை இழக்க ஆரம்பிக்கும்போது அந்தப் போக்கை நிதானமாக்குவதோடு தசைகளின் உருவம் சிதையாமல் வைத்திருக்கின்றன. அசைவுகளில் தடுமாற்றம் ஏற்படுவதில்லை. மூப்பு விரைவில் நம்மை அண்டுவதில்லை. நீண்ட காலத்துக்குச் சுறுசுறுப்பாக இருக்க முடிகிறது.

சத்துணவு

உணவே உடலுக்கு எரிபொருள் உணவு நம் தசைகளுக்கு ஊட்டமாகிறது. நரம்பு மண்டலத்தின் சரியான இயக்கத்துக்குக் காரணமாகிறது. உடலும் மூளையும் சரியாக இயங்குவதற்கு நல்ல உணவு அவசியம். சரியாகச் சாப்பிடுவது என்பது சாப்பாட்டு ராமனாக இருப்பது என்பதல்ல. அல்லது சத்துணவு என்ற பெயரில் தவிட்டைச் சாப்பிடுவது அல்ல. சரிவிகிதம், புத்திசாலித்தனம் - இவையே சரியான உணவு என்ன என்பதை நிர்ணயிக்கின்றன.

Eating for Peak Performance என்ற புத்தகத்தை ரோஸ்மேரி ஸ்டாண்டன் என்பவர் எழுதியிருக்கிறார். அதில் சொல்கிறார்.

"உன்னுடைய அன்றாடச் செயல்பாடுகள் எப்படியாக இருந்தாலும் அருமையான உணவு என்பது கீழ்க்காணுவனவற்றை அளிப்பதாக இருக்க வேண்டும்."

- நிறைய கார்போஹைட்ரேட்டுகள், நார்ச்சத்து
- நிறைய நீர்
- சிறிதளவு கொழுப்புச் சத்து
- தேவையான அளவு புரோட்டீன்
- கால்ஷியம், இரும்பு, மற்ற தாதுப்பொருட்கள், வைட்டமின்கள்

பலவிதமான உணவு வகைகள் பற்றித் தினமும் எதையாவது படிக்கிறோம். அல்லது பிறர் சொல்லக் கேட்கிறோம். இடத்துக்கு ஏற்ற உணவு, பழவகை உணவு, ஹாலிவுட் உணவு, சுகர் டயட், சரிவிகித உணவு, இப்படிப் பல. ஒவ்வொரு வாரமும் ஒவ்வொரு வகை தோன்றிக்கொண்டேயிருக்கிறது. ஒவ்வொரு வாரமும் ஒவ்வொரு புத்தகம் வந்துகொண்டேயிருக்கிறது. என்னைப் பொறுத்த அளவில் இது மிக எளிமையான விஷயம். அளவான உணவு. சரியான அளவில் ஊட்டச்சத்து உள்ள உணவு. அவ்வளவுதான்.

முடிந்த அளவுக்கு இயற்கை உணவைச் சாப்பிட வேண்டும். நாம் சாப்பிடும் உணவுப் பதார்த்தங்கள் பலவும் பக்குவப்படுத்திய பின்னரே நம்மை வந்தடைகின்றன. அப்படிப்பக்குவப்படுத்துவதிலும் பதப்படுத்துவதிலும் நிறைய சேதம் ஏற்படுகிறது. அதுவும் நமது உடலுக்கு மிகவும் தேவையானவற்றை இழந்துவிடுகிறோம். சாப்பிடும் பொருளில் என்ன இருக்கிறது என்று கவனித்துப் பார்த்தால் போதும். சற்றே கவனமாக இருந்தால் போதும்.

உணவு மருந்தாகட்டும். மருந்து உணவாகட்டும்.

— ஹிப்போக்ரேட்ஸ்

ஓய்வு

ஆரோக்கியமான உடலுக்கும் மனதுக்கும் பயிற்சிகளைப் போலவே ஓய்வும் மிக அவசியம். அன்றாட வாழ்வில் பயன்படுத்திக் கழிந்தவற்றைச் சரிசெய்யவும் புதுப்பித்துக் கொள்ளவும் இயற்கை செயல்படும் களம் ஓய்வுக் களமாகும். சராசரியானவர்களை விட அதிகம் உழைக்கிறவர்களே சாதனையாளர்கள் ஆகிறார்கள். அவர்களுக்குச் சராசரி மனிதர்களை விட அவர்களுக்கு ஓய்வு முக்கியமாகிறது. எந்த அளவுக்கு உடலைப் பயன்படுத்திக் கொள்கிறோமோ அந்த அளவுக்கு உடல் தன்னைச் சரி செய்து கொள்ளச் சந்தர்ப்பம் தர வேண்டியிருக்கிறது. விளையாட்டு வீரர்கள் சமீபத்தில் ஓர் உண்மையை உணர்ந்துகொண்டிருக்கிறார்கள். அதீதப் பயிற்சி பயிற்சியே இல்லாமல் இருப்பதைவிட மோசமானது என்பதுதான் அது.

ஓய்வெடுத்துக்கொள். அவ்வப்போது ஓய்வெடுத்துக்கொள்ளும் வயல்தான் வளமான அறுவடை தரும்.

-- ஓவிட்

நம் உடல் அன்றாடம் 5 பில்லியன் திசுக்களைப் புதுப்பித்துக் கொண்டிருக்கிறது. எனவே ஓய்வும் புதுப்பித்தலும் பயன்படுத்திக் கொண்ட சக்தியை ஈடுகட்ட இயற்கை வைத்திருக்கும் வழிகள், தொடர்ந்து பயன்படுத்திக் கொண்டிருந்தால் மூளைக்கும் ஓய்வு தேவை. சற்று நேரத்துக்கே ஓய்வெடுக்காமல் படிக்க முடியும் என்று ஆராய்ச்சிமுடிவுகள் காட்டுகின்றன. அப்படி ஓய்வெடுக்கும் போதுதான் திரட்டிய தகவல்களை மூளை பொருத்திப் பார்த்துச் சேமித்து வைத்துக்கொள்கிறது.

ஒவ்வொருவரும் தத்தம் உடல் முழுக்கத் தளர்ந்து ஓய்வெடுத்துக் கொள்வதற்கான வழிகளைத் தெரிந்து வைத்திருக்க வேண்டும். நல்ல புத்தகம் படிக்கலாம். கடற்கரைக்குப் போகலாம். காற்றாட நடக்கலாம். நெருங்கிய நண்பர்களோடு பேசிக்கொண்டிருக்கலாம். இது அவரவர் தேர்ந்தெடுத்துக் கொள்ள வேண்டியது. நாம் ஒவ்வொருவரும்

வித்தியாசமானவர்கள். எனவே ஒவ்வொருவருக்கும் உகந்த வழியை அவரவர் தேர்ந்தெடுத்துக்கொள்ள வேண்டியிருக்கிறது.

இயற்கையின் ஔடதம்

உடற்பயிற்சிக்கென்று ஒரு சிறப்பான பயன் இருக்கிறது. நல்ல விதமாக இருப்பதை உணர வைக்கிறது. உடற்பயிற்சி செய்யும்போது நமது மூளை டோபமைன், ஸிநெஃப்ரைன், நோர் எபிநெஃப்ரைன், ஸெரடோனின், எபிரெஃப்ரைன் போன்ற அருமையான இரசாயனப் பொருட்களை உண்டாக்குகிறது. இந்த ஹார்மோன்கள் பிட்யூட்டரி சுரப்பியிலிருந்து வருகின்றன. இந்தச் சுரப்பியின் எடை அரை கிராம்தான். மூளையின் அடிப்பகுதியில் இருக்கிறது. எண்டார்ஃபின்கள் ஒரு வகையான இயற்கை மார்ஃபின்கள். கடையில் கிடைக்கும் மார்ஃபினை விட 200 மடங்கு சக்தி வாய்ந்தது.

சுறுசுறுப்பான எந்த உடற்பயிற்சியும் இந்த மார்ஃபின் சுரப்பிக்குக் காரணமாகிறது. உடற்பயிற்சி செய்த பின்னும் 3 முதல் ஐந்து மணிநேரம் எண்டார்பின்கள் நம் உடலில் இருக்கின்றன. அப்போது அதிகமான தன்னம்பிக்கை, சக்தி போன்றவற்றை உணர்கிறோம். உடற்பயிற்சி தரும் போனஸ், நீ சற்றே சிறந்திருப்பதாகவும் மகிழ்ச்சியாகவும் இருக்கும் உணர்வு கிடைக்கிறது. வாழ்வின் எல்லாக் காரியங்களிலும் இது உதவியாக இருக்கிறது.

> எப்படி இந்த அளவுக்கு நம்பிக்கையோடும் உற்சாகத்தோடும் இருக்கிறாய் என்று கேட்கிறார்கள். நான் அவர்களுக்கு சொல்லும் பதில். “எண்டார்ஃபின் எடுத்துக் கொண்டிருக்கிறேன்.”
>
> -- டெனிஸ் வெய்ட்ஸ்

ஆரோக்கியமாக இருப்போம் வா

உடற்பயிற்சியின் இரண்டு முக்கிய வகைகள் பற்றிக் கண்டோம். இதயம் நுரையீரலுக்கானது. பளு தாங்கும் பயிற்சிகள். இரண்டுக்குமே நமது அன்றாட உடற்பயிற்சிகளில் பங்கு இருக்க வேண்டும். உடற்பயிற்சி பற்றிக் கொஞ்சம்

நீயும் ஏன் சாதிக்கக் கூடாது?

படித்துப் பார். அருகே இருக்கும் உடற்பயிற்சி மையத்துக்குப் போ. அதைவிட அதில் ஓர் உறுப்பினராகச் சேர்ந்துவிடுவது நல்லது. அங்கே இருக்கும் நிபுணரின் ஆலோசனையைக் கேள். அப்படி ஒரு மையத்துக்குப் போவது உன்னால் முடியாது என்றால் உனக்கென ஒரு பயிற்சியாளரை வைத்துக்கொள். உடற்பயிற்சி மையத்தில் சேர்வதை விடத் தனியாக ஒரு பயிற்சியாளரை வைத்துக்கொள்வதில் சாதகங்கள் அதிகம். முதலாவதாக அவர்கள் உன் சோம்பேறித்தனத்தைக் கைவிட உதவுகிறார்கள். நீ தயாரோ இல்லையோ அவர்கள் நேரத்துக்கு வந்துவிடுகிறார்கள் அல்லவா! தவிரவும் அவர்களுக்குத் தொழிலே இது என்பதால் சமீபத்திய விஷயங்கள் அனைத்தையும் தெரிந்து வைத்திருக்கிறார்கள். எனவே அவருடைய துணை கொண்டு குறுகிய காலத்தில் அதிகப் பயனை அடைய முடிகிறது. ஏனென்றால் உனக்கு என்ன வேண்டும் என்பதைப் புரிந்துகொண்டு அதை அடைய அவர்கள் சொல்லித் தருகிறார்கள்.

முடிவாக வாரத்தில் ஐந்து நாட்களாவது நாம் உடற்பயிற்சிகள் செய்ய வேண்டும். இது அதிகம் என்கிறாயா? நான் சொல்வது அப்படியொன்றும் சிரமமான காரியம் அல்ல. வாக்கிங், அல்லது சில தடவை ஸிட்-அப் அல்லது புஷ்-அப் அவ்வளவுதான். காலையில் எழுந்தவுடன் செய். அல்லது படுக்கப் போகுமுன் செய்.

வாரத்தில் மூன்று தடவையாவது முறையான உடற்பயிற்சிகள் செய். மேற்சொன்ன இரண்டு வகையிலும் சேரக் கூடிய உடற்பயிற்சிகளைச் சரியாக முறை வைத்துச் செய். அதில் கொஞ்சம் வாக்கிங் இருக்கட்டும். இந்த எளிய பயிற்சி சுறுசுறுப்பாக இருக்க மிக உதவியான ஒரு பயிற்சியாகும். காலை எழுந்தவுடன் சற்று நேரம் விரைந்து நடந்து பார். அந்த நாள் எவ்வளவு இனிமையாகப் போகிறது என்பதைக் கண்டுகொள்வாய்.

பணி நேரத்தில் உடலுக்கு அதிகம் உழைப்பு இல்லையென்றால் பிற நேரம் உடலுக்குப் பயிற்சி தர வேண்டும். உதாரணமாக கட்டட தொழிலாளி ஓர் அக்கௌண்டண்ட் அளவுக்கு உடற்பயிற்சி செய்ய வேண்டியதில்லை. எல்லாம் நீ என்ன தொழில் செய்கிறாய் என்பதைப் பொறுத்தது. பணி

செய்யாத நேரத்தில் சில எளிய பயிற்சிகள் செய்து உன் செயல் திறனை அதிகரித்துக் கொள்ளலாம். சுறுசுறுப்பைப் பெருக்கிக் கொள்ளலாம். கடைக்குப் போகும்போது காரைச் சற்றே தள்ளி நிறுத்திவிட்டுக் கொஞ்ச தூரம் நடந்து போகலாம். லிஃப்டில் போவதற்குப் பதிலாகப் படியேறிப் போகலாம். அதற்காக 52 மாடிக் கட்டடத்தில் பணி செய்கிறாய் என்றால் அத்தனை மாடியும் ஏறிப் போக வேண்டும் என்று நான் சொல்லவில்லை. உடலை இயக்கத்தில் வைத்திருக்க எந்தச் சந்தர்ப்பம் கிடைத்தாலும் விட்டுவிடாதே. சொல்வார்களே - "பயன்படுத்து. இல்லையேல் இழந்துவிடுவாய்".

நீ என்ன செய்தாலும் சரியே. உடற்பயிற்சியை நீ சுகமாக எடுத்துக்கொள்ள வேண்டும். செய்யும் காரியம் சுகமானது என்றால் அதை வழக்கமாகச் செய்வதில் எந்தச் சிரமமும் இருக்காது. வாழ்க்கையில் வெற்றி பெறுவதற்காக அபாரமாக உழைப்பவன் நீ. அப்படிப்பட்ட வாழ்வில் இறுக்கங்கள் இருக்கின்றன. அந்த இறுக்கங்களைத் தளர்த்திக்கொள்ள உடற்பயிற்சிமிக முக்கியமானதாகும். பொழுது போக்குவதிலும் இன்னும் சிறிது உடற்பயிற்சி செய்ய வழிகள் இருக்கின்றன. அப்படியே போய்ப் பார். அதைப் போன்ற விளையாட்டுக்களில் கலந்துகொள்.

மீள் பார்வை

1. சமனப்பட்ட வாழ்க்கை வாழ்வதற்கு ஆரோக்கியத்தையும் சுறுசுறுப்பையும் பராமரித்து வைத்திருத்தல் மிக முக்கியமாக அமைகின்றன.

2. ஆரோக்கியமாக உடம்பை வைத்திருப்பதில் பல சாதகங்கள் இருக்கின்றன. நோய் எதிர்ப்புச் சக்தி சரிவர இயங்குகிறது. மூளையின் செயல்பாட்டை அதிகரிக்கிறது. சௌகரியமாக உணர்வதற்கு மிக முக்கியமானது.

3. தம் உடலைச் சரியாகக் கவனிக்காதவர்களைப் பார்க்கும்போது இவர்களுக்குச் செயல் ஊக்கம், தன்னம்பிக்கை, ஒழுக்கம் ஆகியன குறைவு என்ற கருத்து தோன்றிவிடுகிறது.

4. முறையான உடற்பயிற்சி உன் வாழ்வின் பிரிக்க முடியாத பகுதியாக இருக்க வேண்டும். என்னவோ ஓர் எக்ஸ்ட்ரா போல இருக்கக் கூடாது.

5. ஆரோக்கியமான உடல் மூன்றின் சமன்பாடு.

    அ. உடற்பயிற்சி

    ஆ. சத்துள்ள உணவு

    இ. ஓய்வு

6. உடற்பயிற்சியைப் போலவே ஓய்வும் முக்கியமானது.

7. உடற்பயிற்சியின் போது சில ஹார்மோன்கள் சுரக்கின்றன. அவை மூளைக்கு மிக நல்லவை. வெகு உற்சாகமான உணர்வு பிறக்கிறது.

நோயற்ற வாழ்வே குறைவற்ற செல்வம்

செயற்படிகள்

1. உன் ஆரோக்கியம் எந்த அளவுக்கு இருக்கிறது என்பதை ஆராய்ந்து முடிவெடு.

    அ. முழு உடல் மருத்துவப் பரிசோதனை செய்துகொள். குறிப்பாக 35 வயதுக்கு மேல் இருப்பவர்களுக்கு இது ஒரு கட்டாயம் கூட. இரத்த அழுத்தம், கொலஸ்ட்ரால் போன்றவற்றைச் சரியாக அளந்து பார்.

    ஆ. உன் உணவுப் பழக்கத்தைச் சரியான முறையில் மதிப்பிட்டுப் பார். சாப்பிடும் உணவு சரிவிகிதமானதாக இருக்கிறது என்பதை உறுதி செய்துகொள்.

2. ஓர் உடற்பயிற்சி மையத்தில் சேர்ந்துவிடு. அல்லது பயிற்சியாளரை வைத்துக்கொள். முறையான உடற்பயிற்சி செய்துகொண்டிரு. அதில் இதயம், நுரையீரலுக்கு நன்மை செய்யக்கூடியவை மற்றும் பளு தாங்கும் திறனை வளர்க்கக் கூடியவை இருக்கப் பார்த்துக் கொள்.

3. சற்று நேரத்தை ஓய்வுக்கென ஒதுக்கி வைப்பதற்குத் தவறாதே. ஓய்வு பயிற்சியைப் போன்றே முக்கியமானது.

4. என் ஆரோக்கிய இலக்குகளாவன.

_____
_____
_____
_____
_____
_____
_____

15

பின் வாங்க இதுவல்ல நேரம்

தோல்வியைத் தழுவியவர்களில் பலரும் விட்டுவிட்டுப் பின்வாங்கியபோது வெற்றிக்கு எவ்வளவு அருகில் இருந்திருக்கிறோம் என்பதைத் தெரிந்துகொள்ளாதவர்கள்தான்.

-- தாமஸ் எடிஸன்

பெரும் வெற்றியடைந்தவர்களைக் கவனித்துப் பார். சாதனைகள் மிகப் பெரியவைதான். அதைப் போலவே அவர்கள் சந்தித்த சவால்களும் மிகக் கடுமையாகத்தான் இருந்திருக்கின்றன. இரண்டுக்கும் இடையே நேர்விகிதம்தான். பிரபலமான சாதனையாளர்களைப் பற்றிய விவரங்களைப் படித்துப் பார். அவர்களைப் பலரும் பல முறையும் உதாரணங்களாகக் காட்டியிருக்கிறார்கள். என்றாலும் அவர்கள் குறிப்பாக எதை நினைவூட்டுகிறார்கள் தெரியுமா? விடாமுயற்சி கர்னல்ஸாண்டர்ஸ்ஆயிரம் ரெஸ்டாரெண்டுகளுக்குப் போய்ப் பார்த்த பின்னர் ஒரு குறிப்பிட்ட கோழிக்கறி உணவை வாங்கினாராம். தாமஸ் எடிஸன் மின்சார பல்பை வடிவமைப்பதற்கும் அதன் தொடர்பாக எழுந்த கேள்விகளுக்கு விடை காணவும் பத்தாயிரம் பரிசோதனைகள் செய்தாராம். இரண்டாயிரத்துக்கு மேற்பட்ட வங்கிகளை அணுகிப் பார்த்த பின்னரே வால்ட் டிஸ்னி தன்னுடைய "டிஸ்னிலாண்ட்" எனப்பட்ட படப்பிடிப்பு நிறுவனத்துக்குத் தேவையான மூலதனத்தைத் திரட்ட முடிந்தது. வேண்டிய முதலீட்டைப் பெற முடிந்தது. அனைவரும் மிகப் பெரிய தடைகளைத் தாண்டி வந்தவர்கள். என்றாலும் அப்படி அவர்கள் அந்தத் தடைகளைத்

நீயும் ஏன் சாதிக்கக் கூடாது?

தாண்டி வந்ததாலேயே தம் வெற்றியைச் சுவைத்து அனுபவிக்க முடிந்தது.

மிக மோசமான காலகட்டத்தில் ஒருவர் எப்படி நடந்துகொள்கிறார் என்பதைப் பார்த்துத்தான் அவர் எப்படிப்பட்டவர் என்பதைத் தெரிந்துகொள்ள முடிகிறது. ஓடிப் போய் ஒளிந்துகொள்ளலாம். அல்லது துணிந்து நின்று சவாலை எதிர்கொண்டு அதைச் சமாளிக்க எதையெல்லாம் தர வேண்டியிருக்குமோ அதையெல்லாம் தந்திருக்கலாம். என்ன விதமான சோதனைகளை அவர்கள் எதிர்கொண்டார்கள் என்பது ஒரு பொருட்டேயில்லை. அவர்கள் எப்படித் தம்மைச் சமாளித்தார்கள் என்பதுதான் அவர்களுடைய வெற்றியை நிர்ணயித்திருக்கிறது.

தீரம்

ராப் என்று எனக்கொரு நண்பர். வாழ்வில் வெகுவாகத்தான் சிரமங்களைச் சந்தித்தவர். அவர் அவற்றை எப்படிச் சமாளித்தார் என்பதைப் பார்க்கும்போது நமக்கெல்லாம் அவர் உத்வேகம் தருகிறார். பல வருடங்கள் பாடுபட்டுப் பல மில்லியன் டாலர்கள் மதிப்புள்ள தொழிலை நடத்தி வந்தார். கட்டடத் தொழில். அவருடைய ஸ்பெஷாலிட்டி ஓசை துளைக்காத தடுப்புகளும் வேலிகளும் அமைத்தல். அந்தத் துறையில் மதிப்புமிக்க நிறுவனமாக அவருடையது இருந்தது. தமது நாட்டில் மட்டுமல்ல, உலக அளவில் அவர் பிரசித்தி பெற்றவராக இருந்தார்.

அன்றளவில் அவர் செய்த பணிகளிலேயே மிகப் பெரிய பணி ஒன்று நடந்துகொண்டிருந்தது. முடிக்க வேண்டிய நேரம் வந்துவிட்டதால் பணிகளை முடுக்கிவிட்டு மும்முரமாக வேலை செய்துகொண்டிருந்தார். அப்போது தவறிவிழுந்தார். மல்லாக்கக் கீழே விழுந்துவிட்டார். வெறுமனே பதினைந்து அடி உயரத்திலிருந்துதான் விழுந்திருந்தார். என்றாலும் அவர் விழுந்த விதம் அவருடைய முதுகுத் தண்டை வெகு மோசமாகப் பாதித்துவிட்டது. உடனடியாக இடுப்பிலிருந்து செயலிழந்தவராகிப் போனார். அவர் சந்திக்க வேண்டியிருந்த சவால்களில் அதுவே முதல் சவாலாக இருந்தது. வெகு சீக்கிரத்திலேயே கால்கள்

பக்கம் 290

பின் வாங்க இதுவல்ல நேரம்

செயலிழந்துவிட்டன. மனைவியை இழந்தார். குடும்பத்தை இழந்தார். தொழிலும் நசிந்துவிட்டது.

இந்த அதிசயிக்கத்தக்க உறுதியான மனிதரைப் பற்றித் தெரிந்துகொள்ளும் பாக்கியம் எனக்குக் கிடைத்தது. பிறர் மீளவே முடியாமல் அமிழ்ந்து போயிருக்கக்கூடிய சிரமமான சூழ்நிலையிலிருந்து இவர் எப்படி மீண்டார் என்பதைத் தெரிந்துகொண்டேன். ஒரு நாள் அவரிடம் கேட்டே விட்டேன். எப்படி அவரால் இத்தனை சிரமங்களிலிருந்தும் மீண்டு வர முடிந்தது? அவர் சொன்னார். "என்னால் எதைச் செய்ய முடியுமோ அதில் கருத்தைச் செலுத்துகிறேன். எதைச் செய்ய முடியாதோ அதில் காலை வைப்பதில்லை. சிரமங்கள் வரும்போது ஒரு கதவு மூடினால் இன்னொரு கதவு திறக்கும் என்ற நம்பிக்கை வைத்திருக்கிறேன்." ராப் விட்டுவிட்டு ஓடிவிடவில்லை. அவரிடமிருந்து கற்றுக்கொள்ள வேண்டும் என்று நினைக்கிறவர்களுக்கு அவர் உத்வேகம் தருகிறவர்.

வாழ்வில் சிரமமான நிலையில் இருக்கும்போது ராப் பற்றி நினைத்துப் பார்த்துக்கொள். சமாளிக்க முடியாத சிரமங்களை எதிர்கொண்டார். என்றாலும் எப்படியோ விடாமுயற்சியோடு முன்னேறி உச்சியை அடைந்தார். அவருடைய வாழ்க்கையெனும் புத்தகத்தின் ஒரு பக்கத்தைப் படித்தால் போதும். எவ்வளவுதான் நிலைமை மோசமாக இருந்தாலும் முயன்றுகொண்டேயிருந்தால் முடிவில் வெற்றிதான் என்பதைத் தெரிந்துகொள்ளலாம். வெற்றியடைகிறவர் விட்டுவிட்டு ஓடிப் போவதில்லை. விட்டு விட்டு ஓடிப் போகிறவர் வெற்றிபெறுவதில்லை.

> தோல்வி வெற்றிக்கு உத்தரவாதமல்ல. தோல்வியிலிருந்து பாடம் கற்றுக்கொண்டு அந்தப் பாடத்தை நமக்குச் சாதகமாகப் பயன்படுத்திக்கொள்வது நம்முடைய சாமர்த்தியம்.

மேலும் முயற்சி செய்வதற்குத் தோல்வியை ஒரு சந்தர்ப்பமாக எடுத்துக்கொள்ளும் போதும் மீண்டும் முயன்று

பக்கம் 291

நம் சிரமங்களிலிருந்து பயன்பெறும் போதும் நாம் இரண்டு முக்கியமான பாடங்களைக் கற்றுக்கொள்கிறோம்.

பாடம் ஒன்று - தோல்வியின் பயன்கள் என்ன என்று பார்

Think and Grow Rich என்பது அருமையான ஒரு புத்தகம். நெப்போலியன் ஹில் எழுதியது. அதில் எழுதுகிறார்.

ஒவ்வொரு துன்பமும், ஒவ்வொரு தோல்வியும் ஒவ்வொரு நெஞ்சு பொறுக்காத வேதனையும் தம்மோடு அதற்குச் சமமான அல்லது அதைவிடப் பெரிய பயனுக்கான விதையைச் சுமந்தே வருகின்றன.

— நெப்போலியன் ஹில்

மிக மோசமான நிலைமையில் நல்லது எதுவும் நடக்காது என்றுதான் தோன்றும். ஆனால் அதிலும் நல்லதைப் பார்க்கத்தான் வேண்டும். மோசமான நிலைமையில் மிகச் சிறந்ததை எதிர் நோக்கும்போது என்னென்ன சந்தர்ப்பங்களையும் சாத்தியங்களையும் பார்க்க முடிகிறது என்பது வியப்பைத்தான் தருகிறது. கெட்டதை நல்லது மங்கிப் போக வைத்துவிடுகிறது. சோதனைகள் தடைகளாகலாம் அல்லது பெரியதொரு வெற்றிக்குப் படிகளாகலாம். நீ எப்படி எடுத்துக்கொள்கிறாய் என்பதைப் பொறுத்ததுதான் அது.

சோதனைகளில் நமக்குப் பயன் இருக்கிறது என்பதைத் தெரிந்துகொள்வதுதான் மிக முக்கியம். மோசமான அனுபவங்கள் நம்மைப் புத்திசாலிகளாக்கும். உறுதியானவர்களாக்கும். நாம் எப்படி அவற்றைப் பார்க்கிறோம் என்பதைப் பொறுத்தது அது. நாம் நிகழ்ச்சிகளை எந்தக் கண்கொண்டு பார்க்கிறோம் என்பதைப் பொறுத்தது.

எல்லாப் போராட்டங்களிலிருந்தும் தோல்விகளிலிருந்தும் சில தழும்புகளுடன்தான் மீள்கிறோம். நம்முடைய பெருமைக்கும் தன்னம்பிக்கைக்கும் ஓர் அடிவிழுந்திருக்கும். சிலர் இந்தத் தழும்புகளைக் காயங்களாகவே வைத்திருக்கிறார்கள். அவர்கள் தோல்வியிலிருந்து மீண்டு வருவதே இல்லை.

தோல்வியும் கையறு நிலையும் அவர்களைத் தின்று தீர்த்துவிடுகிறது. "அநியாயமப்பா!" என்கிறார்கள். "நான் ஓர் அதிர்ஷ்டக் கட்டை" என்கிறார்கள். சராசரியாக இருப்பது என்ற பொறிக்குள் இரையாக மாட்டிக்கொள்கிறார்கள். மேலும் முயற்சிகள் செய்வதற்கு முட்டுக்கட்டையாகத் தம் தோல்விகளை இருக்க விட்டுவிடுகிறார்கள்.

நீ அப்படி நடக்கவிடக்கூடாது. வெற்றிக்கான சந்தர்ப்பங்களை மேலும் மேலும் உனக்கே தந்துகொண்டிருக்க வேண்டும். ஒவ்வொரு சிரமத்திலிருந்தும் எதையாவது தோண்டி எடுக்க வேண்டும். புத்திசாலியாக வேண்டும். தற்காலிகப் பின்னடைவுகளைப் பெரியதொரு சாதனைக்கான படிகளாக மாற்றிக்கொள்ள வேண்டும்.

பாடம் இரண்டு – விடாமுயற்சி. அப்படியே தொங்கிக் கொண்டிரு. இலக்கைச் சென்று சேரும்வரை விட்டுவிடாதே.

தோல்விக்கு ஒரே ஒரு வழிதான் இருக்கிறது. அது விட்டுவிடுவது. எதையும் கடைசிவரை சென்று பார்க்கும்வரை நீ எதையும் சாதிக்கப் போவதில்லை. யாரிடம் அப்படியே பிடித்துத் தொங்கிக்கொண்டிருக்கும் தைரியம் இருக்கிறதோ அவர்கள் விடாமுயற்சியின் விளைவான பயன்களை நிச்சயமாக அனுபவிப்பார்கள். விடாமுயற்சிக்கென சில மந்திர சக்திகள் உண்டு. அப்படியே பிடித்துத் தொங்கிக்கொண்டேயிருந்தால் அதன் பயன்கள் நம்ப முடியாத அளவுக்கு இருக்கப் போகின்றன.

ஐஸக் நியூட்டன் மிகப் பெரிய விஞ்ஞானி. பல முக்கிய கண்டுபிடிப்புகள் அவருடையவை. இயற்கை நெறிகளைப் பற்றிய அவருடைய கொள்கைகள் உலகை நாம் பார்க்கும் பார்வையை மாற்றியமைத்துவிட்டன. விஞ்ஞானத்தின் சரித்திரத்தில் மிக முக்கியமான மூன்று கண்டுபிடிப்புகள் அவருடையவைதான். ஒரு குறிப்பிட்ட தூரத்துக்கு ஒரு குறிப்பிட்ட வேகத்தில் நகரும் பொருட்களில் நிகழும் மாற்றங்கள் பற்றியது கால்குலஸின் ஒரு கொள்கை. அதை வெளியிட்டவர் ஐஸக் நியூட்டன். ஒளியைப்

அவருடைய கொள்கைகள் தந்ததாகும். வெண்ணிற ஒளி ஏழு நிறங்களின் தொகுப்பு என்பதைத் தெரிவித்தார். அதை அவர் ஸ்பெக்ட்ரம் என்றார். ஏன் நிலவு பூமியைச் சுற்றிச் சுற்றி வரவேண்டும் என்ற கேள்விக்கு விடை காணப் புறப்பட்டவர் அவருடைய மிகப் பிரபலமான புவியீர்ப்பு விசை பற்றிய கொள்கைக்கு வழி காட்டியது. நமக்குத் தெரிந்த பொதுவான புவி ஈர்ப்பு விசை விதி இந்தக் கேள்விக்கு விடை காணும் படலத்தின் ஒரு பகுதிதான்.

இந்த உலகத்தை நாம் பார்த்துப் புரிந்துகொள்ளும் விதத்தை நிர்ணயித்த நியூட்டனைப் பார்த்து எப்படி அவரால் அவ்வளவு பெரிய சாதனைகளைப் படைக்க முடிந்தது என்று கேட்டார்கள். அவர் சொன்னார். "என் வெற்றிக்குக் காரணம் நான் ஒரு மேதை என்பதல்ல. தொடர்ந்து முய்ற்சி செய்துகொண்டிருந்ததுதான்."

ஏதாவது ஒரு கேள்விக்கு விடை காண வேண்டும் என்றால் கவனம் சிதையாமல் அந்தப் பணியில் ஈடுபடுவார். முழுக் கவனத்தையும் அதிலேயே வைத்திருப்பார். பதில் கண்ணுக்குத் தெரியும்வரை இந்த ஈடுபாடு கவனக்கூர்மையும் அப்படியே இருக்கும். வெற்றிக்கான ரகசியம் இதுதான் என்பதைத் தெளிவாகத் தெரிந்து வைத்திருந்தார்.

புத்திசாலித்தனம் திறமை ஆகியவற்றை விட விடாமுயற்சி அதிக முக்கியமானது.

நியூட்டனுக்கும் அதே பிரச்சினையில் அவர் போன்று பணியாற்றி வந்த பிறருக்கும் இடையே என்ன வித்தியாசம் என்கிறாய்? பிறர் விட்டுவிலகிப் போய் வெகுகாலமாகிய பின்னரும் நியூட்டன் தொடர்ந்து முயற்சி செய்து கொண்டேயிருந்தார் என்பதே. அவ்வளவுதான்.

எந்த ஒரு மதிப்புள்ள இலக்கை அடையவும் விடாமுயற்சி தேவை.
நம் குறிக்கோள்களின்மீது முழு நம்பிக்கை வைக்கும்போது
விடாமுயற்சி தேவை என்பது தெரிந்துவிடும். பார்க்கப் போனால்
திட்டமிடுதலும் செயல்படுதலும் ஆரம்பித்து வைத்ததைச் சரியாகவும்
வெற்றிகரமாகவும் முடித்து வைப்பது விடாமுயற்சிதான்.

தாக்குப் பிடி, விட்டுவிட்டு ஓடிவிடாதே

சராசரியானவனுக்கும் சராசரிக்குச் சற்று மேம்பட்டவனுக்கும் இடையே என்ன வித்தியாசம் இருக்கிறதென்கிறாய்? சராசரியானவன் பெரியதொரு சாதனையை எட்டுமுன் முயற்சிகளைக் கைவிட்டுவிடுகிறான். சிறந்தவர்கள் அப்படிச் செய்வதில்லை. அந்தச் சிறிதளவு முயற்சியைக் கைவிடாமல் வெற்றியைச் சென்று சேர்கிறார்கள்.

சுவரில் முட்டி மோதி நிற்கும் அந்தக் கணம், விட்டுவிடலாம் என்ற எண்ணம் மனதில் தோன்றும் அந்தக் கணம், அதுதான் சராசரியானவனைச் சராசரிக்கு மேம்பட்டவனிடமிருந்து வித்தியாசப்படுத்திக் காட்டும் தருணம். நம் இயல்புகளுக்குச் சரியான சவால் விடும் கணம். அந்தக் கணத்தில்தான் நம்மில் சிலர் அந்தச் சவாலைத் தாண்டிப் போவதற்கான தைரியமும் விடாமுயற்சியும் உறுதியும் நம்மிடம் இருக்கிறது என்பதைக் கண்டுகொள்கிறோம்.

> பிறர் பின்வாங்கிப் போய்விடும் போது இன்னும் சிறிது
> தாக்குப் பிடிப்பதே பெரும்பாலும் வெற்றியை நிர்ணயிக்கிறது.
>
> — வில்லியம் ஃபெதர்

இந்தத் தடைகளைத் தாண்டிப் போகச் செய்யும் இயல்புகள் எவை? வெற்றியைச் சாதிக்க வேண்டும் என்ற வைராக்கியம் இருக்க வேண்டும். லட்சியத்தின் மீதே குறியாக இருக்க வேண்டும். நமது முடிவான இலக்கின் மீதே குறியாக இருக்க வேண்டும். அதற்காக என்ன செய்யவும் தயாராக இருக்க வேண்டும்.

ஒவ்வொரு தோல்வியிலிருந்தும் ஒரு பாடத்தைக் கற்றுக்கொள். ஒவ்வொருமுறை சறுக்கும்போதும் இன்னும் சிறிது புத்திசாலியாகிவிடு. பிறகு நீ தோல்வியடைய முடியாது. ஒவ்வொரு முறை தோல்வியைச் சந்திக்கும் போதும் ஒவ்வொரு முறை நஷ்டப்படும் போதும் வெற்றியை நோக்கி இன்னுமோர் அடி எடுத்து வைத்தாயிற்று என்பதை உணர்ந்திரு. IBM நிறுவனத்தை ஸ்தாபித்தவர் தாமஸ் ஜே. வாட்ஸன். அவர் சொல்கிறார்.

வெற்றிபெற வேண்டுமா? தோல்விகளை இரட்டிப்பாக்கிக்கொள். வெற்றி தோல்வியின் பக்கத்தில் கிடக்கிறது.

— தாமஸ் ஜே. வாட்ஸன்

தற்காலிகச் சறுக்கல்களைத் தோல்வி என்று எடுத்துக்கொள்ளாதே. புதிதாக ஒன்றைக் கற்றுக்கொள்ள ஒரு சந்தர்ப்பமாக எடுத்துக்கொள். தோல்விசில சமயம் உறுதியானவன் ஆவதற்கும் சிறந்தவனாக்குவதற்கும் ஒருவரைத் தயார் செய்கிறது என்றுதான் நான் நம்புகிறேன். தோல்வியிலிருந்து பாடம் கற்றுக்கொள்கிறாய். பெரும் சாதனையாளர்கள் அனைவரும் தோல்வியின் கசப்பைச் சுவைத்தவர்கள்தான். அவர்களும் மேலும் கீழும் அலை பாய்ந்தவர்கள்தான். தாம் விளையாடிய ஒவ்வோர் ஆட்டத்தின் போதும் Most Valuable Player என்று மைக்கேல் ஜோர்டனை யாரும் பாராட்டவில்லை. கையில் பிரஷ் எடுத்தபோதெல்லாம் மைக்கேல் ஏஞ்சலோ தன் மாஸ்டர்பீஸைப் படைக்கவில்லைதான்.

முதல் சோதனை கண்ணுக்குத் தெரிந்தவுடனே பெரும்பாலானவர்கள் முயற்சிகளைக் கைவிட்டுவிடுகிறார்கள். எப்போது சிரமங்கள் தோன்றுகின்றனவோ அப்போதே தம் கனவுகளையும் நம்பிக்கைகளையும் கழற்றி எறியத் தயாராக இருக்கிறார்கள். "சிரமம் அதிகமாகும்போது, உறுதியானவர்கள் மேலும் தொடர்ந்து போகிறார்கள்" (When the going gets tough. The tough get going) என்ற மொழியைக் கேட்டிருக்கிறாயல்லவா? களைப்பு உன்னைக் கோழையாக்கவிடாதே. உன் கனவுகளை அது களவாட விடாதே. தாக்குப் பிடி. துவண்டுவிடாதே.

தவளைகள் பற்றிய கதை ஒன்றுண்டு. இரண்டு தவளைகள் ஒரு பால் குவளைக்குள் குதித்துவிட்டனவாம். தப்பித்துப் போகலாம் என்றால் குவளை மிகவும் வழுக்கலாக இருந்ததாம். இரண்டு தவளைகளுமே கால்களை உதைத்துக் குதித்து வெளியேற மிகவும் முயன்றன. ஆனால் பயனில்லை. ஒரு தவளை நம்பிக்கையிழந்து முயற்சியைக் கைவிட்டுவிட்டது. விளைவு - அப்படியே மூழ்கிப் போயிற்று. இரண்டாவது தவளை முயற்சியைக் கைவிடாமல் உதைத்துக் குதித்துக்கொண்டே

இருந்தது. எப்படியும் தப்பித்தேயாக வேண்டும் என்ற தன் நம்பிக்கையைக் கைவிடாமல் இருந்ததாம்.

நேரம் கழியக் கழிய வியப்புத்தான். பால் கெட்டித்துப் போய் வெண்ணெயாயிற்றாம். தவளையின் இடைவிடாத உதைகளால் பால் தயிரானது. பின் வெண்ணெயாகத் திரண்டது அப்போது அந்தத் தவளை உறுதியாகக் கால் ஊன்றி உதைத்து வெளியேறித் தப்பித்ததாம். இப்படி ஒரு கதை.

தாக்குப்பிடி. விட்டுவிட்டு ஓடிவிடாதே

விடாமுயற்சியின் இடத்தை வேறு எதுவும் பிடித்துக்கொள்ள முடியாது. திறமையால் அது நடக்காது.

திறமையுள்ளவர்கள் தோல்விகளைச் சந்திப்பதைத்தான் நாம் அடிக்கடி பார்க்கிறோமே!

மேதைமை விடாமுயற்சியின் இடத்தைப் பிடித்துக்கொள்ள முடியாது.

சரியான பயன்களைச் சந்திக்காமல் போன மேதைகள் பலரையும்தான் பார்த்திருக்கிறோமே!

விடாமுயற்சியின் இடத்தைக் கல்வி பிடித்துக்கொள்ள முடியாது.

உலகில் கற்றவர்கள் பலரும் திசை தெரியாது தவிப்பதைத்தான் பார்க்கிறோமே!

விடாமுயற்சியும் வைராக்கியமுமே அனைத்திலும் உறுதியானவை.

வெற்றிக்கான திறவுகோல் வார்த்தைகளே

என் மனதை வாட்டிய ஒரு கவலை பற்றி நண்பர் ஒருவரோடு பேசிக்கொண்டிருந்தேன். நான் எதிர்கொண்டிருந்த சவால்களை எப்படிச் சந்திப்பது என்பதற்கான நடைமுறை சாத்தியமான வழிகளை அவர் எனக்குத் தர முடியவில்லை. அதற்குப் பதிலாக விலை மதிப்பற்ற ஒன்றை அவர் தந்தார். அவர் சொன்னதென்னவோ ஒரே வார்த்தைதான். எல்லாவற்றையும் தலைகீழாக மாற்றிவிட்டது. அந்த வாக்கியம், "ஜான்! யாராவது இந்த நிலைமையைச் சமாளிக்க முடியும் என்றால் அது நீயாகத்தான் இருக்க முடியும்."

நம்பிக்கை என்னை நிறைத்தது. எல்லாமும் சரியாகிப் போகும் என்ற நம்பிக்கைதான். போகப் போக எல்லாமும் சரியாகிப் போகும் என்ற நம்பிக்கைதான். அதைவிட முக்கியம் என்னை நம்பிக்கை நிறைத்ததுதான். என்னதான் நடந்தாலும் சரியே. யாராவது இந்த நிலைமையைச் சமாளிக்க முடியும் என்றால் என்னாலும்தான் முடியும்.

யாராவது இந்தச் சவாலை சமாளிக்க முடியும் என்றால்
என்னாலும் முடியும்.

இதை உனக்கே சொல்லிக்கொள், நினைவில் நிறுத்தி வை. தோல்விக்கும் வெற்றிக்கும் இடையே உள்ள வித்தியாசத்தை இந்தச் சில வார்த்தைகள் நிர்ணயித்துவிடும். போராடுவதற்கும் சாய்ந்துவிடுவதற்கும் இடையே உள்ள வித்தியாசத்தை இந்தச் சில வார்த்தைகள் நிர்ணயித்துவிடும். எல்லாவற்றையும் இழந்துவிடுவது அல்லது வெற்றியடைந்தே தீர்வது என்ற இரண்டுக்கும் இடையே உள்ளவித்தியாசத்தை இந்தச் சில வார்த்தைகள் நிர்ணயித்துவிடும்.

என் சொந்த வாழ்க்கையிலும் தொழிலிலும் சவால்களைச் சந்திக்க நேரும்போதெல்லாம் ஊக்கம் தரும் இந்த வார்த்தைகளை அடிக்கடி சொல்லிப் பார்த்துக்கொள்வேன். அப்படி எனக்குள் நானே சொல்லிக்கொள்ளும் இந்த வார்த்தைகள் அதிசயிக்கத்தக்க பலன்களைத் தருவதைக் கண்டிருக்கிறேன். இதை என்னால் சமாளிக்க முடியும். இதை என்னால் செய்ய முடியும். இந்த உறுதி இந்த வார்த்தைகளிலிருந்து பிறக்கிறது. நான் தயாரித்து விற்ற ஒரு பொருளில் வாடிக்கையாளர் ஒருவருக்கு ஒரு பிரச்சினை வந்தபோது அப்படியானதொரு இக்கட்டில் நான் சிக்கிக்கொண்டேன். உடனே பல்வேறுவிதமான எண்ணங்கள் என் மனதில் ஓட ஆரம்பித்துவிட்டன. இந்தப் பிரச்சினையைத் தீர்த்து வைக்க முடியாமல் போய்விட்டால் நல்லதொரு வாடிக்கையாளரை இழந்துவிடுவேனோ? இந்த இடத்தை விட்டு நகர்ந்தவுடனே என்னைத் திட்ட ஆரம்பித்து விடுவார்களோ? இப்படிப்பட்ட சிந்தனைகள். ஏதோ ஒரு

சமயம் அல்லது இன்னொரு சமயம் நம்மில் அனைவருமே இப்படிப்பட்ட சூழலில் இருந்தவர்கள்தானே?

சற்றே ஆசுவாசப்படுத்திக்கொண்டேன். பிறகு எனக்கே சொல்லிக்கொண்டேன். "யாராவது இந்தச் சவாலைச் சமாளிக்க முடியும் என்றால் என்னாலும் முடியும்." இப்படிச் சொல்லிக்கொள்வது பல சமயங்களில் எனக்கு உதவியாக இருந்திருக்கிறது. இதிலும் அதையே முயன்று பார்க்கலாமே என்று முயன்று பார்த்தேன். பயன் தந்தது. என் பதற்றம் தணிந்தது. நிலைமையைச் சமாளிக்க முடிந்தது. பிரச்சினையைத் தீர்த்து வைத்துவிட்டு என் காரை நோக்கி நகர்ந்தேன். அப்போது எனக்குள் சொல்லிக்கொண்டேன். "சரியாகச் சமாளித்துவிட்டேன். இதைச் சமாளிக்க முடிந்தது என்றால் இப்படிப்பட்ட நிலைமையை எதிர்காலத்திலும் என்னால் சமாளிக்க முடியும்."

தனக்குத்தானே பேசிக்கொள்வது மற்றும் வார்த்தைகளின் சக்தியை என்றும் குறைத்து மதிப்பிட்டுவிடாதே. உத்வேகம் தரும் வாக்கியங்கள் அல்லது வார்த்தைகள் ஒரு நிலைமையை நாம் எப்படிப் பார்க்கிறோம் என்பதை உறுதியாகப் பாதிக்கின்றன. அப்படிப்பட்ட நிலைமையை எதிர்காலத்திலும் எப்படிச் சமாளிக்கப் போகிறோம் என்பதையும்தான், உதாரணமாக, "ஒரு பிரச்சினை வேண்டுமா அல்லது சவாலா?"

முழுக்க மௌனமான உலகில் அல்லது இருண்ட இடத்தில் இருப்பது எப்படி இருக்கும் என்று எப்போதாவது கற்பனை செய்து பார்த்திருக்கிறாயா? நினைத்துப் பார்த்தாலேயே முதுகுத் தண்டு சில்லிடுகிறது. ஹெலன் ஆடம்ஸ் கெல்லர் என்ற பெண்ணின் உலகம் அப்படித்தான் இருந்தது. ஆறு வயதானபோது ஏதோ வியாதி. கண்களை இழந்தாள். கேட்கும் திறனையும் இழந்தாள். பிரச்சினைதானே? நிச்சயமாகப் பெரிய பிரச்சினைதான். ஆனால் ஆன் ஸல்லிவன் என்ற ஆசிரியையின் துணையோடு அதை ஒரு சவாலாக எடுத்துக்கொண்டாள். தன் குறைகளைத் தாண்டி உயர்ந்தாள்.

நீயும் ஏன் சாதிக்கக் கூடாது?

சுய பச்சாதாபத்திலும் துயரத்திலும் அவள் கிடந்துழல அந்த ஆசிரியை விடவில்லை. அவளுக்கு முன் ஒரு சவால் இருப்பதாக உணர வைத்தார். அதை வெற்றிகொள்ள உதவினார். இருபது வயதாகும்போது ஹெலன் கெல்லர் அருமையான எழுத்தாளராகி விட்டாள். எதைப் பற்றியும் சிறப்பாக எழுத முடிந்தது. ஹானர்ஸ் பட்டம் பெற்றாள்.

பல புத்தகங்கள் எழுதினாள். பல கட்டுரைகள் எழுதினாள். தன்னைப் போலவே வாழ்வில் சவால்களைச் சமாளிக்க வேண்டிய பலருக்கும் உதவினாள். உடல் ஊனமுற்றோரைப் பற்றிய பொதுவான கருத்தை மாற்றியமைத்தாள். உடல் ஊனமுற்றோரைப் பிறரிடமிருந்து பிரித்து வைத்திருக்கும் இடைவெளிக்குப் பாலம் அமைத்தாள்.

அடுத்தமுறை ஏதாவது பிரச்சினையைச் சந்திக்கும்போது அதை ஒரு சவாலாக எடுத்துக்கொள். எதையாவது செய்து தாண்டி வர வேண்டிய ஒரு சவாலாக எடுத்துக்கொள்.

பண்பைச் சாவகாசமாகவும் எளிதாகவும் வளர்த்துக்கொள்ள முடியாது. சோதனைகளையும் துயரங்களையும் தாண்டி வரும்போது கிடைக்கும் அனுபவம் மூலம்தான் ஆத்மா உறுதியடைகிறது. பார்வையில் தெளிவு பிறக்கிறது. லட்சியத்துக்கான உத்வேகம் கிடைக்கிறது. வெற்றி நிதரிசனமாகிறது.

-- ஹெலன் கெல்லர்

சிரமத்தைச் சமாளிப்பது

நாம் ஒவ்வொருவரும் வாழ்வில் ஏதோ ஒரு நிலையில் சிரமங்களைச் சந்திக்க வேண்டித்தான் இருக்கிறது. சிலருக்குச் சிரமமே இல்லாத வாழ்க்கை என்று நம்பியிருந்திருக்கிறேன். எனக்கென்று சிரமங்கள் வந்தபோதுதான் ஒவ்வொருவரும் ஏதோ ஒரு காலகட்டத்தில் சிரமப்பட்டிருக்கிறார்கள் என்பதைப் புரிந்துகொண்டேன். சிரமங்களை வெற்றிகொள்ளப் பல வழிகள் இருக்கின்றன.

பிரச்சினைகளைத் தீர்க்கும் வழிகள்

1. பிரச்சினையை இனங்காணல்.
2. பிரச்சினையைத் தீர்க்க முடியும் என்ற தன்னம்பிக்கை கொளல்.
3. நல்லதே நடக்கும் என்று நம்புதல்.
4. பிரச்சினையைத் தீர்க்க நடைமுறை சாத்தியமான நடவடிக்கைகளை மேற்கொள்ளுதல்.

எல்லாமும் சரியாகிப் போகும்.

எந்த ஒரு சராசரி மனிதரையும் தடுத்து நிறுத்திப் போடும் அளவுக்குப் பிரச்சினைகளைச் சந்தித்து முன்னேறியவர்தான் வால்ட் டிஸ்னி. சவால்களைச் சந்தித்து முறியடித்ததோடு நில்லாமல் அவற்றிலிருந்து அவர் கற்றுக்கொண்ட பாடங்களைப் பிற சாதனைகள் செய்வதற்குப் பயன்படுத்தியும் கொண்டவர் அவர்.

1928ஆம் வருடம். 26 வயது. அவர் ஒரு கார்ட்டூனிஸ்டாக இருந்தார். அவர் வாழ்வில் அப்போது மிகப் பெரிய சறுக்கல். Oswald the Lucky Rabbit என்ற தன் முதல் கார்ட்டூன் அவருக்குத் தனிப்பட்ட முறையில் எந்தப் பலனையும் தரவில்லை. வெகுளியாக இருந்த இளைஞர் என்பதால் காப்பிரைட் பற்றிய விவரங்களைச் சரியாகத் தெரிந்துகொள்ளாமல் இருந்ததுதான் காரணம். யுனிவர்சல் பிக்சர்ஸ் என்ற நிறுவனத்தோடு ஓர் ஒப்பந்தம் செய்துகொண்டிருந்தார். அதன்படி அந்தக் கார்ட்டூன் படத்துக்கும் அதை விநியோகிப்பதற்குமான முழு உரிமையை அந்த நிறுவனத்துக்குத் தந்துவிட்டார். அவருடைய குழுவில் இருந்த திறமையானவர்களைத் தன் பக்கம் இழுத்துக்கொண்டதோடு அவருடைய யோசனைகளையும் அந்த நிறுவனம் பயன்படுத்திக்கொண்டது. அவரை வெட்டிவிட்டது. அதன் பயன்கள் எதுவும் அவருக்குப் போய்ச் சேரவில்லை.

நெஞ்சம் வெதும்பிப் போனார். வேறு யாருக்காகவும் இனி வேலை செய்யப் போவதில்லை என்று முடிவெடுத்தார். ஒரே வருடத்தில் தன் சொந்த நிறுவனத்தை ஸ்தாபித்தார். மிக்கி மௌஸ் என்ற பாத்திரத்தை உருவாக்கினார். இப்போது அந்த இளைஞர் காப்பிரைட் சட்ட திட்டங்கள் பற்றிய விவரங்கள் அனைத்தையும் அத்துப்படியாகத் தெரிந்து வைத்துக் கொண்டிருந்தார். அவருடைய படைப்பு மேதைமையும் புதிதாகத் தெரிந்து வைத்துக்கொண்ட விஷயங்களும் ஒரு பெரிய சாம்ராச்சியத்தைப் படைக்க அவருக்கு உதவின. உலகம் முழுக்கப் பலகோடி பேரை மகிழ்விக்கும் நிறுவனமாக வளர்த்தார்.

மீள்பார்வை

1. பெரும்பாலும் ஒருவருடைய சாதனைகளுக்கும் அவர் சந்திக்கும் சவால்களுக்கும் இடையே ஒரு நேர்விகிதம்தான் காணப்படுகிறது.

2. வென்றவனைப் போல நடந்துகொள். வெற்றியின் பயன்களைப் பெற ஆரம்பித்துவிடுவாய். ஒரு முறை தோற்றுவிட்டால் எழுந்து நின்று மீண்டும் மீண்டும் முயற்சி செய்துகொண்டேயிரு.

3. ஒவ்வொரு தோல்வியிலும் என்ன பயன் இருக்கிறது என்று பார். தோல்வி வெற்றிக்கான படியாகட்டும். ஒவ்வொரு தோல்வியிலிருந்தும் ஏதாவது ஒன்றை மீட்டெடு.

4. நீ அதைத் தோல்வி என்று பார்க்காத வரைக்கும் தோல்வி என்று ஏதுமில்லை.

5. சோதனைகளைத் தாண்டி வரும்போது புத்திசாலிகளாகிறோம். உறுதியானவர்களாகிறோம். தவறுகளிடமிருந்து பாடங்கள் கற்றுக்கொள்.

6. விடா முயற்சி - இலக்கைச் சென்று சேரும்வரை தாக்குப்பிடி. உருப்படியான எதையும் பெறுவதற்கு விடாமுயற்சிதேவை.

7. பயன்களைப் பெறும் ஓரத்தில், வெற்றியைச் சென்று சேரும் ஓரத்தில் சராசரி மனிதர்கள் விட்டுவிட்டு ஓடிப்போகிறார்கள். சராசரியானவர்களை விட மேம்பட்டவனாக இருந்துவிடு.

8. திட்டமிடுதலும் செயல்படுதலும் தொடங்கி வைத்ததை விடாமுயற்சி முடித்து வைக்கிறது.

9. பயமோ களைப்போ உன் கனவுகளைக் களவாடிப் போக விட்டுவிடாதே. தாக்குப்பிடி. விட்டுவிட்டு ஓடிப் போக இன்னும் நேரம் வரவில்லை.

10. ஆக்கபூர்வமாக உனக்குள் பேசிக்கொள். "யாராவது இந்த நிலைமையைச் சமாளிக்க முடியும் என்றால் என்னாலும் முடியும்."

செயற்படிகள்

1. நாம் அனைவருமே மோசமான சவால்களை எதிர்கொள்ள வேண்டித்தான் இருக்கிறது. உன்னுடைய பெரிய சவால்களைப் பட்டியலிடு.

   _____
   _____
   _____
   _____
   _____
   _____

2. நீ எதிர்கொண்ட சவால்களிலிருந்து எதைக் கற்றுக்கொண்டாய் என்பதைப் பற்றி எழுது. எப்படி அவை உன்னைப் புத்திசாலியாக்கியிருக்கின்றன? எப்படி அவை உன்னை உறுதியானவனாக்கியிருக்கின்றன?

   _____
   _____
   _____
   _____
   _____
   _____
   _____

16

நிகழச் செய்!

ஒருவன் கனவு கண்ட வழியில் நம்பிக்கையோடு
முன்னேறிக் கற்பனை செய்துகொண்ட
வாழ்க்கையை வாழ முயன்றால் எதிர்பார்த்தவாறு
சாதாரணமாக வெற்றியைச் சந்திப்பான்.

-- ஹென்றி டேவிட் தோரோ

வாழ்விலிருந்து அதிகப் பயன்கள் பெறுவது எப்படி என்பதைப் பற்றிய சிந்தனையிலும் ஆராய்ச்சியிலும் பலர் நீண்ட நேரத்தையும் அதிக உழைப்பையும் செலவழிக்கிறார்கள். டஜன் கணக்கில் சுய முன்னேற்றப் புத்தகங்களைப் படிக்கலாம், தேவையான தகவல்கள் அனைத்தையும் பெறலாம். ஆனால் அதைப் பயன்படுத்தா விட்டால் அதனால் என்ன பயன்? இந்தப் பொறிக்குள் சிக்கிக்கொண்டவர்களில் நானும் ஒருவன்தான். தகுந்த புத்தகங்கள் பலவற்றைப் படித்தேன். பல ஒலி நாடாக்களில் பதிவு செய்த பேச்சுக்களைக் கேட்டேன். பல துறைகளில் முன்னணிச் சிந்தனையாளர்களின் கலந்துகொண்ட கருத்தரங்குகளுக்குப் போனேன். வெற்றி, சாதனை பற்றிச் சொல்லித் தருகிறவர்கள் பேச்சைக் கேட்டேன். வெற்றி பற்றிய தகவல் அறிவில் எனக்கு ஒரு பரீட்சை வைத்தால் நான் A + தகுதி பெறுவேன். ஆனால் நடைமுறையும் கோட்பாடுகளும் இரண்டு வெவ்வேறான விஷயங்கள். என் ஆற்றல்களைச் சரியாக உணரவில்லை என்ற விரக்தி இருந்துகொண்டே இருந்தது. தேவைப்பட்ட தகவல்கள் இருந்தன. என்றாலும்

என் ஆற்றல்களை மிகச் சிறந்த முறையில் பயன்படுத்திக் கொண்டேனில்லை. கடைசியில் இந்த அறிவை நடைமுறைப்படுத்தி பார்த்தால்தான் ஒவ்வொரு நாளையும் வெற்றிகரமானதாக்க முடியும் என்பதைத் தெரிந்துகொண்டேன். அதன் பிறகுதான் நான் முன்னேற ஆரம்பித்தேன்.

ஒவ்வொருவர் வாழ்விலும் ஒரு கண நேரம் இருக்கிறது.
புரிந்துகொள்ளும் ஒரு கண நேரம். வாழ்வைத் திரும்ப பெறமுடியாது
எனப் புரிந்துகொள்ளும் மாற்றம் மாற்றியமைக்கும் தருணம்.
அப்படிப்பட்ட மாற்றம் மகிழ்ச்சியானதாக இருக்க வேண்டுமானால்
அந்தக் கணத்தைக் கால தாமதமின்றி அறிந்துகொள்ளத்
தெரிந்திருக்க வேண்டும்.

-- எஸ்டீ. லாடர்

எதிர்காலத்தைப் பற்றிய முடிவு செய்ய வேண்டிய தருணம் ஒவ்வொருவர் வாழ்விலும் வருகிறது. இந்தப் புத்தகத்தைப் படிக்கும்போது சிறந்ததொரு வாழ்வைப் பெற்றுக்கொள்ளத் தேவைப்படும் மாற்றங்களைச் செய்துகொள்ள வேண்டும் என்ற உத்வேகம் உங்களுக்குப் பிறந்திருக்கும் என்று நம்புகிறேன். உனக்கென நீ தேர்ந்தெடுக்கும் எதிர்காலம். உன் தகுதிக்கேற்ற எதிர்காலம். உன் ஆற்றல்களைப் பயன்படுத்திக்கொள்ள முடிவு செய்துகொண்டு நம்மிடம் உள்ளதை வைத்துக்கொண்டு மிகச் சிறப்பாகச் செயல்படும்போது மட்டுமே நம் பெருமையை நாம் உணர்ந்துகொள்ள வருகிறோம்.

இந்தப் புத்தகத்தின் முந்தைய அத்தியாயங்களைப் படித்துவிட்டாய். உன் ஆற்றல்களிலிருந்து முழுமையான பயன்கள் பெற வேண்டியது என்ன என்பதைப் பற்றித் துல்லியமாக உணர்ந்திருப்பாய். உன் வாழ்வைத் தலைகீழாக மாற்றியமைக்க என்னென்ன தேவை என்பதைப் புரிந்துகொண்டிருப்பாய். எது ஒருவரைச் சராசரிக்கு மேலாகக் கொண்டுபோகிறது என்பதையும் பொதுப்படையானதைத் தாண்டிச் சிறக்கச் செய்கிறது என்பதையும் தெரிந்துகொண்டிருப்பாய். அதைச் சாதித்தவர்கள் எப்படிச் செயலாற்றியிருக்கிறார்கள் என்பதையும்

தெரிந்துகொண்டிருப்பாய். இந்தக் கடைசி அத்தியாயத்தில் மிக முக்கியமான விஷயம் பற்றிப் பார்க்கலாம். அதாவது அனைத்தையும் ஒருங்கே கொண்டுவருவது எப்படி என்பதுதான். கோட்பாட்டை நடைமுறைச் சாத்தியமாக்குவது பற்றியது இந்த அத்தியாயம். என்னதான் சொன்னாலும் எந்த ஒரு கோட்பாட்டையும் நடைமுறையில் பயன்தரும் செயல்களாக உணராதவரை கோட்பாடு என்ற அளவிலேயே நின்று போய்விடுகிறது. எது சாத்தியம் என்பது உனக்குத் தெரிந்திருக்க வேண்டும். அதை விட முக்கியம் எது வேண்டுமென்று நினைக்கிறாயோ அதற்கு என்ன செய்ய வேண்டும் என்பது தெரிந்திருக்க வேண்டும்.

யாருக்காகவும் சந்தர்ப்பம் காத்திருப்பதில்லை

இந்தப் புத்தகத்துக்கு இரண்டு முக்கிய குறிக்கோள்கள் இருக்கின்றன. முதலாவதாக உனக்கு உத்வேகம் தருவதற்காக எழுதப்பட்டது. நீ எவ்வளவு சிறந்தவன் என்று உணர வைக்க எழுதப்பட்டது. நீ எதைச் சாதிக்க முடியும் என்று தெரிந்துகொள்ள எழுதப்பட்டது. இரண்டாவது நோக்கம் மிக முக்கியமானது. உன்னைச் செயல் ஊக்கம் கொண்டவனாக ஆக்குவது. செயல் ஊக்கம் என்பதைச் சரியாகப் புரிந்துகொள்ள வேண்டும். மேலும் கீழும் தொம் தொம் என்று குதித்துக்கொண்டிரு என்று சொல்லவில்லை. செயல்படச் சொல்லி அழைக்கிறேன். உன் ஆசைகளை உணர்ந்திரு. அவற்றை நோக்கி நடைபோடு. மாற்றத்தைக் கொண்டு வா. உன் வாழ்வை உன் கட்டுப்பாட்டுக்குள் கொண்டு வந்துவிடு. ஆக்கபூர்வமான நீண்ட பயனளிக்ககூடிய செயல்களைச் செய்.

யாரும் எந்தவொரு சாதனைக்குப் பின் அப்படியே சாய்ந்துகிடந்து தன்னை வெற்றி தேடி வந்து அடையட்டும் என்று இருக்க முடியாது. வெற்றியை யாரும் ஒரு தட்டில் ஏந்தி வந்து உன் மடியில் போடப் போவதில்லை. அதிர்ஷ்டமும் மகிழ்ச்சியும் ஒருவர் தந்து இன்னொருவர் பெற்றுக்கொள்வதில்லை.

அவரவர் சூழலுக்குத் தகுந்தாற்போல நடந்துகொள்ளும் சராசரி மனிதனாக இருக்காதே. அதைவிட அதிகம் உன்னால்

செய்ய முடியும். சரியான சூழலில் நீ இல்லை என்று நினைத்தால் அதிலிருந்து அதிகபட்சம் என்ன பெற முடியுமோ அதைப் பெற்றுக்கொள். அல்லது உனக்கு ஏற்ற ஒரு சூழலைப் படைத்துக்கொள். செயல்களைத் தேடிப் போய்ச் செய்கிறவனாக இரு. அப்படியே போய் வாழ்விலிருந்து அதிகபட்சம் என்ன பெற முடியுமோ அதைப் பெற்றுக்கொள்ளப் பார். வாழ்க்கை எப்படியிருக்க வேண்டும் என்று நினைக்கிறாயோ அப்படி அதை மாற்றி அமைத்துவிடு.

இதுவெல்லாம் இப்படியில்லாமல் இருந்தால் எவ்வளவு நன்றாக இருக்கும் என்று ஆசைப்படுவதாலேயே எதுவும் நடக்கப் போவதில்லை. சரியான கணத்துக்காகக் காத்திருப்பதால் எந்த மாற்றமும் நிகழப் போவதில்லை. சரியான நேரம் அல்லது சரியான சூழலுக்காகக் காத்துக் கிடக்கிறவன் தன் லட்சியத்தைச் சென்றடைவதில்லை. ஏனென்றால் எந்த நேரமும் எந்தச் சூழலும் எந்த ஒரு காரியத்துக்கும் மிகத் தோதான வகையில் அமைவதில்லை. அப்படியே சாய்ந்து உட்கார்ந்துகொண்டு நடப்பதை வேடிக்கை பார்த்துக்கொண்டிருக்காதே. நிகழ விடு.

அசாதாரணமான சந்தர்ப்பங்களுக்காகக் காத்திருக்காதே. சாதாரணமான சந்தர்ப்பங்களைப் பயன்படுத்திக் கொள். அவற்றைச் சிறந்த சந்தர்ப்பங்களாக்கிக் கொள்.

— ஆரிஸன் ஸ்வெட் மார்டன்

என்னதான் தேவையான முக்கியமான பாடங்களைக் கற்றுக்கொண்டிருக்கிறோம் என்றாலும் நம் திறமைகளின் முழுப்பயன்களையும் அடைய வேண்டும் என்றால் இந்த அறிவு மட்டும் போதாது. கிடைக்கும் ஒவ்வொரு சந்தர்ப்பத்திலும் அதைப் பயன்படுத்திக்கொள்ள வேண்டும். இப்போதிருந்து ஒவ்வொரு நாளும் அதைப் பயன்படுத்திக்கொள்ள வேண்டும். நீ கற்றுக்கொண்டதைப் பயன்படுத்தச் சந்தர்ப்பங்கள் எங்கெங்கும்தான் இருக்கின்றன. "நானும் ஏன் சாதிக்கலாகாது?" என்ற கேள்விக்கான விடையை நீ சந்திக்கும் ஒவ்வொருவரிடமிருந்தும் பெறலாம். நீ செய்யும் ஒவ்வொரு பணியிலிருந்தும் பெறலாம்.

யாரோடு பேசினாலும் அந்தக் கேள்விக்கான விடை கிடைத்துக்கொண்டேயிருக்கும். இந்தச் சந்தர்ப்பங்களை வீணாக்கிவிடலாகாது. வெற்றிபெற்றவனைப் போல வாழ்வதை எந்த அளவுக்குத் தள்ளிப்போட்டுக் கொண்டிருக்கிறோமோ அந்த அளவுக்கு வெற்றி பெறுவதையும் தள்ளிப்போட்டுக் கொண்டுதான் இருக்கிறோம் என்பதை மறந்துவிடாதே.

ஒவ்வொரு சந்தர்ப்பத்தையும் சரியாகப் பயன்படுத்திக் கொள்வது ஒரு பழக்கமாகிப் போகிறது. முந்திக் காரியமாற்றும் எவருக்கும் சந்தர்ப்பங்கள் எல்லாவிடத்திலிருந்தும் கிடைக்கின்றன. வெகு விரையில் உன் சந்தர்ப்பங்களை நீயே உருவாக்கிக்கொள்வாய். ஒரு காரியம் இன்னொரு காரியத்துக்கு இட்டுப் போகிறது. முதலாவதாகச் சந்தர்ப்பங்களைச் சரியாகப் பயன்படுத்திக்கொள். பிறகு உனக்குக் கிடைக்கும் சந்தர்ப்பங்களிலிருந்து அதிகபட்சம் என்ன பெற்றுக்கொள்ள முடியும் என்று பார்.

கிடைத்த சந்தர்ப்பத்தைப் பயன்படுத்திக்கொள்ளும் போது
கிடைக்கும் சந்தர்ப்பங்கள் அதிகமாகிப் போகின்றன.

-- ஷான் சூ

பொறுப்புணர்வு

இக்கரைக்கு அக்கரை பச்சைதான். பிறருக்கு வெற்றியடையத் தேவையான வழிகள் இருக்கின்றன. சந்தர்ப்பங்கள் இருக்கின்றன. நமக்குத்தான் இல்லை என்று நினைக்கிறோம். இனியும் இப்படி நினைத்திருக்கலாகாது. இனியும் நாம் சூழ்நிலையின் கைதிகள் அல்ல. நம் விதியை நாமே நிர்ணயிப்போம். ஜார்ஜ் பெர்னார்ட் ஷா எழுதுவார்.

இந்த உலகில் சாதிக்கிறவர்கள் எழுந்து நின்று சுற்றும்முற்றும்
தமக்குத் தேவையான சரியான சந்தர்ப்பங்களைத் தேடுகிறவர்கள்.
அவர்களுக்கு அவை தென்படவில்லை என்றால் அவற்றை
அவர்கள் படைத்துக்கொள்கிறார்கள்.

-- ஜார்ஜ் பெர்னார்ட் ஷா

நீயும் ஏன் சாதிக்கக் கூடாது?

நாமிருக்கும் சூழலுக்கு நாமே முழுப் பொறுப்பேற்றுக் கொள்ள வேண்டும். நாம் விரும்பிய இடத்தில், வகையில் நம் வாழ்க்கை அமையவில்லை என்றால் அதற்கான காரணத்தை வெளியே தேட வேண்டாம். நமக்குள்ளேயே பார்த்துக்கொள்ள வேண்டும். அந்தக் காரணங்கள் நாமிருக்கும் சூழ்நிலையில் இல்லை. இரண்டுவிதமான மக்களின் வாழ்வில் ஒரேவிதமான நிகழ்ச்சிகள் நடப்பதைப் பார்த்திருக்கிறேன். ஆனால் அவர்கள் வெவ்வேறு வகையில் அந்தச் சூழலை எதிர்கொள்கிறார்கள். சமாளிக்கிறார்கள். அந்தச் சூழலில் எவ்வளவு சிறப்பாகச் செயல்பட முடியுமோ அப்படிச் செயல்படுகிறவர்கள் ஒரு வகை. பிறரோ முணுமுணுக்கிறார்கள். தங்களுக்கு மட்டும் பாதகங்கள் நடந்துவிட்டன என்று புகாரிடுகிறார்கள். இப்படிப்பட்டவர்கள் சூழலுக்கு அடிமையாகிப் போகிறவர்கள்.

பெரிய படத்தைப் பார்க்கும்போது நம் ஒவ்வொருவர் வாழ்விலும் ஒரே மாதிரியான ஏற்ற இறக்கங்கள் இருக்கின்றன என்பதைத் தெரிந்துகொள்வோம். வெற்றியடைவதென்பது எந்த ஒரு சூழலையும் நாம் எப்படி எதிர்கொள்கிறோம் என்பதைப் பொறுத்தே அமைகிறது. அந்தச் சூழ்நிலை தொடங்கி எப்படி நடந்துகொள்கிறோம் என்பதைப் பொறுத்தே அமைகிறது. எனவே நமக்கு நடந்தவற்றுக்குப் பிறரை நொந்துகொள்வதை விட்டுவிடு. நாம் பெற்றிருக்க வேண்டிய வெற்றியை நம் வாழ்வில் இதுவரை ஏன் பெறவில்லை என்பதற்கான சால்ஜாப்புகளைச் சொல்வதை விட்டுவிடு.

நம் எதிர்காலம் அரசாங்கத்தின் பொறுப்பல்ல. பொருளாதார நிலையின் பொறுப்பல்ல. நம்மைப் பணிக்கு வைத்திருப்பவர்களின் பொறுப்பல்ல. நமது வாடிக்கையாளரின் பொறுப்பல்ல. நமது பொறுப்பு. நிமிர்ந்து நில். உன் எதிர்காலத்தைக் கேட்டுப் பெற்றுக்கொள். இந்தச் செயல்திட்டத்தை நடைமுறைப்படுத்தும் நேரம் வந்துவிட்டது.

என்றைக்கு நம் வாழ்க்கைக்கான பொறுப்பை நாமே ஏற்றுக்கொள்கிறோமோ அன்று முதல் நாம் வளர ஆரம்பிக்கிறோம் என்று சொல்வதைக் கேட்டிருக்கிறேன்.

சிறுவர் சிறுமிகளாக இருந்தவர்களுக்குப் பெரியவர்களாகும் போது புதிய சுதந்திரங்களும் சலுகைகளும் கிடைக்கின்றன. அப்படிப் பெரியவர்களாகும்போது சரியான முறையில் நீட்டுப் போக்குள்ளவர்களாக மாறிக்கொள்வது மிக முக்கியமானதாகும். இன்னும் சிறிது பொறுப்பாக நடந்துகொள்ள வேண்டும் என்ற பொறுப்புணர்வு சிறு வயதினராக இருந்து பெரியவர்களாகும்போது நம்மோடு கூட வரும் வெற்றி பெற்ற ஒவ்வொருவரும் நாம் வென்றாலும் தோற்றாலும் நம் செயல்களுக்கு நாமே பொறுப்பானவராகிறோம்.

நாம் கற்றுக்கொள்ள வேண்டியவற்றில் மிக மிக முக்கியமானது இதுதான். நாம் மட்டுமே நமது வளர்ச்சிக்கும் முன்னேற்றத்துக்கும் பொறுப்பு. நம் வாழ்வுக்கான பொறுப்பை நாமே ஏற்றுக்கொள்ளும்போதுதான் நம் வாழ்வில் நாம் முன்னேற முடியும்.

சிறந்ததைத் சாதிக்கத் தரும் விலை
பொறுப்பேற்றுக்கொள்வதுதான்.

— வின்ஸ்டன் சர்ச்சில்

துணிந்து இறங்குதலும் வெகுமதியும்

நண்பர் ஒருவர் சொன்ன ஒரு கதை. துணிந்து இறங்குவதையும் அதற்கான வெகுமதியும் பற்றியது. உனக்கும் சொல்கிறேன்!

வட கோட்டு எதியோப்பியாவிலிருந்து தென் கோட்டு நன்னம்பிக்கை முனை வரை ஆப்பிரிக்காவில் ஏராளமான வரிக்குதிரைகள் சுற்றித் திரிகின்றன. ஓரிடத்தில் நிலைக்காது சுற்றித் திரியும் இந்த விலங்குகள் கூட்டம் கூட்டமாக அல்லது குடும்பம் குடும்பமாக மேய்ந்துகொண்டிருக்கும். என்னதான் பெரிய கூட்டத்தில் இருந்தாலும் ஒவ்வொரு வரிக்குதிரையும் தன்னளவில் சுதந்திரமாகவே இருக்கும். புத்திசாலித்தனமானவை கூட. ஒவ்வொன்றும் தன் போக்கிலேயே நடந்துகொள்ளும். காலம் காலமாக வரிக்குதிரைகளைப் பழக்கித் தனக்கு உதவியாக

நீயும் ஏன் சாதிக்கக் கூடாது?

வைத்துக்கொள்ள மனிதன் முயன்றிருக்கிறான். வெற்றி பெற்றானில்லை. வரிக்குதிரையை அடக்கிப் பழக்க முடியாது.

இரண்டு வகையான வரிக்குதிரைகள் இருக்கின்றன. ஒருவகை வரிக்குதிரைகள் மகிழ்ச்சியாக இருப்பவை. முகத்தில் ஒரு புன்னகையும் கண்களில் மின்னும் ஓர் ஒளியுமாக வெகு மகிழ்ச்சியாகத் திரிபவை. அப்படிப்பட்டவைதான் மந்தையை இட்டுச் செல்கின்றன. எப்போதும் முன்னாலேயே இருப்பதால் சாப்பிட நிறையக் கிடைக்கும். எப்போதும் வயிறு நிறைந்தே இருக்கும். செழிப்பான தளிர்ப் புல்லையே தின்றிருக்கும். புதர்களில் இருக்கும் கொழுந்து இலைகளையே சுவைத்திருக்கும். அதன் ரோமம் பளபளவென்றிருக்கும். கறுப்பு வெள்ளைக் கோடுகள் பிரகாசமாக இருக்கும். வாழ்வை முழுமையாக்கி வாழும் இந்த வகை வரிக்குதிரைகள் தங்களைத் தாங்களே கவனித்துக்கொள்பவை. மற்ற குதிரைகள் இவற்றை மரியாதையோடு பார்க்கும். மந்தையில் மிகப் பிரபலமாக இருக்கும். எல்லாவற்றையும் தன் கட்டுப்பாட்டில் வைத்திருக்கும் தலைவன்தான். பிற ஆண்குதிரைகள் இவற்றைப்போல இருக்க விரும்பும். பெண் குதிரைகள் இவற்றோடு இருப்பதையே விரும்பும். வெற்றிகரமாக வாழ்கிறவை இவை. நிச்சயமான மந்தையில் முன் வரிசையில் இருப்பதில் ஆபத்துக்கள் இருக்கின்றனதான். சிங்கங்களும் கழுதைப்புலிகளும் இரை கிடைக்குமா என்று காத்திருக்கின்றனவே. ஆனால் தீரமான வரிக்குதிரைக்குக் கூரிய உணர்வுகள். எனவே ஆபத்து என்று தெரிந்தால் போதும் விரைந்தோடித் தப்பித்துக்கொள்ளும்.

இரண்டாவது வகை வரிக்குதிரைகள் மெலிந்து எலும்பும் தோலுமாக இருக்கும். ரோமம் மங்கியிருக்க அழுக்குப் பிடித்துத் திரியும். பளபளப்பான கறுப்பு வெள்ளைக் கோடுகளுக்குப் பதிலாக அழுக்கு வெள்ளையும் கரியின் கறுப்பும்தான். இவை எப்போதும் பதற்றத்தோடு இருப்பவை. நடக்காதது நடந்துவிடும் என்று பயந்துகொண்டே இருக்கும். என்னவோ ஆபத்து இருக்கிறது என்பதைப் போல எப்போதும் நடுங்கிக்கொண்டே இருக்கும். மந்தையின் நடுவில் நின்றுவிடும். அதுதான் பாதுகாப்பு என்றிருக்கும். ஆனால் முழுப் பாதுகாப்பு

என்றால் அதிலும் சில குறைகள் இருக்கத்தான் செய்கின்றன. பிற குதிரைகள் தின்ற மிச்சம்தான் இவற்றுக்குக் கிடைக்கும். காய்ந்த புல்லே உணவாகும். முற்றிய இலைகள்தான் கிடைக்கும். சத்தான உணவு கிடைப்பதற்கு வழியே இல்லை. மோசமான நிலையில்தான் இருக்கும்.

இந்த இரண்டாவது வகை வரிக்குதிரைகள் பாதுகாப்பை நாடுகின்றன. எனவே சுதந்திரத்தை இழந்துவிடுகின்றன. தனக்கென எதையும் தேர்ந்தெடுத்துக் கொள்ள முடிவதில்லை. பிற குதிரைகள் போகும் திசையில் போக வேண்டியிருக்கிறது. அவை செய்வதைச் செய்ய வேண்டியிருக்கிறது. தன் எதிர்காலத்தை நிர்ணயித்துக்கொள்ள முடிவதில்லை. கசந்து போய்க் கிடக்கிறது. தான் மட்டும் முன்னால் இருந்தால் இன்னும் சிறப்பாகப் பிற குதிரைகளை இட்டுச் செல்ல முடியும் என்று சும்மா சொல்லிக்கொள்கிறது. ஆனால் எந்தக் குதிரையும் இவற்றைக் கண்டுகொள்வதில்லை.

இதில் விந்தையான விஷயம் என்னவென்றால் எந்த ஆபத்தையும் எதிர்கொள்ள விரும்பாமல் வெகு பாதுகாப்பாக இருக்க வேண்டும் என்று நினைக்கும் வரிக்குதிரைதான் பாதுகாப்பே துளியும் இல்லாமல் போகிறது. பிற குதிரைகளுக்கு மத்தியில் இருக்கின்றதல்லவா? நெருங்கும் ஆபத்தை வெகு அருகில் வருமுன் பார்த்துத் தப்பித்து ஓட முடிவதில்லை. அப்படியே கடைசியில் ஓடத் தயாராகும் போது சிரமப்படுகிறது. அவ்வளவாகச் சரியான உணவில்லாத குதிரை ஆரோக்கியமாக இருக்குமா என்ன? சுலபமாக இரையாகிப் போகிறது.

பாதுகாப்பைத் தேடுவது இயற்கைதான். நம் எல்லோருக்கும் விருப்பம்தான். ஒரு வகையில் அது ஒரு தேவை கூடத்தான். ஆனால் பயந்து பயந்தே வாழ்கிறவன் பாதுகாப்பே குறியாக இருக்கிறவன் துணிந்து நடக்கிறவனை விட அதிக ஆபத்தில் இருக்கிறான் துணிந்து செயலாற்றுகிறவன் தன் சூழலைத் தன் கட்டுப்பாட்டுக்குள் வைத்திருக்கிறான். முன்யோசனையோடு ஆபத்தான சூழலில் இயங்குகிறான். வாழ்வில் முன்னேற வேண்டுமானால் சில ஆபத்துக்களை எதிர்

கொள்ளத் துணிய வேண்டும். ஓரளவுக்காவது துணிந்திருக்காவிட்டால் எதுவும் நடக்காது.

எந்த ஆபத்துக்கும் தயாரில்லை என்றால் உனக்கு ஆபத்தை விட ஆபத்துத்தான்.

– எரிக்கா யோங்

பெரும்பான்மையோர் பாதுகாப்பே பிரதானம் என்றிருக்கிறார்கள். பாதுகாப்பு நமக்கெல்லாம் தேவைதான். சராசரியானவரும் சாதனையாளரும் பாதுகாப்பைப்பற்றி நினைக்கும்போது ஒருவருக்கொருவர் வித்தியாசப்படுகிறார்கள். நிலைத்த பணி, மாதமானால் சம்பளம், இதுதான் சராசரி மனிதனுக்குப் பாதுகாப்பு. பணம் வரும் என்று தெரிகிறது. மாற்றம் ஏதுமிருக்காது என்று தெரிகிறது. எதிர்பார்க்காதது எதுவும் நடக்கப் போவதில்லை. கூடுதல் பொறுப்புகள் அல்லது கவலைகள் இல்லை. இப்படிப்பட்ட பலரிடமும் அவர்களுடைய பெற்றோர்கள் பல காலம் முன்பு சொல்லியிருக்க வேண்டும். "அரசாங்க உத்தியோகம் ஒன்றைத் தேடிக்கொள். அதில்தான் பாதுகாப்பு இருக்கிறது. நிரந்தரப் பணி. வாழ்க்கையில் அப்படியே செட்டிலாகிவிடலாம்." எப்படி நிலைமைகள் மாறுகின்றன பார். இந்தப் பணிகளும் கூட இப்போது நிரந்தரமில்லை. எல்லாவிடத்திலும்தான் மாற்றங்கள் பாதுகாப்பு என்பதே ஒரு மாயை.

உண்மையான பாதுகாப்பு அதிக பட்சப் பாதுகாப்புத்தான். சிறைச்சாலைக்கு எப்போதாவது போயிருக்கிறாயா? கைதிகள் எப்படி வாழ்கிறார்கள் என்று கவனித்திருக்கிறாயா? சிறையில் இருப்பதில் மிக மோசமான பகுதி என்னவென்றால் சிறிதளவும் சுதந்திரம் இல்லாமல் போய்விடுவதுதான். சின்ன சின்ன விஷயங்களில் கூட எதையும் தேர்ந்தெடுத்துக் கொள்ள முடியாது. கைதிகளுக்கான முடிவுகள் எல்லாமும் பிறரால் எடுக்கப்படுகின்றன. என்ன செய்ய வேண்டும் என்று சொல்கிறார்கள். அதைச் செய்ய வேண்டியதுதான். இதுதான் முடிவான தண்டனை. சமுதாயத்தின் சட்டதிட்டங்களுக்குக்

நிகழச் செய்!

கட்டுப்பட்டு வாழ முடியாது என்று நினைக்கிறவர்கள் அனுபவிக்கும் முடிவான தண்டனை இதுதான் என்பேன். இதுதான் அதிக பட்ச பாதுகாப்பு, இதனால் யாருக்காவது ஏதாவது நன்மை இருக்கிறதா என்ன?

சாதனையாளனுக்குப் பாதுகாப்பு என்பது சராசரி மனிதனுக்குப் பாதுகாப்பு என்பது எதுவோ அதிலிருந்து முழுவதும் வித்தியாசமானது. அவரவருக்கான முடிவுகளை அவரவரே செய்துகொள்ள முடிவது. அவரவர் வாழ்வை அவரவர் கட்டுப்பாட்டில் வைத்திருப்பது. அவரவர் எதிர்காலத்தை அவரவர் கைகளில் தாங்கி நிற்பது. ஆபத்துக்கள் இருக்கும்தான். ஆனால் அதே சமயம் வளர்ச்சியும் மாற்றமும் இருக்கும். இதுதான் அவர்களுக்குப் பாதுகாப்பு.

மாற்றம்

மாற்றங்கள் மக்களுக்குக் கிலியைத் தருகின்றன. அதில் உள்ள ஆபத்துக்கள் அவர்களைப் பயமுறுத்துகின்றன. தற்போது இருப்பது கைவிட்டுப்போய்விடுமோ என்ற பயம். மேலும் கிடைக்கக் கூடியது என்ன என்று பார்க்க முடியாமல் போய்விடுகிறது. தோல்வியை நினைத்து மறுகிக்கொண்டிருக்கும் அவர்கள் சாதனை பற்றி நினைத்துப் பார்ப்பதே இல்லை. தர்மசங்கடங்கள் பற்றி நினைத்து நெளிகிறார்கள். அங்கீகாரம் கிடைக்கும் என்பதைப் பார்ப்பதே இல்லை.

மாறத் தயாராக இருந்தால்தான் முன்னேற முடியும்.

சிறுவயதில் வாழ்க்கை என்றால் கற்றுக்கொள்வதும் வளர்வதும் மட்டுமே என்றிருந்தது. முதல் முயற்சியிலேயே நடக்கக் கற்றுக்கொண்டோமா என்ன? எத்தனை முறை முயற்சித்திருப்போம்! கீழே விழுந்திருப்போம்! இந்த ஆபத்தை எதிர்கொள்ளத் துணிந்திராவிட்டால் இந்தப் புதிய திறனைப் பெற்றிருக்கவே மாட்டோம். வளர்ந்து பெரியவர்களான பின் நம்மைச் சுற்றியிருப்பவர்களின் வார்த்தைகளைக் கேட்க ஆரம்பித்துவிட்டோம். நம் தோல்விகளைக் கண்டு ஏளனமாக, "உனக்கெல்லாம் இது சாத்தியமில்லையப்பா!" என்று சொன்னார்கள். வெகு சீக்கிரத்திலேயே நமக்கெதற்கு வம்பு

நீயும் ஏன் சாதிக்கக் கூடாது?

என்ற நிலைக்கு வந்துவிடுகிறோம். புதிய ஏதொன்றையும் முயன்று பார்க்கத் தயங்குகிறோம். நாம் முன்னேற வேண்டுமானால் இந்தப்பழக்கத்தைக் கைவிட வேண்டும்.

முயற்சி செய்யப் பயந்து கொள்ளக்கூடாது என்பதுதான் நான் முதன் முதலில் கற்றுக்கொண்ட பாடம். அப்போதுதான் பயன்களை அடைய முடியும். எதையும் முயன்று பார்த்துவிட வேண்டும். தோல்வியைப் பற்றிய நினைப்பே நம்மைப் பயமுறுத்தி வைத்திருக்கிறது. ஆனால் இதை நாம் வென்றாக வேண்டும். நமக்கு அருகதையான வெற்றியைச் சாதிக்க நமக்கு நம்மையன்றி வேறு யார் சந்தர்ப்பம் தர முடியும்? தன் போட்டியாளர்களிடமிருந்து தன்னை வேறுபடுத்துவது எது என்று ஒரு வெற்றிகரமான தொழிலதிபரைச் சமீபத்தில் கேட்டேன். அவருடைய பதில், "நான் முயன்றுகொண்டே இருக்கிறேன். துணிந்து செயல்படுகிறேன். பிறர் என்ன சொல்கிறார்கள் என்பதைப் பற்றிக் கவலைப்படுவதில்லை. பல தோல்விகளைச் சந்தித்திருக்கிறேன்தான். ஆனால் விடாமல் முயன்று கொண்டிருந்தால் வெற்றியைச் சந்திப்பேன் என்பது எனக்குத் தெரிந்திருந்தது."

நம் உத்வேகத்தைக் கெடுப்பவர்களின் வார்த்தைகளைக் காது கொடுத்துக் கேட்கக்கூடாது. அவர்கள் நம்பிக்கை இழந்தவர்கள். அவர்களுடைய அபிப்பிராயங்களுக்கு எந்த மதிப்பும் இல்லை. வாழ்வில் ஒரு விளையாட்டு வீரனாயிரு. பார்வையாளராக இருக்காதே. நமக்கு நாமே பொறுப்பு. எனவே நம்பிக்கை வை. தன்னம்பிக்கையோடிரு. உன் திறன்கள் மீது நம்பிக்கை வை. உனக்குச் சந்தர்ப்பங்களைத் தந்துகொண்டிரு. நியாயமான சந்தர்ப்பங்களை மறுத்துவிடாதே. சாதனை ஒரு நாள் கூத்தல்ல. ஆனால் செய்ய வேண்டிய முக்கியமான காரியங்கள் என்ன என்பது தெரிந்திருந்தால், நாம் எடுத்து வைக்க வேண்டிய காலடிகள் நமக்குத் தெரிந்திருந்தால் பயன்கள் நம்மையே வியப்பிலாழ்த்தும். வாழ்க்கை அப்படியே போய்க் கழியவிடாதே. என்னவெல்லாம் இருந்திருக்கும் என்ற வீண் சிந்தனையில் ஒரு கணத்தைக் கூடக் கழிக்காதே. உன் ஆற்றலை வெளிக்கொண்டு வா. உன் திறன்களை உணர்ந்திடு. உன் பெருமிதத்தை அவிழ்த்துவிடு. சாதனையை நிகழவிடு.

நிகழச் செய்!

மீள்பார்வை

1. எதையும் நடைமுறைக்குக் கொண்டுவரும் வரை கொள்கை அளவிலேயே நின்றுவிடும். தகவல் அறிவு மட்டும் போதாது. அவற்றைச் சரியாகப் பயன்படுத்திக் கொள்ளவேண்டும்.

2. வெற்றி வந்து சேரட்டும் என்று காத்திருக்க முடியாது. அது நிகழ விடவேண்டும்.

3. வெற்றிக்கான காரணிகளைப் பயன்படுத்திக்கொள்ள எல்லாச் சந்தர்ப்பங்களையும் பயன்படுத்திக்கொள். ஒவ்வொரு புதிய சந்தர்ப்பமும் அவற்றைப் பயன்படுத்திக் கொள்வதற்கான சந்தர்ப்பமே.

4. வெற்றிக்கான காரணிகளை எந்த அளவுக்குப் பயன்படுத்திக் கொள்கிறாயோ அந்த அளவுக்கு அவை சுலபமாகிப் போகும்.

5. நமது எதிர்காலத்துக்கு நாமே பொறுப்பேற்றுக் கொள்ளவேண்டும். அதாவது பிறரைக் குறை சொல்வதை நிறுத்திவிட வேண்டும்.

6. பாதுகாப்பைத் தேடி ஓடுவது இயற்கையான சுபாவம்தான். ஆனால் அதில் ஆபத்துக்கள் இருக்கின்றன. குறைந்த பட்ச ஆபத்தையாவது எதிர்கொண்டால்தான் முன்னேறவும் வளரவும் முடியும்.

நீயும் ஏன் சாதிக்கக் கூடாது?

செயற்படிகள்

இலக்கு வகுக்கும் குறிப்பு

என் இலக்கு :

என் செயல் முறை :

துணை இலக்குகள்	கால வரையறை	அறிவும் திறன்களும்	உதவக் கூடியவவர்கள் தொடர்புகள்	பயன்கள்